普通高等教育"十一五"国家级规划教材

普通高等教育精品教材

国家外语非通用语种本科人才培养基地教材

泰语教程

（修订本）

หนังสือเรียนภาษาไทย

第四册

เล่ม ๔

潘德鼎　编著

北京大学出版社
PEKING UNIVERSITY PRESS

图书在版编目（CIP）数据

泰语教程. 第四册 / 潘德鼎编著. —2 版. —北京：北京大学出版社，2011.6

ISBN 978-7-301-19079-1

Ⅰ. 泰… Ⅱ. 潘… Ⅲ. 泰语—高等学校—教材 Ⅳ. H412

中国版本图书馆 CIP 数据核字 (2011) 第 119185 号

书　　　　名：	泰语教程（修订本）第四册
著作责任者：	潘德鼎 编著
责 任 编 辑：	杜若明
标 准 书 号：	ISBN 978-7-301-19079-1/H·2860
出 版 发 行：	北京大学出版社
地　　　　址：	北京市海淀区成府路 205 号　100871
网　　　　址：	http://www.pup.cn
电　　　　话：	邮购部 62752015　发行部 62750672　编辑部 62753374　出版部 62754962
电 子 邮 箱：	zpup@pup.pku.edu.cn
印　　刷　者：	北京鑫海金澳胶印有限公司
经　　销　者：	新华书店
	787 毫米 ×1092 毫米　16 开本　20.75 印张　355 千字
	2004 年 9 月第 1 版
	2011 年 6 月第 2 版　**2024 年 2 月第 4 次印刷**
定　　　　价：	48.00 元（含 MP3 盘 1 张）

未经许可，不得以任何方式复制或抄袭本书之部分或全部内容。

版权所有，侵权必究　举报电话：010-62752024
　　　　　　　　　　　　　　电子邮箱：fd@pup.pku.edu.cn

目录

编者说明 III

บทที่ ๑ ครอบครัวของคุณชุ่ม 1

บทที่ ๒ หนูน้อยผู้ขายไม้ขีดไฟ 26

บทที่ ๓ โต้วาที (๑) 49

บทที่ ๔ โต้วาที (๒) 71

บทที่ ๕ ตอนหนึ่งในเรื่อง"น้ำใสใจจริง" (๑) 96

บทที่ ๖ ตอนหนึ่งในเรื่อง"น้ำใสใจจริง" (๒) 114

บทที่ ๗ ความประทับใจในเกาะสุกร 130

บทที่ ๘ ตอนหนึ่งในเรื่อง"ปีศาจ" 147

บทที่ ๙ ตอนหนึ่งในเรื่อง"เขาชื่อกานต์" 173

บทที่ ๑๐ พิพิธภัณฑ์วิทยาศาสตร์ 196

บทที่ ๑๑ จดหมายจากเมืองไทย 214

บทที่ ๑๒ ตอนหนึ่งในเรื่อง"ความสุขของกะทิ" 240

บทที่ ๑๓ ตอนหนึ่งในเรื่อง"ตามหาพระจันทร์" 260

บทที่ ๑๔ ตอนหนึ่งในการให้สัมภาษณ์กับผู้สื่อข่าวหนังสือพิมพ์ สยามรัฐ 276

词汇表 296

I

编者说明

《泰语教程》修订本是在1989年出版的《泰语基础教程》和2004年出版的《泰语教程》基础上经过进一步的修改和补充出版的。这部教材的编写理念是使教材尽量符合中国学生学习泰语的需要,便于解决中国学生学习泰语中遇到的困难和问题,帮助学生通过两年的学习达到北京大学泰语专业教学计划中规定的各项指标。

为了能编写出符合上述理念的教材,我们在总结北京大学泰语专业几十年来的教学经验和教训的基础上,对教材内容和编写方法进行了许多重大的改革和创新。

在语音教学方面,除了对汉语中不存在的音素从语音学的角度给学生讲解清楚并编写了有针对性的练习以外,还对汉语中有相似的、但与泰语又有差异因而学生容易发生偏差的音素,在教材中予以指明,并编写了大量练习。除此以外,我们还对如何区分泰语中特有的长、短音给予理论上的分析和指导,以便于学生正确掌握泰语长、短音。我们还将泰国小学教科书中的 [j]、[w] 尾音根据实际发音改成了以 [i]、[u] 收尾的复元音。这样做更符合语音学原理和泰语语音实际,也更符合泰语教学的需要,可以使学生从一开始就学到准确的语音。

由于泰语文字的拼读规则十分繁杂,几乎要到这些规则全部学完后(大约需用六周时间)才能拼读出一句完整的日常用语来,学生学习时十分枯燥。为了解决这个问题,同时也是为了让学生能正确掌握语流中的语音,使语音自然、流畅、不生硬,我们采用了学说话与学文字及拼读规则同时进行的方法。鉴于泰语的基本句法结构与汉语有很多相同之处,因此这种教学方法不会给学生的学习带来太大的困难。在尚不识字的情况下学说话,还能有利于开发学生通过耳朵学习外语和训练用外语思维的习惯。

在语法学习方面,中国学生学习泰语感到困难的地方主要集中在数量很多的虚词、与汉语不同的句子结构和词语搭配等几个方面。因此,我们认为没有必要在基础阶段的教学中系统地来讲解泰语语法,而应该把基础阶段有限的时间集中使用在解决学生的学习难点上。句型教学在这方面具有比较大的优势。我们将常用虚词、与汉语不同的句子结构和词语搭配等确定为选择句型的对象,然后为每个句型编写大量的例句和练习,让学生通过大量的练习体会每个句型所要表达的语义,争取学生在要表达这种语义时能"脱口而出"。我们在进行句型教学的同时,也注意到理解和交际两个方面,让学生在正确理解的基础上进行句型操练,在操练的同时引导学生注意所学句型在一定语境中的运用。

在词汇学习方面,学生感到困难的是很多虚词、虚词和实词中同义词近义词的辨析以及一些与汉语相似又有区别的词语。我们除了利用现有的研究成果(包括泰国语言学者研究的和我们自己长期积累的)外,对尚无现成研究成果的许多问题,尤其是中国学生学习泰语时遇到的特殊问题进行了大量和深入的研究,并将这些成果编写到这部教材中。为了便于学生掌握和运用,还编写了大量的、形式多样的练习。

本教材的前身《泰语基础教程》及《泰语教程》第一版得到了我国泰语教学工作者的认同。很多院校采用了这部教材并在教学中收到了较好的成效。也有一些院校在编写自己的教材中引用了其中的一些研究成果。本次修改和补充除了更新部分素材外,又对某些尚有欠缺的讲解进行了补充或修改,以期使这部教程更趋完善。

《泰语基础教程》以及《泰语教程》的第一版和修订本在编写和修改的过程中,得到了泰国专家西提差(อาจารย์สิทธิชัย สงฆรักษ์)老师的很大帮助,也得到了其他许多泰国朋友如 อาจารย์กนกพร นุ่มทอง อาจารย์ธิติ มานิตยกุล 等的帮助,同时还得到了北京大学泰语专业裴晓睿教授、薄文泽教授、傅增有教授、任一雄教授和万悦容讲师等的支持和协助。在此向他们表示由衷的感谢。

《泰语教程》修订本的出版得到了北京大学教材建设委员会、北京大学教育部特色专业亚非语种群、北京大学国家外语非通用语种本科人才培养基地以及北京大学出版社的支持或资助,在此也向他们致以真诚的谢意!

编　者

บทที่ ๑ ครอบครัวของคุณชุ่ม

คัดจากนวนิยายเรื่อง"เมธินีคบเพื่อน"ตอนที่ ๒

โดย ถนอม ปินตา

นับตั้งแต่คุณชุ่มถูกย้ายเข้ามาอยู่ในกรุงเทพฯ คุณละเอียดต้องช่วยหารายได้พิเศษมาจุนเจือครอบครัวด้วย ลำพังเงินเดือนของคุณชุ่มสามีของนางนั้นไม่พอต่อค่าครองชีพที่นับวันยิ่งสูงขึ้นทุกที แม้คุณละเอียดจะช่วยอีกแรง แต่ครอบครัวนี้ยังคงต้องใช้จ่ายอย่างกระเบียดกระเสียร ข้าราชการชั้นผู้ใหญ่ที่ถูกย้ายเข้าเมืองหลวงย่อมไม่ลำบากใจเพราะเขามีเงินมีอำนาจบารมีที่จะซื้อความสะดวกสบายซึ่งมีอยู่พร้อมมูล แต่ข้าราชการชั้นผู้น้อยเช่นคุณชุ่มย่อมต้องเดือดร้อนมาก อยู่ต่างจังหวัดยังมีที่ดินทำมาหากิน เช่นเลี้ยงเป็ดเลี้ยงไก่และปลูกพืชสวนครัวได้ แต่เมื่อมาอยู่ในเมืองหลวงหนทางเหล่านั้นถูกตัดไปหมดสิ้น บ้านต้องเช่า ข้าวต้องซื้อ ไหนจะค่าน้ำค่าไฟ อาหารก็มีราคาแพงมาก เงินร้อยบาทสมัยนี้ซื้อผักซื้อปลามาทำอาหารได้เพียงไม่กี่อย่าง คุณชุ่มเคยบอกว่าเป็นเพราะเศรษฐกิจตกต่ำ เกิดภาวะเงินเฟ้อ ความรู้ต่ำๆ เช่นคุณละเอียดก็ได้แต่พยักหน้ารับรู้ไปตามเรื่อง นางรู้แต่เพียงอย่างเดียวว่า ต้องประหยัดงดสิ่งฟุ่มเฟือยทุกอย่าง เงินทุกบาททุกสตางค์จะต้องใช้ให้เกิดประโยชน์ คุ้มค่า และต้องเพิ่มพูนรายได้ ยิ่งนางมีลูกสามคนกำลังเรียนหนังสือด้วย ก็ยิ่งต้องขวนขวายให้มากขึ้น

สันติและพิชัยเคยรบเร้าคุณละเอียดให้ซื้อเครื่องรับโทรทัศน์สักเครื่องหนึ่ง แต่นางอธิบายให้ลูกชายฟังสั้น ๆ ด้วยน้ำเสียงสุภาพว่า

"ตอนนี้เรายังไม่มีเงินจ๊ะ ถ้ามีแล้วเราค่อยซื้อ"

เหตุผลที่คุณละเอียดไม่ซื้อเครื่องรับโทรทัศน์นั้น มิใช่เกิดจากปัญหาไม่มีเงินอย่างเดียว แต่เพราะโดยส่วนตัวคุณละเอียดเห็นว่ารายการโทรทัศน์ในปัจจุบันไม่เหมาะสำหรับเด็กนัก เด็กในวัยนี้ควรจะใช้เวลาท่องหนังสือตำราเรียนและทำการบ้าน

มากกว่าที่จะมานั่งดูรายการโฆษณาสินค้าที่งมงายและมากมายเกินจำเป็น หรือดูภาพยนตร์ที่เกี่ยวกับอาชญากรรมที่แฝงด้วยความรุนแรงทั้งจากตะวันออกและตะวันตก ตลอดจนภาพยนตร์ที่แสดงให้เห็นถึงความเหลวแหลกทางวัฒนธรรมของกลุ่มชนบางกลุ่ม ปัจจุบันมีรายการที่ให้ความบันเทิงและสารประโยชน์แก่เด็กอยู่บ้าง แต่ก็น้อยเกินไป ไม่สมดุลกับเด็กและเยาวชนซึ่งเป็นประชากรส่วนใหญ่ของประเทศ

ตอนโรงเรียนเปิดเทอมเป็นเวลาที่พ่อแม่ทั้งหลายต้องกลัดกลุ้มยิ่งนัก ไหนจะต้องวิ่งหาค่าเล่าเรียน ค่าเสื้อผ้า ค่าหนังสือเรียนแก่ลูก และค่าใช้จ่ายอื่น ๆ อีกจิปาถะ

วันหนึ่งเพื่อนบ้านของคุณละเอียดแวะมาคุยและปรับทุกข์ให้ฟัง เพื่อนบ้านผู้นี้มีอายุไล่เลี่ยกับคุณละเอียด แต่นางมีลูกตั้งหกคน ล้วนกำลังเรียนหนังสืออยู่ทั้งนั้น

"ฉันจะแย่อยู่แล้ว" เพื่อนบ้านปรับทุกข์ "เปิดเทอมทีไรฉันต้องไปกู้หนี้ยืมสินเขาให้วุ่นไปหมด บางครั้งถึงกับต้องหอบของเข้าโรงจำนำก็ยังเคย"

"ทำยังไงได้ล่ะ ลูกของใคร ใครก็ต้องรัก" คุณละเอียดพูด

"แต่ฉันมีลูกตั้งหกคน" เพื่อนบ้านเล่า

"ทำไมคุณไม่ทำหมันเสียตั้งแต่มีลูกคนหรือสองคนล่ะ"

"ตอนนั้นก็คิดจะทำแล้ว แต่ฉันอยากได้ลูกชาย คอยจนถึงคนที่หกก็ยังไม่ได้ลูกชายสักคนเดียว พอลูกสาวคนที่หกเกิดฉันเห็นว่าไม่ได้การแล้ว จึงรีบไปทำหมันเสียเลย เพราะฉันไม่อยากมีลูกสาวเจ็ดคนเหมือนนางมณฑาเมียท้าวสามล" นางหัวเราะเอิ๊กอ๊ากจนพุงกระเพื่อมทำให้คุณละเอียดพลอยหัวเราะไปด้วย

"คุณยังดีนะ มีแค่สาม" เพื่อนบ้านวกเข้าถึงเรื่องลูกของคุณละเอียด

"ค่ะ พอลูกคนที่สามเกิด ฉันก็ไม่มีลูกอีกเลย น่าแปลกใจจริง ไปหาหมอ เขาก็บอกว่าฉันและคุณชุ่มสุขภาพดีทั้งคู่ ดีเหมือนกัน มีแค่สามคน นี่ฉันก็จะเลี้ยงไม่ไหวเสียแล้ว" คุณละเอียดเล่าให้เพื่อนบ้านฟัง และเสริมท้ายว่า "จะมีสักกี่คนก็ตามเมื่อเป็นลูกเราก็ต้องเลี้ยงทั้งนั้นแหละ"

คุณชุ่มเป็นข้าราชการชั้นผู้น้อยที่น่าจะถือเป็นแบบอย่างที่ดีได้คนหนึ่ง เขามีความขยันขันแข็งและสัตย์ซื่อในการทำงาน ตรงต่อเวลา ไม่เบียดบังผลประโยชน์ และมีชีวิตครอบครัวที่มีความสุข เขารักและซื่อสัตย์ต่อลูกเมีย ละเว้นจากการเสพสุรา และทางแห่งอบายมุขต่าง ๆ คุณชุ่มถือว่าสุราทำให้เสียทรัพย์ เสียสุขภาพและขาดสติ

บทที่ ๑   ครอบครัวของคุณชุ่ม

การพนันเป็นผีร้าย หากใครลุ่มหลงกับมันชีวิตจะต้องล่มจม ส่วนบุหรี่คุณชุ่มก็งดเว้นเสีย เขาเก็บเงินค่าบุหรี่ไว้ซื้อขนมหรือซื้อกับข้าวให้ลูกเมียยังดีกว่า แต่เพื่อนๆ ของคุณชุ่มที่ละทิ้งสิ่งเหล่านี้ไม่ได้ คุณชุ่มก็ไม่เคยกล่าวห้ามปรามเพราะถือว่าคนอื่นเขามีเงินและมีความพอใจที่จะทำเช่นนั้น

พอตกเย็นเพื่อน ๆ ของคุณชุ่มมักจะไปนั่งดื่มเหล้าสนุกเฮฮากันเป็นประจำ แต่คุณชุ่มเขาเห็นว่าการประพฤติเช่นนั้นเป็นการใช้เวลาสิ้นเปลืองไปอย่างไร้สาระ นานๆ เขาถึงจะไปร่วมสังสรรค์กับเพื่อนสักที เขาดื่มพอไม่ให้เสียกิริยาเท่านั้น แม้กระนั้นทุกคนไม่มีใครรังเกียจที่จะคบค้าสมาคมด้วย เพราะความเป็นเพื่อนนั้นไม่ได้เกิดจากการดื่มสุราเมามายด้วยกันอย่างเดียว แต่เกิดจากการได้รู้จักอุปนิสัยความประพฤติ และนิยมทัศนคติการดำเนินชีวิตของกันและกันมากกว่า

คุณชุ่มรักลูกมาก เขามีความภาคภูมิใจและกระทำตนเป็นพ่อที่ดี พ่อที่ดีนั้นย่อมเป็นแบบอย่างที่ดีแก่ลูกได้ เป็นที่พึ่งพิงแก่ครอบครัวได้ เขาไม่เคยน้อยใจในโชควาสนาของตนเอง เพื่อนฝูงบางคนของเขาร่ำรวย มีเงินมาก มีบ้านช่องใหญ่โต มีรถราคาแพง และมีเครื่องอำนวยความสะดวกอื่น ๆ อีกมากมาย แต่ครอบครัวของเขาก็หาความสุขไม่ได้ ลูกที่เกิดมาก็ขาดความอบอุ่น พ่อกินเหล้า แม่เล่นไพ่ ไม่มีเวลาเอาใจใส่ลูก เมื่อลูกประพฤติไม่ดีก็โยนความผิดไปให้ทางโรงเรียน ทั้ง ๆ ที่การอบรมเป็นเรื่องบิดามารดาและครูจะต้องมีส่วนรับผิดชอบร่วมกัน จะโยนภาระให้แก่ฝ่ายหนึ่งฝ่ายใดย่อมไม่ถูกต้อง

รูปประโยคและการใช้คำ

๑. **นับวัน......ทุกที**   日益……，一天比一天……。这个句型大多在书面语中使用，有时还可以在 "นับวัน" 后加 "แต่จะ" 成为 "นับวันแต่จะ......ทุกที"。

ตัวอย่าง   อากาศนับวัน(แต่จะ)หนาวลงทุกที
คนว่างงานในบางประเทศนับวัน(แต่จะ)เพิ่มขึ้นทุกที

3

แบบฝึกหัด จงเลือกคำที่ให้ไว้ในวงเล็บหรือคำอื่น ๆ ที่เห็นว่าเหมาะสมมาทำให้ประโยคข้างล่างเป็นประโยคสมบูรณ์โดยใช้รูปประโยค "นับวัน(แต่จะ).....ทุกที"

(เจริญก้าวหน้า สมบูรณ์ ใกล้ชิด มาก ก้าวหน้า ดี พัฒนา เข้มแข็ง สนิทสนม หนัก ฯลฯ)

๑) ประเทศชาติของเรา...............
๒) ชีวิตความเป็นอยู่ของประชาชน...............
๓) วิทยาศาสตร์และเทคโนโลยีของเรา...............
๔) ชีวิตทางวัฒนธรรมของเรา...............
๕) กิจกรรมบันเทิง...............
๖) ความสัมพันธ์ฉันมิตรระหว่างประชาชนจีนกับประชาชนไทย...............
๗) การไปมาหาสู่ระหว่างประชาชนจีนกับประชาชนไทย...............
๘) การเรียนของเรา...............

๒. **ถือ........เป็น......** (หรือ ....ถือเป็น...., ...ถือว่า....เป็น....) 以……为……, 把……看作（当作）……。

ตัวอย่าง
คนบางพวกถือเงินเป็นพระเจ้า
เขาพูดเล่น อย่าถือเป็นเรื่องจริงจังเลยนะ
เราถือว่าประชาชนจีนกับประชาชนไทยเป็นพี่น้องกัน

แบบฝึกหัด จงเลือกคำที่ให้ไว้ในวงเล็บหรือคำอื่นๆ ที่เห็นว่าเหมาะสมมาทำประโยคข้างล่างเป็นประโยคสมบูรณ์ โดยใช้รูปประโยค "ถือ......เป็น......"

(หลัก ตัวอย่าง เพื่อนกัน ที่พึ่ง สิ่งสำคัญ กันเอง เวลามาตรฐาน พี่น้องกัน วันขึ้นปีใหม่ ฯลฯ)

๑) เราถือวีรชนเป็น...............
๒) โตอย่างนี้แล้วไม่ควรถือพ่อแม่เป็น...............

บทที่ ๑ ครอบครัวของคุณซุ่ม

๓) หลายประเทศในเอเชียถือวันสงกรานต์เป็น...............
๔) เรารักกันมากและถือว่าเป็น...............
๕) เราถือมิตรภาพเป็น...............
๖) เราถือว่าเป็น............... จึงพูดกันอย่างตรงไปตรงมา
๗) เราควรถือคำอธิบายในพจนานุกรมเป็น...............
๘) ทั่วโลกถือเวลากรีนิชเป็น...............

๓. ......ทั้ง ๆ ที่...... 虽然, 尽管, 明明。连词。要注意与第二册第七课中学的句型 "ถึง....(จะ)....ก็...." "ถึงแม้ว่า....(จะ).... ก็...." 意义上的区别。" ถึง....(จะ)....ก็...." "ถึงแม้ว่า.... (จะ)....ก็...." 句有时可以是一个既成事实，但有时仅仅是姑且承认事实，或表示假设的让步。而 "ทั้ง ๆ ที่...." 句则一定是一个既成事实，说明在那种情况下依然怎么样。

ตัวอย่าง   เขาไปทำงาน ทั้ง ๆ ที่(เขา)ไม่สบาย
           (หรือ ทั้ง ๆ ที่ไม่สบาย เขาก็ไปทำงาน)
           เขาพยายามช่วยคนอื่นทั้ง ๆ ที่ตัวเองก็มีความลำบาก
           (หรือ ทั้ง ๆ ที่ตัวเองก็มีความลำบาก เขาก็พยายาม ช่วยคนอื่น)
           เขารับงานชิ้นนี้มาทำ ทั้ง ๆ ที่รู้อยู่ว่างานชิ้นนี้แสนจะลำบาก
           (หรือ ทั้ง ๆ ที่รู้อยู่ว่างานชิ้นนี้แสนจะลำบาก เขาก็รับงานชิ้นนี้มาทำ)

แบบฝึกหัด ๑ จงใช้คำที่ให้ไว้ทำเป็นประโยค"....ทั้ง ๆ ที่...."ตามประโยคตัวอย่าง

๑) เขี่ยงมาเรียน, กำลังป่วยอยู่
๒) เขาไม่ยอมพักผ่อน, เขาเหนื่อยมาก
๓) เขาพยายามวิ่งต่อไป, เขาขาเจ็บ
๔) ชาวนาไปนา, ฝนกำลังตก
๕) เขายังสวมเสื้อผ้าฤดูร้อนอยู่, อากาศหนาวมากแล้ว

๖) ท่านมาเยี่ยมบ่อย, ท่านมีงานมาก
๗) ฉันไม่ทราบ, ฉันอยู่ที่นี่ตลอดเวลา
๘) เขาไม่อยากไปดู, อยู่ใกล้นิดเดียว

แบบฝึกหัด ๒ จงเปลี่ยนประโยคในแบบฝึกหัด ๑ ให้เป็นประโยคที่ใช้"ถึง....(จะ)....ก็...." "ถึงแม้ว่า....(จะ)....ก็...." และอธิบายว่าประโยคที่ใช้"....ทั้ง ๆ ที่...."กับประโยคที่ใช้"ถึง....(จะ)....ก็...." "ถึงแม้ว่า....(จะ)....ก็...."มีความหมายแตกต่างกันอย่างไรบ้าง

แบบฝึกหัด ๓ จงพิจารณาดูว่า ประโยคต่อไปนี้ประโยคไหนเปลี่ยนเป็นประโยค "....ทั้ง ๆ ที่...."ได้ ประโยคไหนเปลี่ยนไม่ได้ เพราะอะไร ประโยคที่เปลี่ยนได้นั้นมีความหมายต่างกับประโยคเดิมอย่างไร

๑) เราไม่มีเงิน ถึงมีเงินก็ไม่ซื้อ เพราะไม่จำเป็น
๒) เราเตือนแล้วเตือนอีก แต่เขาก็ไม่เชื่อฟัง
๓) ถึงไม่บอก เราก็รู้
๔) (ฝนคงไม่ตก) ถึงจะตกก็ต้องไป
๕) ถึงแม้ว่าบ้านเขาอยู่ใกล้ที่สุด แต่ก็มาสายบ่อย
๖) ถึงจะมีความยากลำบากมากเพียงใด เราก็ไม่กลัว
๗) ถึงแม้ว่าล้มเหลวไปหลายต่อหลายครั้งแล้วก็ตาม เราก็ไม่ท้อถอย
๘) ถึงเต่าจะคลานช้า แต่ก็เอาชนะกระต่ายจนได้

สนทนา
- นายแพทย์เบธูนน่านับถือจริง ๆ นะ
- ใช่ ท่านมาช่วยเหลือประชาชนจีนเพื่อต่อต้านญี่ปุ่น ทั้ง ๆ ที่ท่านเป็นชาวต่างประเทศ
- บางทีท่านรักษาคนไข้ทั้งกลางวันกลางคืน ทั้ง ๆ ที่ตัวท่านเองก็ไม่สบาย
- เราควรจะศึกษาเอาอย่างนายแพทย์เบธูน

บทที่ ๑ ครอบครัวของคุณชุ่ม

ข้อสังเกต

๑. <u>ลำพัง</u>เงินเดือนของคุณชุ่ม สามีของ<u>นาง</u>นั้นไม่พอต่อค่าครองชีพที่นับวันยิ่งสูงขึ้นทุกที

๑) "ลำพัง" 单独、独自。有两种用法：

（๑）修饰名词或代词时放在被修饰的名词或代词前。如：

ลำพังหงคนเดียวคงยกไม่ไหวหรอก

ลำพังเราสองคนห้ามเขาไม่อยู่หรอก

ลำพังคนในครอบครัวเราทำไม่ไหวหรอก

（๒）修饰动词时要由介词 ตาม 或 โดย 引进，置于动词之后。如：

ตอนค่ำเป็นเวลาเรียนตามลำพัง

เด็กยังเล็ก ปล่อยให้ไปตามลำพังไม่ได้

เขาทำการทดลองครั้งนี้สำเร็จโดยลำพัง

๒) "นาง" 此处是用作对女性的称谓。

๒. .....แต่ข้าราชการชั้นผู้น้อยเช่นคุณชุ่มย่อมต้อง<u>เดือดร้อน</u>มาก

"เดือดร้อน" 有痛苦、苦恼、犯愁、受煎熬等意思。这个词用得很广，译成汉语时要看具体语境而定。如：

ในสังคมเก่า ไม่มีใครเหลียวแลความเดือดร้อนของประชาชนผู้ยากจนเลย（痛苦）

ฝนไม่ตกติดต่อกันกว่าครึ่งปี ชาวนาเดือดร้อนกันไปหมด（叫苦连天，叫苦不迭）

ลูกคนโตตกงาน ลูกคนเล็กเข้ามหาวิทยาลัยไม่ได้ พ่อแม่เดือดร้อนกับเรื่องลูกอยู่เรื่อย（犯愁，烦恼）

เดี๋ยวบ้านรั่ว เดี๋ยวน้ำประปาไม่ไหล เดี๋ยวท่อระบายน้ำตัน ฯลฯ เฮ้อเดือดร้อนแย่ไปหมดทุกอย่าง（烦人，气恼）

ควันดำ กลิ่นเหม็น และเสียงหนวกหูของโรงงานทำความเดือดร้อนแก่ชาวบ้านแถวนี้อยู่ตลอดเวลา（烦恼，苦恼）

7

เขาไม่เชื่อฟังคำเตือนของผู้ใหญ่จึงได้รับความเดือดร้อนเช่นนี้（吃了苦头）

เขาทำกล้องถ่ายรูปของอาจารย์หาย ตอนนี้กำลังเดือดร้อนอยู่（心急如焚，心急火燎，急的像热锅上的蚂蚁）

อย่าเดือดร้อนไปเลย ปัญหานี้แก้ได้（焦急，着急）

๓. บ้านต้องเช่า ข้าวต้องซื้อ ไหนจะค่าน้ำค่าไฟ อาหารก็มีราคาแพงมาก

"ไหนจะ...." 这种句式常用在埋怨要做的事或要用的东西太多了的时候，或用在对别人要做很多事儿而表示同情的时候。此外，"ไหนจะ...." 还往往以排句的形式出现。如：

งานบ้านแต่ละวันทำไม่รู้จักเสร็จจักสิ้นสักทีเลย ไหนจะต้องจ่ายตลาด ไหนจะต้องหุงข้าว ไหนจะต้องถูบ้านถูเรือน เฮ้อ เหนื่อยจะตาย

งานอธิการบดีมหาวิทยาลัยไม่ใช่งานสบาย ๆ หรอก ไหนจะเรื่องการเรียนการสอน ไหนจะเรื่องความเป็นอยู่ของอาจารย์และนักศึกษา ไหนจะงานติดต่อกับภายนอก ฯลฯ วัน ๆ ไม่เห็นว่างสักทีเลย

๔. ความรู้ต่ำ ๆ เช่นคุณละเอียดก็ได้แต่พยักหน้ารับรู้ไปตามเรื่อง

"ตามเรื่อง" 放任、听其自然的意思。如：

ปัญหานี้ปล่อยไปตามเรื่องไม่ได้ ต้องเข้าไปจัดการ

เรื่องนี้ไม่รู้จะจัดการยังไง เลยปล่อยไปตามเรื่อง

เขาให้ทำอะไรแกก็ทำไปตามเรื่อง ไม่ได้คิดหาทางที่จะทำให้ดี

整句的意思是说拉伊是个普通的家庭主妇，没有很高的文化，对丈夫讲到的经济萧条、通货膨胀等事不很理解，但是也没有深问，只是随便地点点头。

๕. นางรู้แต่เพียงอย่างเดียวว่า ต้องประหยัด งดสิ่งฟุ่มเฟือยทุกอย่าง เงินทุกบาททุกสตางค์จะต้องใช้ให้เกิดประโยชน์ คุ้มค่า

๑) "งด" 和 "หยุด" 都是 "停"，但 "หยุด" 是指停止正常的或正在进行的工作（事情、行动）以及某些自然现象的停止，而 "งด" 是指取消要进行的工作（行为、计划等）。试比较下列句子：

ท่าฝนยังไม่ยอมหยุด

รถไฟขบวนนี้หยุดทุกสถานี

บทที่ ๑ ครอบครัวของคุณชุ่ม

เขาหยุดนิดหนึ่งแล้วพูดต่อไป
แถวหยุด !

การเรียนวันนี้ต้องงดไป เพราะอาจารย์ป่วย
วันนี้ต้องงดดูวีดีโอเทป เพราะไม่มีไฟ
วันนี้เขาจะซ่อมสายไฟฟ้า จึงงดส่งไฟฟ้า
ฉันงดสูบบุหรี่มา ๒-๓ วันแล้ว เพราะเจ็บคอ

๒) "สตางค์" 在口语中常常用 สตังค์或ตังค์。除了"钱"这个意义外，สตางค์（士丁或士丹）还是泰国目前流通的最小货币单位，1 บาท=100 สตางค์，但实际货币单位只有 25สตางค์和 50สตางค์两种。由于币值太小，在流通领域已经用得较少。

在口语中经常用ตังค์来替代เงิน，如：
เขาเป็นคนมีตังค์
ตังค์ใช้หมดแล้ว ใครให้เรายืมได้บ้าง

๖. ....แต่เพราะ<u>โดยส่วนตัว</u>คุณละเอียดเห็นว่ารายการโทรทัศน์ในปัจจุบันไม่เหมาะสำหรับเด็กนัก

"โดยส่วนตัว" 是插入语，意思是"从个人来说"。

๗. ไหนจะต้องวิ่งหาค่าเล่าเรียน ค่าเสื้อผ้า ค่าหนังสือเรียนแก่ลูก และค่าใช้จ่ายอื่นอีก<u>จิปาถะ</u>

"จิปาถะ" "各种各样"、"种种"、"琐琐碎碎"。往往用在句末，强调种类繁多并略带厌烦的感情色彩。

๘. นางมีลูกตั้งหกคน <u>ล้วน</u>กำลังเรียนหนังสืออยู่ทั้งนั้น

"ล้วน" 和 "ต่าง" 都可以译成"都"，但是含义有差别。"ล้วน" 指全部都具有某种性质、特点或行为，没有例外，强调整体。"ต่าง" 指所提到的人或物各自都具有某种共性，强调个体。这个区别很像第一册中学过的 "....ทุก...." 和 "....แต่ละ...." 之间的区别。请看例句：

เสือ สิงโต เสือดาว หมาป่า ล้วนเป็นสัตว์ดุร้าย

(เน้นไม่มียกเว้น)

เสือ สิงโต เสือดาว หมาป่า ต่างก็เป็นสัตว์ดุร้าย

(เน้นสัตว์แต่ละชนิด)

แสตมป์ ฟุตบอล พาสปอร์ต วีซ่า ล้วนเป็นคำทับศัพท์

(เน้นไม่มียกเว้น)

แสตมป์ ฟุตบอล พาสปอร์ต วีซ่า ต่างก็เป็นคำทับศัพท์

(เน้นแต่ละคำ)

การต่างประเทศ การทหารและการคลังล้วนขึ้นอยู่กับรัฐบาลกลาง

(เน้นไม่มียกเว้น)

การต่างประเทศ การทหารและการคลังต่างขึ้นอยู่กับรัฐบาลกลาง

(เน้นแต่ละฝ่าย)

还要注意，泰语许多句子并没有“ต่าง”或“ล้วน”出现，但是译成汉语时往往要加上“都”。这说明“ต่าง”和“ล้วน”只是在需要强调时才用，不是汉语中有“都”的地方，译成泰语时就一定要用“ต่าง”或“ล้วน”。如：

เราออกกำลังกายกันทุกวัน

เรื่องเหล่านี้เป็นเรื่องที่รู้กันทั่วไป

ใคร ๆ ก็รับรองว่า หลายปีมานี้เศรษฐกิจจีนพัฒนาไปอย่างรวดเร็ว

หลายคนยืนยันว่า เวลาเกิดเหตุเขาไม่ได้อยู่ที่นั่น

ฯลฯ

๙. พอลูกสาวคนที่หกเกิดฉันเห็นว่า<u>ไม่ได้การ</u>แล้ว ....

“ไม่ได้การ”常指某种行为、某个做法不行、不成、不会取得结果。如：

ขืนทำอย่างนี้ท่าจะไม่ได้การนา

ฉันเห็นท่าจะไม่ได้การ จึงสั่งให้งดไว้ก่อน แล้วช่วยกันคิดหาวิธีใหม่

คุณมอบงานนี้ให้เขาทำท่าจะไม่ได้การนา เขาเป็นคนเหลวไหล

๑๐. ฉันไม่อยากมีลูกสาวเจ็ดคนเหมือน<u>นางมณฑา</u>เมีย<u>ท้าวสามล</u>

นางมณฑา和ท้าวสามล是泰国古典名著《金海螺》(สังข์ทอง) 里的人物。ท้าวสามล是สามล国国王，มณฑา是王后。国王和王后生了七个公主，但是没有王子。

บทที่ ๑ ครอบครัวของคุณชุ่ม

๑๑. ทำให้คุณละเอียด<u>พลอย</u>หัวเราะไปด้วย

"พลอย" 用在动词前, 相当于汉语中的 "跟着……"、"随着也……"。

如:

เมื่อทราบเรื่องอันน่าเศร้าสลดนี้ ทำให้เราพลอยไม่สบายใจไปด้วย

พอเล่าจบ เขาก็หัวเราะขึ้นอย่างรู้สึกขัน ทำให้พวกเราพลอยหัวเราะไปด้วย

เห็นกระต่ายวิ่งอย่างไม่คิดชีวิต สัตว์อื่น ๆ ก็พลอยวิ่งตามไปด้วย

๑๒. เขารักและซื่อสัตย์ต่อลูกเมีย ละเว้นจากการเสพสุราและ<u>ทางแห่งอบายมุข</u>ต่าง ๆ

"ทางแห่งอบายมุข" 毁灭之路, 一般指懒惰、酗酒、赌博、淫秽、结交坏友等坏事、劣迹。

๑๓. พอ<u>ตกเย็น</u> เพื่อน ๆ ของคุณชุ่มมักจะไปนั่งดื่มเหล้าสนุกเฮฮากัน<u>เป็นประจำ</u>

๑) "ตก" 是个多义词。常见的意义如:

ฝนตก หิมะตก	下、落
ตกบันได ตกเหว	掉、落
ตกปลา ตกกุ้ง	钓 (鱼、虾)
สีตก	掉 (色), 退 (色)
เขียนตก	(写) 漏
สอบตก	(考试) 不及格
ตกรถ ตกเครื่องบิน	误 (车、飞机、轮船)
แก้ตก	解决
คิดตก	(想) 通

用在时间方面, 是指 "进入" 的意思, 一般用于进入时间比较晚的时段。

如: ตกเย็น ตกกลางคืน ตกฤดูหนาว ฯลฯ

๒) ....เป็นประจำ 常置于句尾, 修饰谓语, 表示固定不变的、例行的这种意义。

如:

เขาไปอ่านหนังสือที่หอสมุดปักกิ่งทุกวันอาทิตย์เป็นประจำ

ตอนค่ำเขาจะมาอ่านหนังสือที่นี่เป็นประจำ
ตอนเย็นเราไปออกกำลังที่สนามกีฬาเป็นประจำ
ทางแผนกวิชาตกลงฉายวีดีโอเทปภาษาไทยให้เราชมเป็นประจำทุกบ่ายวันศุกร์

๑๔. เขาดื่มพอไม่ให้เสียกิริยาเท่านั้น

๑) "พอ...." 在第一册第十四课中已经作为句型出现过。它用在动词前，有"凑合"、"将就"或"对付着"等意思，表示说话人比较认可、比较满意，但不是很认可、很满意。请看下面的例句：

ภาษาอังกฤษของเขานับว่าพอใช้ได้
ทำอย่างนี้พอไปได้ไหม
ที่ผมพูดเมื่อกี้นี้ คุณคงพอฟังรู้เรื่องนะครับ
เรื่องนี้ทำให้คุณลำบากใจ ขอนี้ฉันพอเข้าใจได้
คราวนี้ตั้งใจจะให้เธอไปเป็นล่าม เป็นไง พอทำไหวไหม
เขากล่าวพอเป็นพิธีแล้ว ก็ชวนเพื่อน ๆ ทานกัน
เงินเดือนของเขาก็พอเลี้ยงตัวได้หรอก
เงินเดือนแค่นี้พอเลี้ยงตัวได้เท่านั้น

๒) "กิริยา" 行为、举止。此处指"礼貌"。"礼貌"还有另外一个词，即"มารยาท"。"มารยาท"既指举止礼貌，也可指言语礼貌。这两个词有时可以合起来用，成为"กิริยามารยาท"。此句中的"เสียกิริยา"是"失礼"的意思。"失礼"也可以说"เสียมารยาท"或"เสียกิริยามารยาท"。

๑๕. เกิดจากการได้รู้จักอุปนิสัย ความประพฤติ และนิยมทัศนคติการดำเนินชีวิตของกันและกัน

๑) นิยมทัศนคติการดำเนินชีวิต

นิยม	信奉，喜欢
ทัศนคติ	观点
ทัศนคติการดำเนินชีวิต	对生活的看法，生活观
นิยมทัศนคติการดำเนินชีวิต	信奉某种生活观或持某种生活观

๒) “กันและกัน” 互相之间或彼此。前面可以加介词 “ของ” 或 “ซึ่ง” 成为 “ของกันและกัน”（用以修饰名词）或 “ซึ่งกันและกัน”（用以修饰动词）。例如：

เราต้องช่วยเหลือซึ่งกันและกัน
ไม่ควรแทรกแซงกิจการภายในของกันและกัน
เพื่อประโยชน์ของกันและกัน เราจำเป็นต้องสนับสนุนซึ่งกันและกัน
เราแลกเปลี่ยนความคิดเห็นของกันและกันบ่อย
ปีใหม่แล้ว เราส่งส.ค.ส.แสดงความยินดีและอวยพรซึ่งกันและกัน

แบบฝึกหัด

๑. จงอ่านวลีต่อไปนี้ให้คล่อง

นับวันยิ่งสูงขึ้นทุกที	ใช้จ่ายอย่างกระเบียดกระเสียร
ทำมาหากิน	เศรษฐกิจตกต่ำ
อย่างไร้สาระ	นาน ๆ ถึง....สักที
คบค้าสมาคม	โชควาสนา
ภาวะเงินเฟ้อ	อำนาจบารมี
ความสะดวกสบาย	มีอยู่พร้อมมูล
มากมายเกินจำเป็น	และ....อื่น ๆ อีกจิปาถะ
กู้หนี้ยืมสิน	ไม่ได้การแล้ว
ขยันขันแข็งและสัตย์ซื่อ	เบียดบังผลประโยชน์

๒. จงอ่านตัวบทจนคล่อง แล้วหัดเล่าเรื่องครอบครัวของคุณชุ่มให้ฟัง

๓. จงตอบคำถามต่อไปนี้

๑) ครอบครัวคุณชุ่มมีกี่คน ใครบ้าง

๒) คุณชุ่มเป็นคนอย่างไร มีทัศนคติและความประพฤติอย่างไรบ้าง

๓) คุณละเอียดเป็นคนอย่างไร มีความเห็นต่อรายการโทรทัศน์ไทยในปัจจุบันอย่างไรบ้าง

๔) ฐานะทางเศรษฐกิจของครอบครัวคุณชุ่มเป็นอย่างไร เมื่อย้ายมาอยู่กรุงเทพฯแล้วเศรษฐกิจทางบ้านมีความเปลี่ยนแปลงอย่างไรบ้าง เพราะอะไร

๕) คุณชุ่มไปร่วมสังสรรค์กับเพื่อนบ่อยไหม คุณชุ่มมีความประพฤติและนิสัยต่างกับเพื่อนบางคน เพื่อน ๆ รังเกียจคุณชุ่มไหม เพราะอะไร

๖) คุณชุ่มกับคุณละเอียดมีลูกกี่คน รักลูกมากไหม

๔. จงใช้คำต่อไปนี้แต่งประโยคคำละประโยค

นับวัน......ทุกที   .....ทั้ง ๆ ที่......
เป็นประจำ   พลอย
พอ........   กันและกัน
ลำพัง   ตามลำพัง

๕. จงใช้คำที่ให้ไว้เติมช่องว่างในประโยคต่อไปนี้ให้ได้ความสมบูรณ์และถูกต้อง

(งด หยุด ต่าง ล้วน)

๑) งานรื่นเริงปลายสัปดาห์นี้เขาว่า........เสียแล้ว

๒) เขาชอบพูด พอได้พูดมักจะไม่ยอม........ง่าย ๆ

๓) ....เล่นประเดี๋ยวได้ไหม ฉันมีอะไรจะบอก

๔) ชั่วโมงดูวีดีโอสัปดาห์นี้จำเป็นต้องขอ........สักครั้ง

๕) .... พูดเหลวไหล

๖) อยากจะซื้อ แต่เงินไม่พอ จึงต้อง........ซื้อ

๗) สมัยก่อน เครื่องบิน รถยนต์ เรือเดินทะเล กระทั่งน้ำมัน เครื่องจักรต่าง ๆ ......ต้องสั่งซื้อจากต่างประเทศ

๘) เขี่ยง ชาง และลี่........กลับบ้านไปแล้ว

๙) ผู้ที่ร่วมการแข่งขันคราวนี้........ได้รับรางวัลหรือของที่ระลึกไปด้วยความดีใจ

๑๐) ค่าเล่าเรียน ค่าอาหาร ค่าของใช้จิปาถะ........ต้องขอมาจากพ่อทั้งนั้น จะมีหน้าที่ไหนไปขอเงินซื้อของฟุ่มเฟือยอีกล่ะ

บทที่ ๑   ครอบครัวของคุณชุ่ม

๑๑) เขามีอาชีพต่างกัน และ........ก็รักงานของตนด้วย
๑๒) เล่นพนัน สูบบุหรี่และกินเหล้า........เป็นสิ่งไม่ดีทั้งนั้น

ศัพท์และวลี

จุนเจือ	帮助, 资助	ลำพัง	单独的, 独自的
เงินเดือน	工资, 月薪	สามี	丈夫
ค่าครองชีพ	生活费用	นับวัน....	一天比一天......
ยิ่ง....	更	แรง	力量
ใช้จ่าย	开销, 支付	กระเบียดกระเสียร	俭省
ข้าราชการชั้นผู้ใหญ่	高级官员, 大官	บารมี(บา-ระ-)	恩泽, 仁德
		อำนาจบารมี	权势
		พร้อมมูล	齐全
ข้าราชการชั้นผู้น้อย	下级官员	เดือดร้อน	痛苦, 苦恼, 犯愁, 受煎熬
ต่างจังหวัด	外府	ที่ดิน	土地
ทำมาหากิน	谋生	หนทาง	道路
สิ้น	完, 尽	ตกต่ำ	低落
ภาวะ	状况, 情况	เงินเฟ้อ	通货膨胀
รับรู้	认知	ตามเรื่อง	听其自然
สตางค์	士丁或士丹	คุ้มค่า	合算, 值
เพิ่มพูน	增加	ขวนขวาย(ขวน-ขวาย)	不断寻求, 追求
รบเร้า	缠着央求		
ส่วนตัว	个人的	โฆษณา(โคด-สะ-นา)	宣传
งมงาย	迷信, 愚昧		

อาชญากรรม(อาด-ยา-)	刑事犯罪事件
ความรุนแรง	暴力
ชน	人
สมดุล	平衡，均衡
กลัดกลุ้ม	烦恼
จิปาถะ	琐琐碎碎，各种各样
ล้วน	都
หนี้	债
วุ่น	忙乱，手忙脚乱
หอบ	抱（东西）
หมัน	不育，不孕
ไม่ได้การ	不成，不行，不像样子
พุง	肚子，腹部
พลอย	随着，跟着
เสริม	补充
เบียดบัง	私吞，贪污
เสพ	享用
เสพสุรา	=ดื่มเหล้า
ถือว่า	认为
สติ(สะ-ติ)	知觉，神志
ล่มจม	毁灭，灭亡
ละทิ้ง	放弃，丢弃
เฮฮา	嘻嘻哈哈
เปลือง	耗费，费
แฝง	暗含
รุนแรง	激烈，强烈
เหลวแหลก	腐败
สารประโยชน์(สา-ระ-)	真正的效益，实质性的利益
ปรับทุกข์	诉苦
ไล่เลี่ย	不相上下，相近
กู้	借，贷
กู้หนี้ยืมสิน	借贷
ถึงกับ	甚至
โรงจำนำ	当铺
ทำหมัน	绝育，做绝育手术
เอิ๊กอ๊าก	大笑声
กระเพื่อม	上下起伏
วก	转回，折回
สัตย์ซื่อ	=ซื่อสัตย์
ละเว้น	戒除，免除
สุรา	=เหล้า 酒
อบายมุข(อะ-บาย-ยะ-)	毁灭之路，劣迹
ลุ่มหลง	沉湎，沉迷
งดเว้น	停止，取消
ห้ามปราม	阻止，禁止
....เป็นประจำ	经常，固定的
สิ้นเปลือง	耗费

สาระ	意义，实质，内容	ไร้สาระ	毫无意义，毫无内容，无稽
สังสรรค์	交谈	เสียกิริยา	失礼
แม้กระนั้น	= ถึงกระนั้น	เมามาย	醉醺醺的
อุปนิสัย(อุ-ปะ-)	性格，脾气	ทัศนคติ(ทัด-สะ-นะ-คะ-ติ)	观点
ดำเนิน	进行		
ทัศนคติการดำเนินชีวิต	对生活的看法，生活观	กันและกัน	互相之间的，彼此的
		ภาคภูมิใจ(-พูม-)	自豪
กระทำ	做	พึ่งพิง	依靠
น้อยใจ	感到委屈	วาสนา(วาด-สะ-หนา)	福气
ร่ำรวย	富裕		
บ้านช่อง	= บ้าน	อำนวย	提供，给予
ไพ่	牌	มารดา	= แม่
ร่วมกัน	共同的	ภาระ	任务，义务；负担
ว่างงาน	失业		
สนิทสนม	亲密	วิทยาศาสตร์	科学
กิจกรรม(กิด-จะ-)	活动	ฉันมิตร	友好的
ความสัมพันธ์ฉันมิตร	友好关系	ไปมาหาสู่	来往，交往
		พระเจ้า	上帝
จริงจัง	认真	มาตรฐาน(มาด-ตระ-)	标准
วันสงกรานต์	宋干节		
เวลากรีนิช	格林威治时间	นายแพทย์	= หมอ
เบธูน	白求恩	ต่อต้าน	抵抗
เหลียวแล	关心，照顾	ตกงาน	失业
น้ำประปา	自来水	รั่ว	漏
ท่อระบายน้ำ	排水管	ตัน	堵塞
ควัน	烟	กลิ่น	气味

เสียงหนวกหู	噪音	การเรียนการสอน	教学
ภายนอก	外部，外界	งดส่งไฟฟ้า	停电
สตังค์	=สตางค์	ตังค์	=สตางค์
สิงโต	狮子	เสือดาว	豹
ดุร้าย	凶猛，凶残	วีซ่า	签证
ทับศัพท์	音译（词）	การต่างประเทศ	外交
การทหาร	军事	คลัง	库，财库
การคลัง	财政	ขึ้นอยู่กับ	隶属于；取决于
รัฐบาลกลาง	中央政府	รับรอง	承认；接待
คนเหลวไหล	不负责任的人，做事不牢靠的人	ขัน	好笑
		ลำบากใจ	为难
		พอเป็นพิธี	做做样子，应付一下
ล่าม	翻译（名词）		
แทรกแซง	干涉	กิจการ(กิด-จะ-)	事务
แทรกแซงกิจการภายใน	干涉内政	แลกเปลี่ยน	交换

บทอ่านประกอบ

เมทินีคบเพื่อน
โดย ถนอม ปิ่นตา

๑. ครอบครัวที่ต้องย้ายเข้าเมืองหลวง

เมทินีลืมตาขึ้นในตอนเช้า แต่ยังไม่ลุกจากที่นอน คงนอนอ้อยอิ่งอย่างเกียจคร้าน อากาศในตอนเช้าค่อนข้างเย็นเล็กน้อย เพราะเมื่อคืนฝนตก เนื่องจากวันนี้เป็นวันหยุด เธอไม่ต้องไปโรงเรียน จึงสามารถนอนตื่นสายกว่าวันธรรมดาได้ เช้าวันนี้ก็ไม่ต่างกว่าเช้าของวันอื่นๆ ตอนเช้าของกรุงเทพฯเมทินีไม่มีโอกาสเห็น

แสงเงินแสงทอง เนื่องจากถูกตึกสูง ๆ บังหมด ไม่มีน้ำค้างจับยอดหญ้า ไม่มีเสียงนกร้อง ไม่มีอากาศสดชื่นบริสุทธิ์ สัญญาณที่บอกเวลารุ่งเช้ามิใช่เสียงไก่ขัน แต่เป็นเสียงรถสองแถวที่วิ่งรับส่งแม่ค้าไปตลาดเสียงดังสนั่น เสียงลากรถเข็นบรรทุกของ เสียงสับเนื้อของเจ้าของเขียงในตลาด และเสียงพูดคุยเอะอะโฉงเฉง เป็นสิ่งที่เมทินีได้ยินเป็นประจำทุกเช้า

นับเป็นเวลากว่าสองเดือนแล้ว ที่เมทินีย้ายมาอยู่ในเมืองหลวงเมืองที่แออัดด้วยพลเมือง บนท้องถนนเนืองแน่นด้วยยวดยานพาหนะ ผู้คนจำนวนมากมายต่างรีบเร่งเดินทางด้วยธุรกิจ ใบหน้าเหล่านั้นเคร่งเครียดหารอยยิ้มได้ยาก ต่างคนต่างแก่งแย่งในการดำรงชีพจนกลายเป็นความเห็นแก่ตัว ไม่มีใครสนใจใคร เมื่อมาถึงตอนแรก เมทินีรู้สึกตื่นตาตื่นใจที่ได้เห็นตึกรามบ้านช่องที่สวยงาม มีโรงหนังชั้นหนึ่งนับไม่ถ้วน ตึกบางแห่งสูงใหญ่มากจนต้องแหงนมองคอตั้งบ่า เจ้าของตึกหรือบริษัทห้างร้านเหล่านั้นคงร่ำรวยมากทีเดียว แต่ในเวลาเดียวกันเมทินีรู้สึกหดหู่ใจเมื่อเห็นสภาพสลัมที่คนจนอาศัยอยู่อย่างแออัด บ้านของพวกเขาสร้างด้วยเศษไม้และเศษวัสดุ ใต้ถุนบ้านมีน้ำครำส่งกลิ่นเน่าเหม็น บางครอบครัวมีเพียงห้องเดียวขนาดไม่ใหญ่โตนัก แต่อยู่กันตั้งเจ็ดแปดคน บุคคลเหล่านั้นไม่มีทางเลือก เมทินีเห็นด้วยกับคำพูดของใครบางคนว่า "กรุงเทพฯคือสวรรค์ของคนรวย แต่เป็นนรกของคนจน"

เมทินีคิดถึงบ้านซึ่งอยู่ที่อำเภอหนึ่งของจังหวัดเชียงใหม่ ถ้าเป็นตอนเช้าเช่นนี้เธอจะได้ยินเสียงนกร้องเพลงอยู่ที่กิ่งไม้นอกหน้าต่าง จะเห็นฝูงนกกาโผผินออกหากิน และจะสัมผัสกับอากาศยามเช้าที่สดชื่นบริสุทธิ์อย่างแท้จริง บางวันเมทินีได้เคยออกไปวิ่งเล่นจับผีเสื้อสวย ๆ ที่ทุ่งนา เคยออกไปตกปลาที่ริมฝั่งน้ำ แม้วันคืนจะผ่านไป แต่เธอคงไม่มีวันลืมไอดินกลิ่นหญ้าและบรรยากาศที่รื่นเริงเหล่านี้ได้

คุณพ่อของเมทินีชื่อ"ชุ่ม" รับราชการที่ที่ทำการไปรษณีย์ของอำเภอนั้น คุณแม่ชื่อ"ละเอียด" ทำสวนครัวเลี้ยงเป็ดเลี้ยงไก่อยู่ที่บ้าน บริเวณหลังบ้านเป็นเนื้อที่กว้างติดกับทุ่งนา คุณพ่อให้คนมาขุดบ่อเลี้ยงปลาและสร้างเล้าเป็ดไก่ไว้ ที่ดินว่างคุณพ่อก็นำต้นกล้วยน้ำว้ามาลงไว้และยกร่องปลูกพืชผักสวนครัว เช่น พริก มะเขือ ผักกาด กะหล่ำปลี เป็นต้น คุณแม่ทำหน้าที่เป็นผู้บำรุงเอาใจใส่ ครอบครัวของเมทินีมีชีวิตที่สุขสงบและเรียบง่าย พอเธอจบชั้นม.ศ. ๒ คุณพ่อก็ถูกย้ายให้มาทำงานในกรุงเทพฯ โดยรับตำแหน่งสูงกว่าเดิมเล็กน้อย เธอและน้องชายสองคน สันติและพิชัย

ก็ต้องย้ายเข้ากรุงเทพฯกับคุณพ่อด้วย เมทินีเข้าเรียนชั้นม.ศ. ๓ ที่โรงเรียนสตรีแห่งหนึ่ง ส่วนน้องชายทั้งสองเข้าเรียนที่โรงเรียนอีกแห่งหนึ่ง

"ลูกเม ตื่นเถอะ สายแล้ว" เสียงคุณแม่เรียก ทำให้เมทินีตื่นจากภวังค์ "มาช่วยแม่เย็บเสื้อที เดี๋ยวจะเสร็จไม่ทัน เย็นนี้เจ้าของเขาจะมารับแล้ว"

"รอเดี๋ยวจ้ะแม่" เสียงงัวเงียขานรับ

เสียงน้ำดังซู่ๆ ในห้องน้ำพร้อมกับเสียงฮัมเพลงอย่างมีความสุขดังลงมาถึงข้างล่าง สักครู่ต่อมาเมทินีก็ลงมาหาคุณแม่ด้วยชุดเสื้อยืดสีเหลืองมะนาวและกางเกงยีนขาสั้นจู๋ เผยให้เห็นช่วงขาที่เรียวงามสวยด้วยวัยกำดัด ครั้งหนึ่งคุณยายของเมทินีเคยค่อนเรื่องการแต่งตัวว่า

"ไม่ไหวเลย สาว ๆ สมัยนี้ มีอะไรก็มักจะโชว์ให้คนอื่นเห็นหมด"

"โถ ยายก็อ...." เด็กสาวยิ้มประจบน่ารัก "มันไม่ใช่สมัยยายยังสาวนี่นา เดี๋ยวนี้ใคร ๆ เขาก็ใส่กันอย่างนี้ทั้งนั้นแหละ ยายจ๋า"

คุณละเอียดเงยหน้าขึ้นพิศดูลูกสาวด้วยความรัก นางภาคภูมิใจในลูกคนนี้มาก ปีนี้เมทินีย่างเข้า ๑๕ ขวบ แล้วเธอเป็นเด็กน่ารัก ว่านอนสอนง่าย หน้าตาผิวพรรณเปล่งปลั่งสดใส ผิวขาวกระเดียดไปทางแม่ ซึ่งเป็นคนภาคเหนือ

"สวัสดีจ้ะลูกเม วันนี้งานเร่งมากจริง ๆ แม่เลยขอให้ลูกลงมาช่วย"

"ได้จ้ะแม่ วันนี้หนูว่าง" เมทนีนั่งลงช่วยคุณแม่

"เมื่อคืนฝนตก ลูกหลับสบายดีไหม" นางชวนเมทินีสนทนา

"หนูนอนหลับเป็นตายเลยค่ะ ไม่ทราบว่าฝนตกตอนไหน มารู้ก็ต่อเมื่อตอนเช้าแล้ว เอ....คุณพ่อไปไหนคะ" เมทินีเปลี่ยนเรื่อง

"คุณพ่อพาสันติและพิชัยไปหาซื้อเสื้อและรองเท้า ออกไปตั้งแต่เช้าแล้วละ" คุณละเอียดกล่าวถึงสามีของนางด้วยน้ำเสียงที่แสดงความปลื้มใจ

คุณชุ่มพ่อของเมทินีมีพื้นเพเดิมอยู่ทางปักษ์ใต้ ถูกส่งไปทำงานที่จังหวัดเชียง-ใหม่ รู้จักกับแม่ของเมทินีซึ่งเป็นสาวเหนือที่สวยต้องตาต้องใจคุณชุ่มเป็นยิ่งนัก ทั้งสองได้ติดต่อสัมพันธ์กันอย่างลึกซึ้ง ในที่สุดก็แต่งงานกันจนมีลูกสามคน คุณละเอียดนับว่าเป็นผู้โชคดีที่ได้สามีเป็นคนดี รักลูกรักเมีย เหล้าไม่ดื่ม บุหรี่ไม่สูบ การพนันและอบายมุขอื่น ๆ คุณชุ่มไม่แตะต้อง ส่วนลูก ๆ ของคุณละเอียดล้วนน่ารัก อยู่ในโอวาท อีกทั้งยังเรียนหนังสือเก่งด้วย สันติและพิชัยมีผิวคล้ำกระเดียดไปทางพ่อ และ

มีนิสัยเหมือนพ่อคือเงียบขรึม พูดน้อย ถ้าไม่จำเป็นมักจะไม่พูด

"คุณแม่คะ ทำไมต้องเอาเสื้อโหลเหล่านี้มาเย็บคะ รายได้นิดเดียว" เมทินีเอียงใบหน้าอ่อนเยาว์มองคุณแม่

"มันจำเป็นนะลูก" นางอธิบาย "สมัยนี้ลูกก็รู้ว่าค่าครองชีพมันสูง ค่าใช้จ่ายในบ้านเรามันเพิ่มขึ้นไปเสียทุกสิ่งทุกอย่าง ฉะนั้นแม่จึงต้องช่วยคุณพ่อทำงาน อันที่จริงงานรับจ้างเย็บเสื้อโหลนี่ก็ไม่หนักหนาอะไร ดีกว่าให้แม่อยู่ว่าง ๆ "

"หนูไม่อยากให้คุณแม่เหนื่อย"

"ไม่เป็นไรหรอก แม่เหนื่อยเพื่อลูก แม่เต็มใจเสมอ" นางยิ้มให้ลูกสาวอย่างปรานี

"มีอีกอย่างหนึ่งค่ะ" เมทินีพูด

"อะไรหรือจ๊ะ ลูกเม"

"คือเพื่อนหนูบางคน เขาทราบว่าคุณแม่เย็บเสื้อโหลส่งที่ตลาด เขาพากันล้อหนูค่ะ" เมทินีเล่าเสียงแจ้ว ๆ

"ช่างเขาเถอะลูกเม" นางลูบหัวเด็กสาวอย่างเอ็นดู "เขาจะล้อเลียนยังไงก็ช่างเขา เพราะมันไม่ใช่สิ่งที่น่าอายอะไร งานสุจริตทุกอย่างเป็นงานที่มีเกียรติเสมอ ไม่ว่างานนั้นจะเล็กน้อยเพียงใดก็ตาม ที่แม่เย็บเสื้อโหลเช่นนี้แม่ภาคภูมิใจมาก เงินที่แม่ได้รับก็เป็นค่ารถ ค่าขนมสำหรับลูกไปโรงเรียนยังไงล่ะ"

"คุณแม่คะ หนูเข้าใจดีค่ะ หนูรักคุณแม่เหลือเกิน" เมทินีวางศีรษะลงแนบตักของคุณละเอียด

สองแม่ลูกต่างช่วยกันทำงานอย่างขะมักเขม้น ครู่ใหญ่ต่อมา คุณชุ่มและลูกชายทั้งสองก็กลับจากซื้อของ สันติและพิชัยหอบข้าวของพะรุงพะรัง ต่างนำเอาเสื้อและรองเท้าออกมาอวดพี่สาวและคุณแม่อย่างดีใจ

"พี่เมครับ มีอะไรให้ผมช่วยไหม" สันติอาสา

"ไม่ต้องหรอกจ้ะ พี่กับคุณแม่ทำเกือบจะเสร็จแล้ว" เมทินียิ้ม

"งั้นให้ผมถูบ้านนะครับ"

"ตามใจซิ" เมทินีบอก "ขอบใจมากนะสันติ ที่อาสาช่วยพี่"

"ไม่เป็นไรครับ เราอยู่กันแค่นี้ ถ้าไม่ช่วยกันทำงานใครจะช่วย" สันติตอบพี่สาวด้วยน้ำเสียงขึงขัง ทำให้คุณละเอียดมองดูลูกทั้งสองด้วยความรักใคร่

ไม่นานนักงานเย็บเสื้อโหลก็เสร็จลง ทั้งหมดจึงรับประทานอาหารกลางวันร่วมกันอย่างมีความสุข

๒. หัวอกพ่อแม่
(ดูตัวบทเรียนของบทนี้)

๓. เพื่อนสนิทในโรงเรียน

เสียงออดบอกเวลาพักเที่ยงดังขึ้น เด็กนักเรียนหญิงกลุ่มใหญ่วิ่งกรูออกมาจากห้องเรียนเหมือนผึ้งแตกรัง เสียงดังเจี๊ยวจ๊าวฟังไม่ได้ศัพท์จนครูต้องออกมาเตือน

"พวกนักเรียนทั้งหลาย ค่อย ๆ เดินหน่อยไม่ได้หรือไง"

โรงอาหารของโรงเรียนอยู่ติดกับหอประชุมใหญ่ ลักษณะเป็นห้องใหญ่โล่งตลอด มีโต๊ะและม้านั่งยาววางขนานไปกับความยาวของห้อง พอนักเรียนเข้ามานั่งกันเต็ม โรงอาหารที่ใหญ่โตนี้จึงดูคับแคบไปถนัดใจ นักเรียนบางคนนำอาหารมาจากบ้าน แต่ส่วนใหญ่แล้วพ่อแม่ไม่ได้เตรียมอาหารให้ ก็ให้เงินมาซื้อกินเองที่โรงเรียน เพราะร้านอาหารของโรงเรียนก็นับว่าสะอาด มีคุณภาพและราคาถูก คนขายอาหารเป็นหญิงกลางคน มีผู้ช่วยซึ่งเป็นเด็กสาวรุ่น ๓ คน ต่างช่วยกันตักอาหารเก็บเงินทอนเงินกันอย่างวุ่นวาย พวกนักเรียนเล็กๆ มักยื้อแย่งกันอยู่เสมอ นักเรียนโตจะช่วยเด็กเล็กเหล่านี้ โดยยอมให้ซื้ออาหารได้ก่อน ส่วนตัวเองซื้อทีหลัง

นับว่าเป็นสิ่งดีที่โรงเรียนไม่อนุญาตให้นักเรียนออกไปรับประทานอาหารกลางวันนอกบริเวณ นอกจากจะเป็นผลประโยชน์แก่ร้านอาหารของนักเรียนแล้ว ยังเป็นผลดีแก่ตัวของนักเรียนเองด้วย ทางครูก็สามารถดูแลได้ทั่วถึง หากนักเรียนออกไปข้างนอก อาจจะเที่ยวเถลไถลหรือได้รับอันตราย เช่นถูกรถชน ถูกล่อลวงไปในทางไม่ดีเป็นต้น เมื่อเกิดเหตุร้ายขึ้นก็ย่อมจะต้องโยงความรับผิดชอบมาถึงโรงเรียนอย่างหลีกเลี่ยงไม่ได้

เมทินีและเพื่อนสนิทสองคนคือนารีและศรีสมรเดินเข้ามาเลือกได้ที่นั่งค่อนไปทางมุมห้อง ขณะนี้ทั้งโรงอาหารมีแต่เสียงช้อนกระทบจาน เสียงเลื่อนม้านั่งและเสียงพูดคุยดังจ๊อกแจ๊กจอแจอยู่ตลอดเวลา

"เม เธอทำการบ้านเสร็จหรือยัง" ศรีสมรถามเมทินี

"เสร็จแล้ว ทำไมหรือ"

"ขอลอกหน่อยนะ" ศรีสมรยกแก้วน้ำขึ้นจิบ แล้วพูดต่อ "เมื่อคืนมีลูกค้ามากินอาหารที่ร้านฉันเยอะจัง กว่าจะเก็บร้านก็ดึก ฉันเลยไม่ได้ทำการบ้าน"

"ได้สิ" เมทินีตอบเพื่อนด้วยใบหน้ายิ้มแย้ม "รีบ ๆ หน่อยนะ เดี๋ยวไม่ทันส่งอาจารย์ ท่านยิ่งเฮี้ยบอยู่ด้วย อ้อ....นารี เธอทำเสร็จแล้วหรือยังล่ะ" ประโยคหลังเมทินีหันไปถามนารี

"เสร็จแล้วจ้ะ" เสียงนารีตอบค่อย ๆ

ศรีสมรเป็นลูกคนจีน บ้านอยู่ในตลาด เตี่ยของเธอมีร้านขายของชำ ตอนกลางคืนเตี่ยยังเปิดร้านข้าวต้มที่ตลาดด้วย ศรีสมรมีน้องหกคน กำลังกินกำลังเรียนทั้งนั้น ดังนั้นเตี่ยและอาม้าของเธอจึงต้องทำงานหนักเพื่อหารายได้เพื่อเลี้ยงลูกและส่งเสียให้เรียนหนังสือ ร้านข้าวต้มตอนกลางคืนมีลูกค้าอุดหนุนคับคั่ง โดยมากเป็นพวกทำงานกลางคืน หนุ่มสาวที่เที่ยวจนดึก นักศึกษาที่ดูหนังสือจนดึก พอหิวก็แวะมากินกว่าจะเก็บร้านก็เลยสองยามทุกคืน ศรีสมรและน้อง ๆ ทำหน้าที่ช่วยเตี่ยเสิร์ฟอาหารและล้างถ้วยชาม ทุกคนช่วยกันทำงานอย่างขยันขันแข็ง พอดึกเข้าเตี่ยก็จะไล่ลูกไปดูหนังสือและเข้านอน ชีวิตประจำวันของศรีสมรไม่มีเวลาพอสำหรับทำการบ้านและดูหนังสือมากนัก ผลการเรียนของเธอจึงอยู่ในระดับปานกลาง การที่เตี่ยของศรีสมรให้ลูกช่วยทำงานด้วยนั้นก็เพื่อฝึกฝนนิสัยรักการทำงานตั้งแต่เด็ก ๆ โตขึ้นจะได้มีนิสัยเอาการเอางาน หนักเอาเบาสู้ ไม่สำรวยหยิบหย่ง และที่สำคัญเตี่ยเป็นคนจีนหัวสมัยใหม่ ท่านสนับสนุนให้ลูกเรียนหนังสือทุกคน พอจบชั้นมัธยมแล้วใครจะทำอะไรก็ตามใจไม่บังคับ ใครมีหัวดีเรียนเก่งก็สนับสนุนให้เรียนในชั้นสูงต่อไป ใครไม่อยากเรียนจะออกมาช่วยเตี่ยค้าขายก็ไม่ว่าหรือใครเรียนจบแล้วจะไปประกอบอาชีพอย่างอื่น ท่านก็ให้อิสระเสรีเต็มที่ แต่เตี่ยก็เหมือนกับคนจีนโดยทั่วไปที่รักอาชีพค้าขาย เรียกได้ว่าฝังอยู่สายเลือด ท่านเชื่อว่าการค้าขาย หากเอาจริงเอาจังกับมันก็ทำให้ตั้งตัวได้เร็วและมั่นคงกว่าอาชีพอื่น ๆ เราจะเห็นว่าคนจีนเวลาอยู่ที่ไหนจะต้องเลือกทำเลค้าขายเป็นประการสำคัญ ที่ซึ่งเหมาะสมที่สุดคือแหล่งชุมชน ที่มีคนอาศัยหรือสัญจรไปมาอย่างคับคั่ง เช่นในตลาดเป็นต้น คนจีนมักนิยมใช้ห้องแถวเปิดเป็นร้านค้า และในเวลาเดียวกันใช้เป็นที่พักอาศัยไปในตัว ส่วนคนไทยเวลาจะอยู่ที่ไหนมักเลือกที่สะดวก-สบายเป็นประการสำคัญ เช่นบ้านที่สวย ๆ มีอาณาบริเวณ มีบรรยากาศที่สงบเงียบ

เหตุที่เป็นเช่นนี้อาจจะเป็นเพราะว่าคนไทยเหล่านั้นมิได้ประกอบอาชีพค้าขายก็ได้ จึงไม่จำเป็นต้องแสวงหาทำเลค้าขายเช่นคนจีน

เมทินีเคยไปเยี่ยมบ้านของศรีสมรบ่อย ๆ รู้จักกับเตี่ยและอาม้าของศรีสมรเป็นอย่างดี เตี่ยของศรีสมรเคยเล่าให้เมทินีฟังว่าตัวท่านเองเป็นคนไม่มีวิชาความรู้ แต่อาศัยความขยันหมั่นเพียร เริ่มจากงานเล็กสู่งานใหญ่ จากกิจการค้าเล็ก ๆ ทุนรอนเพียงเล็กน้อย อาศัยความอุตสาหะวิริยะก็สามารถขยายกิจการค้าให้ใหญ่ขึ้น นำรายได้มาเลี้ยงครอบครัวและยังมีเงินเก็บสำรองเพื่อใช้จ่ายในคราวจำเป็น เช่น ในยามเจ็บไข้ได้ป่วยอีกด้วย เวลานี้ฐานะทางการเงินของเตี่ยค่อนข้างจะเป็นปึกแผ่นดีแล้ว

อาม้าของศรีสมรค่อนข้างมีความคิดแบบโบราณเช่นเดียวกับคนจีนรุ่นเก่า ๆ มักจะบ่นกับเตี่ยของศรีสมรบ่อย

"เรียนไปทำไมกัน ปีหนึ่ง ๆ หมดเงินทองไม่รู้จักเท่าไร" อาม้าหมายถึงศรีสมรและน้อง ๆ

"ต้องเรียนสิ" เตี่ยพูด "สมัยนี้ใคร ๆ ก็ต้องเรียนกันทั้งนั้น การประกอบอาชีพสมัยนี้ต้องอาศัยวิชาความรู้ เช่นการค้าขาย หากจะเอาแรงเข้าสู้อย่างเดียวเห็นทีจะลำบาก"

"แต่เราเสียเงินทองมากมายนะ" อาม้าไม่ยอมแพ้

"เงินทองที่เสียไปก็เหมือนการลงทุนนั่นแหละ" เตี่ยแย้ง

"เหมือนกันยังไง" อาม้าสงสัย "สู้เราเก็บเงินไว้เป็นมรดกแก่ลูกเราไม่ดีกว่าหรือ"

"ไม่ดีหรอก" เตี่ยหยุดจิบน้ำชาแล้วอธิบาย "การให้ลูกได้รับการศึกษามีวิชาความรู้ติดตัว ดีกว่าการให้เงินทองเป็นมรดก เพราะถ้าหากลูกไม่รู้จักใช้ไม่รู้จักเพิ่มพูน สักวันหนึ่งเงินทองที่ให้ไว้นั้นก็จะหมด แต่วิชาความรู้นั้นไม่หมด ยิ่งใช้มากเท่าไรมันก็ยิ่งเพิ่มพูนขึ้นกว่าเดิม เธอไม่ได้ยินคนพูดกันหรือว่า มีวิชาเหมือนมีทรัพย์อยู่นับแสนหรือ"

นอกจากวิชาความรู้แล้ว เตี่ยพูดต่อ "สิ่งที่เราจะสอนเขาคืออุปนิสัยดี ความอดทน มุมานะพยายาม และสัตย์ซื่อต่อวิชาชีพ คนจีนที่ประสบความสำเร็จด้านการค้า จนร่ำรวยเป็นเศรษฐีที่มีคนรู้จักทั่วเมืองไทย เป็นเจ้าของธนาคารและบริษัทธุรกิจที่มั่นคง เขาเหล่านั้นอาจจะไม่ได้เรียนมาจากโรงเรียนก็จริง แต่เขามีประสบ-

การณ์ในการทำงานมาอย่างช่ำชอง เขาหมั่นศึกษากลวิธีทางการค้า ขยันขันแข็ง ซื่อสัตย์ต่ออาชีพ ต่อสู้กับอุปสรรคมากมาย ล้มลงก็หลายครั้ง แต่เขาต้องลุกขึ้นให้ได้ทุกครั้ง ถ้าหากเขาลุกไม่ได้ก็จะต้องถูกคนที่วิ่งตามมาเหยียบเข้า ในวงการค้านั้นย่อมมีการแข่งขัน ชิงดีชิงเด่น แย่งชิงผลประโยชน์ มีการกลั่นแกล้งและบีบกันอยู่เสมอ บางทีใช้ช่องโหว่ทางกฎหมายแสวงหาผลประโยชน์ใส่ตน และทำลายฝ่ายตรงข้ามที่เป็นคู่แข่ง ถ้าหากประกอบธุรกิจโดยไม่มีความรู้แล้วย่อมจะล่มจมได้ง่าย”

เตี่ยหยุดจิบน้ำชาอย่างสบายอารมณ์ แล้วสนทนาถึงเรื่องอื่นๆ หลายเรื่อง ในที่สุดก็วกเข้าสู่เรื่องการเรียนของลูก

“ปีนี้ศรีสมรก็จะจบแล้ว เตี่ยจะให้แกเรียนอะไรดีล่ะ?” อาม้าถาม

“ก็ต้องแล้วแต่ลูกสิ เราจะไปบังคับเขาไม่ได้ ถ้าลูกอยากเรียนอะไร เราก็สนับสนุนเต็มที่” เตี่ยศรีสมรตอบ

“ถ้าต้องใช้จ่ายมากจะทำอย่างไรดี”

“ถึงแม้จะใช้จ่ายมากเพียงใดเราก็ต้องยอม ถึงไม่มีเงินก็ต้องเสาะหาให้ได้เพื่อลูกจะได้มีวิชาความรู้” เตี่ยพูดอย่างหนักแน่น

“ทีนี้เกิดว่าศรีสมรไม่อยากเรียนล่ะ เตี่ยจะบังคับแกเรียนไหม” อาม้าลองหยั่งเสียง เพราะใจจริงนางไม่อยากให้ลูกสาวเรียนให้สูงนัก อีกหน่อยพอมีลูกมีผัววิชาเหล่านั้นก็หมดประโยชน์

“ถ้าไม่อยากเรียนก็มาช่วยเตี่ยค้าขายสิ คนเราถ้าทำงานขยันขันแข็ง ซื่อสัตย์และเอาจริงเอาจัง รับร้องว่าไม่มีอดตาย” เตี่ยหัวเราะเสียงดังฮ่าก่อนที่จะจิบน้ำชาต่อไปอย่างสบายอารมณ์

(ยังมีต่อ)

บทที่ ๒ หนูน้อยผู้ขายไม้ขีดไฟ

วันปีใหม่ใกล้เข้ามาทุกที เย็นวันสุดท้ายของปีเก่ากำลังจะผ่านไปอย่างเชื่องช้า หิมะเริ่มโปรยลงมาแล้ว แต่ไม่มีใครสักคนที่จะสนใจกับอากาศที่เริ่มจะหนาวจัดขึ้นทุกที ทุกคนมัวแต่ตื่นเต้นที่จะได้ฉลองกันอย่างสนุกสนานในวันขึ้นปีใหม่ ถนนหนทางเริ่มว่างเปล่า คนขายของปิดร้านตั้งแต่หัวค่ำ แต่ละบ้านเปิดไฟสว่างไสว ภายในบ้านอบอุ่น และเต็มไปด้วยความสุขในวันส่งท้ายปีเก่า

บนถนนที่ว่างเปล่านั้น เด็กหญิงน้อย ๆ คนหนึ่งกำลังเดินอยู่เพียงเดียวดายท่ามกลางความหนาวเย็นและหิมะที่โปรยลงมาอย่างไม่ขาดสาย

"ซื้อไม้ขีดไฟไหมคะ....... ซื้อไม้ขีดไฟของหนูบ้างไหมคะ" โธ่เอ๋ย....... เธอคือเด็กหญิงน้อย ๆ ผู้ขายไม้ขีดไฟที่น่าสงสารนั่นเอง เธอเดินขายไม้ขีดไฟมาทั้งวันแล้ว ขณะนี้เธอเหนื่อย หนาว แล้วก็หิวมากด้วย ร่างกายของเธอเริ่มจะชาเพราะความหนาว เสื้อผ้าเก่าๆขาดๆ นั่นให้ความอบอุ่นแก่เธอไม่พอหรอก นี่เธอต้องเดินขายไม้ขีดไฟอยู่อย่างนี้อีกนานไหมนะ? จนป่านนี้แล้ว เธอยังขายไม้ขีดไฟไม่ได้เลยแม้แต่กลักเดียว โธ่เอ๋ย......แม่หนูน้อยที่น่าสงสาร

ขณะที่เธอกำลังเดินอย่างหมดหวังนั่นเอง รถม้าคันหนึ่งได้แล่นควบตรงมาหาเธออย่างรวดเร็ว "โอ๊ย......อะไรกันนี่" เธอร้องอย่างตกใจสุดขีด พร้อมกับวิ่งลนลานหลบรถม้าได้อย่างหวุดหวิด แต่เพราะความเหนื่อยและความอ่อนเพลีย ทำให้เธอเสียหลักและหกล้มลง กล่องไม้ขีดตกกระจัดกระจายอยู่รอบตัว และรองเท้าที่ใหญ่เกินขนาดของเธอข้างหนึ่งหลุดกระเด็นหายไปในกองหิมะเสียแล้ว แต่ที่ร้ายที่สุดก็คือ มีเด็กผู้ชายเกเรคนหนึ่งเก็บรองเท้าข้างที่เหลือของเธอแล้ววิ่งหนีไป พร้อมกับตะโกนล้อเลียนเยาะเย้ยมาว่า "กุ๋ย กุ๋ย......หน้าไม่อาย คนอะไรใส่รองเท้าใหญ่ยังกับเปลแน่ะ กุ๋ย กุ๋ย......"

"ขอรองเท้าของฉันคืนเถิด" เด็กหญิงที่น่าสงสารเอ่ยขึ้น แต่เด็กชายผู้นั้นกลับถือรองเท้าไว้แล้วเดินห่างออกไป พลางตอบอย่างรู้สึกสนุกเต็มที่ว่า "จ้างฉันก็ไม่ให้"

"ขอให้เห็นใจฉันบ้างเถิด อากาศหนาวเย็นอย่างนี้ ถ้าฉันไม่มีรองเท้าคงจะเดินต่อไปไม่ไหว" เธอขอร้อง แต่เด็กชายก็ไม่สนใจ แล้ววิ่งหนีไปพร้อมรองเท้านั้น

หนูน้อยที่น่าสงสารต้องเดินเท้าเปล่า อากาศก็หนาวขึ้นทุกที ๆ เธอเดินไปเดินไป จนเธอเดินไม่ไหวอีกแล้ว "ขอนั่งพักสักนิดเถอะน่า" เธอคิด "กลับบ้าน......ทำไมเราไม่กลับบ้านล่ะ" "เฮ้อ......เรากลับบ้านไม่ได้หรอก พ่อต้องตีเราตายแน่เลยถ้ารู้ว่าเรายังขายไม้ขีดไฟไม่ได้เลยสักกลักเดียว" ดังนั้นหนูน้อยที่น่าสงสารจึงซุกตัวลงนั่งตรงซอกตึกมืดๆ หลังหนึ่ง เธอหนาวจนมือแข็งไปหมดแล้ว "แหม......ถ้าเรากล้าจุดไม้ขีดไฟขึ้นสักก้านหนึ่ง ก็คงจะอุ่นขึ้นสักนิดหรอก"

ดังนั้น แม่หนูจึงจุดไม้ขีดไฟขึ้น แสงสว่างของมันทำให้เธออบอุ่นขึ้นเล็กน้อย "แหม......เปลวไฟนี่ช่างเหมือนเทียนเล่มเล็ก ๆ เสียจริงๆ นะ" หนูน้อยนั่งคิดพลางมองดูเปลวไฟอย่างเลื่อนลอย จากแสงสว่างนั่นเอง แม่หนูได้มองเห็นห้องที่อบอุ่น เธอเห็นโต๊ะอาหารสำหรับงานส่งท้ายปีเก่า มีห่านอบสีเหลืองน่ากินวางอยู่บนโต๊ะนั่น "เอ๊ะ......นั่นอะไรกัน......" เธอร้องอย่างยินดีเมื่อเห็นห่านอบตัวนั้นลอยเข้ามาใกล้พร้อมทั้งมีดและส้อม มันลอยเข้ามา ลอยเข้ามา "ทีนี้ละ เราจะได้กินห่านอบละ" แต่ทันใดนั้นเอง ไม้ขีดไฟก็หมดก้าน ภาพห่านอบและงานเลี้ยงที่หรูหราและอบอุ่นก็หายวับไปกับตา เหลืออยู่แต่ความมืดและความหนาวเย็นอันโหดร้ายเช่นเดิม

แม่หนูน้อยไม่รอช้าอีกแล้ว เธอรีบจุดไม้ขีดไฟขึ้นมาใหม่ คราวนี้เธอมองเห็นต้นคริสต์มาสต้นใหญ่ประดับด้วยเทียนเล่มเล็ก ๆ เป็นร้อยเป็นพันเล่มอย่างสวยงามทีเดียว แต่เมื่อเธอยื่นมือไขว่คว้า เทียนเหล่านั้นกลับลอยสูงขึ้น สูงขึ้น และเธอก็เห็นว่า แสงวูบวาบของมันก็คือแสงของดวงดาวที่กะพริบพราวอยู่เต็มท้องฟ้านั่นเอง ทันใดนั้น แสงจากดาวดวงหนึ่งก็สว่างวาบและตกวูบลงมาจากท้องฟ้า "มีใครกำลังจะตายนะนี่" "ยายเคยเล่าให้ฟังว่าดาวที่ตกจากท้องฟ้านั้น หมายถึงดวงวิญญาณดวงหนึ่งกำลังจะหลุดลอยออกจากร่างไป" แม่หนูคิดถึงยายของเธอ ซึ่งตายไปนานแล้วอย่างว้าเหว่และเดียวดาย

หนูน้อยเริ่มจุดไม้ขีดไฟขึ้นมาใหม่ คราวนี้เธอจุดขึ้นทั้งกำเลยทีเดียว แสงสว่างของมันแผ่รัศมีไปไกล เธอมองเห็นหน้าต่างโบสถ์สะท้อนกับเปลวไฟเป็นแสงระยิบระยับ จากโบสถ์นั้นเอง เธอเห็นร่างร่างหนึ่ง เธอเปล่งร้องสุดเสียงด้วยความดีใจสุดขีด "โอ......ยาย......ยายจ๋า......ยายมาหาหนูหรือจ๊ะ......ยายอย่าทิ้งหนูไปอีกเลย

ให้หนูไปอยู่กับยายด้วยคนเถอะนะจ๊ะ ช่วยพาหนูไปในที่ที่สว่างและอบอุ่นบ้างเถอะจ้ะ" "มาซิ มากับยายเถอะหลานรัก" เสียงยายตอบแว่ว ๆ มา "ยายมารับหนูแล้วไงจ๊ะ ยายจะพาหนูไปอยู่ในที่ที่มีความสุขที่หนูเคยฝันถึงไงล่ะ ไปกันเถอะ"

"ยายจ๋า......ยาย......หนูหนาว......หิวและเหงาเหลือเกิน ไม้ขีดไฟที่หนูจุดนี้ไม่ช่วยให้หนูหายหนาว ยายดูซิจ๊ะ แม้แต่รองเท้าหนูก็ไม่มีใส่" เด็กหญิงที่น่าสงสารพูดอย่างอ่อนแรง "ยายจะมารับหนูจริงหรือจ๊ะยาย"

เมื่อเธอพูดจบก็รู้สึกว่ายายได้จับมือเธอพาลอยสูงขึ้นๆทุกที เธอรู้แต่เพียงว่ามือของยายทำให้เธอมีความสุขได้จริง ๆ

เช้าวันปีใหม่มาถึงแล้ว แสงอาทิตย์ยามเช้าส่องมากระทบร่างอันแข็งทื่อไร้วิญญาณของแม่หนูน้อยที่น่าสงสาร มือที่เย็นเฉียบของเธอยังกำก้านไม้ขีดไฟไว้แน่น เธอหลับตาพริ้มและยิ้มอย่างมีความสุข เพราะตอนนี้เธอไม่หนาวเย็นอีกต่อไปแล้ว ยายของเธอได้มารับดวงวิญญาณอันบริสุทธิ์ของเธอไปสู่ดวงดาวบนท้องฟ้า เธออยู่บนสวรรค์แล้ว เธอจะมีความสุข อบอุ่น และได้พบกับแสงสว่างตลอดกาล

รูปประโยคและการใช้คำ

๑. ....ที่.... 除了可作结构助词，连接一个动词、动词性短语或句子修饰名词起限制作用外，还可以加在一些句子中起强调作用或连接一个动宾结构修饰谓语。这后两种用法在以前的课文中都出现过，现在再作一些归纳。

（一）起强调作用的可以分为两类：

第一类，经常用在情态动词之后（少量的也可出现在其他词类之后），起强调作用。这类句子一般都是未来式的，所以"ที่"后往往都有"จะ"跟随其后。

ตัวอย่าง

๑) ฉันไม่อยากที่จะรบกวนท่านอีกต่อไป

（试比较：ฉันไม่อยากจะรบกวนท่านอีกต่อไป）

๒) เขาไม่ยอมที่จะเปลี่ยนความตั้งใจเดิม

（试比较：เขาไม่ยอมเปลี่ยนความตั้งใจเดิม ）

บทที่ ๒   หนูน้อยผู้ขายไม้ขีดไฟ

๓) จำเป็นที่จะต้องปรับปรุงให้ดีขึ้น
（试比较： จำเป็นจะต้องปรับปรุงให้ดีขึ้น）

๔) สมควรที่จะให้ความสนใจในเรื่องนี้มากกว่าเดิม
（试比较： สมควรจะให้ความสนใจในเรื่องนี้มากกว่าเดิม）

๕) ตั้งใจที่จะแก้ปัญหาให้ตกไปภายในอาทิตย์นี้
（试比较： ตั้งใจจะแก้ปัญหาให้ตกไปภายในอาทิตย์นี้）

๖) เราทำอย่างนี้ก็เพื่อที่จะให้เขาเห็นจริง
（试比较： เราทำอย่างนี้เพื่อจะให้เขาเห็นจริง）

๗) สามารถที่จะบรรลุผลได้อย่างแน่นอน
（试比较： สามารถจะบรรลุผลได้อย่างแน่นอน）

๘) ไม่อาจที่จะเอาชนะได้
（试比较： ไม่อาจจะเอาชนะได้）

๙) ที่ทำอย่างนี้ก็เพื่อที่จะทำให้ทุกคนรู้สึกสะดวกสบาย
（试比较： ที่ทำอย่างนี้ก็เพื่อจะทำให้ทุกคนรู้สึกสะดวกสบาย）

๑๐) เราประสงค์ที่จะได้รับความเห็นใจจากท่านทั้งหลาย
（试比较： เราประสงค์จะได้รับความเห็นใจจากท่านทั้งหลาย）

๑๑) ท่านผู้นั้นหารู้ที่จะแก้ไขได้ทันทีไม่
（试比较： ท่านผู้นั้นไม่รู้จะแก้ไขได้ทันที）

๑๒) โรคชนิดนี้ยากที่จะรักษาได้
（试比较： โรคชนิดนี้รักษาได้ยาก）

第二类，主语后出现起强调或限制性作用的词语时，在谓语前要加"ที่"。

ตัวอย่าง

๑) หลายต่อหลายคนทีเดียวที่เคยได้รับความช่วยเหลือจากเขา
（试比较： หลายต่อหลายคนเคยได้รับความช่วยเหลือจากเขา）

๒) ยาชนิดนี้เท่านั้นที่สามารถช่วยชีวิตเขาได้
（试比较： ยาชนิดนี้สามารถช่วยชีวิตเขาได้）

๓) เขานี่แหละที่ชอบคุยโวเสมอ

（试比较：เขาชอบคุยโวเสมอ）

๔) ฉันเองที่เรียกเธอ

（试比较：ฉันเรียกเธอเอง）

๕) ฉันต่างหากที่เข้าใจผิด ไม่ใช่เขา

（试比较：ฉันเข้าใจผิดต่างหาก ไม่ใช่เขา）

（二）连接一个动宾结构或主谓结构修饰谓语（大多是不及物动词构成的谓语），可以说明原因（即为什么）或作进一步阐述。

ตัวอย่าง

๑) ฉันรู้สึกดีใจที่ได้โอกาสไปเรียนเพิ่มเติม

๒) เราเสียใจที่ไม่ได้ช่วยเขาอย่างเต็มที่

๓) รู้สึกเป็นเกียรติยิ่งที่ได้รับเชิญมาเยือนประเทศของท่าน

๔) ยินดีที่รู้จัก

๕) รู้สึกตื้นตันใจมากที่ได้รู้ข่าวดีนี้

๖) ขอบใจมากที่อุตส่าห์เอาข่าวดีนี้มาบอก

๗) ครูไม่พอใจที่เด็กนักเรียนมาสายบ่อย

๘) เขารู้สึกตื่นเต้นที่ได้ทราบว่าสอบเข้ามหาวิทยาลัยปักกิ่งได้

๙) เสียดายที่ไม่อาจสนองความต้องการของคุณได้

๑๐) รู้สึกลำบากใจที่จะบอกข่าวร้ายนี้ให้เขาทราบ

๑๑) เขาโชคดีที่ได้เธอมาช่วย

๑๒) รู้เท่าไม่ถึงการณ์ที่นัสรูดินเอากระทะเล็กมาให้

๑๓) เด็กคนนี้ฉลาดที่รู้จักประจบผู้ใหญ่

๑๔) เขาโง่ที่ไม่รู้จักปรับตัวให้เข้ากับเหตุการณ์

๑๕) ฉันไม่เห็นด้วยเด็ดขาดที่ให้เขาไปเป็นตัวแทน

แบบฝึกหัด ๑ จงหัดพูดประโยคตัวอย่างให้คล่อง

บทที่ ๒   หนูน้อยผู้ขายไม้ขีดไฟ

แบบฝึกหัด ๒   จงทำประโยคต่อไปนี้ให้สมบูรณ์ตามประโยคตัวอย่าง

> ๑) ฉันรู้สึกดีใจ...................
> ๒) ขอบคุณมาก...................
> ๓) ฉันเสียดาย...................
> ๔) ขอประทานโทษ...................
> ๕) ขอแสดงความยินดี...................

แบบฝึกหัด ๓   จงทำประโยคต่อไปนี้เป็นประโยคแบบเน้น

> ๑) เราตั้งใจจะทำความเข้าใจกับเขาอีกที
> ๒) ฉันไม่อยากปล่อยให้เขาอยู่อย่างเดียวดายอย่างนี้ต่อไปอีก
> ๓) ใครก็ไม่สามารถเปลี่ยนความตั้งใจของเขาได้
> ๔) วิธีการเรียนการสอนของเราควรจะให้มีการเปลี่ยนแปลงบ้างหรือเปล่า
> ๕) เขาทำให้ครูปวดหัวบ่อย
> ๖) อาจารย์บอกให้เธอไปพบด่วน
> ๗) ความพยายามช่วยเขาเรียนได้ดี
> ๘) หลายภาควิชาสนับสนุนข้อเสนอของเรา

๒. ....**แม้แต่**.... 起强调作用，有进一层的意思，相当于汉语的 "连……"、"甚至连……"。后面可以连接一个名词或短语，也可以连接一个 "量词+ **เดียว**" 的结构。

ตัวอย่าง   จนกระทั่งเวลาผ่านไปเกือบ ๒๐ นาที ก็ไม่ปรากฏแม้แต่เงาของนักเรียนที่มาสาย
แม้แต่รองเท้าหนูก็ไม่มีใส่
เธอยังขายไม้ขีดไฟไม่ได้เลยแม้แต่กลักเดียว
กันจะไม่ให้แกเปียกน้ำเลยแม้แต่นิดเดียว

แบบฝึกหัด จงใช้คำที่ให้ไว้แต่งประโยคตามตัวอย่าง

๑) เขาเขียนหนังสือไม่เป็น (ชื่อตัวเอง)
๒) เขาว่าชาวกวางตุ้งกินทุกอย่าง จริงหรือ (แมวและลิง)
๓) ฉันตื่นเต้นจนพูดอะไรไม่ออก (คำ ประโยค)
๔) วันนี้ยังไม่ได้กินน้ำเลย (หยด อึก แก้ว)
๕) เขาไม่เคยขาดเรียนเลย (ครั้ง หน)
๖) คนเหล่านั้นฉันไม่รู้จักเลย (คน)
๗) ห้องอ่านหนังสือห้องนี้เต็มหมด ไม่มีที่นั่งเหลือเลย (ที่)
๘) เมื่อกลับมาถึงบ้านก็หมดเรี่ยวหมดแรง จึงไม่อยากทำอะไรอีก (กินข้าว)

ข้อสังเกต

๑. อากาศเริ่มจะหนาวจัด<u>ขึ้น</u>ทุกที

"หนาว" 跟 เย็น น้อย ผอม เลว ทรุด 等表示消极意义的词一样，后面表示趋向的动词一般应该用 "ลง"。但有时为了强调 "หนาว" 等消极的程度增加了，也可以用趋向动词 "ขึ้น"。

๒. คนขายของปิดร้านตั้งแต่<u>หัวค่ำ</u>

"หัวค่ำ" 天刚黑的时候，但翻译时要视语言环境而定。如：

มาแต่หัวค่ำหน่อยนะคะ　　　（晚上）早点儿来啊！
นอนหัวค่ำหน่อยนะ　　　　早点儿睡啊！
ฉันจะกลับตอนหัวค่ำ　　　我傍晚时（或天擦黑儿时）回来。

๓. ภายในบ้านอบอุ่น และเต็ม<u>ไปด้วย</u>ความสุขในวันส่งท้ายปีเก่า

"....ไปด้วย...." 常用在描写 "多" 或 "满" 这种情景的句子里，且多为书面语。如：

ที่ประชุมเต็มไปด้วยบรรยากาศอันเคร่งเครียด

ที่ห้องบรรยายแออัดไปด้วยผู้ฟัง

ภาคอีสานอุดมสมบูรณ์ไปด้วยทรัพยากรธรรมชาติ

๔. กำลังเดินอยู่เพียงเดียวดายท่ามกลางความหนาวเย็น

"ท่ามกลาง" ……之中。是介词，表示在某种环境之中，常用在书面语中。如：

เขาเติบโตขึ้นท่ามกลางความทุกข์ยากลำบาก

เขารู้สึกมีความสุขเมื่ออยู่ท่ามกลางบรรยากาศแห่งมิตรภาพเช่นนี้

เธอลุกขึ้นพูดท่ามกลางเสียงปรบมืออันสนั่น

เขาเดินไปท่ามกลางหิมะ

เขายืนอยู่ท่ามกลางลมหนาว

๕. โธ่เอ๋ย

โธ่เอ๋ย是表示同情、怜悯等感情色彩的叹词。此外还可以用โธ่ พิโธ่ พุทโธ่ พุทโธ่เอ๋ย等。如：

โธ่(พุธโธ่ โธ่เอ๋ย) เสื้อผลัดเปลี่ยนสักตัวก็ไม่มี

โธ่(พุธโธ๋ โธ่เอ๋ย) แค่นี้ก็ทำไม่ได้

๖. ขอรองเท้าของฉันคืนเถิด

关于"借"和"还"的句型，泰语很多与汉语相似，但也有一些是不同的。下面将常用的有关"借"、"还"的句型列出，同学们可以自己与汉语作比较。

ยืม - เขายืมสตางค์เราบ่อย

ฉันยืมจักรยานเขามาใช้

คนนอกยืมหนังสือห้องสมุดเราได้ไหม

ไม่รู้จะไปยืมใครที่ไหนได้บ้าง

ขอยืม - ขอยืมปากกาหน่อยนะครับ

ขอยืมหนังสืออ่านหน่อยนะ

ขอยืมหนังสือเธอไปอ่านสัก ๒-๓ วันนะ

ขอยืมเงินเขาใช้บ้างได้ไหม

ให้ยืม - ห้องสมุดคณะเราไม่ให้คนนอกยืมหนังสือ

ฉันให้เขายืมจักรยานไปใช้แล้ว

แม่ดูรูปแล้วยิ้ม ถามมานีว่า "นั่นหนังสือของใครจ๊ะ"

"ครูไพลินให้ยืมค่ะ" มานีตอบ

เขามีจักรยานให้ยืมไหม

คืน - เขาคืนเงินแกหรือยัง

ฉันเอาหนังสือไปส่งคืน

เขายังไม่ได้นำกล้องมาคืน

เขายังไม่มีเงินคืนเรา

ขอคืน - ยืมไปนานแล้ว ขอคืนเสียทีเถอะ

ขอหนังสือฉันคืนเถอะ

เราให้เขาเอาไปใช้ ไม่ได้คิดขอคืนหรอก

เจ้าหน้าที่เขามาขอเครื่องบันทึกเสียงคืน

๗. เด็กหญิงที่น่าสงสาร<u>เอ่ย</u>ขึ้น

这里的"เอ่ย"当"说"讲，带有"开口说话"的意思。

๘. <u>จ้าง</u>ฉันก็ไม่ให้

"จ้าง....ก็...."意思是"给多少钱也不……"，表示"坚决不……"的意思。译成汉语时要视上下文决定。如：

จ้างก็ไม่ไป

จ้างก็ไม่ยอมให้

จ้างก็ไม่เอา

๙. <u>เฮ้อ</u>....เรากลับบ้านไม่ได้หรอก

"เฮ้อ"是表示厌烦或沮丧的叹词，相当于汉语的"咳！"如：

เฮ้อ สอนยังไง(เขา)ก็ไม่รู้จักจำ

เฮ้อ รอมาตั้งค่อนวันแล้ว จะต้องรอไปถึงเมื่อไรก็ไม่รู้

บทที่ ๒   หนูน้อยผู้ขายไม้ขีดไฟ

เฮ้อ เบื่อเต็มทีแล้ว หยุดพูดเสียทีเถอะ

๑๐. แหม...... ถ้าเรากล้าจุดไม้ขีดไฟขึ้นสักก้านหนึ่ง ก็คงจะอุ่นขึ้นสักนิดหรอก

"แหม" 叹词。感到惊讶、赞叹、新奇、埋怨、遗憾或感到满意时都可用。如：

แหม วันนี้แต่งเสียสวยจัง ไปงานอะไรรึ (แปลก)
แหม เลี้ยงก็ไม่เห็นบอก (ต่อว่า)
แหม อาหารวันนี้เยอะจริง ๆ (พอใจ)
แหม หมดเวลาแล้ว ยังทำไม่เสร็จเลย (เสียดาย)
ฯลฯ

๑๑. แม่หนูจึงจุดไม้ขีดไฟขึ้น

"แม่" 除了 "母亲" 意义外，还可加在一般女性的名字前以表示客气、亲切或者敬重。

๑) 主人比较客气地称呼女佣人。如：แม่แช่ม แม่ช้อย 等。

๒) 同辈人亲切地或客气地称呼朋友。如：แม่นิตย์ แม่น้อย 等。

๓) 长辈亲切地称呼晚辈。如： แม่เล็ก แม่แดง 等。

课文中的 "แม่หนู" 是长辈称呼晚辈。因为不知道孩子的姓名，所以用 "หนู" 来替代。

同样，长辈亲切地或客气地称呼男性晚辈时，也可在名字前加 "พ่อ"，如：พ่อเกียรติ พ่อทิพย์ พ่อดิบ ฯลฯ，称呼不知姓名的晚辈也可用 "พ่อหนู"。

๑๒. ภาพห่านอบและงานเลี้ยงที่หรูหราและอบอุ่นก็หายวับไปกับตา

"หายวับไป" 指很快地消失，一下子消失。

"หายวับไปกับตา" 指一下子从眼前消失了。

๑๓. เทียนเล่มเล็ก ๆ เป็นร้อยเป็นพันเล่ม

"เป็นร้อยเป็นพัน" 形容数量很大时用，很像汉语中的 "成千上万"。更大的数目还可以用 เป็นหมื่นเป็นแสน เป็นแสนเป็นล้าน เรือนหมื่นเรือนแสน เรือน

แสนเรือนล้าน等。

๑๔. แสงวูบวาบของมันก็คือแสงของดวงดาวที่กะพริบพราวอยู่เต็มท้องฟ้านั่นเอง

"ดวง" 常用来称呼圆形的或环形的东西，如：ดวงอาทิตย์ ดวงจันทร์(ดวงเดือน) ดวงดาว ดวงตรา（圆形的图章） ดวงหน้า（脸庞）等；也可以用作圆形物体或发光物体如：ดวงอาทิตย์ ดวงเดือน ดวงดาว ไฟฟ้า ตะเกียง 等的量词。

๑๕. โอ......ยาย......ยายจ๋า......ยายมาหาหนูหรือจ๊ะ...... ช่วยพาหนูไปที่ที่สว่างและอบอุ่นบ้างเถอะจ้ะ

๑）"โอ" 或 "โอ้" 是表示感怀的叹词。

๒）จ๋า จ๊ะ จ้ะ都是表示亲切、爱怜的语尾词，一般都在很亲密的人之间用。其中：

"จ๋า" 可以用于呼语语尾，也可以用于应答，相当于"ขา"。如：

แม่จ๋า

หนูจ๋า

- จ๋า แม่เรียกหนูทำอะไรหรือจ๊ะ

"จ๊ะ" 可以用于呼语语尾，也可以用于疑问句句尾。如：

ยายจ๊ะ

ยายได้ยินไหมจ๊ะ

"จ้ะ" 用于应答或陈述句句尾。如：

รู้แล้วจ้ะ

หนูจะไปเดี๋ยวนี้จ้ะ

๑๖. ให้หนูไปอยู่กับยายด้วยคนเถอะนะจ๊ะ

"ด้วยคน" 含有"算上我一个"、"加上我一个"、"让我也……"的意思。如：

ผมขอไปด้วยคนได้ไหม

นั่งด้วยคนนะครับ

งานฉลองครั้งนี้ ฉันขอร่วมด้วยคนนะคะ

บทที่ ๒   หนูน้อยผู้ขายไม้ขีดไฟ

๑๗. แสงอาทิตย์ยามเช้าส่องมากระทบร่างอันแข็งทื่อ<u>ไร้</u>วิญญาณของแม่หนูน้อยที่น่าสงสาร

　　"ไร้" 无，没有，缺乏（应有的东西）的意思。常用于书面语。如：
　　　　เธอเป็นเด็กกำพร้าไร้ที่พึ่งพาอาศัย（无依无靠）
　　　　นั่นเป็นการกระทำที่ไร้มนุษยธรรมแท้ๆ（无人道）
　　　　สำหรับข้อเรียกร้องที่ไร้เหตุผล ต้องปฏิเสธอย่างเด็ดขาด（无理）
　　　　ไม่ได้คิดเลยว่า เขาจะเป็นคนไร้ยางอายเช่นนี้（无耻）

แบบฝึกหัด

๑. จงท่องจำและแปลวลีต่อไปนี้เป็นภาษาจีน

ใกล้เข้ามาทุกที	อากาศเริ่มจะหนาวจัดขึ้นทุกที
ฉลองกันอย่างสนุกสนาน	เปิดไฟสว่างไสว
วันส่งท้ายปีเก่า	วันขึ้นปีใหม่
ท่ามกลางความหนาวเย็น	แล่นตรงมาหาเธออย่างรวดเร็ว
ร้องตกใจสุดขีด	หลบได้อย่างหวุดหวิด
เสียหลักและหกล้มลง	ตกกระจัดกระจาย
หลุดกระเด็นหายไป	ตะโกนล้อเลียนเยาะเย้ย
ซุกตัวลงนั่ง	มองอย่างเลื่อนลอย
ทันใดนั้นเอง	หายวับไปกับตา
ไม่รอช้าอีกแล้ว	เป็นร้อยเป็นพัน
แผ่รัศมีไปไกล	แสงระยิบระยับ
วิญญาณอันบริสุทธิ์	เปล่งร้องสุดเสียงด้วยความดีใจสุดขีด

๒. จงฟังบันทึกเสียงเรื่อง "หนูน้อยผู้ขายไม้ขีดไฟ" และหัดอ่านตาม

๓. จงประกวดการอ่านเรื่อง "หนูน้อยผู้ขายไม้ขีดไฟ" กัน

๔. จงแปลประโยคต่อไปนี้เป็นภาษาไทย

1. 跟你同行非常高兴。
2. 只有小李一个人可以跟小张较量。
3. 我非常幸运能在全国最著名的大学里学习。
4. 我们不能毫无目的地生活。
5. 他不是无能的人，更不是缺乏思想的人。
6. 新中国的孩子们正在幸福中成长。
7. 毕业的时刻越来越近了。每个人都为即将能为人民做点事而激动不已。
8. “五一”那天，千百万人纷纷来到大大小小的公园，高高兴兴地庆祝劳动人民自己的节日。

ศัพท์และวลี

ขีด	划	ไม้ขีดไฟ	火柴
เชื่องช้า	缓慢	โปรย	洒落，撒
ว่างเปล่า	空旷，空荡荡	สว่างไสว	明亮
อบอุ่น	温暖	วันส่งท้ายปีเก่า	除夕
เดียวดาย	孤寂	ท่ามกลาง....	……之中
อย่างไม่ขาดสาย	不断的，不住的	โธ่เอ๋ย	天哪
ชา	麻木	กลัก	小盒儿
ควบ	（马）疾驰，飞奔	แล่นควบ	疾驰
สุดขีด	极度的	โอ๊ย	哎哟（感到疼痛的叹词）
หวุดหวิด	悬，险些，千钧一发	อ่อนเพลีย	疲惫
กระจัดกระจาย	四散，分散	เสียหลัก	失去平衡，失去支撑点
รอบตัว	四周，身子周围	หลุด	脱落，掉落
		กระเด็น	溅

บทที่ ๒ หนูน้อยผู้ขายไม้ขีดไฟ

กอง	堆	เกเร	调皮捣蛋的,
เยาะเย้ย	讥笑，讥讽		爱惹事的
กุย ๆ	（刮脸皮羞人	อาย	害羞，害臊
	时嘴里发出的	หน้าไม่อาย	不要脸，不
	声音）		害臊
เปล(เปล่)	摇篮	เอ่ย	提起，提及，
จ้าง	雇佣		开口说
เท้าเปล่า	赤脚，光脚	เฮ้อ	（表示厌烦或
ซุกตัว	卷缩着身子		沮丧的叹词）
ซอก	缝，夹缝，空	ก้าน	根，支（量词）
	隙；小巷	เปลวไฟ	火苗
เล่ม	支（蜡烛）；	(อย่าง)เลื่อนลอย	茫然的
	把（刀）	อบ	熏，焖
ทันใดนั้น	突然间	หายวับ	很快消失，突
โหดร้าย	残酷，残忍		然消失
ไม่รอช้า	急不可待	คริสต์มาส	圣诞节
ต้นคริสต์มาส	圣诞树	ไขว่คว้า	伸手乱抓
วูบวาบ	一闪一闪的	ดาว	星星
ดวงดาว	星星	กะพริบ	一眨一眨的
พราว	闪闪发光的	วาบ	一闪
วูบ	一闪而过，一	วิญญาณ	灵魂
	闪而灭	กำ	攥，握；把
แผ่	展开		（量词）
รัศมี(รัด-สะ-หมี)	光芒，光辉	โบสถ์	教堂
สะท้อน	反射	ระยิบระยับ	闪闪烁烁
เปล่ง	高呼	สุดเสียง	声嘶力竭地
ฝัน	梦；做梦		（喊叫）
อย่างอ่อนแรง	无力地	กระทบ	碰、拍击

แข็งทื่อ	僵硬	ไร้	无
เย็นเฉียบ	冰凉	พริ้ม	秀媚
บริสุทธิ์(บอ-ริ-)	纯洁	สู่	进入
ตลอดกาล	永远	บรรลุ	达到，实现
บรรลุผล	达到目的，实现	ประสงค์	想要，意图
เป็นเกียรติ(-เกียด)	荣幸	เยือน	访问
ตื้นตันใจ	激动	อุตส่าห์	极力，努力
สนอง	满足	ประจบ	巴结，讨好
ปรับตัว	调整自己（以适应……）	แทน	代替
		ตัวแทน	代表，代理人
ประทาน	赐予	ขอประทานโทษ	= ขอโทษ
ทำความเข้าใจ	沟通（思想）	ข้อเสนอ	建议
อึก	（喝水声）	เรี่ยวแรง	力气，力量
หมดเรี่ยวหมดแรง	没力气了，一点力气都没了	บรรยากาศ	气氛
		เคร่งเครียด	（气氛）紧张
แออัด	拥挤	เติบโต	成长
ทุกข์ยากลำบาก	艰难困苦	ปรบมือ	= ตบมือ
สนั่น	轰鸣	ค่อนวัน	大半天
....เต็มที	（糟）极了，够呛	พึ่งพาอาศัย	= อาศัย
มนุษยธรรม (มะ-นุด-สะ-ยะ-)	人道	เด็ดเดี่ยว	坚决，果断
		ไร้ยางอาย	不知廉耻

บทอ่านประกอบ

เมทินีคบเพื่อน(ต่อ)

๔. เพื่อนผู้มีนัยน์ตาเศร้า

ชีวิตของคนเรามีอะไร ๆ ที่ไม่เหมือนกัน ร้อยคนก็ร้อยแบบ แต่โชคชะตาและจังหวะเหตุการณ์ทำให้คนเราต้องมาพบกัน รู้จักกัน พึ่งพาอาศัยกัน บางคนมาจากครอบครัวที่ร่ำรวย บางคนมาจากครอบครัวที่ยากจน บางคนมาจากครอบครัวที่พ่อแม่อยู่กันพร้อมหน้าและบางคนมาจากครอบครัวที่แตกแยก พ่อแม่ไม่ได้อยู่ด้วยกัน

เพื่อนสนิทอีกคนหนึ่งของเมทินีชื่อนารี มีชีวิตที่ค่อนข้างอาภัพเพราะพ่อแม่แยกทางกัน นารีเป็นคนมีนิสัยเรียบร้อย สงบเสงี่ยม นอกจากเป็นคนไม่ค่อยพูดแล้วเธอยังพูดค่อยอีกด้วย เพื่อน ๆ ต้องตั้งใจฟังเวลาเธอพูด มิฉะนั้นจะไม่ได้ยินว่าเธอพูดอะไร เพราะเธอพูดเสียงเบาเหลือเกิน นารีมีรูปร่างเล็กบอบบาง บนใบหน้ากลมแป้นนั้นมีนัยน์ตาเศร้า แต่แฝงไว้ด้วยแววแห่งความเอาจริงเอาจังในชีวิต เวลาเธอใช้ความคิดริมฝีปากจะเม้มเป็นเส้นตรง การแต่งตัวนารีใช้เสื้อผ้าเรียบ ๆ ค่อนข้างเก่า แต่ก็ซักรีดอย่างสะอาดสะอ้าน เมทินีสังเกตเห็นว่านารีไม่ชอบเที่ยวเตร่ ไม่ชอบแต่งตัว ใช้เงินอย่างประหยัด จึงนึกยกย่องอยู่ในใจ

นารีคบกับเมทินีได้สนิทกว่าคนอื่น เพราะเมทินีเป็นคนมีอัธยาศัยใจคอดี ไม่ชอบพูดส่อเสียดหรือนินทาคนอื่น ไม่ดูถูกคนที่ด้อยกว่า แต่เข้าใจและเห็นใจในความทุกข์ของคนอื่นอยู่เสมอ สิ่งที่เมทินีเกลียดมากคือการซ้ำเติมโจมตีคนอื่นในขณะที่เขาล้มเหลว วิธีเช่นนี้มิใช่วิสัยของนักกีฬา คุณแม่บอกเมทินีเสมอว่า

"ลูกต้องทำตัวให้เป็นที่น่าคบค้าสมาคม มีน้ำใจนักกีฬา จงรู้แพ้รู้ชนะรู้อภัย ผูกน้ำใจคนที่อยู่รอบข้างด้วยน้ำใจ และทำด้วยความบริสุทธิ์ใจ อย่าเสแสร้ง ถ้าหากเห็นเพื่อนประพฤติในสิ่งที่ไม่ถูกต้อง จงตักเตือนเป็นการส่วนตัว แนะนำทางที่ถูกให้เขาด้วยกิริยาวาจาที่นุ่มนวล คนที่ถูกเตือนก็จะไม่เสียน้ำใจ และถ้าหากชมเขา จงชมเขาต่อหน้าคนอื่นอย่างถูกกาลเทศะ ทำให้ผู้รับคำชมมีความภาคภูมิใจแท้จริง"

เมทินีนึกเปรียบเทียบชีวิตของนารีกับศรีสมร เพื่อนทั้งสองของเธอมีชีวิตที่ไม่เหมือนกัน เพราะมาจากสภาพพื้นฐานครอบครัวที่แตกต่างกัน ศรีสมรเป็นภาพจำลอง

ชีวิตของลูกคนจีนในตลาดที่วุ่นวาย อยู่กับการค้าขาย ไม่มีเวลาสำหรับคิดถึงสิ่งที่ละเอียดอ่อน เวลาคิดอะไรมักจะตีราคาออกมาเป็นเงินเป็นทองไปหมด ทั้ง ๆ ที่ของบางสิ่งอาจมีคุณค่าทางด้านจิตใจ นารีเป็นภาพจำลองชีวิตของเด็กกำพร้าแม่ ว้าเหว่ขาดความอบอุ่นจากครอบครัว ดิ้นรนและใฝ่ฝันที่จะมีชีวิตที่มีความสุข เธอเป็นคนที่มีอารมณ์ละเอียดอ่อนละเมียดละไม ชอบในวิชาศิลปะและดนตรี

พ่อแม่ของนารีเป็นคนจังหวัดหนึ่งของอีสาน มีอาชีพทำไร่โดยอาศัยฝนฟ้าตามฤดูกาล เมื่อเกิดความแห้งแล้งมากเข้า พืชผลที่ได้จึงไม่เพียงพอสำหรับการดำรงชีวิต พ่อกับแม่มีปากเสียงกันบ่อย ๆ เมื่อทะเลาะกันอย่างรุนแรงครั้งสุดท้าย แม่ก็หนีจากพ่อและนารีลงมากรุงเทพฯโดยไม่กลับขึ้นไปเยี่ยมบ้านอีกเลย เมื่อแม่จากมาใหม่ๆ นารีมักจะร้องไห้คิดถึงแม่เสมอ รู้สึกว้าเหว่เพราะขาดแม่

"พ่อจ๊ะ แม่ไปไหน" นารีเคยตั้งคำถามกับพ่อ

"แม่ไปทำงานที่กรุงเทพฯ" พ่อตอบ

"ไปทำไม ที่บ้านเราก็มีงานทำนี่คะ" นารีสงสัย

"ที่กรุงเทพฯทำงานมีรายได้ดีกว่าบ้านเรานะลูก" พ่ออธิบาย

"หลายเดือนแล้ว แม่น่าจะกลับบ้าน"

"ตอนนี้แม่ยังหาเงินไม่พอ" น้ำเสียงพ่ออ่อนโยน "ถ้าพอแล้ว แม่จะซื้อตุ๊กตาสวย ๆ ซื้อขนมมาให้ลูกเยอะ ๆ เลย"

"พ่อจ๊ะ หนูคิดถึงแม่ อยากให้แม่มาหาหนู" นารีไม่สนใจกับตุ๊กตาและขนม

"แม่จะกลับมาอีก ไม่นานหรอก" พ่อพูดเหมือนจะรำพึงกับตนเอง นัยน์ตาของพ่อฉายความหวังอะไรบางสิ่ง "ลูกอยู่กับพ่อ ถึงอย่างไรพ่อก็รักลูกมากที่สุด ลูกรักพ่อบ้างหรือเปล่า?"

"รักค่ะ รักมากเท่าฟ้าเลย" เด็กหญิงกางมือออกแสดงขนาดให้ดู พ่อกอดเธอไว้แนบอก แล้วพูดว่า "ถ้ารักพ่อก็อย่างอแงซิจ๊ะ คนดี"

จากนั้นถึงเวลานี้เป็นเวลานานกว่าเจ็ดปีแล้วที่นารีไม่มีโอกาสพบแม่อีก ส่วนพ่อของเธอก็รักลูกมากจนไม่ยอมแต่งงานใหม่ แต่เฝ้าเลี้ยงดูเอาใจใส่ลูกสาวเป็นอย่างดี เมื่อนารีโตขึ้นก็เริ่มรู้ว่าอะไรเป็นอะไร แต่นารีก็ไม่เข้าใจว่าทำไมแม่จึงหนีมากรุงเทพฯ ป่านนี้จะเป็นตายร้ายดีหรืออาศัยอยู่แห่งหนตำบลใดก็ไม่อาจจะรู้ได้ หากแม่จะมีความสุขหรือทุกข์หรือจะมีชีวิตที่ตกต่ำหรือรุ่งเรืองก็ตาม นารีก็อยากพบหน้าแม่สักครั้ง

หรือบางทีแม่ไม่อยู่ในโลกนี้แล้ว สิ่งเหล่านี้เป็นปริศนาอยู่ในใจนารีตลอดเวลา ใครหนอจะช่วยเธอได้

"สิ่งเดียวที่ฉันต้องการคือพบแม่" นารีระบายความคับข้องใจให้เมทินีฟังในวันหนึ่ง ขณะที่ทั้งสองคุยกันตามลำพัง เพราะเห็นว่าเมทินีเป็นคนที่ไว้ใจ และมีความจริงใจต่อเธอ

"อย่าคิดมากเลย นารี" เมทินีปลอบเพื่อน "เท่าที่เธอเล่าให้ฟัง ฉันแน่ใจว่าแม่ของเธอไม่ได้อยู่ในโลกนี้แล้ว"

"เธอหมายถึงว่าแม่...."

"ใช่" เมทินีพูด "แม่ของเธอคงจากโลกนี้ไปสบายแล้วล่ะ ถ้าหากยังอยู่คงต้องติดต่อเธอบ้าง"

"แต่แม่ไม่เคยรักฉันเลย" นารีพูดด้วยน้ำเสียงเศร้า ๆ

"ทำไมเธอจึงพูดเช่นนั้น ไม่มีแม่คนไหนหรอกที่ไม่รักลูก เธอเห็นไหม แม้แต่สัตว์ยังรักลูกของมัน ขอให้เธอเชื่อฉันสิ แล้วทำใจให้สบาย"

"ฉันชักจะเห็นด้วยกับเธอแล้ว ถ้าแม่ยังอยู่ฉันคงได้วี่แววบ้าง แต่นี่ไม่มีข่าวคราวเลย" นารีพูดเสียงค่อย ๆ อย่างใช้ความคิด

"ฉันเป็นเพื่อนของเธอนะนารี" เมทินีจับไหล่ที่บอบบางนั้นไว้ "เพื่อนทุกคนรักเธอ ครูอาจารย์ก็รักเธอ และที่สำคัญเธอได้รับความรักจากพ่อของเธออย่างเหลือล้น อย่ากังวลอะไรอีกเลยในเมื่อเธออยู่ในแวดวงของความรักเช่นนี้แล้ว"

คำปลอบโยนของเมทินีในฐานะระหว่างเพื่อนถึงเพื่อนเหมือนน้ำทิพย์ชะโลมจิตใจที่อับเฉาให้แช่มชื่นขึ้น นารีรู้สึกว่าตนเองมีความหวัง มีค่าในสายตาคนอื่น มีความศรัทธาที่จะดำรงชีวิตต่อไปด้วยความเชื่อมั่นว่าชีวิตอนาคตข้างหน้านั้นมีสิ่งที่ดีและสวยงามรออยู่

จากการสนทนากันอีกหลายครั้งในเวลาต่อมา เมทินีได้ทราบว่า พ่อของนารีได้นำลูกสาวมาฝากไว้กับคุณป้าซึ่งเป็นญาติห่าง ๆ ที่มีฐานะค่อนข้างดีในกรุงเทพฯ ตอนมาใหม่ ๆ ก็มีความหวังว่าคงจะเจอแม่เข้าสักวัน แต่กรุงเทพฯก็กว้างใหญ่เกินกว่าจะทำให้แม่ลูกคู่นี้พบกันได้ คุณป้าเป็นคนใจดี มีเมตตาเอื้อเฟื้อ นารีจึงได้รับการเลี้ยงดูและส่งเสียให้เรียนหนังสือเหมือนลูกหลานแท้ ๆ คนหนึ่ง ลูกคุณป้าเรียนจบและทำการทำงานหมดแล้ว จึงไม่รู้สึกเป็นภาระหนักที่จะอุปการะนารีอีกคน ตั้งแต่มาอยู่กับ

คุณป้า นารีช่วยทำงานภายในบ้านด้วยความขยันหมั่นเพียร ด้วยความเป็นลูกกำพร้าแม่ มีนิสัยเรียบร้อย ซื่อสัตย์ จึงได้รับความรักและความไว้เนื้อเชื่อใจจากคุณป้ามาก

นาน ๆ ครั้งพ่อของนารีจะลงมาเยี่ยม นำของพื้นเมืองมาฝากคุณป้าและฝากเงินไว้ให้นารีด้วย ตอนแรกคุณป้าไม่รับ

"เอามาทำไม เงินทองยิ่งหายาก เก็บเอาไว้ใช้จ่ายเถอะ ลูกสาวน่ะฉันจะเลี้ยงดูเอง" คุณป้าบอกพ่อของนารี แต่เมื่อเห็นแววตาที่ซื่อๆ และใบหน้ากร้านแดดของพ่อหมองลง คุณป้าก็ใจอ่อน เพราะตระหนักดีว่าพ่อย่อมต้องการมีส่วนช่วยเหลือลูกบ้าง

"เอาเถอะ เงินที่ให้ไว้ฉันจะเอาไปฝากธนาคารออมสินไว้ให้หนูนารีก็แล้วกัน" คุณป้ารับเงินจากมือของพ่อ ถึงแม้เป็นจำนวนไม่มาก แต่ก็เต็มไปด้วยความหมายสำหรับนารี เพราะเป็นเงินที่หามาได้ด้วยหยาดเหงื่อและแรงกายของพ่อ

ก่อนลากลับพ่อบอกนารีว่า "ลูกอยู่กับคุณป้าขอให้ประพฤติตนเป็นคนดีนะลูก เชื่อฟังคำสอนของท่าน และมีอะไรอย่านิ่งดูดาย ต้องช่วยท่านทำงาน ต้องนึกอยู่เสมอว่า เวลาอยู่ให้เขาไว้ใจ เวลาจากไปก็ให้เขาคิดถึง" นารีโอบกอดคุณพ่อไว้ พ่อเป็นสิ่งเดียวที่เธอมีอยู่

"ค่ะ พ่อ" นารีเงยหน้าขึ้นมองพ่อด้วยความรัก "หนูได้รับความรักจากพ่อมาก ไม่มีใครอีกแล้วที่จะรักหนูเหมือนพ่อรัก หนูจะเชื่อฟังพ่อค่ะ"

"ดีมาก ลูกพ่อ" พ่อพูดก่อนที่จะหันไปกล่าวลาเจ้าของบ้าน และฝากฝังลูกสาวไว้ นารีมองพ่อเดินลงบ้านไปด้วยความรู้สึกใจหายและอาวรณ์

มิตรภาพที่อบอุ่นนั้นมักจะเกิดขึ้นเมื่อชีวิตมีความทุกข์ และมีอีกฝ่ายหนึ่งมาปลอบประโลมและแสดงความเห็นใจ เช่นเดียวกัน เมทินีได้ปลอบประโลมให้นารีคลายจากความทุกข์ ให้ความเป็นเพื่อนที่บริสุทธิ์ใจ ให้ความรักและความหวังแก่เธอ เมทินีชวนนารีมารับประทานอาหารที่บ้าน ได้รู้จักคุณชุ่มและคุณละเอียด คุณละเอียดนึกนิยมชมชอบนารีมาก ประกอบกับได้ยินคำบอกเล่าเรื่องราวชีวิตจากปากของเมทินีจึงทำให้นางรักและเห็นใจนารีเป็นยิ่งนัก

"เพื่อนของลูกคนนี้น่ารักดี มีมรรยาทและสัมมาคารวะ ผิดกับเด็กสมัยนี้" คุณละเอียดเอ่ยชมเมื่อนารีกลับไปแล้ว

"เขาเป็นคนดี และน่าสงสาร" เมทินีบอกคุณแม่ "เขาเป็นเพื่อนสนิทของหนูด้วยค่ะ"

"ดีแล้วลูก" คุณละเอียดพูด "การคบเพื่อนต้องเลือกคบ คบเพื่อนดีเป็นศรีแก่ตัว คบเพื่อนชั่วพาตัวฉิบหาย คนโบราณเขาว่าไว้เช่นนี้ ลูกต้องจำไว้อีกอย่างว่า อย่าคบเพื่อนโดยเลือกจนหรือรวย คนรวยนั้นมิใช่ว่าจะมีนิสัยดีเสมอไป แต่ลูกจงดูที่นิสัยใจคอ คนจะดีหรือชั่วอยู่ที่นิสัย ถ้านิสัยดี ชีวิตต่อไปข้างหน้าก็จะรุ่งเรือง แต่ถ้านิสัยไม่ดี ชีวิตข้างหน้าจะหาความเจริญไม่ได้"

"แต่ที่หนูเห็นนะคะคุณแม่" เมทินีเล่า "คนรวยมักจะคบกับคนรวยด้วยกัน"

"เขาอาจมีเหตุผลของเขา ทั้งสองฝ่ายต่างก็รวยทำให้ไม่รู้สึกว่าได้เปรียบเสียเปรียบ ถ้าหากคบกับคนที่จนกว่า ฝ่ายที่รวยจะนึกว่าฝ่ายที่จนกว่ากำลังแสวงหาประโยชน์ ในขณะเดียวกันฝ่ายที่จนกว่าก็นึกว่าตนเองด้อยศักดิ์ศรีลงไป เพราะไม่มีสิ่งที่จะตอบแทนคนรวยในด้านวัตถุ มันจึงเป็นสิ่งที่ไม่เข้าใจกันอยู่เสมอ" คุณละเอียดอธิบายแก่เมทินี

"ถ้าเช่นนั้นอะไรคือหลักสำคัญของการคบเพื่อนคะ"

"หลักสำคัญคือคบด้วยจิตใจที่ปรารถนาดีต่อกัน มิใช่คบหาเพราะทรัพย์สินเงินทอง ข้อสำคัญคือความเข้าใจซึ่งกันและกัน"

๕. เด็กวัยรุ่น

เพื่อนร่วมชั้นของเมทินีล้วนมีอายุประมาณ ๑๔-๑๕ ปี ซึ่งรุ่นราวคราวเดียวกับเมทินีทั้งนั้น เด็กวัยนี้กำลังสนุกร่าเริง กินเก่ง เล่นเก่ง มักสนุกสนานกับเพื่อนได้ทั้งวัน เมทินีเคยอ่านพบจากหนังสือในวัยของเธอซึ่งเป็นวัยรุ่นตอนต้นเป็นวัยที่มีปัญหา เพราะกำลังมีการเปลี่ยนแปลงทั้งทางร่างกายและจิตใจ เปลี่ยนจากวัยเด็กเข้าสู่วัยรุ่น เด็กหญิงมักขี้อาย ชอบเสื้อผ้าและเครื่องแต่งกายที่สวยงาม ชอบคิดฝัน ส่วนด้านร่างกายมีการเจริญเติบโตอย่างรวดเร็วจนรู้สึกว่าแขนขายาวเก้งก้าง เด็กชายจะมีสิวขึ้นและเสียงแตกห้าว เด็กหญิงจะมีทรวงอกและมีประจำเดือน สิ่งเหล่านี้เป็นสิ่งธรรมดาของธรรมชาติที่เด็กในวัยนี้ควรจะรู้ หาใช่สิ่งน่าอายหรือผิดปกติแต่อย่างใด

เมื่อมีปัญหาเกิดขึ้นเมทินีมักจะปรึกษาคุณแม่เสมอ ผิดกับเพื่อนๆหลายคนที่ไม่ยอมปรึกษาพ่อแม่ แต่กลับไปปรึกษาเพื่อนด้วยกัน แทนที่จะได้รับคำแนะนำที่ดีมีประโยชน์ เพื่อนเหล่านั้นอาจจะให้คำแนะนำที่ผิดพลาดด้วยรู้เท่าไม่ถึงการณ์ มิใช่ว่าเพื่อนของเราไม่ปรารถนาดีต่อเรา แต่ด้วยการที่ขาดประสบการณ์และความรอบรู้ จึง

ไม่อาจให้คำแนะนำได้ดีเท่ากับผู้ใหญ่ ผลก็คืออาจทำให้การเรียนและชีวิตอนาคตดับมืดลง

คุณละเอียดเป็นคนสุขุมเยือกเย็น มีความคิดอ่านและเข้าใจความรู้สึกของลูกได้ดี นางไม่เคยเกรี้ยวกราดเมื่อลูกทำผิด แต่จะว่ากล่าวตักเตือนอย่างนุ่มนวล ชี้แจงให้ลูกเห็นถึงเหตุและผลอย่างชัดแจ้งว่าสิ่งไรไม่ควรทำเพราะเหตุไร แล้วให้ลูกตัดสินใจเอาเอง ด้วยการอบรมเช่นนี้จึงทำให้ลูกของนางอยู่ในโอวาท พ่อแม่ส่วนมากมักจะใช้ไม้แข็งในการอบรมแทนที่จะใช้ไม้นวม คุณละเอียดไม่เห็นด้วยกับการลงโทษด้วยไม้เรียว ซึ่งอาจเป็นวิธีที่ทำให้เด็กหลาบจำเพื่อจะไม่ทำผิดอีก แต่การที่ไม่ทำผิดอีกนั้นมิใช่ลูกรู้ว่าการทำเช่นนี้ไม่ดี แต่เพราะลูกกลัวที่จะถูกเฆี่ยนตีอีก วิธีใช้พระเดชในการอบรมจึงมิใช่วิธีที่ถูกต้องนัก เพราะจะเกิดผลเสียแก่จิตใจเด็ก ทำให้เกิดนิสัยก้าวร้าว และปลูกฝังความรุนแรงไว้ในจิตใจ วิธีใช้พระคุณในการอบรมจึงได้ผลมากกว่า คุณละเอียดอบรมลูกโดยการให้ความรักและเอาใจใส่ ให้เสรีภาพในการพูดในการแสดงความคิดเห็น และให้เสรีภาพนั้นมีขอบเขตที่พ่อแม่กำหนดให้

เด็กวัยรุ่นบางคนก็เป็นที่หนักใจแก่ผู้ปกครองและทางโรงเรียนเป็นยิ่งนัก เด็กวัยรุ่นส่วนมากมักจะมีปัญหามากมาย การห้ามปรามอย่างเด็ดขาดนั้นไม่ปรากฏว่าใช้ได้ผล ยิ่งห้ามก็เหมือนยิ่งยุ ยิ่งตั้งกฎขึ้นมากเท่าไรก็ยิ่งชวนให้ฝ่าฝืนกฎมากขึ้นเท่านั้น ครั้นจะให้เสรีภาพและตามใจเกินไปก็อาจทำให้เสียเด็กได้

เย็นวันหนึ่งขณะที่เมทินีกลับจากโรงเรียน กำลังจะเข้าไปในห้องรับแขก ได้ยินเสียงคุณพ่อสนทนากับสันตินองชายของเธอเกี่ยวกับการสูบบุหรี่

“ครูที่โรงเรียนรายงานมาว่าลูกสูบบุหรี่ เป็นความจริงใช่ไหม”

“ครับ” สันติยอมรับเสียงค่อย

“ทำไมลูกจึงทำเช่นนั้น”

“ผมเห็นเพื่อน ๆ สูบ จึงลองสูบดูบ้าง” สันติโยนความผิดให้เพื่อนที่โรงเรียน

“การทำอะไรตามเพื่อนทุกอย่างเป็นสิ่งที่ไม่ควรทำ ลูกต้องใช้สมองคิดเองบ้าง ถ้าหากเพื่อนนำไปในทางที่ผิด ลูกก็ต้องทำสิ่งที่ผิดนั้นไปด้วย” คุณชุ่มว่า

“ผมได้ยินเพื่อนเขาพูดกันว่า คนที่ไม่สูบบุหรี่ ไม่ดื่มเหล้า ไม่ใช่ลูกผู้ชาย” สันติไม่ยอมแพ้

“ลูกเข้าใจผิดถนัด” คุณพ่ออธิบาย พอดีเหลือบเห็นเมทินียืนอยู่ตรงประตูจึง

บทที่ ๒ หนูน้อยผู้ขายไม้ขีดไฟ

พูดว่า "ลูกเม เข้ามาสิ พ่อกำลังคุยกับสันติเรื่องสูบบุหรี่อยู่พอดี ลูกจะร่วมฟังด้วยก็ได้"

"ค่ะ คุณพ่อ" เมทินีเอากระเป๋าหนังสือไปวางไว้บนโต๊ะอย่างมีระเบียบ แล้วเดินมานั่งใกล้ ๆ กับน้องชาย แล้วฟังคุณพ่อพูดถึงเรื่องการสูบบุหรี่ต่อไป

"เพื่อนของลูกเข้าใจไม่ถูกต้อง" คุณชุ่มส่ายหน้าอย่างช้า ๆ "ความเป็นลูกผู้ชายมิได้วัดกันที่เหล้าหรือบุหรี่หรอก แต่อยู่ที่อุปนิสัยดีและความประพฤติเรียบร้อย อยู่ที่ความแข็งแกร่งของร่างกายและจิตใจ อยู่ที่ความมีใจคอหนักแน่นและมีความรับผิดชอบต่อตนเองและผู้อื่นต่างหาก การสูบบุหรี่ให้โทษมากกว่าให้คุณ"

"แต่มันก็เป็นสิ่งโก้เก๋นะครับ" สันติพูด

"จริงอยู่ มันอาจจะโก้เก๋อย่างที่ลูกว่า ลูกอย่าไปเอาอย่างจากภาพยนตร์ หนังสือนิยาย หนังโทรทัศน์ และค่านิยมที่ผิด ๆ ของสังคมที่ถือว่าการสูบบุหรี่เป็นการสร้างเสริมบุคลิก แท้จริง บุหรี่นอกจากจะทำให้เสียทรัพย์แล้วยังให้โทษแก่ร่างกายอีกด้วย" คุณชุ่มหยิบบุหรี่ขึ้นมาหนึ่งมวนเพื่อใช้ประกอบคำอธิบายให้เห็นจริงเห็นจัง

"กระดาษที่ใช้มวนบุหรี่ที่ลูกเห็นนี้ เมื่อเผาไหม้ทำให้เกิดแก๊สหลายชนิด ตัวยาเส้นข้างในประกอบด้วยสารนิโคติน ซึ่งเป็นยางเหนียวสีเหลือง มันจะไปสะสมคั่งในปอดทำให้ปอดดำเป็นจุด ๆ ทำให้ถุงลมพองได้ง่าย จนในปอดมีอ๊อกซิเจนน้อยลง ควันบุหรี่ประกอบด้วยแก๊สพิษ ๒๐ ชนิด เป็นต้นว่าแก๊สคาร์บอนไดอ๊อกไซด์ แก๊สดีไฮด์ กับกรดไฮโดรไซยานิค ซึ่งทำลายสุขภาพ ทำให้เกิดการระคายเคืองต่อเยื่อบุตา จมูก คอ และหลอดลม ทำให้เกิดอาการเหนื่อยง่าย ใจสั่น เจ็บแน่นหน้าอก หายใจไม่สะดวก และทำให้เป็นโรคโลหิตจางได้" คุณชุ่มอธิบายยืดยาว

"น่ากลัวจังเลยค่ะ คุณพ่อ" เมทินีทำท่าห่อไหล่

"ใช่แล้วลูก ควันที่เกิดจากบุหรี่มีพิษเท่ากับควันจากท่อไอเสียรถยนต์และควันจากปล่องควันโรงงานอุตสาหกรรมนั่นทีเดียว ทุกวันขณะที่ลูกนั่งรถเมล์ไปกลับจากโรงเรียน ลูกสูดเอาควันพิษจากท้องถนนเข้าปอดมากแล้ว จึงไม่สมควรที่จะสูดควันพิษจากบุหรี่เข้าไปอีก" คุณชุ่มไม่ตั้งใจที่จะขู่ลูก แต่ในฐานะที่เป็นพ่อ เป็นพลเมืองที่มีสำนึกรับผิดชอบต่อสังคม จึงควรจะต้องชี้แจงให้ลูกทราบถึงพิษบุหรี่อย่างถูกต้อง

คุณชุ่มจุดบุหรี่ขึ้นมวนหนึ่ง เป่าควันลงไปบนเล็บมือหลายครั้ง จนเล็บนั้นมีสี

เหลืองอย่างเห็นได้ชัด

"นี่แหละลูก คือสารนิโคตินที่อยู่ในบุหรี่" คุณพ่อพูด

"ไม่น่าเชื่อว่ามันจะร้ายกาจอย่างนี้" สันติชะโงกหน้าเข้าไปดูจนชิด

"โทษของมันทำให้เกิดโรคอะไรบ้างคะ" เมทินีถามขึ้น

"มีหลายโรคจ๊ะลูก เช่นโรคเกี่ยวกับทางเดินลมหายใจ โรคหัวใจ โรคเส้นเลือดตีบ โรคมะเร็งในปอด โรคมะเร็งที่ปาก และโรคแทรกซ้อนอีกมากมาย หญิงที่มีครรภ์ที่สูบบุหรี่จัด จะทำให้ทารกคลอดก่อนกำหนด น้ำหนักตัวน้อย ไม่แข็งแรง วงการแพทย์เขาค้นคว้าและวิจัยโดยใช้เวลานับสิบๆ ปีและพบว่า การสูบบุหรี่เป็นอันตรายต่อสุขภาพแน่นอน"

"เด็กที่สูบบุหรี่จะทำให้ร่างกายไม่เจริญเติบโต สติปัญญาเสื่อม" คุณชุ่มพูดต่อ "สันติ ลูกเคยบอกว่าอยากเรียนหนังสือเก่ง อยากเป็นนักกีฬาที่มีร่างกายแข็งแรง และอยากเป็นทหารด้วยใช่ไหม"

"ใช่ครับ"

"ดีแล้วลูก ขอให้เชื่อฟังตามคำแนะนำของพ่อ ลูกกำลังเรียนหนังสือ ร่างกายกำลังเจริญเติบโต สติปัญญากำลังพัฒนา และอีกประการหนึ่งลูกยังไม่มีรายได้ ถ้าหากเมื่อลูกโตขึ้นเป็นผู้ใหญ่ ทำงานมีรายได้เองแล้ว จะสูบก็ไม่มีใครว่า ขอให้ลูกเอาไปคิดและตัดสินใจเอาเอง" คุณพ่อทิ้งท้ายไว้ให้ลูกชายคิดเป็นการสิ้นสุดการสนทนา

ตั้งแต่นั้นมา ทางโรงเรียนก็ไม่ได้รายงานเรื่องสันติสูบบุหรี่มาถึงคุณพ่ออีกเลย และเมทินีก็ไม่เคยเห็นน้องชายของตนสูบบุหรี่โดยแอบ ๆ ซ่อน ๆ เหมือนเมื่อก่อน แต่สันติเลิกสูบไปเลย มิใช่ว่ากลัวครูหรือพ่อแม่ทำโทษ แต่สันติตระหนักถึงโทษของบุหรี่ต่างหาก นี่คือตัวอย่างหนึ่งของครอบครัวคุณชุ่มและคุณละเอียดอบรมลูกของตน และที่สำคัญท่านทั้งสองได้กระทำตนเป็นแบบอย่างที่ดีแก่ลูก ๆ เสมอในทุกทาง การสอนที่สัมฤทธิ์ผลนั้น ผู้สอนจะต้องเป็นแบบอย่างทั้งคำสอนและความประพฤติด้วย ถ้าหากสอนอย่างหนึ่ง แล้วปฏิบัติอีกอย่างหนึ่ง คำสอนนั้นย่อมไร้ค่า ไม่สามารถที่จะโน้มนำให้เด็กประพฤติตามคำสอนนั้นได้ จึงถือว่าเป็นการอบรมสั่งสอนที่ล้มเหลว ผู้ที่ประสบผลสำเร็จนั้นมิใช่ผู้ที่สั่งสอนเพียงเนื้อหาอย่างเดียว จะต้องชี้นำ ชักชวน และส่งเสริมให้เด็กดำเนินไปตามแนวทางสู่เป้าหมายที่วางไว้

(ยังมีต่อ)

บทที่ ๓ โต้วาที (๑)

การโต้วาทีของนักเรียนชั้นประถมศึกษาปีที่ ๖/๑
ในญัตติ "การอ่านยากกว่าการเขียน"

เด็กชายปราการ ธโนปกรณ์	ประธานกรรมการ
เด็กหญิงอาภรณ์ กาญจนา	กรรมการ
เด็กชายวิบูลย์ ภัทรพงษ์	กรรมการ
ครูวาทินี ศรีศิลป์	ที่ปรึกษา

ฝ่ายเสนอ	ฝ่ายค้าน
เด็กหญิงมานี รักเผ่าไทย	เด็กชายปีติ พิทักษ์ถิ่น
เด็กชายวุฒิ เตรียมพร้อม	เด็กหญิงดวงแก้ว ใจหวัง
เด็กหญิงชูใจ เลิศล้ำ	เด็กชายเกรียงไกร ดิลกโลก

ประธาน สวัสดีครับท่านผู้ฟัง ต่อไปนี้เป็นรายการโต้วาทีของนักเรียนชั้นประถมศึกษาปีที่ ๖/๑ ในญัตติที่ว่า "การอ่านยากกว่าการเขียน" หัวข้อเรื่องนี้พวกเราได้โต้เถียงกันมาช้านาน บ้างก็ว่ากระบวนการของการอ่านที่จะให้ดีให้ถูกต้องนั้นยากกว่ากระบวนการเขียน แต่อีกกลุ่มหนึ่งค้านว่า กระบวนการเขียนให้ถูกต้องให้ได้ความนั้นยากกว่าการอ่านยิ่งนัก คุณครูประจำชั้นของเราคือ คุณครูวาทินี ศรีศิลป์ท่านก็เลยจัดให้เป็นญัตติในการโต้วาทีในวันนี้ และท่านยังกรุณาเป็นที่ปรึกษาให้อีกด้วย (ผู้ชมปรบมือ ครูวาทินีลุกขึ้นโค้ง) สำหรับฝ่ายเสนอที่เห็นว่าการอ่านมีกระบวนการยากกว่าการเขียนก็คือผู้ที่นั่งอยู่ทางขวามือของผม มีคุณมานี รักเผ่าไทยเป็นหัวหน้าฝ่าย

เสนอ (มานีลุกขึ้นโค้ง ผู้ชมปรบมือ) มีผู้สนับสนุนฝ่ายเสนอสองคน คือ คุณวุฒิ เตรียมพร้อม เป็นผู้สนับสนุนฝ่ายเสนอคนที่หนึ่ง และคุณชูใจ เลิศล้ำ เป็นผู้สนับสนุนฝ่ายเสนอคนที่สอง (วุฒิและชูใจลุกขึ้นโค้ง ผู้ชมปรบ-มือ) ส่วนฝ่ายค้านที่เห็นว่าการอ่านไม่ได้ยากกว่าการเขียนเลย การเขียนต่างหากล่ะ ที่ยากกว่าการอ่าน ก็คือผู้ที่นั่งอยู่ด้านซ้ายมือของผม หัวหน้าฝ่ายค้านคือคุณปีติ พิทักษ์ถิ่น (ปีติลุกขึ้นโค้ง ผู้ชมปรบมือ) ผู้สนับสนุนฝ่ายค้านคนที่หนึ่งคือ คุณดวงแก้ว ใจหวัง ผู้สนับสนุนฝ่ายค้านคนที่สองคือ คุณเกรียงไกร ดิลกโลก (ดวงแก้วและเกรียงไกรลุกขึ้นโค้ง ผู้ชมปรบ-มือ) ส่วนกรรมการผู้ตัดสินการโต้วาทีครั้งนี้มีสามคนคือ กระผม ปราการ ธโนปกรณ์ เป็นประธานกรรมการ (ปราการโค้ง ผู้ชมปรบมือ) ส่วนอีกสองคนคือ คุณอาภรณ์ กาญจนา และคุณวิบูลย์ ภัทรพงษ์ (อาภรณ์และวิบูลย์ลุกขึ้นโค้ง ผู้ชมปรบมือ) ต่อไปนี้จะเริ่มโต้วาทีแล้ว ขอเชิญคุณมานีหัวหน้าฝ่ายเสนอขึ้นมาเสนอความคิดเห็น ใช้เวลาห้านาที (ผู้ชมปรบมือ)

มานี สวัสดีค่ะ ท่านผู้ฟังที่เห็นว่าการอ่านยากกว่าการเขียน(ผู้ชมหัวเราะ) ดิฉันทราบดีว่าท่านทั้งหลายมีความเห็นพ้องต้องกันกับดิฉันว่า การอ่านนั้นมีกระบวนการยากกว่าการเขียน คือจะต้องรู้จักพยัญชนะและสระ เมื่อพยัญชนะประสมกับสระแล้วจะอ่านอย่างไร เช่น ก-า อ่าน กา แต่ ข-า อ่าน ขา ยิ่งเมื่อมีวรรณยุกต์ก็ยิ่งลำบากมากขึ้น เช่น ป-า-เอก - ป่า แต่ น – า-เอก อ่าน น่า ไม่อ่านหน่า เราจะต้องจำให้ได้อย่างแม่นยำว่า คำที่เป็นอักษรต่ำ ถ้ามีวรรณยุกต์เอก เสียงจะเท่ากับคำที่เป็นอักษรกลางที่ใช้วรรณยุกต์โท และวรรณยุกต์โท อักษรต่ำ เท่ากับวรรณยุกต์ตรีอักษรกลาง เช่น น่า อักษรต่ำ ป้า อักษรกลาง และน้า อักษรต่ำ ป๊า อักษรกลาง (มานียกบัตรคำขึ้นให้ดูเป็นคู่ ๆ) เรามักจะอ่านผิดเสมอ นอกจากนี้ยังมีความยากในการอ่านคำที่ใช้ตัว ร ตัว ล และคำควบกล้ำ ทุกวันนี้คนส่วนใหญ่พูดจากันตัว ร หายไปหมดเลย โรงเรียนเป็นโลงเลียน ยิ่งคำควบกล้ำยิ่งแย่มาก ไม่ได้ฟามเลย (ผู้ชมหัวเราะ) อย่าไปทางฝานะ เดี๋ยวโดนฟายฝีด (ผู้ชมหัวเราะ) จะเปี่ยนแปงปับปุงตาลางเลียนก็ไม่บอกก่าว (ผู้ชมหัวเราะ) ก็เมื่อเราติดการพูดแบบนี้ มันก็ลำบากที่การอ่านต้อง

กระดกลิ้นรัวให้รวดเร็วรู้เรื่อง ไม่ให้คุณครูขุ่นเคือง ม่ายงั้นจะโดนไม้เรียว (ผู้ชมหัวเราะ) อีกเรื่องหนึ่งคืออ่านแบ่งวรรคตอน ต้องอ่านให้ถูกด้วย บางทีใจลอยแยกวรรคตอนผิด เช่น พวกลูกน้ำ เค็มดีทุกคน (ผู้ชมหัวเราะ) กลายเป็นลูกน้ำไปเลย แถมเค็มดีเสียด้วย (ผู้ชมหัวเราะ) ที่ถูกต้องอ่านติดกันว่า พวกลูกน้ำเค็ม ดีทุกคน อีกพวกหนึ่งที่อ่านยากคือ พวกอักษรนำ เช่นคำ ผลิต (มานียกบัตรคำชูให้ผู้ชมดู) ต้องอ่านว่า ผะหลิด ถ้าอ่านว่า ผฺลิด ก็ผิด เพราะเป็นอักษรนำไม่ใช่อักษรควบ ดูซิคะ แล้วอย่างนี้จะไม่ให้พูดว่าการอ่านยากกว่าการเขียนได้อย่างไร การเขียนมีอะไรยากตรงไหน อาศัยแต่ปากกากับกระดาษ ไม่ต้องออกเสียงลิ้นระรัว ไม่ต้องกลัวอ่านผิด ไม่ต้องคิดให้ลำบาก (ผู้ชมปรบมือ หัวเราะ) ใช้ปากกาลากเป็นตัวอักษร สำคัญต้องฟังให้ดี หรือเข้าใจความหมายของคำเท่านั้นก็เขียนได้ จะเอาสักกี่หน้า (ผู้ชมหัวเราะ) รู้พยัญชนะ รู้สระ วรรณยุกต์ ตัวสะกด การันต์ รู้หลักการเขียนบ้างก็เขียนได้ (ประธานกดกริ่งเป็นสัญญาณหมดเวลา) ดิฉันหวังว่าท่านผู้ฟังทุกท่านคงเห็นแล้วนะคะว่า การอ่านยากกว่าการเขียนหลายเท่า รอบนี้ขอจบเท่านี้นะคะ สวัสดีค่ะ

ประธาน ขอเชิญหัวหน้าฝ่ายค้าน คุณปีติ พิทักษ์ถิ่น มาแสดงความคิดเห็นคัดค้าน ใช้เวลาห้านาทีครับ

ปีติ สวัสดีครับท่านผู้ฟัง รู้สึกว่าหัวหน้าฝ่ายเสนอจะใช้วาทศิลป์เกลี้ยกล่อมท่านให้ตกหลุมลวงแล้วละครับ (ผู้ชมหัวเราะ) ไม่เป็นไร ผมจะทำให้ท่านเข้าใจถูกต้องว่า การเขียนต่างหากที่ยากกว่าการอ่าน ที่หัวหน้าฝ่ายเสนอกล่าวว่า การอ่านยากอย่างโน้น ยากอย่างนี้ พวกอักษรสามหมู่หรือไตรยางค์ต้องระวังอ่านเสียงวรรณยุกต์ให้ถูก ไม่เห็นจะยาก ใคร ๆ ก็ทราบว่าอักษรกลางผันได้ครบห้าเสียง แต่อักษรสูงและอักษรต่ำผันได้เพียงสามเสียง เมื่อรู้แล้วก็อ่านได้ ส่วนเขียนซิ บอกให้เขียนคำว่าย่า ไม่ทราบว่าเป็นย่า หรือ หญ้า (ปีติยกบัตรคำชู) ถ้าไม่มีข้อความประกอบละก็เสร็จแน่ ยิ่งข้อความประกอบไม่ชัดเจน เช่น ย่าตายเสียแล้ว ก็ไม่ทราบว่าจะเขียนคำ ย่า หรือ หญ้า เพราะทั้งสองอย่างนี้ตายได้เหมือนกัน (ผู้ชมหัวเราะ) ส่วนคำควบกล้ำ ตาก็มองเห็นอยู่ว่าเป็นคำควบกล้ำ ก็รัวลิ้นหรือ

ตวัดลิ้นอ่านออกไปตามที่ตามองเห็น ส่วนเขียนซิครับ ยากกว่า ต้องแม่นจริง ๆ จึงจะเขียนถูก เช่น ให้เขียนข้อความว่า หล่อนสวมสร้อยนั่งอ้อยส้อยอยู่ที่ซอยข้างวัด (ผู้ชมหัวเราะ) สวมสร้อยกับอ้อยส้อย สร้อยคำหน้าเป็นคำควบไม่แท้ คือ ส ควบ ร ส่วนส้อยคำหลังไม่ใช่คำควบ (ยกบัตรคำชูประกอบ) เห็นไหมครับ เขียนยากแค่ไหน ถ้าเขียนเป็นคำควบทั้งสองคำก็ผิด ต้องคิดถึงความหมายของคำอยู่เสมอ มิฉะนั้นก็เขียนผิด ส่วนอ่านน่ะหรือ มองเห็นตัวอักษร ประสมคำได้ปุ๊บ อ่านได้ปั๊บเลย (ผู้ชมหัวเราะ) การแบ่งวรรคตอนก็เหมือนกันครับ เขียนแยกวรรคตอนผิดก็ไม่เข้าใจความหมายหรือทำให้ความหมายผิดได้เหมือนกัน ดูข้อความอันนี้ซิครับ (ยกแผนภูมิชูให้ผู้ชมดู)

ที่ นี่ มี ก๋ วย
เ ตี๋ ย ว แ ล ะ บ ะ
ห มี่ ผั ด ก ว า ง
ตุ้ ง จ้ ะ

นี่ แผ่นนี้พบที่ร้านขายอาหารแห่งหนึ่ง เจ้าของร้านบอกว่าแผ่นป้ายมันเล็กเลยเขียนอย่างนี้ ถ้าใครอ่านเฉพาะบรรทัดที่สามก็คงคิดว่า ร้านนี้มีเส้นหมี่ผัดใส่เนื้อกวางแน่ ๆ (ผู้ชมหัวเราะ) เห็นไหมครับ เขียนแบ่งวรรคตอน เขียนแยกบรรทัด สื่อความหมายผิดหมด นี่คือความลำบากในการเขียน (ผู้ชมปรบมือ) นอกจากนี้พวกคำประวิสรรชนีย์และไม่ประวิสรรชนีย์ยิ่งน่ากลุ้ม คำสะอาดนี่ผมเขียนผิดเสมอ เพราะไปเทียบกับคำว่าสบายซึ่งไม่ประวิสรรชนีย์ เลยเขียนสะอาดไม่ประวิสรรชนีย์บ้าง (ประธานกดกริ่งเป็นสัญญาณหมดเวลา) เห็นไหมครับว่าการเขียนนี่มหาวิบากจริง ๆ เอาละครับผมขอจบแค่นี้ก่อน สวัสดีครับ (ยังมีต่อ)

รูปประโยคและการใช้คำ

๑. ....ต่างหาก 这个句型强调说明是这个或这样而不是那个或那样。相当于汉语中的“不是……而是……”或“是……而不是……”。它可以强调主语，也可以强调谓语或其他成分。强调主语时，很多情况下可以在“**ต่างหาก**”后加“**ที่....**”。

ตัวอย่าง ๑

๑) ฉันต่างหากเป็นผู้ผิด ไม่ใช่เขา

หรือ ฉันผิดต่างหาก ไม่ใช่เขา

เขาไม่ผิด ฉันผิดต่างหาก

๒) เล็กต่างหากที่เข้าใจผิด (ไม่ใช่คนอื่น)

หรือ เล็กเข้าใจผิดต่างหาก (ไม่ใช่คนอื่น)

๓) คุณต่างหากที่ไม่ได้ทำตามระเบียบ (ไม่ใช่ผม)

หรือ: คุณไม่ได้ทำตามระเบียบต่างหาก (ไม่ใช่ผม)

๔) ภาษาไทยไม่ยากเย็นอะไร ภาษาอังกฤษต่างหากที่ยากแสนยาก

หรือ: ภาษาไทยไม่ยากเย็นอะไร ภาษาอังกฤษยากต่างหาก

๕) ไม่ใช่ไม่รู้ แกไม่ยอมบอกต่างหาก

๖) ไม่ใช่ไม่อยากเรียน ไม่มีเวลาต่างหาก

๗) มีเวลาถมไป ขี้เกียจต่างหาก

๘) เขาไม่ใช่คนโง่ ไม่ขยันต่างหาก

๙) นี่เป็นหนังสือของจิ้งต่างหาก ไม่ใช่ของเธอ

๑๐) นี่เป็นผลงานของลูกศิษย์ต่างหาก ไม่ใช่ของอาจารย์เอง

此外，“ต่างหาก”还有“另外”、“单独”的意思，常出现在单句中。

ตัวอย่าง ๒

๑) นักศึกษาต่างประเทศอยู่อีกแห่งหนึ่งต่างหาก

๒) ไวยากรณ์จะเรียนต่างหากใช่ไหม

๓) หนังสือชุดนี้ใช้บ่อย อย่าเก็บรวมกับชุดอื่น เก็บต่างหากดีกว่า

๔) ค่าเหล้าค่าน้ำจะคิดต่างหาก ไม่รวมอยู่ในค่าอาหารค่ะ
๕) สำหรับนักเรียนอ่อน ครูจะหาเวลาช่วยต่างหาก

แบบฝึกหัด ๑ จงแปลประโยคตัวอย่างทั้งหมดเป็นภาษาจีน

แบบฝึกหัด ๒ จงใช้คำว่า"ต่างหาก"แต่งประโยคตามตัวอย่าง ๑ และตัวอย่าง ๒ อย่างละ ๒ ประโยค

๒. ยิ่ง......ยิ่ง...... 越……越……。

ตัวอย่าง ยิ่งอ่านยิ่งเพลิน
ยิ่งทำยิ่งคล่อง
ยิ่งในยามว้าเหว่ ยิ่งคิดถึงพ่อแม่

แบบฝึกหัด จงใช้คำที่ให้ไว้ในข้อ ๑) และข้อ ๒) แต่งประโยค"ยิ่ง......ยิ่ง......"ตามประโยคตัวอย่าง

๑) เขียน วันหยุด แก้ นานวัน โต พูด
๒) ไม่ได้ความ ฉลาด ยุ่ง ยาว ชัดแจ้ง คนมาก

๓. สำหรับ........ 介词，除了第二册13课中讲到的“为、专为、供……用的”等意义外，还可用于引进所要阐述的对象或事物，相当于汉语的“对于……”。需要强调所引进的对象或事物时，往往将其用于句首。

ตัวอย่าง ใครเห็นอย่างไรบ้างสำหรับข้อเสนอนี้
สำหรับข้อเสนอนี้ ใครเห็นอย่างไรบ้าง

เขายังอ่อนหัดอยู่มากสำหรับสังคมเช่นนั้น
สำหรับสังคมเช่นนั้น เขายังอ่อนหัดอยู่มาก

แบบฝึกหัด จงอ่านและแปลประโยคต่อไปนี้เป็นภาษาจีน

๑) สำหรับคนที่เคยเรียนแล้วอาจรู้สึกง่าย
๒) สำหรับเรื่องนี้ ฉันเห็นว่าไม่จำเป็นต้องใช้เวลาถกเถียงกันให้เสียเวลา
๓) สำหรับปัญหานี้ เรามีความเห็นสอดคล้องกันมิใช่หรือ
๔) สำหรับนักเรียนต่างประเทศ เราจะให้เวลาช่วยต่างหาก
๕) สำหรับสิ่งเหล่านี้ เรายังเป็นเด็กนักเรียนอยู่
๖) สำหรับคนรวยเขาไม่เดือดร้อนหรอก คนจนสิแย่
๗) หนังสือเหล่านี้ไม่เหมาะสำหรับเยาวชน
(สำหรับเยาวชน หนังสือเหล่านี้ไม่เหมาะ)
๘) พูดอย่างนี้ไม่มีประโยชน์สำหรับเขา
(สำหรับเขา พูดอย่างนี้ไม่มีประโยชน์)

๔. ....แค่.... 只，仅，就。可用于数量、距离、程度、规模、进程等诸方面，常与“**นี้**”“**นั้น**”以及数字或名词搭配。译成汉语时，要视语言环境而定。此外，“**แค่**” 还可与“**ไหน**” 组合成为“**....แค่ไหน**”，常用于问句，是问“到什么地步了”“到什么程度了”或者“有多……”的意思。

ตัวอย่าง

๑) อึ่งอ่างถามลูกว่า (สัตว์ประหลาดตัวนั้น)ใหญ่แค่นี้ได้ไหม
๒) วันนี้เรียนแค่นี้ก่อน พรุ่งนี้เรียนต่อ
๓) ผมส่งแค่นี้นะครับ
๔) พอพูดมาเพียงแค่นั้นเขาก็หยุด
๕) เอาแค่นี้พอหรือ
๖) แค่ ๒ ตัวเท่านั้น นึกว่าจะมากมายเพียงไร
๗) ห้องพักของเขามีเนื้อที่แค่ ๘ ตารางเมตรเท่านั้น แต่ก็ตบแต่งได้สวยงามดี
๘) เขาสูงแค่ไหล่ฉัน
๙) เขาเพิ่งไปแค่ประตูก็ถูกเรียกกลับมา

๑๐) ปัญหาอยู่แค่ปลายจมูก ยังมองไม่เห็นหรือ
๑๑) แขนเสื้อของฉันมันหดขึ้นมาอยู่แค่ข้อศอก
๑๒) (หนอน)ตัวมันยาวแค่นิ้วมือเห็นจะได้
๑๓) แค่ปากกาก็ไม่ให้ยืม คนนี้ใจแคบจะตาย
๑๔) น้ำลึกแค่ไหน
- แค่เอวเท่านั้น
๑๕) ไม่ว่าจะยากลำบากแค่ไหน เขาก็ไม่เคยท้อถอยเลย
๑๖) งานที่เขาสั่งไว้นั้น เธอทำไปถึงแค่ไหนแล้ว
๑๗) เขาบ่นบ่อย ๆ ว่างานชิ้นนี้ยากแสนยาก แต่ไม่รู้ว่ายากแค่ไหนอย่างไร
๑๘) “ลักษมีเล่าว่าลูกไม้ดอกไม้ที่ได้มาจากเมืองสวรรค์นั้นมันใหญ่มหึมาเหลือเกิน แต่เขาก็ไม่ยักบอกว่าใหญ่แค่ไหน”

แบบฝึกหัด ๑ จงแปลประโยคตัวอย่างเป็นภาษาจีน

แบบฝึกหัด ๒ จงใช้คำว่า“....แค่นี้”“....แค่ไหน”แต่งประโยคตามประโยคตัวอย่างอย่างละ ๓ ประโยค

ข้อสังเกต

๑. 学习本课和下一课的主要目的是学习和掌握各种语气的表达以及运用语言的技巧。在学习中要反复体会以上两点，并在老师的指导下用正确的语气、语调反复朗读课文直至熟练。文中出现一些比较生僻的专用词，不必死记硬背。

๒. โต้วาที是对某一问题设正、反两方进行辩论以展示雄辩口才的形式，不同于โต้เถียง（争论）或โต้แย้ง（争辩、辩论）。

๓. การโต้วาทีของนักเรียนชั้นประถมศึกษาปีที่ ๖/๑ ในญัตติที่ว่า"การอ่านยากกว่าการเขียน"

๑) ๖/๑ "/" 这个符号读作 "ทับ" ， "ปีที่ ๖/๑" 读作 ปีที่ ๖ ทับ ๑ 。 "ประถมศึกษาปีที่ ๖/๑" 即 "小学六年级一班" 的意思。

๒) ญัตติ 指辩论会的题目，是专用词。另一个常用意义是交付代表大会通过的 "提案"。

๓) ที่ว่า 是将另一个短语引进句中以说明前面名词内容的结构助词，汉语中有时可用 "所谓" 或 "关于" 来表示。如：

(๑) ข้อเสนอที่ว่า"ให้จำกัดจำนวนมอเตอร์ไซค์"นั้น กำลังได้รับความสนใจจากเทศบาล

(๒) สำหรับคำขวัญที่ว่า"ออมไว้ไม่ขัดสน" เธอมีความคิดเห็นอย่างไร

(๓) ปัญหาที่ว่า"ไก่เกิดก่อนไข่หรือไข่เกิดก่อนไก่"นั้น มีความหมายอะไรจริง-จังไหม

(๔) ที่ว่า"กันดีกว่าแก้"หมายความว่าทุกสิ่งทุกอย่างเราควรคิดป้องกันมิให้เกิดความเสียหายไว้ก่อน ดีกว่าเมื่อเกิดความเสียหายขึ้นแล้วค่อยคิดหาทางแก้ไขทีหลัง เข้าใจอย่างนี้ถูกหรือเปล่า

๔. ทุกวันนี้คนส่วนใหญ่พูดจากันตัว ร หายไปหมดเลย

"ทุกวันนี้" 在第二册中已经出现过，是 "如今"、"当今"、"现在"、"目前" 的意思。有时也可以译为 "今天"，但指的是广义的今天，与 "如今"、"现在" 同义，不同于 "วันนี้"。 其他例子如：

๑) ทุกวันนี้ เด็กส่วนใหญ่ไม่รู้ว่าโรคฝีดาษคือโรคอะไรเสียแล้ว

๒) จีนทุกวันนี้ไม่ใช่จีนสมัยเก่าอีกแล้ว

๓) ทุกวันนี้เป็นสมัยคอมพิวเตอร์ สมัยนิวเคลียร์ จะเทียบกับสมัยโบราณได้ยังไง

๔) นิทานเรื่องนี้เล่าต่อ ๆ กันมาจนกระทั่งทุกวันนี้

๕) ประชาชนจีนกับประชาชนไทยมีความสัมพันธ์ฉันพี่น้องกันมาตั้งแต่โบราณกาลจนกระทั่งทุกวันนี้

๕. ไม่ได้ฟามเลย อย่าไปทางฝ่านะ เดี๋ยวโดนฟายฝึด จะเปี่ยนแปงปับปุงตาลางเลียนก็ไม่บอกก่าว

这句话的正确发音应该是：ไม่ได้ความเลย อย่าไปทางขวานะ เดี๋ยวโดนควายขวิด จะเปลี่ยนแปลงปรับปรุงตารางเรียนก็ไม่บอกกล่าว。现代有一些泰国人，尤其是某些华裔泰国人中存在着这类发音偏差的情况。

๖. ก็เมื่อเราติดการพูดแบบนี้...............

“ติด”是多义词，已经学过的意义有：

贴 เช่น ติดแสตมป์

接着、挨着 เช่น นั่งติดกัน

点（火、炉子） เช่น ติดไฟ ติดเตา

遇上（红灯） เช่น ติดไฟแดง

“ติด”在此句里是“养成习惯”、“上瘾”的意思。其他例子如：ติดบุหรี่ ติดฝิ่น ติดนิสัย ฯลฯ

“ติด”还有许多其他意义，同学们要注意自己归纳。

๗. มันก็ลำบากที่การอ่านต้องกระดกลิ้นรัวให้รวดเร็วรู้เรื่อง ไม่ให้คุณครูขุ่นเคือง ม่ายงั้นจะโดนไม้เรียว

๑) 此处的“ที่”是说明原因的结构助词（祥见上一课句型）。

๒）“ไม่ให้คุณครูขุ่นเคือง”是说明“ต้องกระดกลิ้นรัวให้รวดเร็วรู้เรื่อง”的目的。

๓) ม่ายงั้น = ไม่งั้น 是说话者故意拉长声调以示强调。

๕) โดน = ถูก

๘. ถ้าไม่มีข้อความประกอบละก็เสร็จแน่

“……ละก็”常用在表示假设的分句之后，以引出下文，相当于汉语中的“……的话”。其他例子如：

ถ้าคุณไม่ห้ามละก็ เขาแย่ไปแล้ว

ถ้าใครขืนทำอย่างนี้อีกละก็ จะต้องถูกลงโทษ

๕. มองเห็นตัวอักษรประสมคำได้ปุ๊บอ่านได้ปั๊บเลย

"ปุ๊บปั๊บ" 形容干事利索、干脆，很像汉语中的"嘁里喀喳"。如：

เขาทำเร็ว ปุ๊บปั๊บปุ๊บปั๊บ ประเดี๋ยวเดียวก็เสร็จ

เขาซ่อมเร็ว ปุ๊บปั๊บปุ๊บปั๊บ ไม่ถึง ๕ นาทีก็เรียบร้อย

有时也可将"ปุ๊บปั๊บ"分在前后两个句子中，成为"....ปุ๊บ ....ปั๊บ"。这时可译作"（刚）一……（马上）就……"。如：

เขาตอบคล่อง พอถามปุ๊บก็ตอบปั๊บ และถูกด้วย

เขาฉลาด อ่านอะไรปุ๊บ ก็จำได้ปั๊บ

แบบฝึกหัด

๑. จงตอบคำถามเกี่ยวกับเนื้อเรื่องต่อไปนี้

๑) โดยทั่วไปการโต้วาทีมีกติกาอย่างไรบ้าง

๒) เหตุผลของฝ่ายเสนอคนแรกมีกี่ข้อ อะไรบ้าง (ตอบโดยสรุป)

๓) เหตุผลของฝ่ายค้านคนแรกมีกี่ข้อ อะไรบ้าง (ตอบโดยสรุป)

๔) เธอมีความคิดเห็นอย่างไรต่อเหตุผลของทั้งสองฝ่าย

๒. จงหาคำพ้องเสียงที่เคยเรียนมาแล้ว ๓ คู่ แล้วหาคำประกอบกับคำพ้องเสียงเหล่านี้ พร้อมใช้คำพ้องเสียงเหล่านี้แต่งประโยคตามตัวอย่างต่อไปนี้

ตัวอย่าง ย่า - หญ้า

คุณย่า - ต้นหญ้า

ย่าจะไปถางหญ้า

๓. คำบางคำถ้าออกเสียงสระเพี้ยนเป็นเสียงสั้นหรือยาวกว่าปรกติ ความหมายของคำจะเปลี่ยนไป ทำให้ผู้ฟังเข้าใจผิด จงหาคำแบบนี้มา ๓คู่ แล้วให้แต่งประโยคตามตัวอย่างต่อไปนี้

ตัวอย่าง เรา - ราว

เสื้ออยู่ที่เรา - เสื้ออยู่ที่ราว

๔. คำที่มีเสียงตัว ร กับ ตัว ล และคำควบกล้ำกับไม่ควบกล้ำมีความหมายแตกต่างกัน จงหาคำแบบนี้มา ๓ คู่ แล้วแต่งประโยคตามตัวอย่างต่อไปนี้

ตัวอย่าง	กำไร	-	กำไล
	ฉันไม่มีกำไร	-	ฉันไม่มีกำไล
	ครู	-	คู
	ฉันยืนอยู่ข้างครู	-	ฉันยืนอยู่ข้างคู

๕. คำว่า"ส่วน"และ"สำหรับ"เมื่อใช้นำหน้าประโยคใช้ต่างกันอย่างไร จงอธิบายและยกตัวอย่างประกอบคำละ ๒ ประโยค

๖. จงแปลประโยคต่อไปนี้เป็นภาษาไทย

1. 今天就讨论到这里吧，明天继续讨论。
2. 你说的那个地方有多远？一天能走到吗？
3. “这学期不考试了”这个消息不确切，别信他的。
4. 所谓困难极了的问题究竟是什么问题啊？
5. 他对音乐熟极了，一听就知道是什么曲子。
6. 我们早就想组织一次辩论会了，可是没找到合适的题目。
7. 他们几个人很有口才，加上今天的题目对正方比较有利，所以这次辩论中他们获得了胜利。
8. 今天的上海已经不是过去的上海了，再也见不到“租界”了。
9. 对于这些问题您有何高见？
10. 起初他并不喜欢这本书，可是后来他越读越有兴趣。

๘ ศัพท์และวลี

โต้	辩论，争论，反驳	โต้วาที	辩论会
ญัตติ	提案；辩论题	ประธาน	主席
กรรมการ(กำ-มะ-)	委员	ที่ปรึกษา	顾问
ฝ่ายเสนอ	正方	ฝ่ายค้าน	反方

ผู้ฟัง	听众	รายการ	节目；项目
หัวข้อ	题目	โต้เถียง	争论，辩论
กระบวนการ	过程，进程	ยิ่งนัก	极其
ครูประจำชั้น	级主任	ผู้ชม	观众
โค้ง	鞠躬	สำหรับ	对于
ต่างหาก	而是……；另外，单独	ผู้ตัดสิน	裁判员
		ความคิดเห็น	=ความเห็น
เห็นพ้องต้องกัน	同意，看法一致	พยัญชนะ	辅音
ประสม	组合	วรรณยุกต์(วัน-นะ-)	声调
อักษรต่ำ	低辅音		
โท	二，第二	ตรี	三，第三
บัตร	卡片，……证	คำควบกล้ำ	复辅音构成的字
โดน	挨，碰上	ไม่ได้ความ	不通顺，不达意；不像样，荒唐
ขวิด	(动物)用角或牙顶撞		
ปรับปรุง	整顿，调整	ติด	上瘾；成习惯
กระดก	翘起	ลิ้น	舌头
รัว	快（敲、打）；抖动，颤动	ขุ่นเคือง	快快不乐，生气
		ไม้เรียว	（打孩子用的）小棍
วรรค	一句，一段；一句或一段后留的空格		
		แบ่งวรรคตอน	分句，分段
		ใจลอย	心不在焉
แยก	分开	ลูกน้ำ	孑孓
น้ำเค็ม	海水	ลูกน้ำเค็ม	海边长大的孩子
อักษรนำ	前引字	อักษรควบ	复辅音
ระรัว	抖动	ลาก	拖，拉，拽
ตัวอักษร	字	ตัวสะกด	韵尾辅音，尾音
การันต์	不发音的字母	เท่า	倍

วาทศิลป์(วา-ทะ-)	语言艺术
หลุม	坑
ไตรยางค์	三组字母
ชัดเจน	清楚，清晰
หล่อน	她
อ้อยส้อย	忧戚的
ควบ	合并，结合
แผนภูมิ(-พูม)	图表
แผ่น	块
ประวิสรรชนีย์(-วิ-สัน-ชะ-นี)	加“-ะ”符号
เทียบ	比，比较
มหา-	大的
ยากแสนยาก	极难
ลูกศิษย์	学生，弟子
ว้าเหว่	寂寞，孤寂
ข้อเสนอ	提议，建议
ถกเถียง	争论
เนื้อที่	面积
ตบแต่ง	＝ตกแต่ง 装饰，装潢；打扮
แค่ปลายจมูก	（常用来比喻就在眼前却视而不见，类似汉语的“眼皮底下”）
มหึมา	巨大的
เกลี้ยกล่อม	劝说，说服
หลุมลวง	陷阱
ผัน	拼读出声调
ตวัด	急拉，急卷
สร้อย	项链
แท้	真
ปุ๊บปั๊บ	（形容做事干脆利索，快速）
สื่อ	传递（信息）
กลุ้ม	苦恼，苦闷，烦闷
วิบาก	困难，苦难
ยากเย็น	＝ยาก
ถมไป	有的是，多的是
รวม	合；包括
นานวัน	日子久了，久而久之
สอดคล้องกัน	相符的，一致的
ตาราง....	平方
ไหล่	肩
ปลายจมูก	鼻尖
หด	缩
ข้อศอก	肘
นิ้วมือ	手指
ใจแคบ	心胸狭窄，吝啬
สวรรค์	天堂
โต้แย้ง	争辩，辩驳

จำกัด	限制，有限	เทศบาล(เทด-สะ-)	市政府
คำขวัญ	口号	ทุกสิ่งทุกอย่าง	一切
ป้องกัน	防止；保卫	โรคฝีดาษ	天花
นิวเคลียร์	核子	....ฉัน....	像……那样，
ฉันพี่น้อง	兄弟般的		像……那般
เสียหาย	损失	ฝิ่น	鸦片
กติกา	规则	ถางหญ้า	除草
กำไร	利润	กำไล	手镯
คู	沟		

บทอ่านประกอบ

เมทินีคบเพื่อน(ต่อ)

๖. งานแสดงของโรงเรียน

บ่ายวันนี้ โรงเรียนสตรีแห่งนั้นคึกคักเป็นพิเศษ เพราะทางโรงเรียนจัดงานขึ้นเพื่อหารายได้ซื้อเครื่องดนตรี งานเริ่มเวลาบ่ายโมงตรง ส่วนใหญ่เป็นการแสดงของนักเรียนชั้นต่าง ๆ ชั้นม.ศ. ๓ ของเมทินีแสดงละครประกอบเพลงเรื่อง "โอลิเวอร์" ชั้นม.ศ. ๒ แสดงรำเซิ้งบ้องไฟของภาคอีสาน แต่ละชั้นตั้งใจฝึกซ้อมมาอย่างดี เพราะอาจารย์ใหญ่ประกาศว่าจะมีรางวัลให้ชั้นที่แสดงดีเป็นพิเศษ และมีการร่วมมือกันอย่างพร้อมเพรียงกัน

แขกเหรื่อจำนวนมากมายต่างทยอยกันเข้าสู่หอประชุมใหญ่ ซึ่งหน้าเวทีประดับด้วยดอกไม้สดและดวงไฟสวยงาม เขาเหล่านี้โดยมากเป็นบิดามารดาหรือผู้ปกครองนักเรียน นอกจากนั้นก็เป็นศิษย์เก่าของโรงเรียนและแขกอื่น ๆ พ่อแม่ของนักเรียนมีฐานะและอาชีพต่างกัน แต่ที่เหมือนกันคืออยากเห็นความสำเร็จของลูกด้วยกันทั้งนั้น บางคนมีธุระสำคัญแต่ก็ยังปลีกเวลามาชมการแสดงของลูก

เมทินีเหลือบไปที่ประตูทางเข้าของห้องประชุม เห็นบุรุษวัยกลางคนท่าทางภูมิ

ฐานคนหนึ่งเดินเข้ามา ยิ้มและทักทายกับหลายคน ดูเหมือนเมทินีเคยเห็นบุคคลผู้นี้ที่ไหนสักแห่งมาก่อน แต่จำไม่ได้แน่

"เอ คนนี้เป็นใครกันนะ" เมทินีถามศรีสมรซึ่งนั่งอยู่ข้าง ๆ

"พ่อของสาวิตรีไงล่ะ" สาวิตรีเป็นเพื่อนนักเรียนร่วมชั้นกับเมทินีและศรีสมรด้วย

"คนนี้นะหรือ คุณพ่อของสาวิตรี" เมทินีแปลกใจ

"ใช่ซิ ท่านเป็นคนกว้างขวางมาก"

"ฉันคงจะเคยเห็นจากหน้าหนังสือพิมพ์" เมทินีพูด

"แน่ละซี ท่านเคยเป็นรัฐมนตรีกระทรวง......ในสมัยรัฐบาลชุดก่อน" ศรีสมรเอ่ยชื่อกระทรวงหนึ่งออกมา "ตอนนี้ไม่ได้เป็นแล้ว แต่อำนาจบารมียังเหลืออยู่ เมื่อก่อนนี้ หนังสือพิมพ์ลงข่าวเกี่ยวกับอดีตรัฐมนตรีหนุ่มใหญ่ผู้นี้ว่าพัวพันอยู่กับคดีคอร์รัปชั่นและการค้ายาเสพติด แต่ตอนหลังไม่รู้เป็นยังไง เรื่องราวต่าง ๆ กลับเงียบหายไป"

"ทำไมเป็นอย่างนั้นล่ะ" เมทินีถาม

"ท่านคงใช้เงินปิดปากหนังสือพิมพ์" ศรีสมรออกความเห็น

"อาจจะเป็นไปได้สำหรับหนังสือพิมพ์บางฉบับ" เมทินีเสนอความคิดเห็น "จริงอยู่ เงินอาจจะมีอิทธิพล สามารถเปลี่ยนขาวเป็นดำหรือดำเป็นขาวได้ หรือจากชั่วเป็นดีได้ แต่สำหรับหนังสือพิมพ์ที่มีอุดมการณ์ ชื่อเสียงและมีจรรยาบรรณ เงินไม่สามารถปิดปากเขาได้เลย เขาจะแฉความดีความชั่วความไม่ถูกต้องต่าง ๆ เพื่อประชาชนอย่างเป็นธรรม"

"เธอคิดว่าหนังสือพิมพ์ที่ดีมีอยู่บ้างไหม" ศรีสมรถาม

"ฉันคิดว่ามีอยู่มาก พวกนี้ต้องเสี่ยงภัยเพื่อทำในสิ่งที่ถูกต้อง เขาต้องต่อสู้กับอิทธิพลต่างๆ เพื่อรักษาความเป็นธรรมในสังคม เธอคงได้ข่าวอยู่ทุกวันว่า ข้าราชการตำแหน่งสูง เมื่อทำผิดก็ต้องได้รับโทษตามกฎหมายบ้านเมืองไม่มีเว้น ที่เป็นเช่นนี้เพราะหนังสือพิมพ์มีส่วนผลักดันอีกแรงหนึ่ง แต่ก็มีหนังสือพิมพ์บางฉบับที่ไม่รักษาอุดมการณ์ของตัวเอง มีการเสนอข่าวคลาดเคลื่อนต่อความเป็นจริง หรือให้ข่าวที่เอนเอียงไปทางหนึ่งทางใดเพื่อมุ่งหวังผลประโยชน์บางสิ่ง หรือบางฉบับพาดหัวข่าวที่ชวนให้ตื่นเต้น น่าสนใจโดยไม่ศึกษาถึงข้อเท็จจริงเสียก่อนเป็นต้น"เมทินีอธิบาย

"ฉันคิดว่าเราคุยกันนานแล้วนะ โน่นแน่ะ อาจารย์มาเรียกเราแล้วซี" ศรีสมร

ชวนเมทินีไปหลังเวทีเพื่อแต่งหน้าแต่งตัวและซักซ้อมการแสดง

ห้องแต่งตัวเต็มไปด้วยความชุลมุนวุ่นวาย ผู้แสดงรุ่นเยาว์กำลังเดินไปเดินมาขวักไขว่ บ้างแต่งหน้า บ้างแต่งตัว บ้างซักซ้อมบท บางคนกำลังสวมชุดละคร ยืนหันซ้ายหันขวาอยู่หน้ากระจกเงาบานใหญ่

"เป็นยังไงบ้าง สาวิตรี เหนื่อยไหม" เมทินีทักทายสาวิตรี ซึ่งกำลังง่วนอยู่กับการแต่งหน้าให้นักแสดงคนหนึ่ง

"ไม่เหนื่อยหรอก" สาวิตรีตอบสั้น แล้วหันไปทำงานของเธอต่อไป

ก่อนเริ่มรายการแสดง อาจารย์ใหญ่ขึ้นไปกล่าวต้อนรับผู้มาชมและชี้แจงวัตถุประสงค์ของการจัดงานครั้งนี้โดยสังเขป

"ทางโรงเรียนมีนโยบายส่งเสริมให้เด็กรักทางศิลปะ วิชาดนตรีเป็นส่วนหนึ่งของศิลปะด้วย เรายังขาดอุปกรณ์การสอนและเครื่องดนตรีที่มีคุณภาพ ทางโรงเรียนไม่มีงบประมาณเพียงพอ จึงจัดงานนี้ขึ้น ให้นักเรียนเป็นผู้ดำเนินรายการทั้งหมดโดยมีครูอาจารย์เป็นเพียงที่ปรึกษา นักเรียนได้ฝึกซ้อม ขายบัตรเอง เพื่อให้นักเรียนเกิดความภาคภูมิใจว่าเป็นน้ำพักน้ำแรงของเขาเอง ถ้าขาดเหลือเท่าไร ทางโรงเรียนจะออกสมทบจนเพียงพอแก่ความต้องการ ทั้งนี้เพื่อจะให้นักเรียนมีจิตใจดีงาม สุภาพอ่อนโยน และมีความซาบซึ้งในศิลปะ......" พออาจารย์ใหญ่กล่าวจบก็มีเสียงปรบมือแสดงความพอใจดังขึ้นทั่วหอประชุม เพราะวิธีนี้เป็นการฝึกเด็กในการแสดงออกและฝึกให้รับผิดชอบซึ่งจะเป็นประโยชน์แก่เด็กในวันข้างหน้า

แสงไฟในห้องประชุมดับมืดลง มีแสงสปอร์ตไลท์ฉายไปที่บนเวที ซึ่งกำลังมีการแสดงละครประกอบเพลงเรื่อง"โอลิเวอร์"หรือ"หนูน้อยพเนจร"ของนักเรียนชั้น ม.ศ.๓ ผู้แสดงบทโอลิเวอร์คือนารีผู้มีนัยน์ตาเศร้านั่นเอง เพื่อน ๆ เห็นว่านารีเหมาะสมกับบทนี้ จึงพร้อมใจกันยกให้แก่เธอ นารีแสดงได้ดีเกินคาด ก่อนวันแสดงเธอได้ซอยผมให้สั้นเข้า เมื่อสวมกางเกงมีสายบ่า และเสื้อแจ๊กเก้ตแล้ว เธอมีลักษณะทะมัดทะแมงคล้ายเด็กชายโอลิเวอร์ที่เธอกำลังสวมบทบาท

ตอนที่ประทับใจคนดูมากที่สุดคือโอลิเวอร์ออกมาร้องเพลง"Who will buy ?" หรือ"ใครจะซื้อ(ดอกไม้)บ้าง" ตามท้องเรื่องโอลิเวอร์เป็นเด็กกำพร้าที่ร่อนเร่พเนจรไปยังที่ต่าง ๆ พบกับความหิว ความหนาว ความว้าเหว่ พบคนที่ข่มเหงรังแก และในที่สุดได้พบกับคนใจดีมีเมตตาช่วยเหลือ ด้วยลีลา น้ำเสียงและลักษณะสีหน้าของ

นารีจึงทำให้ฉากนี้ประทับใจคนดูมากขึ้น คนที่เข้าชมก็ต้องเคยผ่านวัยเด็กมาแล้ว อาจจะเคยเร่ร่อน แสวงหาความอบอุ่นและความรัก เคยร้องไห้ เคยอดเคยอิ่มมาบ้าง ทำให้เขาระลึกถึงความหลัง

คนแสดงเป็นคนขายดอกไม้ที่แสดงลีลาประกอบมี ๗ คน ในจำนวนนี้มีเมทินีและศรีสมรรวมอยู่ด้วย พอการแสดงชุดนี้จบลง มีเสียงปรบมือดังขึ้นอย่างกึกก้องและยาวนาน

ต่อไปเป็นรายการแสดงรำเซิ้งบ้องไฟของนักเรียนชั้น ม.ศ.๒ ถึงแม้จะมีเวลาฝึกซ้อมจำกัด แต่นักเรียนก็แสดงได้ดี ถัดไปเป็นรายการขับร้องเพลงประสานเสียงของนักเรียนชั้นม.ศ.๑ มีเพลงชุดพระราชนิพนธ์ไพเราะ เช่น“สายฝน” “ลมหวน” “ใกล้ค่ำ” และ “ชะตาชีวิต”เป็นต้น

พอรายการแสดงทั้งหมดเสร็จสิ้นลง ผู้คนก็เตรียมตัวกลับบ้าน เมทินีได้ยินเสียงใครคนหนึ่งพูดขึ้นว่า

“หนูคนที่ออกมาร้องเพลงข้างหน้าเวทีตอนแสดงละครแสดงเก่งจริง”

“ใช่สิ” เมทินีคิดในใจ “นารีแสดงละครบนเวทีได้เก่งมากเพราะนั่นคือการแสดงจากชีวิตของเธอ......ละครแห่งชีวิต”

งานแสดงของโรงเรียนสำเร็จลงด้วยความร่วมมือร่วมใจของทุกฝ่าย เงินที่ได้จากการขายบัตรมีเพียงพอสำหรับซื้อเครื่องดนตรีตามที่ตั้งใจแล้ว และยังมีผู้ปกครองที่มีฐานะดีบางคนยื่นความจำนงบริจาคสมทบอีก โดยทางโรงเรียนมิได้เรียกร้องแต่อย่างใด เขาให้เหตุผลว่า

“ต้องการสนับสนุนการแสดงออกของนักเรียนเพื่อช่วยเหลือโรงเรียนของตนเอง การที่โรงเรียนทำเช่นนี้ดีกว่าการเรียกเงินแป๊ะเจี๊ยะจากผู้ปกครอง แล้วนำมาสร้างหรือซื้อสิ่งของเป็นสมบัติของโรงเรียน วิธีนั้นเด็กย่อมไม่รู้สึกว่ามีส่วนร่วมด้วย ฉะนั้นจึงไม่ค่อยรักษาของเท่าไร”

ไม่กี่วันต่อมา ทุกคนพากันตื่นเต้นที่ได้เห็นเครื่องดนตรีเพิ่มขึ้นหลายชิ้น คือ ออร์แกนไฟฟ้าของญี่ปุ่นราคาปานกลาง ๑ หลัง กลองใหญ่และกลองแต๊กสำหรับวงดุริยางค์ ๑ ชุด นักเรียนต่างภาคภูมิใจว่าเป็นผลงานที่เกิดจากน้ำพักน้ำแรงของพวกเราเอง มีความรู้สึกเป็นเจ้าของร่วมด้วย ฉะนั้นจึงพากันถนอมรักษาและใช้อย่างระมัดระวังเพื่อให้สมบัตินั้นใช้ได้ทนนานที่สุด

๗. ผู้ประสานรอยร้าว

พอโรงเรียนเลิก นักเรียนต่างรีบทำความสะอาดห้องเรียนของตนเอง โดยจัดเวรทำกลุ่มละ ๗-๘ คนประจำแต่ละวันไป และเรียกการทำความสะอาดห้องเรียนนี้ว่า "ทำเวร" ถ้าหากคนไหนมีหน้าที่ทำเวรในวันใด วันนั้นอาจจะต้องกลับถึงบ้านช้ากว่าทุกวัน ส่วนผู้ที่ไม่ได้ทำเวรต่างก็เตรียมตัวกลับบ้าน บางคนเดินออกไปขึ้นรถเมล์ บางคนรอให้ผู้ปกครองมารับ ช่วงเวลาโรงเรียนเลิกถนนหน้าโรงเรียนจึงมีการจราจรคับคั่งเป็นพิเศษ

ปัญหาสำคัญของคนกรุงเทพฯคือการจราจรที่คับคั่งและอากาศเป็นพิษ ซึ่งเกิดจากควันเสียของเครื่องยานยนต์พาหนะ กรุงเทพฯมีรถยนต์มากมายไม่สมดุลกับจำนวนถนนที่มีอยู่แล้ว จากบ้านถึงโรงเรียนเมทินีสังเกตเห็นว่า ถนนหลายสายมีการก่อสร้างขุดหลุม ซ่อมแซมถนนอย่างไม่รู้จักเสร็จสิ้น เหล่านี้เป็นเหตุให้ผิวจราจรใช้การไม่ได้ ทำให้การจราจรซึ่งคับคั่งอยู่แล้วกลายเป็นอัมพาตไป เมทินีคิดว่าถ้าหากหน่วยงานเหล่านี้ทำงานประสานกันอาจจะช่วยแก้ปัญหาได้บ้าง เท่าที่เป็นอยู่ทุกวันนี้หน่วยงานแรกมาขุดถนนเพื่อวางท่อระบายน้ำเสีย พอกลบเสร็จ อีกหน่วยงานหนึ่งก็มาขุดเพื่อวางสายโทรศัพท์ ยังไม่ทันกลบดี อีกหน่วยงานหนึ่งก็มาขุดเพื่อวางท่อประปา ยังไม่ทันไรหน่วยงานแรกก็มาขุดเพื่อซ่อมท่อระบายอีก หมุนเวียนกันอย่างนี้ตลอดทั้งปี การที่ผู้ใหญ่ทำงานกันเช่นนี้ จะถือว่าเป็นแบบอย่างที่ดีแก่เยาวชนย่อมไม่ได้ สำหรับปัญหาการจราจรของเมืองหลวงได้มีผู้เชี่ยวชาญจำนวนมากมายพยายามแก้ไขแล้ว แต่ก็ไม่อาจทำอย่างหนึ่งอย่างใดลงไปได้ การแก้ปัญหาที่ถูกต้องที่สุดคือลดอัตราการหลั่งไหลเข้าสู่เมืองหลวงของประชากรที่อยู่ชนบท และพยายามกระจายพลเมืองออกต่างจังหวัด หมายความว่าหน่วยงานสำคัญ ๆ ของรัฐบาลและเอกชนจะต้องออกไปตั้งต่างจังหวัดเสียบ้างมิใช่รวมกระจุกอยู่ที่กรุงเทพฯแห่งเดียว กรุงเทพฯเวลานี้จึงกลายเป็นศูนย์รวมความเจริญและมีบริษัทห้างร้านและสถานเริงรมย์ทุกอย่างและค่าแรงงานสูงกว่าต่างจังหวัดด้วย จึงยั่วยุให้คนเข้ามาแสวงโชคมากขึ้น การพัฒนาอาชีพและเร่งรัดพัฒนาชนบทมีส่วนสำคัญที่จะลดปัญหาเหล่านี้ลงได้ แต่ละวันคนกรุงเทพฯต้องเสียเวลาเดินทางจากที่พักถึงที่ทำงานเฉลี่ยแล้ววันละ ๓ ชั่วโมง ยิ่งในวันฝนตกแล้วการจราจรยิ่งติดขัดมาก เมทินีเคยกลับถึงบ้านเกือบหนึ่งทุ่ม บางวันเหน็ดเหนื่อยจากการเรียนและการเดินทางจนไม่อยากจะทำการบ้านหรืออ่านหนังสือ

เลย เมื่อก่อนนั้นเมทินีเคยนึกอิจฉานักเรียนในกรุงว่ามีโอกาสและบรรยากาศที่เอื้ออำนวยต่อการศึกษาที่ดีกว่า เพราะแวดล้อมด้วยวิทยาการความรู้ความเจริญทุกด้าน แต่เดี๋ยวนี้เธอชักจะไม่แน่ใจเสียแล้ว

วันหนึ่งหลังเลิกเรียน เมทินีออกมารอรถเมล์กลับบ้านพร้อมๆ กับเพื่อน ๆ ตามปกติ เห็นสาวิตรีเดินออกมาจากห้อง เดินผ่านเพื่อนๆไปโดยมิได้ทักทาย

"แต่งตัวยังกะลิเก" ชูศรีเด็กสาวร่างใหญ่ผิวดำจอมแก่นหัวโจกประจำห้อง เปรยขึ้นลอย ๆ เธอคงหมั่นไส้สาวิตรีอยู่มาก และมักจะหาคำพูดแปลก ๆ มากระทบกระแทกกันเสมอ จนครูประจำชั้นบ่นหนักใจ ด้วยเหตุที่เด็กสองคนนี้ไม่ค่อยจะลงรอยกันสักที

"อย่าไปว่าเขาเลย" เมทินีปรามเบา ๆ เพราะถ้าไม่ห้ามคงต้องมีเรื่องแน่ ๆ ยิ่งชูศรีเป็นคนอารมณ์ร้อนและไม่กลัวใครอีกด้วย จึงพูดกับชูศรีต่อไปว่า "เขารวยจะแต่งยังไงก็ได้"

"รวยแล้วทำหยิ่งกับเพื่อนได้หรือ" ชูศรีขึ้นเสียงดังกว่าเก่าทำให้เมทินีเกรงว่าสาวิตรีจะได้ยิน

"ได้ยินก็ช่างประไร"เหมือนจะเดาสีหน้าของเมทินีได้"อย่างนี้น่าจะสั่งสอนให้รู้สึกเสียบ้าง"

"ชูศรี ฉันขอไว้เถอะ อย่ามีเรื่องกันเลย" เมทินีวิงวอนก่อนจะดึงมือชูศรีเดินไปอีกทางหนึ่ง ก่อนที่ทั้งสองจะเลี้ยวมุมตึก เมทินีเหลือบเห็นสาวิตรีรีบเดินจ้ำ ๆ อย่างเร็วไปขึ้นรถเก๋งเยอรมันยี่ห้อราคาแพง ซึ่งคนขับจอดรออยู่หน้าประตูโรงเรียน เธอคิดว่าสาวิตรีคงได้ยินคำพูดของชูศรีแน่นอน เพราะชูศรีพูดเสียงดัง แต่อย่างไรก็ตามเมทินีถือว่าเป็นหน้าที่คอยป้องกันมิให้เกิดการทะเลาะวิวาท โดยเฉพาะอยู่ชั้นเรียนเดียวกัน และเรียนโรงเรียนเดียวกัน ถ้าหากมีเรื่องราวเกิดขึ้นและทราบถึงอาจารย์ใหญ่ ทุกคนจะต้องได้รับการตำหนิ และคู่กรณีทั้งสองก็จะได้รับการพิจารณาโทษอย่างหนัก เพราะทางโรงเรียนเข้มงวดเกี่ยวกับเรื่องนี้มาก

สาวิตรีมีความประพฤติที่เพื่อน ๆ ไม่ชอบนัก ทุกคนว่าเธอหยิ่ง ชอบพูดจาส่อเสียด ยกตนข่มท่าน ชอบดูถูกคนที่ด้อยกว่า ถ้าหากสาวิตรีจะทิ้งนิสัยเหล่านี้ออกไปเสียได้ เธอจะเป็นคนที่น่ารักน่าคบค้าสมาคมมากทีเดียว สาวิตรีเป็นคนสวยรูปร่างสูงโปร่ง เค้าหน้ารูปไข่ มีดวงตาที่สวยคม และมีริมฝีปากบางเชิดอย่างไว้ตัว

การแต่งตัวของสาวิตรีมักจะเด่นอยู่เสมอ จนเพื่อน ๆ ให้สมญานามว่า "ดาราแฟชั่นของโรงเรียน"

เรื่องราวที่เกิดขึ้นในวันนั้นหาได้รอดพ้นจากสายตาของอาจารย์ใหญ่ไม่ วันรุ่งขึ้นหลังเวลารับประทานอาหารกลางวัน อาจารย์ใหญ่เรียกเมทินีไปพบที่ห้องทำงาน เธอรู้สึกกังวลอยู่บ้าง เพราะไม่ทราบว่าอาจารย์เรียกเธอไปพบด้วยเรื่องอะไร

"นั่งลงสิ เมทินี ครูมีเรื่องจะคุยกับเธอสักครู่" อาจารย์ใหญ่เริ่มต้นสนทนา

"เรื่องอะไรคะ" เมทินีแปลกใจ

"เรื่องที่เกิดขึ้นเมื่อวานตอนเย็นไงล่ะ"

"อาจารย์ทราบหรือคะ" เมทินีอดตกใจไม่ได้

"ใช่ ครูรู้ ได้ยิน และเห็นเหตุการณ์ตลอด" อาจารย์ใหญ่ยิ้มปลอบใจ เมื่อเห็นเมทินีมีสีหน้ากังวล "เธอไม่ต้องกังวลหรอก เพราะเธอทำดีแล้ว ครูขอชมเชยว่าเธอเป็นคนดีที่กระทำตัวเป็นผู้ประสานรอยร้าวระหว่างชูศรีกับสาวิตรี เธอทำถูกต้องแล้วที่ห้ามปรามเพื่อนฝูงไว้ ไม่ให้เกิดการทะเลาะวิวาท...... อย่าลืมว่าชาติบ้านเมืองของเราเวลานี้ต้องการความสามัคคีและความเข้าใจซึ่งกันและกันของบุคคลในชาติ ถ้าหากพวกเธอไม่ฝึกฝนตั้งแต่เวลานี้จะฝึกกันเมื่อไร ครูขอขอบใจเธออีกครั้งหนึ่งนะ"

"ค่ะ ขอบพระคุณอาจารย์มากค่ะ" เมทินีรู้สึกตื้นตันใจ

"สำหรับเรื่องของเธอมีแค่นี้ ต่อไปครูจะเรียกชูศรีและสาวิตรีมาพบ" อาจารย์ใหญ่สรุปแสดงว่าสิ้นสุดการสนทนา

"ถ้าเสร็จแล้วหนูลานะคะ" เมทินีทำความเคารพอาจารย์ใหญ่

"อ้อ เมทินี เดี๋ยวก่อน" อาจารย์ใหญ่เหมือนเพิ่งนึกขึ้นได้ถึงเรื่องสำคัญ "ครูอยากจะบอกอะไรสักอย่าง เธอควรจะรักและห่วงใยสาวิตรี เพราะสาวิตรีเป็นคนน่าสงสาร ขาดความอบอุ่นจากครอบครัว ครอบครัวมีปัญหา จึงต้องหาทางออกเพื่อชดเชยปมด้อย" ออกจากห้องอาจารย์เมทินีตรงเข้าชั้นเรียน เพื่อเรียนวิชาในภาคบ่าย เมทินียอมรับว่าการเรียนในชั่วโมงนั้นเธอไม่ค่อยมีสมาธิเท่าไรนัก เพราะใจคิดถึงคำพูดของอาจารย์ใหญ่เมื่อสักครู่นี้เอง สาวิตรีขาดความอบอุ่นจากครอบครัวเป็นไปได้อย่างไรกัน เท่าที่เธอได้ยินจากเพื่อน สาวิตรีมีคุณพ่อเป็นอดีตรัฐมนตรีที่ร่ำรวย มีคุณแม่ที่น่ารัก ภาพและชื่อของท่านมักจะปรากฏบนหน้าหนังสือพิมพ์บ่อย ๆ คุณหญิงเป็นคนที่รับผิดชอบต่อสังคม เคยบริจาคเงินก้อนใหญ่ช่วยเหลือผู้ประสบภัย เคย

นำสิ่งของไปแจกที่สถานพินิตเด็กและเยาวชน คุณหญิงยังเคยอภิปราย"ปัญหาวัยรุ่นเมืองไทย"ออกอากาศทางโทรทัศน์มาแล้ว สาวิตรีพร้อมในสิ่งที่เมทินีไม่มี คือบ้านที่ใหญ่โตหรูหรา มีเงินทองใช้จ่ายอย่างสุรุ่ยสุร่ายได้ มีคนใช้ที่คอยให้ความสะดวก เมทินียังมองไม่เห็นว่าสาวิตรีจะมีปัญหาได้อย่างไร สักวันหนึ่งเธอคงมีโอกาสรู้จักและอาจจะพอมีทางช่วยเหลือเพื่อนคนนี้บ้าง เธอรู้สึกสงสารอยู่ในส่วนลึกของจิตใจ เพราะเห็นอยู่ว่าสาวิตรีไม่ค่อยมีเพื่อน ทุกคนไม่อยากคบกับสาวิตรี เพราะเธอมีนิสัยเช่นนี้ มีบางคนที่คบแต่ก็คบแบบฉาบฉวยหวังประโยชน์ คบเพื่อปอกลอก ไม่มีใครรักสาวิตรีจริงสักคน คนเราเวลามีปัญหาหนักใจ ถ้ามีใครสักคนที่เอาใจใส่ สนใจกับปัญหานั้น และยอมเป็นที่ปรึกษาให้เราได้ระบายความคับอกคับใจ ปัญหาที่เกิดขึ้นนั้นจะมองเห็นทางแก้ เรื่องยุ่งยากต่าง ๆ มักจะลงเอยด้วยดี

(ยังมีต่อ)

บทที่ ๔ โต้วาที (๒)

ประธาน ขอเชิญผู้สนับสนุนคนที่หนึ่ง คุณวุฒิ เตรียมพร้อม ใช้เวลาสามนาที

วุฒิ สวัสดีครับ ผมเป็นผู้สนับสนุนฝ่ายเสนอเพื่อให้สนุกสนาน (ผู้ชมหัวเราะ) อันที่จริงคุณปีติ เอ๊ย หัวหน้าฝ่ายค้านท่านเคยบอกผมว่า ใจจริงของท่าน ท่านว่าอ่านยากกว่าเขียนนะครับ ทำไมวันนี้มากลับคำเสียล่ะ (ผู้ชมหัวเราะ) การอ่านจะให้ถูกต้องเข้าอารมณ์ของข้อความนี้ จะต้องทำสุ้มเสียงให้เหมาะด้วยนะครับ เช่น ถ้าเราจะอ่านข้อความที่ตื่นเต้นด้วยเสียงเบาอ้อยส้อยว่า (ทำเสียงเนือย ๆ) หัวใจของเขาเต้นระรัวเป็นตีกลอง เจ้าเสือร้ายคำรามแสยะแยกเขี้ยววิ่งไล่กวดเขามาใกล้ เขาเร่งฝีเท้าอย่างไม่คิดชีวิต (ผู้ชมหัวเราะ) ก็ไม่มีรสชาติเลย คนฟังแทนที่จะตื่นเต้น เห็นภาพที่น่าเสียวไส้ กลับหลับครอกฟี้ไปเลย ต้องอ่านด้วยเสียงตื่นเต้น จังหวะเร่งเร้า ทำให้หัวใจของผู้ฟังเต้นพั่บ ๆ ไปด้วยอย่างนี้ (ทำเสียงขึงขัง ตื่นเต้น ผู้ชมปรบมือหัวเราะ) เห็นไหมครับว่า การอ่านนี่ก็เหมือนกับการแสดงละคร ต้องทำเสียง ท่าทาง สีหน้าสีตาให้เข้ากับเนื้อเรื่องด้วยจึงจะถูกต้อง ยากไหมครับ ยากมากๆ ทีเดียว พวกคำพ้องรูปก็อ่านยากเหลือหลาย เพลา อ่านเพลาก็จบกัน พวกคำใช้ไม้ยมกก็เหมือนกัน เวลาเขียนง่ายจัง ใส่หมับเข้าไปเลย แต่เวลาอ่านลำบากพิลึก อย่างข้อความนี้ (ยกบัตรประโยคชู) งูกินไก่คืนละตัวๆ อ่านอย่างไร งูกินไก่คืนละตัวตัว ผิดแน่ ต้องอ่าน งูกินไก่คืนละตัวคืนละตัว เห็นไหมครับ การอ่านยากแค่ไหน นอกจากนี้คำที่ใช้พยัญชนะบางตัวอ่านออกเสียงได้หลายอย่าง เช่น ฑ มณโฑ ออกเสียง ทอ ก็มี อย่างคำมณฑา แต่บัณฑิตย์ (ยกบัตรคำชูประกอบ) ฑ มณโฑ ออกเสียง ดอ (ประธานกดกริ่ง) ผมยังพูดไม่จบเลยครับ ขอต่ออีกนิดน่า คำที่มีตัว ฤ ก็อ่านยากเดี๋ยวเป็นริ เดี๋ยวเป็นรึ เดี๋ยวเป็นเรอ (ประธานกดกริ่งอีก) แหม ประธานเร่งให้จบแล้ว เอาละครับ สวัสดี

ประธาน ขอเชิญผู้สนับสนุนฝ่ายค้านคนที่หนึ่ง คุณดวงแก้ว ใจหวัง ใช้เวลาสามนาที อย่าให้เกินเวลานะครับ

ดวงแก้ว สวัสดีค่ะ ผู้เสนอพูดอย่างไรๆ ก็มองไม่เห็นว่าการอ่านจะยากกว่าการเขียนไปได้ อย่างง่าย ๆ การเขียนหนังสือถ้าวางสระหรือวรรณยุกต์ผิดที่ก็ใช้ไม่ได้แล้ว เช่นคำว่า มะตูมเชื่อม ถ้าวางสระและวรรณยุกต์ผิดที่จะรู้เรื่องไหม อย่างนี้ (ยกบัตรคำชูประกอบ) กลายเป็นมะตมูเชอื่ม แค่นี้ก็ต้องใช้ความระมัดระวังเป็นอย่างมากแล้วสำหรับการเขียน ยิ่งภาษาของเราเป็นสหประชาชาติ บางคำมาจากภาษาโน้น บางคำมาจากภาษานี้ ต้องจำให้ได้ เช่น อำมหิต ใช้สระ อำ เป็นคำไทย ส่วนอัมพาต ต้องใช้ไม้หันอากาศ ม สะกด เพราะเป็นคำมาจากภาษาอื่น พวกตัวสะกดก็ทำความยุ่งยากให้มากในเรื่องการเขียน แม่กน แม่กก แม่กด มีตัวสะกดที่ไม่ตรงมาตราตัวสะกดอยู่หลายตัว คำโอกาส กับ อากาศ เขียนกันผิด ๆ ใช่ไหมคะ เขียนอากาศใช้ ศ ศาลาสะกด พอเขียนโอกาส ออกเสียงตัวสะกดแม่กดเหมือนกัน ใส่ ศ ศาลาฉับเข้าไปก็ผิดไปเลย สระไอก็ใช่ยากเหมือนกัน มีทั้งไม้ม้วนและไม้มลาย คำยองใยใยแมงมุมใช้ไม้ม้วน พอเขียนคำว่า ลำไย ก็ใช้ไม้ม้วนด้วยเลยทำให้ผิด นี่ การเขียนลำบากยากเย็นอย่างนี้ ไม่ได้เขียนง่าย ๆ อย่างฝ่ายเสนอพูดหรอกค่ะ อย่าเข้าใจผิด พวกตัวการันต์ก็เป็นปัญหา คำสำอางเขียนผิดเสมอ เพราะใส่ ค การันต์เข้าไป เขียนคำว่า รื่นรมย์ ใช้ ย การันต์ พอเขียนคำอารมณ์ ก็เลยเผลอใส่ ย การันต์แทนที่จะเป็น ณ การันต์ บางทีมีตัวการันต์สองตัว เช่น เอกลักษณ์ บางคำยิ่งยากกว่านั้น พ้องเสียงกัน สะกดผิดกันที่การันต์ เช่น จันทร์ กับจันทน์ (ยกบัตรคำชูประกอบ) บางคำมีการันต์ที่กลางคำ เช่นคำ ชอล์ก ซึ่งเป็นคำมาจากภาษาต่างประเทศ เห็นไหมคะว่าการเขียนยากกว่าการอ่านเพียงไร (ประธานกดกริ่ง) พอดีหมดเวลาแล้ว สวัสดีค่ะ

ประธาน ขอเชิญผู้สนับสนุนฝ่ายเสนอคนที่สอง คุณชูใจ เลิศล้ำ ใช้เวลาสามนาที

ชูใจ ฉะหวัดดีค่ะ ดิฉันรู้สึกตื่นเต้นจนตัวฉั่น (ผู้ชมหัวเราะ) เห็นทั้งฉองฝ่ายพูดกันฉูฉี คงจะฉะเหมอกันแน่ (ผู้ชมหัวเราะ) ท่านผู้ฟังหัวเราะทำไมคะ ดิฉันพูดไม่ชัดใช่ไหมคะ นี่แหละค่ะ การพูดกับการอ่านเป็นการออกเสียงเหมือน

กัน ถ้าอ่านออกเสียงไม่ชัด ก็ใช้ไม่ได้ ฟังไม่รู้เรื่อง เป็นตัวตลกให้คนฟังหัวเราะ การอ่านจึงยากกว่าการเขียนมาก เพราะต้องใช้เสียงและต้องเป็นเสียงที่ชัดเจนด้วย เมื่อกี้นี้ดิฉันนั่งอ่านบัตรคำบัตรประโยคของฝ่ายค้านเสียจนเวียนหัว เพราะท่านชูบัตรบิดไปบิดมามองไม่ชัด การอ่านนี่ก็ลำบากนะคะ มองไม่เห็นแล้วเป็นอ่านไม่ได้เอาทีเดียว นี่โชคดีท่านไม่เขียนเครื่องหมายอะไรรุงรังมาก มีเครื่องหมายทัณฑฆาตอย่างเดียว ถ้าเป็นอย่างนี้ (ยกบัตรชูประกอบ) ก็ต้องเวียนหัวอีก เครื่องหมายไปยาล เวลาเขียนง่าย แต่เวลาอ่านอ่านยากทั้งไปยาลน้อย ไปยาลใหญ่ เช่น (ชูบัตรประโยคประกอบ) นักโต้วาทีวันนี้มี มานี ปิติ ชูใจ ฯลฯ ต้องอ่านไปยาลใหญ่ว่าละ ง่ายหน่อย แต่ไปยาลน้อย (ชูบัตรประโยคประกอบ) โปรดเกล้าฯ ต้องอ่านโปรดเกล้าโปรดกระหม่อม ฯพณฯ ต้องอ่านพะนะหัวเจ้าท่าน หรืออ่านสั้นๆ ว่าพะนะท่าน แล้วยังมีเครื่องหมายอะไรต่อมิอะไรอีกเยอะแยะ อัญประกาศเอย สัญประกาศเอย นขลิขิตเอย ต้องมีวิธีอ่านทั้งนั้น การอ่านคำประพันธ์ก็ต้องระมัดระวัง เช่น (ชูบัตรประโยคประกอบ) ขอน้อมนบอภิวาทแทบบาทท้าว คำ อภิวาท ต้องอ่าน อบ-พิ-วาด เพื่อให้สัมผัสกับคำ นบ เห็นไหมคะว่า การอ่านยากลำบากเพียงไร (ประธานกดกริ่ง) ท่านผู้ฟังต้องเห็นด้วยแน่ ๆ สวัสดีค่ะ

ประธาน ขอเชิญผู้สนับสนุนฝ่ายค้านคนที่สอง คุณเกรียงไกร ดิลกโลก ใช้เวลาสามนาที

เกรียงไกร สวัสดีครับ ท่านผู้ฟังครับ ผมถามจริง ๆ เถอะ เวลาคุณครูให้เขียนเรียงความหรือเขียนพรรณนาถึงสิ่งใดสิ่งหนึ่ง โดยคุณครูกำหนดให้หรือเราคิดเอาเองก็แล้วแต่ ท่านรู้สึกลำบากใจไหมครับว่าจะเขียนอย่างไร จะขึ้นต้นอย่างไรจึงจะน่าอ่านหรือเรียกคะแนนจากคุณครูได้เหนาะ ๆ (ผู้ชมหัวเราะ) จะใช้คำหรือถ้อยคำอย่างไรจึงจะสละสลวย จับจิตจับใจผู้อ่าน จะเสนอแนวคิด หรือจะสรุปลงท้ายว่าอย่างไร ลำบากไหมครับ ผมเขียนเรียงความทีไร คุณครูบอกว่าผมเขียนโทรเลขทุกที (ผู้ชมหัวเราะ) พวกท่านก็เหมือนกันนั่นแหละ ไม่เห็นใครเขียนได้หลายๆ หน้าสักคน เวลาเขียนละนั่งหน้านิ่วคิ้วขมวดกันทุกคน แล้วอย่างนี้ยังจะไม่รับว่า การเขียนยากกว่าการอ่าน

อีกหรือครับ ยิ่งเขียนคำประพันธ์ คุณครูท่านให้แต่งกลอน ๔ มีไม่กี่คนหรอกครับที่เขียนเอาๆ นอกนั้นก็นั่งถอนใจเฮือกๆ เอาปากกาจิ้มสมุดจนขาดก็มี (ผู้ชมหัวเราะ) บางคนก็กลอนพาไป เขียนไม่ได้เรื่อง เพื่อนผมเขียนชมดอกกุหลาบว่า กุหลาบหนามแหลม กระแอมก่อนดม (ผู้ชมหัวเราะ) ผมถามว่าทำไมต้องกระแอมก่อนดม เขาบอกว่า ไม่รู้จะหาคำอะไรมาสัมผัส เห็นแต่คำกระแอมอยู่คำเดียว แล้วเขายังย้อนถามผมอย่างยวนๆ ว่า ทำไมกระ-แอมก่อนไม่ได้หรือ (ผู้ชมหัวเราะ) พวกท่านที่นั่งอยู่นี่ทั้งหมด ถ้าผมให้ท่านอ่านกลอน ๔ จะอ่านได้ทุกคน แต่ถ้าผมให้ท่านแต่ง คือเขียนกลอน ๔ จะเขียนได้กี่คน นี่ไม่ใช่ดูถูกนะครับ จะลองดูก็ได้ เพื่อพิสูจน์ว่าการอ่านกับการเขียนนั้นอย่างไหนจะยากกว่ากัน(ประธานกดกริ่ง) อ้าวหมดเวลาพอดี สวัสดีครับ

ประธาน ขอเชิญหัวหน้าฝ่ายค้าน คุณปีติ พิทักษ์ถิ่นสรุป ใช้เวลาหนึ่งนาทีนะครับ

ปีติ ผมแลเห็นชัยชนะแล้วครับ ผมจะไม่สรุปมาก เพราะฝ่ายเสนอจะพูดอย่างไร ผู้ฟังก็รู้อยู่แก่ใจว่า การอ่านไม่ยากเท่าการเขียน การเขียนมีปัญหามากกว่า คำภาษาต่างประเทศต้องหาทางเขียนให้สามารถอ่านได้ตรงกับเสียงเดิมของเขาให้มากที่สุดจึงจะรู้เรื่องกัน อย่างชื่อของฝรั่งคนหนึ่ง เขียนว่า นายแรงกิน (ชูบัตรประกอบ) ใครเห็นก็ต้องอ่านว่านายแรงกิน (ผู้ชมหัวเราะ) เพราะเขียนอย่างนี้ ที่จริงเขาชื่อนายแรงกิ้น ดังนั้นผมขอสรุปว่า ถ้าเขียนผิดก็อ่านผิด การเขียนจึงยากกว่าการอ่าน สวัสดี

ประธาน ขอเชิญหัวหน้าฝ่ายเสนอ คุณมานี รักเผ่าไทย สรุปหนึ่งนาที

มานี ท่านผู้ฟังแน่ใจได้แล้วใช่ไหมคะว่า การอ่านมีกระบวนการอ่านยากกว่าการเขียนมากยิ่ง ขณะนี้ความเจริญทางเทคโนโลยีเราได้จากต่างประเทศมาก คำศัพท์ต่างๆ ก็ตามเข้ามา ทำให้เป็นปัญหาเรื่องการอ่าน เพราะต้องหาวิธีอ่านให้ถูกต้องตามแบบไทยเรา มิฉะนั้นก็ไม่เข้าใจกัน อย่างคำคอมพิวเตอร์เขียนอย่างนี้ (ชูบัตรคำประกอบ) แต่เวลาอ่านต้องอ่านคอมพิ้วเต้อ เห็นไหมคะ เวลาเขียนคำภาษาต่างประเทศไม่ใส่วรรณยุกต์เลย แต่เวลาอ่านต้องออกเสียงมีวรรณยุกต์ตามเสียงเดิมของเขา แต่บางคำ เช่นกงสุล ไม่ต้องกระดกลิ้นเป็น กง-สุลเหมือนภาษาเดิมของเขาที่ต้องออกเสียงลงท้ายด้วยตัวแอล

	เราออกเป็นเสียงแม่กนสะกดว่า กง-สุน บางคนนะคะ คำไทยแท้ๆ อุตส่าห์ออกเสียงเป็นภาษาต่างประเทศ ฟังดูพิกลจริง ๆ สวรรค์ออกเสียงว่า สะหวัลเหมือนกันว่า เหมือนกัล (ผู้ชมหัวเราะ) อย่าเผลอพูดหรืออ่านนะคะ โดนไม้เรียวไม่รู้ด้วย (ประธานกดกริ่ง) ขอบคุณค่ะที่ท่านเห็นด้วยว่าการอ่านยากกว่าการเขียน สวัสดีค่ะ
ประธาน	โปรดฟังทำนองเสนาะ รอผลการตัดสินของคณะกรรมการนะครับ...... ผลการตัดสินออกมาแล้วครับ ปรากฏว่าทั้งสองฝ่ายได้คะแนนเสมอกัน เสมอกันครับ (ผู้ชมปรบมือ) ขอเรียนเชิญคุณครู ที่ปรึกษากล่าวสรุปด้วยครับ
วาทินี	สวัสดีนักเรียนที่รัก ครูพอใจมากที่ได้ฟังนักเรียนชั้นประถมศึกษาที่ ๖/๑ โต้วาทีกันในวันนี้ เพราะทั้งสองฝ่ายได้เสนอเหตุผลสนับสนุนความคิดของตนเองได้อย่างดีเยี่ยม แสดงว่านักเรียนได้ค้นคว้ามาเป็นอย่างดี ขอให้นักเรียนฝึกฝนไว้เสมอ การเสนอความคิดต่าง ๆ จะต้องมีเหตุผลประกอบผู้ฟังจึงเชื่อถือและรับฟัง สำหรับการอ่านกับการเขียนนั้นเป็นกระบวนการใช้ภาษาที่แตกต่างกัน แต่ทั้งสองอย่างก็ต้องอาศัยความรู้ การฝึกฝนเป็นอันมากจึงจะสามารถปฏิบัติได้อย่างถูกต้องคล่องแคล่ว ครูขอแสดงความยินดีที่ทั้งสองฝ่ายทัดเทียมกันและเสมอกัน สวัสดี

รูปประโยคและการใช้คำ

๑. ......ทีไร ......ทุกที   只要……总是（每次都、次次都）……，每当……总是（都）……。

ตัวอย่าง
    เมื่อกำหนดสอบใกล้เข้ามาทีไร พวกเราก็เริ่มทบทวนบทเรียนกัน-
      เป็นการใหญ่ทุกที
    มีแข่งฟุตบอลทีไร เขาเป็นต้องไปชมทุกที
    กระแสลมหนาวพัดมาทีไร อุณหภูมิจะลดต่ำฮวบลงทุกที

แบบฝึกหัด จงเลือกคำในวงเล็บเติมลงไปในช่องว่างของประโยคข้างล่างให้ถูกต้องและเป็นประโยคสมบูรณ์

(รู้สึกขำ ไหม้ เมา ง่วง อาเจียน เป็นต้องไป ตื่นเต้น นึกถึงเรื่องนั้นขึ้น สุกๆ ดิบๆ เห็นเขาช่วยงานบ้าน รู้สึกสนุก หลับ งง อ่านหนังสืออยู่ เจ็บใจ ปวดหัว)

๑) ขึ้นเครื่องบินทีไร ......ทุกที
๒) กินกุ้งทีไร ......ทุกที
๓) ตอนเด็กๆ ทบทวนเลขทีไร ......ทุกที
๔) เรียกฉันขึ้นอ่านหรือพูดทีไร ......ทุกที
๕) ฉันหุงข้าวทีไร ......ทุกที
๖) ไปเยี่ยมเขาทีไร ......ทุกที
๗) นึกเรื่องนี้ขึ้นทีไร ......ทุกที
๘) เห็นหน้าเขาทีไร ......ทุกที

泰语中类似这种前后句子相呼应的结构还有很多，如：....เมื่อไร ....เมื่อนั้น, ...อย่างไร ....อย่างนั้น, ...เท่าไร ....เท่านั้น, ...อะไร ....สิ่งนั้น等。还有一些是相呼应的成分在句前，如：คนไหน.... คนนั้น...., สิ่งใด.... สิ่งนั้น...., ที่ไหน.... ที่นั่น.... 等。汉语中也有这种前后句相呼应的结构。但是要注意的是，汉语这类句子中前后相呼应的用语往往都是相同的，而泰语中前后相呼应的用语却往往是不同的。例如：

๑) <u>ที่ไหน</u>มีความลำบาก เขาก็ไป<u>ที่นั่น</u>
　　（<u>哪儿</u>有困难，他就去<u>哪儿</u>。）
๒) อาจารย์สั่ง<u>อย่างไร</u> เราก็ทำ<u>อย่างนั้น</u>
　　（老师<u>怎么</u>说，我们就<u>怎么</u>做。）
๓) <u>ผู้ใด</u>ไม่ทำตามกฎกติกา <u>ผู้นั้น</u>ก็จะถูกคัดชื่อออก
　　（<u>谁</u>不按规章办事，<u>谁</u>就将被除名。）

๔) เธอชอบเล่มไหน ก็ซื้อเล่มนั้น

（你喜欢哪本就买哪本。）

๕) ฉันเรียกเมื่อไร เธอก็มาเมื่อนั้นก็แล้วกัน

（我什么时候叫，你就什么时候来吧。）。

๖) ใครเป็นผู้สอน เธอก็ไปถามคนนั้นซิ

（谁教你的，你就去问谁嘛。）

๗) คุณต้องการเท่าไหร่ เขาก็จะให้เท่านั้น

（你要多少，他就给多少。）

๘) เขาให้ไปกี่โมง เธอก็ไปเวลานั้น

（他让你几点去，你就几点去。）

๙) ที่ไหนมีควัน ที่นั่นย่อมมีไฟ

（哪里有烟，哪里必有火。）

๑๐) ลูกต้องการอะไร แม่ก็ซื้อสิ่งนั้น

（孩子要什么，妈妈就买什么。）

ฯลฯ

แบบฝึกหัด จงแปลประโยคต่อไปนี้เป็นภาษาไทย

1. 我们的原则是哪儿来还回哪儿去。
2. 他什么时候到，我们就什么时候开始。
3. 叫到谁，谁就上去回答问题。
4. 她问什么你就说什么，不用害怕。
5. 你认为怎么做对就怎么做。
6. 哪能他要多少你就给多少，应该是需要多少给多少。

๒. ยังไม่......อีกหรือ 还不（没）……啊，还不（没）……吗？“ยัง ไม่......อีกหรือ”和“ยังไม่......หรือ”比较起来，有进一层的意思。

ตัวอย่าง เขาท้าพนันด้วย เธอยังไม่เชื่อหรือ

เขาท้าพนันด้วย เธอยังไม่เชื่ออีกหรือ

โดนไม้เรียวมาแล้ว ยังไม่เข็ดหรือ
โดนไม้เรียวมาหลายหนแล้ว ยังไม่เข็ดอีกหรือ

อธิบายแล้ว ยังไม่เข้าใจหรือ
อธิบาย ๒ ครั้งแล้ว ยังไม่เข้าใจอีกหรือ

แบบฝึกหัด จงดัดแปลงประโยคบอกเล่าต่อไปนี้เป็นประโยคคำถามชนิด“ยังไม่......อีกหรือ”

๑) เราให้แล้วให้อีก แต่เขาก็ยังว่าไม่พออยู่นั่นเอง
๒) เขาชักชวนให้ไปหลายต่อหลายครั้งแล้ว แต่ทำไมเธอยังไม่ยอมไปล่ะ
๓) เราขอแล้วขออีก แต่เขาก็ยังไม่เห็นด้วย
๔) พ่อแม่ห้ามแล้วห้ามอีก แต่เขาก็ยังไม่ยอมเลิก(สูบบุหรี่)
๕) กินยาตั้งหลายขนานแล้ว แต่ก็ไม่ยักหาย
๖) เล่าติด ๆ กันมาเกือบเดือนแล้ว ยังเล่าไม่จบ
๗) ไม่ว่าเราจะอธิบายอย่างไร แต่เขาก็ยังไม่เข้าใจอยู่นั่นเอง
๘) ถึงแม้ว่าหลายคนยืนยันว่าเป็นอย่างนั้น แต่เขาก็ยังไม่เชื่ออยู่นั่นเอง

ข้อสังเกต

๑. อันที่จริงคุณปีติ เอ๊ย หัวหน้าฝ่ายค้าน<u>ท่าน</u>เคยบอกผมว่า........

第三册第八课中已经有过关于人称代词用法的说明，这里将“ท่าน”的用法再归纳如下：

๑) 晚辈对长辈或下级对上级表示尊敬的第二人称代词。如：

ท่านมีธุระอะไรเรียกใช้ผมได้เลยนะครับ

ท่านมีธุระอะไรจะให้ผมทำบ้างไม่ทราบ

พวกเราใคร่จะมาเยี่ยมท่าน ไม่ทราบว่าท่านจะสะดวกเมื่อไร

ท่านครับ ท่านครับ ช่วยผมด้วยเถอะครับ

๒) 晚辈提到长辈或下级提到上级时表示敬重的第三人称代词。如：

ท่านไม่อยู่ค่ะ

ท่านติดประชุมอยู่ กรุณารอสักประเดี๋ยวนะคะ

ท่านสั่งว่า ให้พวกเราไปพบตอนค่ำวันนี้

ฉันจะนำเรื่องนี้ไปเรียนท่านทราบด้วยค่ะ

๓) 置于某人的职务或称呼前以表示敬重。如：

ท่านนายกรัฐมนตรีกล่าวว่า........

ท่านอธิการบดีกำลังคุยกับแขกที่มาเยี่ยมชม

ท่านรัฐมนตรีกระทรวงศึกษาธิการมาตรวจงานการเรียนการสอนของเราด้วยท่านเอง

๔) 在一定的场合用来表示对对方的尊重。如：

ท่านผู้มีเกียรติทั้งหลาย ....

ท่านผู้ฟังที่เคารพ

ขอบคุณท่านทั้งหลายที่มาอุดหนุนงานของเรา

课文中用“ท่าน”是表示对辩论对方的尊重。

๒. การอ่านจะให้ถูกต้องเขาอารมณ์ของข้อความนี่ จะต้องทำสุ้มเสียงให้เหมาะด้วยนะครับ

此句中的“เข้า”有符合、相称、合拍等意思。其他例子如：

ต้องปรับตัวให้เข้ากับสังคมที่กำลังพัฒนา

เสื้อกับกางเกงสีไม่เข้ากัน

เวลาอ่านสีหน้าสีตาต้องเข้ากับเนื้อเรื่อง

เขาทำอะไรมักไม่เข้าจังหวะของคนอื่น

๓. เวลาเขียนง่ายจัง ใส่หมับเข้าไปเลย แต่เวลาอ่านลำบากพิลึก

“หมับ” 是表示动作迅速的状态副词，常跟หยิบ ฉวย（攫取，急抓）คว้า สอด（插，夹）ใส่ 等词搭配使用。

๔. มองไม่เห็นแล้วเป็นอ่านไม่ได้เอาทีเดียว

“เป็น” 在某些谓语前可以起强调谓语的作用，含有“肯定如此”的意思。如：

เขาชู้ท(ลูกบอล)แม่น ชู้ททีไร เป็นเข้าทุกที
ถ้าทำแบบนี้ละก็ เป็นใช้ได้
จะหาใครให้ซนเหมือนเด็กคนนี้เป็นไม่มี

๕. เวลาคุณครูให้เขียนเรียงความหรือเขียนพรรณนาถึงสิ่งใดสิ่งหนึ่งโดยคุณครูกำหนดให้หรือเราคิดเอาเองก็แล้วแต่

๑) “สิ่งใดสิ่งหนึ่ง” “某一种（一件）事物”的意思，同样的结构还有：

คนใดคนหนึ่ง	某一个人
วันใดวันหนึ่ง	某一天
เรื่องใดเรื่องหนึ่ง	某一件事
ครั้งใดครั้งหนึ่ง	某一次

ฯลฯ

๒) “....ก็แล้วแต่” 用在选择性复句之后，表示“听便”、“任便”、“……也好，……也好”等意思。如：

คุณจะชอบหรือไม่ชอบก็แล้วแต่ ระเบียบกำหนดให้ทำอย่างนี้
ผมเห็นว่าทำอย่างนี้ดีแล้ว ส่วนคุณจะเห็นด้วยหรือไม่ก็แล้วแต่
เขาเตรียมไว้แล้ว เธอจะไปหรือไม่ไปก็แล้วแต่

๖. จะเขียนอย่างไร จะขึ้นต้นอย่างไรจึงจะน่าอ่านหรือเรียกคะแนนจากคุณครูได้เหนาะ ๆ

“เหนาะ ๆ” 状态副词，形容得来方便，常与“(คำกริยา)ได้”搭配使用。它与前面学过的“หมับ” “ฉับ”一样，都不能脱离动词单独运用。

บทที่ ๘　โต้วาที (๒)

๗. มีไม่กี่คนหรอกครับที่เขียนเอา ๆ

"เขียนเอา ๆ" 读 "เขียนเอาเขียนเอา"，表示不停地写，一个劲儿地写。"เอา" 的这种用法很常见，如：

คนอื่นเขากินกันไปคุยกันไปเรื่อย ๆ แต่เธอกินเอา ๆ ไม่พูดไม่จากับใคร

เวลาอภิปรายปัญหาอะไรนั้นเราไม่ควรพูดเอา ๆ คนเดียว ต้องให้คนอื่นพูดบ้าง

ไม่มีเวลาเลือก หยิบเอา ๆ ให้สตางค์เขาแล้วก็รีบกลับ

๘. โปรดฟังทำนองเสนาะ

"ทำนองเสนาะ" 的意思是按照各种诗歌格律 "悦耳的朗读"。

๙. ขอเรียนเชิญคุณครูที่ปรึกษากล่าวสรุปด้วยครับ

"เรียน" 除了 "学习" 的意思和用在写信抬头处表示尊敬外，还可以用在某些动词前以表示说话者的谦恭。如：

เรียนถาม　—　请问，请教

ใครจะเรียนถามว่า ท่านนายกฯคิดจะแก้ปัญหานี้อย่างไรไม่ทราบ

ขอเรียนถามปัญหาอาจารย์สักหน่อยได้ไหมครับ

เรียนเชิญ　—　恭请，敬请

ต่อไปนี้ขอเรียนเชิญคุณประกอบ ประธานกรรมการกล่าวคำปราศรัยครับ

ต่อไปนี้เป็นเวลากล่าวอิสระ ขอเรียนเชิญครับ

此外，"เรียน" 当动词用时的另一个意思是 "禀告"。如：

เดี๋ยวฉันจะนำเรื่องนี้ไปเรียนท่าน

ฉันจะไปเรียนอาจารย์เรื่องลาป่วย

๑๐. การเสนอความคิดต่าง ๆ จะต้องมีเหตุผลประกอบ

"ประกอบ" 出现在谓语之后，有 "配以"、"补充" 的意思。如：

เวลาบรรยายมีภาพประกอบด้วย

อาจารย์สั่งให้อ่านบทความเหล่านี้ประกอบ

เอาดนตรีอะไรประกอบล่ะ

81

แบบฝึกหัด

๑. จงอ่านวลีต่อไปนี้ให้คล่อง

เห็นพ้องต้องกัน	อันที่จริง
สนับสนุน	สนุกสนาน
เต้นพั่บ ๆ	ใจเต้นระรัวเป็นตีกลอง
อย่างไม่คิดชีวิต	ลำบากพิลึก
ระมัดระวัง	ฟังไม่ได้ศัพท์
บิดไปบิดมา	สละสลวย
จับจิตจับใจ	หน้านิ่วคิ้วขมวด
ถอนใจเฮือก ๆ	รู้อยู่แก่ใจ

๒. จงหาคำพ้องเสียง(คำที่สะกดต่างกันแต่ออกเสียงเหมือนกัน)มาให้ดูคนละ ๕ คู่

๓. จงแปลประโยคต่อไปนี้เป็นภาษาไทย

1. 他最喜欢听音乐，什么时候有音乐会，他必去无疑。
2. 对于这个建议他非但不支持，反而极力反对。
3. 图书室催我们快还书。
4. 这个冗长的报告，让很多听众都呼呼入睡了。
5. 我没有注意到这里放着好几个同样的书包，没留神给拿错了。
6. 喜欢踢球的人很多，但是没几个真正踢得好的。
7. 他心里很明白泰语语法比英语容易，但嘴上还是否认。
8. 泰语有什么难的，怎么写就怎么念。可英语呢，有时候同一个元音字母，在这个词中是一个读法，在那个词中又是另一个读法，真叫人头疼。
9. 题目难也好，容易也好，他都不怕。
10. 都延长半个小时了，还没写完吗？

๔. จงแสดงความคิดเห็นสนับสนุนฝ่ายเสนอหรือฝ่ายค้าน

๕. จงจำเนื้อความและวาทศิลป์ในการพูดให้ได้ แล้วพยายามนำมาหัดโต้กัน

๖. จงหัดโต้วาทีกันในญัตติ“ภาษาไทยเรียนง่ายกว่าภาษาอังกฤษ”

ศัพท์และวลี

อันที่จริง	其实	ใจจริง	真实想法，真实
กลับคำ	食言		思想
สุ้มเสียง	= เสียง	เหมาะ	合适
เนือย ๆ	徐缓的，	เต้น	跳，跳动
	懈怠的	กลอง	鼓
ร้าย	坏；凶恶，	คำราม	吼
	凶猛	แสยะ(สะ-แหยะ)	咧嘴
เขี้ยว	犬牙	แสยะแยกเขี้ยว	龇牙咧嘴
กวด	追赶	เร่ง	加速；催促
แทนที่จะ....กลับ....		เสียวไส้	恐怖，瘆人
	不但不……反	ครอกฟี้	（打鼾声）
	而……	หลับครอกฟี้	呼呼大睡
เร่งเร้า	急切	เต้นพั่บ ๆ	怦怦跳
ขึงขัง	庄重，严肃	เข้ากับ....	融洽，相符
เนื้อเรื่อง	内容	พ้อง	一致，相同
คำพ้องรูป	同形字	เหลือหลาย	非常，极多
ไม้ยมก(ไม้-ยะ-)	重复符号“ๆ”	หมับ	（迅速、猛然状）
พิลึก	奇怪，奇异	มณโฑ	曼陀（史诗“罗
มณฑา	塔娄木兰（树		摩衍那”中十
	名）		首魔王之妻）
บัณฑิตย์(บัน-ดิด)	博学；博学者	มะตูม	芒果之一种
เชื่อม	用浓糖浆浸渍	สหประชาชาติ	联合国
	果品	อำมหิต(อำ-มะ-หิด)	残酷

ไม้หันอากาศ	元音符号“ ั”
มาตรา(มาด-ตรา)	计量单位；标准尾音字母(如แม่กด中的ด，แม่กน中的น等)
ไม้มลาย	元音符号 “ไ”
ยองใย	蛛丝
ลำไย	龙眼，桂圆
รื่นรมย์	愉悦，舒心
พ้องเสียง	同音
จันทน์	檀香木
สูสี	不相上下
ตัวตลก	小丑
บิด	拧，扭
เครื่องหมาย	符号
ทัณฑฆาต(ทัน-ทะ-คาด)	不发音符号“ ์ ”
ไปยาลใหญ่	省略符号“ฯลฯ”
ฯพณฯ (พะ-นะ-ท่าน或 พะ-นะ - หัว- เจ้า-ท่าน)	阁下
สัญประกาศ(สัน-ยะ-)	底线，重点线
คำประพันธ์	诗句
นบ	拜，合十礼
บาท	(皇语) 脚
ยุ่งยาก	困难，复杂，棘手
....ฉับ	(形容快、干脆等的状态副词)
ไม้ม้วน	元音符号 “ใ”
ใย	丝，纤维
แมงมุม	蜘蛛
สำอาง	洁净，清秀
เอกลักษณ์	特征；同一性
จันทร์	月亮
ชอล์ก(ช้อก)	粉笔
เสมอกัน	平局
เวียนหัว	头晕
โชค	运气
รุงรัง	乱，杂乱
ไปยาล	省略符号
ไปยาลน้อย	简略符号 “ฯ”
โปรดเกล้า ฯ	= โปรดเกล้า-โปรดกระหม่อม (皇语) 恩赐，赐予
อัญประกาศ (อัน-ยะ-)	引号
นขลิขิต (นะ-ขะ-)	括号
น้อม	俯首，躬身
อภิวาท (อะ-ภิ-วาด)	跪拜

บทที่ ๔ โต้วาที (๒)

ท้าว	王	สัมผัส	押韵
พรรณนา (พัน-นะ-)	描写	ก็แล้วแต่	任凭，听便；不管……
ขึ้นต้น	起头	เหนาะ ๆ	容易，轻易
ถ้อยคำ	词语，话语	สละสลวย	（词语）优美
จับจิตจับใจ	=จับใจ 吸引人	แนวคิด	思路
		ลงท้าย	收尾
โทรเลข (โท-ระ-)	电报	นิ่ว	皱眉
คิ้ว	眉毛	ขมวด	皱眉
หน้านิ่วคิ้วขมวด	紧锁双眉，愁眉苦脸	รับ	承认
		ถอนใจ	叹息，叹气
เฮือก ๆ	（叹息声）	ถอนใจเฮือก ๆ	长吁短叹
จิ้ม	蘸，轻戳	หนาม	刺
กระแอม	轻咳，干咳，清嗓子	ดม	闻，嗅
		ยวน	逗笑儿，戏弄
ดูถูก	看不起	รู้อยู่แก่ใจ	心里明白
แร้ง	秃鹫	เทคโนโลยี	（工业）技术，工艺
กงสุล	领事		
อุตสาห์	竭力	พิกล	异常，反常，奇怪
เผลอ	不小心，不慎		
ทำนอง	旋律，格律	เสนาะ	悦耳
คณะกรรมการ	委员会	เรียนเชิญ	恭请
ค้นคว้า	研究	เยี่ยม	极好，极妙
ฝึกฝน	锻炼，磨练	เชื่อถือ	相信，信赖
คล่องแคล่ว	流利，纯熟	ทัดเทียม	水平相当
....เป็นการใหญ่	大事……，大肆……，大规模……	กระแสลมหนาว	寒流
		(ต่ำ)ฮวบ(ลง)	（形容突然下跌的状态副词）
ขำ	可笑，好笑		

85

ไหม้	糊了；着火了	อาเจียน	呕吐
สุก	熟	ดิบ	生
สุก ๆ ดิบ ๆ	半生不熟	เจ็บใจ	痛心，愤恨
กฎ	规则，规律	ท้า	挑战
พนัน	赌博；打赌	ท้าพนัน	打赌
เข็ด	怕（指由于已经吃过亏或有了教训而产生的惧怕）	ใช้	使唤
		ใคร่จะ....	想要……
		เรียน	禀告
ผู้มีเกียรติ	贵宾	นายกรัฐมนตรี(-รัด-ถะ -)	总理
รัฐมนตรี	部长	กระทรวง	部
กระทรวงศึกษาธิการ	教育部	อุดหนุน	支持，帮助
		ปรับตัว	调整自己以适应……
สีหน้าสีตา	= สีหน้า		
ชู้ท	射门，投篮	นายก	总理；市长；会长
คำปราศรัย	讲话		
อิสระ(อิด-สะ-หระ)	自由	บรรยาย	讲解

บทอ่านประกอบ

เมทินีคบเพื่อน(ต่อ)

๘. เยี่ยมบ้านคนรวย

บ้านหลังนั้นทาด้วยสีฟ้าอ่อนตั้งเด่นเป็นสง่าอยู่บนเนินดิน ซึ่งปกคลุมด้วยหญ้าเขียวขจี ข้าง ๆ รั้วมีต้นหางนกยูงขึ้นอยู่ ๔-๕ ต้น ต่างกำลังออกดอกสีแดงเพลิงสว่างไสว จากประตูรั้วเหล็กดัดมีถนนโรยกรวดทอดไปถึงตัวบ้านซึ่งเป็นตึกชั้นครึ่ง เหนือ

บันไดบ้านมีซุ้มดอกพวงแสดและดอกเฟื่องฟ้าเลื้อยอยู่กำลังบานสะพรั่ง มองจากถนนใหญ่เห็นได้ชัดว่าบ้านหลังนี้มีความงามสง่าสมกับเป็นบ้านของเศรษฐี

เมทินี นารีและศรีสมรลงจากรถสามล้อเครื่องตรงประตูใหญ่มองดูเลขที่บ้านบนป้ายทองเหลืองที่ประตูก่อนที่จะกดกริ่ง สักครู่ หญิงสาวนุ่งผ้าซิ่นออกมาที่ประตูถามว่า

"มาหาใครหรือคะ"

"มาหาคุณสาวิตรีค่ะ นัดไว้แล้ว" เมทินีตอบเสียงสุภาพ

"อ๋อ มาหาคุณสาวิตรีหรือคะ ประเดี๋ยวหนูจะไปเรียกคุณสาให้ เชิญข้างในเลยค่ะ" "คุณสา" เป็นชื่อของสาวิตรีที่คนในบ้านเรียกกัน

สาวิตรีดีใจที่เพื่อนมาเยี่ยม จึงกุลีกุจอต้อนรับ

"นึกว่าไม่มาเสียอีก" สาวิตรียิ้มร่าเริง

"มาสิ นัดแล้วก็ต้องมา แหม บ้านเธอหายากจังเลย เพราะบ้านเหล่านี้มีลักษณะคล้ายกันหมด" ศรีสมรบ่นอย่างไม่จริงจังนัก

"ถ้าดูให้ดีไม่เหมือนกันหรอก แต่ละแบบสถาปนิกก็สร้างให้ต่างกันออกไป บ้านลักษณะนี้สร้างจำนวนจำกัด" เมทินีพูดให้ศรีสมรฟัง

"เอาหละ ไม่ต้องเถียงกันหรอก เข้ามาในห้องสิจะได้รู้จักคุณแม่ก่อน" สาวิตรีผละจากเพื่อนเพื่อขึ้นไปเรียนคุณแม่ว่าเพื่อนมาเยี่ยม

สักครู่คุณหญิงก็ลงมา ถึงแม้จะมีวัยสี่สิบเศษ แต่คุณหญิงก็ยังคงสวยพริ้งด้วยเครื่องสำอางราคาแพง และการบำรุงสุขภาพอย่างถูกหลักโภชนา คุณหญิงไม่ถึงกับอ้วนแต่ก็จัดว่าท้วม ใบหน้าอิ่มเอิบด้วยสง่าราศีเช่นเดียวกับคนรวยทั้งหลาย คุณหญิงรับไหว้จากเพื่อนของลูกพร้อมกับพูดจาทักทายถามไถ่ตามธรรมเนียม สักครู่หนึ่งท่านหันไปพูดกับสาวิตรีว่า

"ลูกสา อยู่คุยกับเพื่อนตามสบายนะ แม่สั่งแม่ครัวให้ทำก๋วยเตี๋ยวผัดไทยเลี้ยงมื้อกลางวันด้วย แม่จะออกไปทำธุระข้างนอกอาจจะกลับค่ำ ถ้าคุณพ่อมาไม่ต้องรอทานอาหารเย็นหรอกนะ"

เมทินีสังเกตเห็นแววผิดหวังฉายวูบอยู่ในดวงตาของสาวิตรีเพียงแวบเดียวก็หายไป ส่วนใจของสาวิตรีนั้นรู้สึกผิดหวังมาก เธอรู้อยู่เต็มอกว่า "ธุระ"ของแม่มีความหมายเช่นไร แม่มักจะออกไปเล่นไพ่กับพวกคุณหญิงคุณนายเป็นประจำ ส่วน

คุณพ่อของเธอนานๆ จึงจะกลับมานอนบ้านเสียทีหนึ่ง บ้านที่หรูหราสวยงามจึงไม่ผิดกับที่คุมขัง บางครั้งสาวิตรีคิดอยากหนีเตลิดไปให้รู้แล้วรู้รอดไป

สาวิตรียังจำได้ถึงเหตุการณ์ในเย็นวันหนึ่งของสองสัปดาห์ล่วงมาแล้ว วันนั้นสาวิตรีทะเลาะกับคุณแม่ เธอจำได้ดีคล้ายกับเหตุการณ์นั้นเพิ่งเกิดขึ้นสด ๆ ร้อน ๆ

"คุณแม่คะ" สาวิตรีพูดกับมารดา "คุณแม่รักหนูไหมคะ"

"ก็รักนะซี ถามทำไมเช่นนั้น ลูกสา" คุณหญิงแปลกใจ

"ถ้ารักหนูขออะไรสักอย่างได้ไหม"

"ขออะไรหรือ"

"คือว่าหนูเหงาค่ะ บางวันกลับจากโรงเรียนไม่เจอใครเลย คุณพ่อก็ไม่อยู่ คุณแม่ก็ไม่อยู่ พอถึงวันเสาร์-อาทิตย์ยิ่งแล้วใหญ่ หนูเหงาจริง ๆ " สาวิตรีพูดเสียงเครือด้วยความรู้สึก

"เหงาก็ออกไปเที่ยวดูหนังดูละครกับเพื่อนก็ได้นี่จ๊ะ" เสียงคุณหญิงเจือด้วยความรำคาญ

"แต่หนูไม่ต้องการเที่ยวหรอกค่ะคุณแม่"

"งั้นต้องการเงินละซิ" คุณหญิงเดา

"ไม่ใช่หรอกคุณแม่ เงินหนูยังมี คุณแม่ให้หนูมากเกินพอเสียอีก"

"แล้วจะให้แม่ทำอย่างไร" คุณหญิงเสียงขุ่น

"คือหนูอยากให้คุณแม่มีเวลาอยู่กับบ้านบ้าง เพราะหนูเห็นคุณแม่ไม่เคยว่างเลย เดี๋ยวไปงานโน้น เดี๋ยวไปงานนี้" สาวิตรีทำตาแดง ๆ คล้ายจะร้องไห้ ในหมู่เพื่อนสาวสาวิตรีเป็นคนเข้มแข็ง แต่ถ้าอยู่ที่บ้านหรืออยู่คนเดียว เธอเป็นคนอ่อนแอเสมอ

"แม่ไปก็เพราะเขาเชิญมาหรอกนะ" คุณหญิงขึ้นเสียงสูง "อีกอย่างหนึ่ง แม่ก็มีโอกาสช่วยงานกุศล ช่วยสังคม เช่นการจัดอภิปรายเกี่ยวกับปัญหาวัยรุ่น แม่ก็มีส่วนด้วย"

"คุณแม่ได้แต่ช่วยลูกคนอื่น ลูกของคุณแม่เอง คุณแม่มีเวลาดูแลหรือเปล่า" สาวิตรีโพล่งออกมาอย่างเหลืออด

"หยุดนะ อย่าพูดเช่นนี้กับแม่อีก" ใบหน้างามของคุณหญิงแดงก่ำด้วยโทสะ "ทำไมมากล่าวหาว่าแม่ไม่ดูแล ลูกอยู่กับแม่เคยได้รับความเดือดร้อนใจอะไรบ้าง อยากได้อะไรแม่ก็ซื้อให้ เงินทองแม่ก็ให้ไว้ใช้ไม่ขาดมือ ค่าเล่าเรียน ค่าเสื้อผ้า สมุด

ดินสอ แม่ก็จัดหามาให้ลูก แล้วจะหาว่าแม่ไม่เอาใจใส่ได้อย่างไร"

"หนูอยากให้คุณแม่อยู่บ้านกับหนูมากกว่าค่ะ และไม่อยากให้คุณแม่ไปเล่นไพ่ด้วย" สาวิตรีวิงวอน

"อ้าว" คุณหญิงอุทานด้วยเสียงดัง "แม่ก็หาความสุขของแม่เองบ้างซี ดูแต่คุณพ่อซิ เดือนหนึ่งเข้าบ้านมากี่ครั้ง มัวแต่ไปหลงเมียน้อยเมียเก็บ" คุณหญิงโกรธพลุ่งพล่านเมื่อพูดถึงสามี

การสนทนาของแม่ลูกคู่นี้มักลงเอยด้วยน้ำตาของสาวิตรีและความโกรธของมารดา สาวิตรีเคยนึกน้อยใจในโชคชะตาชีวิตของตนเอง เธออยากจะเกิดมาเป็นคนจนที่พ่อแม่ลูกอยู่กันอย่างมีความสุขอบอุ่น มากกว่าเกิดมาในครอบครัวที่ร่ำรวยแต่เต็มไปด้วยความทุกข์ใจเช่นนี้ หลายครั้งเธอนึกอิจฉาครอบครัวของศรีสมรและเมทินี

"สาวิตรี เธอไม่สบายหรือ ฉันเห็นเธอเหม่อมองออกไปทางหน้าต่างตั้งนานแน่ะ" เมทินีถาม

"อ้อ เปล่าหรอก ฉันเพียงแต่คิดอะไรเพลิน ๆ และรู้สึกมึนอยู่บ้างเพราะเมื่อคืนนอนดึกไปหน่อย" สาวิตรีตอบไม่ตรงความจริงนัก

ห้องรับแขกหรูหราสมกับตัวบ้าน บ่งถึงรสนิยมสูงและราคาแพง ชุดรับแขกเป็นไม้สักแกะสลักลวดลายช้างลากซุงจากจังหวัดทางภาคเหนือ เบาะนั่งหุ้มด้วยผ้าเนื้อดีสีแดงเลือดนก ม่านหน้าต่างเป็นสีเขียวไข่กา ทำให้ห้องสว่างเย็นตา มองออกไปเห็นสวนดอกไม้ซึ่งได้รับการดูแลเอาใจใส่จากคนสวนเป็นอย่างดี สาวิตรีเลือกได้แผ่นเสียงแผ่นหนึ่งเป็นเพลงบรรเลง แล้วเปิดกับเครื่องเล่นจานเสียงชั้นดีที่ตู้ข้างฝา ทำให้เกิดบรรยากาศที่มีชีวิตชีวาลืมเรื่องทุกข์ใจไว้เบื้องหลังหมดสิ้น ชีวิตวัยหนุ่มสาวมักจะทุกข์ง่ายและสุขง่ายเสมอ ถ้าจมอยู่กับความทุกข์จะทำให้ชีวิตห่อเหี่ยว บั่นทอนความสุขหมดสิ้น แต่ถ้าหากลืมมันเสียบ้าง แล้วหาทางแก้อย่างถูกวิธี คุยกับเพื่อน หัวเราะ ฟังดนตรี จะทำให้ชีวิตร่าเริงแจ่มใส ทำให้มองเห็นช่องทางว่าจะแก้ปัญหาได้อย่างไร เด็กสาวทั้งสี่คนต่างพูดคุยหยอกล้อ รับประทานขนมผลไม้ไปพลาง พอถึงเที่ยงก็รับประทานอาหารกลางวันร่วมกัน สาวิตรีพบว่าก๋วยเตี๋ยวผัดไทยวันนั้นเป็นอาหารมื้อที่อร่อยที่สุดในรอบปี พอตกเย็นเมทินี นารี ศรีสมรจึงได้ร่ำลาเจ้าของบ้านกลับ

๘. การสอบไล่

การสอบปลายปีใกล้เข้ามาแล้ว ถ้าเป็นที่บ้านเชียงใหม่ เมทินีคงจะเห็นดอกทองกวาว และดอกงิ้วที่ทุ่งนาหลังบ้านบานสะพรั่ง ซึ่งถือว่าเป็นสัญลักษณ์แห่งการสอบไล่ แต่ที่กรุงเทพฯ ซึ่งเต็มไปด้วยตึกรามบ้านช่องจึงหาภาพเหล่านี้ดูได้ยาก วันสอบไล่เป็นวันที่นักเรียนทุกคนรอคอย คนที่ดูหนังสือไม่พร้อมก็รอคอยด้วยความใจหายใจคว่ำ มีความกระวนกระวาย ส่วนคนที่เตรียมตัวสอบพร้อมแล้วก็รอคอยด้วยความมั่นใจและเปี่ยมไปด้วยความหวัง การสอบไล่เป็นการวัดผลการเรียนว่าตลอดปีที่ผ่านมานักเรียนได้รับความรู้มากน้อยเพียงใด สมควรที่จะผ่านขึ้นไปเรียนชั้นสูงต่อไปได้หรือไม่ การวัดผลสอบไล่ด้วยคะแนนนี้สามารถทดสอบวิชาความรู้จากหนังสือได้ แต่จะวัดผลถึงคุณธรรม ความซื่อสัตย์ ความสามัคคีและความเชื่อถือในศาสนาค่อนข้องลำบาก สิ่งเหล่านี้จะวัดได้จากการประพฤติปฏิบัติประจำวันเท่านั้น

การสอบไล่ที่จะมาถึงนี้มีความหมายต่อเมทินีและเพื่อน ๆ มาก เพราะทั้งหมดเรียนอยู่ชั้นม.ศ.๓ อันเป็นชั้นสูงสุดของโรงเรียนนั้น เมื่อจบแล้วต่างคนต่างจะต้องแยกย้ายไปเรียนต่อที่อื่น บางคนอาจจะเข้าเรียน ม.ศ. ๔-๕ หรือที่เรียกว่าระดับเตรียมอุดมศึกษา บางคนเรียนสายอาชีพ บางคนไม่ได้เรียนต่อ และบางคนอาจจะตกซ้ำชั้นอยู่ที่เดิม

นับตั้งแต่วันแสดงละครของโรงเรียน จนถึงวันที่อาจารย์ใหญ่เรียกชูศรีและสาวิตรีไปตักเตือน สาวิตรีก็เพิ่มความสนิทสนมกับเมทินีมากขึ้น ความประพฤติของเธอเปลี่ยนแปลงไปในทางที่ดีขึ้น จนครูประจำชั้นอดแปลกใจไม่ได้ เดี๋ยวนี้สาวิตรีลดการเที่ยวเตร่และแต่งตัวลง นิสัยก็เปลี่ยนจากเก่า เธอเข้ากับเพื่อนฝูงได้ ไม่หยิ่งอีกต่อไป

เมทินีเคยชวนสาวิตรีมาเที่ยวบ้านเป็นบางครั้ง และเมื่อมีโอกาส สาวิตรีก็มักจะชวนเมทินีไปเยี่ยมที่บ้านเป็นการตอบแทน โดยเนื้อแท้สาวิตรีต้องการความรักความอบอุ่นจากเพื่อนและครูมาก เงินทองและทรัพย์สมบัติไม่อาจสนองความต้องการของเธอได้ เธอจึงหาทางออกโดยการแต่งตัวให้หรูหราเพื่อเรียกความสนใจ เธอชอบข่มคนอื่นเพราะอิจฉาที่คนอื่นมีความสุขกว่าตน การที่สาวิตรีข่มคนอื่นให้ต่ำลงก็เพื่อว่าตนเองจะได้สูงขึ้น ทำให้คนอื่นมองเห็นความสำคัญ แต่วิธีการดังกล่าวหาใช่สิ่งที่ถูกต้องไม่ ไม่มีใครเข้าใจสาวิตรีนอกจากเมทินี สาวิตรีมักระบายความทุกข์ร้อนในใจ

ให้เมทินีฟังเสมอ ส่วนเมทินีก็พยายามปลอบใจและให้ความหวัง ทำให้สาวิตรีมีกำลังใจที่จะต่อสู้โลกต่อไป เพราะอย่างน้อยก็ยังมีเพื่อนรักคอยให้กำลังใจอยู่ บางครั้งคำหนุนใจแก่ใครสักคนแม้เพียงเล็กน้อย ก็อาจจะจุดปะทุเป็นพลังขับดันชีวิตของเขาพุ่งขึ้นไปสู่ความสำเร็จได้

คุณละเอียดเป็นแม่ที่มีความคิดรอบคอบในการอบรมดูแลลูก นางรู้สึกไม่ค่อยสบายใจนักที่เห็นเมทินีและสาวิตรีไปมาหาสู่บ่อยๆ

"ลูกเม หมู่นี้ลูกไปบ้านสาวิตรีบ่อยไหม" คุณละเอียดถามเสียงเรื่อย ๆ ขณะที่นางกำลังร้อยพวงมาลัยดอกมะลิเพื่อส่งไปขายที่ตลาด

"ไม่บ่อยหรอกค่ะ" เมทินีตอบ

"ดีแล้วลูก การคบคนที่ร่ำรวยกว่าเรา เราต้องรอบคอบ ไปบ้านเขาบ่อยก็ไม่ดี" คุณละเอียดเตือนลูก

"ทำไมคะ คุณแม่ สาวิตรีเป็นคนดีนี่คะ"

"จริงของลูกเม แต่พ่อแม่เขาจะว่าเอาได้"

"แต่เราคบกันโดยบริสุทธิ์ใจ ไม่หวังผลประโยชน์อะไร" เมทินีสงสัย

"ถึงแม้จะบริสุทธิ์ใจยังไงก็ตาม คนอื่นอาจจะมองไม่เห็น พ่อแม่ของเขาอาจจะมองไปในทำนองว่าเราคบกับลูกของเขาเพื่อหวังประโยชน์ ข้อนี้ถึงแม้จะเล็กน้อยแต่ก็สำคัญทีเดียว"

"เข้าใจค่ะ" เมทินีพูด "หนูคบกับสาวิตรีเหมือนคบกับเพื่อนคนอื่น ๆ หนูคอยช่วยเขา เช่นอธิบายบทเรียนที่เขาไม่เข้าใจ ปลอบใจและรับเป็นที่ปรึกษาเวลามีปัญหาในสิ่งที่หนูพอจะช่วยได้ค่ะ"

"นั่นเป็นสิ่งที่ดีแล้ว" คุณละเอียดยิ้ม "ลูกรู้จักคบเพื่อนและช่วยเหลือซึ่งกันและกันในยามจำเป็น เพื่อนแท้นั้นหายาก แต่เพื่อนในยามยากนั้นคือเพื่อนแท้ ลูกจงจำไว้ ถ้าหากเราตกทุกข์ได้ยาก เพื่อนแท้จะไม่ละทิ้งเรา"

"ขอบคุณค่ะแม่ ที่ห่วงใยหนู" เมทินีกราบคุณแม่ที่ตัก

"ลูกเมเป็นลูกของแม่ แม่ก็ต้องรักและห่วงใยเสมอ เออ....ว่าแต่ว่าลูกเมดูหนังสือสอบพร้อมหรือยัง" คุณละเอียดเปลี่ยนเรื่อง

"พร้อมแล้วค่ะ หนูไม่คร่ำเคร่งดูหนังสือหรอก เวลาครูสอนก็ตั้งใจฟังและจดโน้ตย่อไว้ พอกลับถึงบ้านก็ทบทวนวิชาที่สอนมาแต่ละวันให้เข้าใจ ตอนไหนสงสัยก็

จดไว้แล้วถามครู การบ้านที่ครูให้ก็ทำอย่างสม่ำเสมอ พอใกล้สอบเพียงแต่ทบทวนโน้ตย่อทั้งหมด เท่านี้หนูก็พร้อมที่จะสอบแล้วค่ะ" เมทินีอธิบายวิธีการเตรียมตัวสอบให้คุณแม่ฟัง

"ถูกต้องแล้วลูก" คุณละเอียดชม "บางคนก่อนสอบมุดูหนังสือหามรุ่งหามค่ำ ทั้ง ๆ ที่ตลอดปีไม่ค่อยสนใจในการเรียน วิธีนี้นอกจากไม่เกิดประโยชน์แล้วยังให้โทษต่อสุขภาพอีกด้วย การเรียนด้วยการเอาใจใส่อย่างสม่ำเสมอตลอดปีนั่นแหละเป็นวิธีเตรียมสอบที่ดีที่สุด"

ในที่สุดก็ถึงวันสอบไล่ ภายในห้องสอบมีบรรยากาศตึงเครียด ไม่มีเสียงพูดคุยหรือหัวเราะ มีแต่เสียงปากกาลากแกรกกรากเบา ๆ บนกระดาษข้อสอบ โต๊ะเก้าอี้จัดที่ใหม่ให้ห่างกันพอสมควร เพื่อป้องกันมิให้นักเรียนแอบลอกคำตอบของเพื่อนที่นั่งใกล้ บางคนทุจริตในการสอบโดยการแอบจดข้อความ เช่นสมการสูตรคณิต-ศาสตร์ และวันเดือนปีสำคัญทางประวัติศาสตร์เข้าห้องสอบ โดยจดไว้ที่ไม้บรรทัดในอุ้งมือและชายกระโปรง การกระทำเช่นนี้ถือเป็นการทุจริตต่อการสอบ ต้องถูกปรับให้ตกทุกวิชาถ้าหากผู้คุมสอบจับได้ ถือว่าบุคคลผู้นั้นไม่มีความซื่อสัตย์ต่อตนเองและต่อโรงเรียน

พอสอบเสร็จก็เหมือนยกภูเขาออกจากอก เมทินีและเพื่อนมีนารี ศรีสมร สาวิตรี และชูศรีได้จัดงานเลี้ยงอย่างเป็นกันเองขึ้นที่บ้านของสาวิตรี เป็นที่น่ายินดีที่ขณะนี้ชูศรีและสาวิตรีปรับความเข้าใจกันได้และกลายเป็นเพื่อนที่ดีต่อกัน โดยมีเมทินีเป็นตัวเชื่อมสัมพันธ์ งานวันนั้นเต็มไปด้วยบรรยากาศที่ครึกครื้น และจบลงด้วยความอาลัยและประทับใจซึ่งกันและกัน

ในงานนั้นต่างคนต่างเล่าถึงแผนการในอนาคตของตนสู่กันฟัง แต่ละคนก็วาดภาพอนาคตไว้อย่างสวยงาม

นารีอยากเรียนวิชาพยาบาลเพื่อช่วยเหลือเพื่อนมนุษย์ที่เจ็บป่วย โดยเฉพาะพี่น้องชาวชนบทที่ยากจนในภาคอีสานบ้านเกิดของเธอ ศรีสมรอยากเรียนบัญชีเพื่อจะออกมาช่วยเตี่ยทำการค้า ชูศรีอยากเรียนวิชาพลศึกษา เพราะสนใจเกี่ยวกับด้านการกีฬาเป็นพิเศษ ส่วนสาวิตรีบอกว่าคุณหญิงจะส่งไปเรียนชั้นเตรียมอุดมศึกษาที่เมืองนอก และคงจะเรียนชั้นมหาวิทยาลัยที่นั่นอีกเพราะเรื่องเงินทองไม่เป็นปัญหาสำหรับสาวิตรี

"เม เธอจะเรียนอะไรดีล่ะ" สาวิตรีถามขึ้น

"ฉันคิดว่าจะเรียนม.ศ. ๔-๕ แผนกศิลปะ ต่อจากนั้นจะสอบเอ็นทรานซ์เข้าเรียนวิชาอักษรศาสตร์ที่......" เมทินีเอ่ยชื่อมหาวิทยาลัยภายในประเทศแห่งหนึ่งออกมา

"ทำไมจึงเลือกเรียนวิชาอักษรศาสตร์" หลายคนสงสัย

"ฉันก็บอกไม่ถูก อาจจะเป็นเพราะฉันชอบในทางขีดๆ เขียนๆ ชอบเขียนบทประพันธ์ และชอบอ่านหนังสือก็ได้" เมทินีบอกเพื่อนๆ

ศรีสมรพูดถึงแผนการของเธอเองว่า "สำหรับฉันเองยังไม่แน่นอนนัก ต้องถามเตี่ยดูก่อน เพราะฉันมีน้องหลายคน จะหวังอะไรมากไม่ได้ บางทีความหวังที่ตั้งไว้อาจไม่สมหวังก็ได้"

"แต่ชีวิตของคนเราอยู่ได้ด้วยความหวัง การตั้งความหวังไว้ย่อมดีกว่าการไม่มีความหวังอะไรเลย" นารีให้ข้อคิดในเชิงปรัชญา เพราะถ้าจะพูดไปแล้ว นารีมีความหวังน้อยกว่าคนอื่น เนื่องด้วยพ่อยากจน ขาดแม่ขาดเงินทอง ต้องพึ่งพาอาศัยคุณป้าซึ่งเป็นญาติห่าง ๆ แต่สิ่งที่หล่อเลี้ยงจิตใจเธอคือความหวังในอนาคตที่ดีกว่าในปัจจุบันของเธอ เธอเชื่อว่าสักวันหนึ่งเธอจะพบชีวิตที่ดีกว่านี้

หลังจากนั้นต่างคนต่างนำสมุด"มิตรภาพ"ให้เพื่อนเซ็นชื่อและคำอวยพรพร้อมรูปถ่าย รวมทั้งตำบลที่อยู่เพื่อการติดต่อกันภายหลัง สิ่งเหล่านี้เป็นการเตือนใจให้รำลึกถึงความทุกข์สุขและบรรยากาศเก่าๆ ที่ประสบร่วมด้วยกันมาขณะเป็นนักเรียน เมื่อโตขึ้นเรียนในระดับสูงและจบออกมาประกอบอาชีพการงาน มีครอบครัว จะได้ระลึกถึงซึ่งกันและกันได้

๑๐. ชีวิตมิใช่ความฝัน

ผลการสอบออกมาเร็วกว่ากำหนด เมทินีสอบได้เป็นที่หนึ่งของชั้นในจำนวนนักเรียนทั้งหมดเกือบห้าสิบคน ไม่ใช่เรื่องน่าประหลาดใจอะไรเลย เพราะเธอขยันและเอาใจใส่ต่อการเรียนมาโดยตลอด นารี ศรีสมร ชูศรี และสาวิตรีล้วนสอบได้หมดทุกคน มีคนสอบตกเพียง ๒-๓ คนเป็นพวกที่ไม่สนใจในการเรียนและเป็นคนไม่เอาถ่านทั้งนั้น พ่อแม่ย่อมเอาใจใส่ต่อผลการเรียนของลูก ถ้าลูกเรียนดี สอบได้ พ่อแม่ก็ดีใจ ถ้าสอบตกพ่อแม่ก็เสียใจ เพราะลูกไม่เอาใจใส่ในการเรียน

คุณชุ่มและคุณละเอียดปลาบปลื้มใจมากเมื่อทราบว่าลูกสาวสอบได้เป็นที่หนึ่งของชั้น และยิ่งดีใจยิ่งขึ้นเมื่อทางโรงเรียนแจ้งเพิ่มเติมมาว่า เมทินีได้รับรางวัล "Best All Around" ซึ่งทางโรงเรียนให้แก่นักเรียนที่เรียนดี ร่วมกิจกรรมดี มีมนุษยสัมพันธ์ดี และมีความประพฤติดี น้อยคนนักที่จะได้รางวัลนี้ เมทินีได้รับเลือกแล้วว่าเป็นผู้สมควรได้รับรางวัลดังกล่าว

เย็นวันหนึ่งระหว่างรับประทานอาหารเย็น คุณชุ่มบอกลูก ๆ ว่า "เดือนหน้าพ่อมีสิทธิ์ลาหยุดพักร้อน ๑๕ วัน พ่อจะพาไปเที่ยวเชียงใหม่ กลับบ้านไปเยี่ยมคุณยาย ลูกเห็นเป็นอย่างไร"

"ดีค่ะ" "ดีครับ"เมทินี สันติและพิชัยตอบพร้อม ๆ กัน

"คุณพ่อคะ" เมทินีพูดขึ้น "หนูชวนเพื่อนของหนูคนหนึ่งไปด้วยได้ไหม เขาเคยบอกอยากไปเที่ยวเชียงใหม่ หนูก็เลยบอกเขาไปว่าถ้ามีโอกาสหนูจะชวนไป เขาคงดีใจใหญ่เลยค่ะ"

"ใคร เพื่อนของลูกน่ะ" คุณละเอียดถาม

"นารีค่ะ คนที่เคยมาบ้านเราบ่อย ๆ ไง อ้อ....คุณแม่คะ ไม่ต้องห่วงเรื่องค่าใช้จ่ายหรอก นารีเขาบอกว่าพอมีเงินฝากที่ธนาคารออมสินอยู่พอสมควร เขาจะเบิกมาใช้จ่ายในการเดินทางด้วยค่ะ"

"เรื่องค่าใช้จ่ายนั้นแม่ไม่ห่วงหรอก แม่รู้ว่าเป็นหนูนารีก็ดีแล้ว ตามใจลูกเถิด แต่ต้องไปขออนุญาตจากคุณป้าเขาเสียก่อนนะ เรียนคุณป้าให้เป็นที่เรียบร้อย"

"ขอบคุณค่ะ แล้วหนูจะไปหานารีที่บ้าน" เมทินีพูดด้วยน้ำเสียงรื่นเริง

งานแจกประกาศนียบัตรผู้สำเร็จหลักสูตรชั้นมัธยมศึกษาปีที่ ๓ จัดขึ้นที่หอประชุมใหญ่ดังเช่นทุกปี หน้าเวทีได้รับการตกแต่งอย่างสวยงามด้วยดอกไม้สด เก้าอี้แถวหน้าจัดไว้เป็นที่นั่งของคณาจารย์และผู้บริหารโรงเรียน แขกเหรื่อที่มาคือบิดามารดาหรือผู้ปกครองของนักเรียนที่จะสำเร็จหลักสูตร คุณพ่อคุณแม่ของเมทินี สาวิตรี ชูศรีและศรีสมรมากันพร้อมหน้า ส่วนคุณพ่อของนารีอยู่ต่างจังหวัดไม่สามารถเดินทางมาร่วมพิธีอันมีเกียรติของลูกได้ จึงให้คุณป้าซึ่งเป็นผู้ปกครองมาแทน ผู้ทำหน้าที่เป็นประธานและแจกประกาศนียบัตรเป็นบุคคลสำคัญระดับรัฐมนตรีที่ทำงานด้านการศึกษาของชาติ หลังจากทำการแจกประกาศนียบัตรแล้วท่านก็ได้กล่าวกำชับเป็นทำนองว่าให้ทุกคนหมั่นเอาใจใส่ฝึกฝนในการศึกษาให้เป็นคนดี

บทที่ ๔ โต้วาที (๒)

หลังจากนั้นเป็นการแจกรางวัล"Best All Around"ซึ่งเป็นรางวัลที่มีเกียรติมาก อาจารย์ใหญ่ได้ออกมาชี้แจงคุณสมบัติของผู้ที่สมควรได้รับรางวัลแล้วประกาศชื่อของเมทินีให้ออกมารับรางวัล เมทินีรู้สึกดีใจและตื้นตันใจมากที่สุดในชีวิต จนสายตาพร่าพรายไปหมดขณะออกมารับรางวัลจากประธานในพิธี แสงแฟลชถ่ายรูปและเสียงปรบมือแสดงความชื่นชมดังกึกก้องห้องประชุม ทำให้เธอประหม่าจนทำอะไรไม่ถูก ผู้ที่ชื่นใจที่สุดคงจะไม่มีใครเกินคุณชุ่มและคุณละเอียด ที่นั่งดูลูกของตนออกไปรับรางวัลด้วยน้ำตาคลอหน่วย

เมทินีรู้สึกประทับใจในคำกำชับตอนหนึ่งของอาจารย์ใหญ่ที่ว่า

"...... โรงเรียนแห่งนี้เป็นเพียงเวทีชีวิตแห่งแรกของพวกเธอเท่านั้น ต่อจากนี้ไปพวกเธอทั้งหลายจะต้องพบเวทีที่กว้างใหญ่กว่านี้ ต้องเรียนรู้ที่จะปรับเข้ากับสิ่งแวดล้อมกับโรงเรียนแห่งใหม่ กับครูอาจารย์และกับเพื่อนนักเรียนด้วยกัน ประ-กาศนียบัตรที่พวกเธอได้รับไปวันนี้เป็นเพียงแผ่นกระดาษที่ไม่สำคัญอะไรเลย ถ้าหากพวกเธอมิได้จดจำสิ่งที่ครูอาจารย์ได้สั่งสอนอบรม ขอให้ขยันขันแข็งในการเรียนและการทำงาน ซื่อสัตย์ต่อตนเองและผู้อื่น อย่าทำตัวเป็นคนสำรวยหยิบหย่ง หรือเที่ยวเตร่อย่างไร้สาระ พวกเธอมีชีวิตอยู่ในโลกแห่งความเป็นจริง มิใช่ความเพ้อฝัน อีกไม่นาน พวกเธอก็จะเติบโตเป็นผู้ใหญ่ที่มีความรับผิดชอบ และเป็นพลเมืองที่มีคุณภาพของประเทศชาติบ้านเมือง......"

พอเสร็จสิ้นพิธีแล้ว แขกเหรื่อต่างทยอยออกจากหอประชุม เมทินีก็เข้าไปหาคุณพ่อและคุณแม่ โอบกอดท่านทั้งสองไว้ด้วยความตื้นตันใจในพระคุณและความรักของท่าน ผู้อบรมสั่งสอนอย่างเอาใจใส่และสนับสนุนให้ลูกได้ศึกษาเล่าเรียนมีวิชาความรู้ ผู้แนะนำวิธีการดำเนินชีวิตประจำวัน ทั้งการกินอยู่หลับนอน การคบเพื่อนฝูง การเข้าสังคม เหนือสิ่งอื่นใดคือท่านมีความเอื้ออาทรห่วงใยลูก พระคุณและความรักของท่านยิ่งใหญ่สุดที่ลูกจะตอบแทนบุญคุณได้

(จบบริบูรณ์)

บทที่ ๕ ตอนหนึ่งในเรื่อง "น้ำใสใจจริง" (๑)

 โดย ว. วินิจฉัยกุล

ตอนแรกที่พวกเราไปนั้น ตึกเพิ่งจะสร้างเสร็จไปสองตึก ใช้เป็นทั้งหอพักและอาคารเรียน ส่วนโรงอาหารเป็นส่วนที่สถาปนิกเขาออกแบบให้เป็นโรงรถ แต่ในเมื่อโรงอาหารยังสร้างไม่เสร็จ รถของราชการก็เลยถูกย้ายไปจอดเก็บในโรงรถชั่วคราวหลังคามุงจาก แล้วโรงรถเดิม ซึ่งสร้างอย่างถาวรกันแดดกันฝนได้ ก็กลายมาเป็นที่ที่นักศึกษากินข้าวกันวันละสามมื้อ

"โน่น อาคารทางซ้ายมือเป็นหอพักของนักศึกษาชาย ทางขวาเป็นหอพักนักศึกษาหญิง" อาจารย์ผู้กล่าวต้อนรับนักศึกษาผู้เพิ่งเหยียบย่างเข้าไปเป็นวันแรกก่อนเปิดภาคเรียนสองสามวัน เดินนำชมพลางอธิบาย "ชั้นล่างของอาคารทางขวาเป็นห้องสมุด ส่วนชั้นที่สองเป็นห้องเรียน ชั้นสามกับชั้นสี่เป็นหอพัก ส่วนอาคารทางซ้าย ชั้นล่างเป็นห้องเรียน ชั้นสองเป็นห้องพักของอาจารย์ ชั้นสามกับสี่เป็นหอพักนักศึกษาชาย"

คนไทยเราถือที่สูงที่ต่ำ โดยมากของที่เราเคารพนับถือก็ต้องเอาไว้บนที่สูง แต่ว่าอาจารย์ที่นี่กลับอยู่ชั้นสองต่ำกว่านักศึกษา ผมก็เพิ่งมารู้ทีหลังว่า อาจารย์คิดว่า เป็นวิธีการที่จะใช้ห้องพักเป็นด่านกั้น ไม่ให้พวกทโมนทั้งหลายหนีไปเที่ยวตอนกลางคืนได้ เพราะยังไงก็ต้องขึ้นลงบันไดผ่านห้องอาจารย์ไปก่อน

พุทโธ่ อาจารย์คงไม่เคยอยู่หอมาก่อน อย่าว่าแต่เฝ้าแบบนี้เลยครับ ต่อให้เอาโซ่มาล่ามใส่กุญแจห้อง พวกหนุ่ม ๆ มันก็หนีไปเที่ยวจนได้น่ะแหละ สำคัญแต่ว่าจะบอกหรือไม่บอกเท่านั้น ส่วนหอพักของพวกผู้หญิงนั้นมีอาจารย์อยู่ประจำแต่ละปีกบนชั้นเดียวกัน เผื่อใครป่วยไข้ไม่สบายก็วิ่งไปเคาะประตูห้องได้ทันที อาจารย์หญิงแต่ละคนอยู่กันห้องละคน ผิดกับนักศึกษาซึ่งอยู่กันห้องละสองคน มีเตียงคนละเตียง ตู้เสื้อผ้าและโต๊ะเขียนหนังสืออย่างละหนึ่ง ออกแบบมาเรียบร้อยเท่ากันทุกห้อง ส่วน

บทที่ ๕   ตอนหนึ่งในเรื่อง"น้ำใสใจจริง"

ห้องน้ำนั้นเป็นห้องรวมมีหลายห้องติด ๆ กัน

ผมจำได้ว่า วันแรกที่ขนของกันมาเข้าหอพักเป็นวันที่โกลาหลจริง ๆ ส่วนใหญ่พวกเราไม่ใช่ชาวจังหวัดนี้ แปดสิบเปอร์เซ็นต์มาจากกรุงเทพฯ จึงต้องขนข้าวของสัมภาระกันมาเต็มรถไปหมด พ่อแม่ส่วนใหญ่ก็ไม่เคยรู้ว่าการไปอยู่หอพักนั้นเป็นอย่างไร ในเมื่อไม่รู้ก็เลยขนกันมาเผื่อขาดเผื่อเหลือ พอ ๆ กับย้ายบ้านเอาเลยทีเดียว

พวกผู้ชายเรื่องน้อยกว่าพวกผู้หญิง ส่วนใหญ่ก็หิ้วกระเป๋าเสื้อผ้ามาคนละใบสองใบ แถมด้วยเครื่องดนตรีบ้าง เครื่องกีฬาบ้าง บางคนหิ้วกรงนกมาด้วย เพราะเลี้ยงมาหลายปีแล้ว กลายเป็นเพื่อนสนิทตัดกันไม่ขาด จะทิ้งไว้บ้านก็กลัวนกตายเลยต้องหอบเอามา

แต่พวกผู้หญิงนี่ซิ บางคนพ่อแม่หอบที่นอนฟองน้ำอย่างดีมาให้เพราะกลัวว่าลูกสาวนอนผิดฟูกแล้วจะไม่หลับ พร้อมกับหมอน ผ้านวม หมอนข้าง ผ้าคลุมเตียงเต็มเพียบ เครื่องไฟฟ้านั้นไม่ต้องพูดถึง เกือบทุกคนหิ้ววิทยุกระเป๋าหิ้วมาด้วย โทรทัศน์ขนาดจิ๋วอย่างสมัยนี้ยังไม่มี แต่พ่อแม่บางคนก็ไม่วายเอาโทรทัศน์มาเผื่อลูกด้วยหวังว่าจะต่อเสาอากาศบนหลังคาตึกให้ได้ เสื้อผ้าก็เหมือนกัน ไม่ได้เอามาเป็นกระเป๋านะครับ บางคนยกตู้มาให้ด้วย รวมทั้งหิ้งวางของ หิ้งวางรองเท้า โต๊ะวางของอเนกประสงค์ ม้านั่ง เรียกว่าดูกันจนตาลายไปเลยนั่นละ

รูปประโยคและการใช้คำ

๑. **อย่าว่าแต่......เลย ต่อให้......ก็......**   这是一个表示让步的连词结构，很像汉语的 "别说……，即使……也……"。

ตัวอย่าง ๑   ๑) อย่าว่าแต่ความลำบากเล็ก ๆ เท่านี้เอง ต่อให้ลำบากมากกว่านี้สักสิบเท่าเราก็ยังสู้
๒) อย่าว่าแต่ห้าหกพันบาทเลย ต่อให้จะให้เดือนละแสนบาทเราก็ไม่ยอมรับจ้างเขา

> ๓) อย่าว่าแต่อาทิตย์ละ ๕๐ คำเลย ต่อให้ร้อยสองร้อยคำก็ยังจำได้
> ๔) อย่าว่าแต่ให้เวลาแค่ ๑ ปีเลย ต่อให้จะให้เวลาเขาสัก ๑๐ ปี เขาก็เรียนไม่สำเร็จ
> ๕) อย่าว่าแต่สิ่งกีดขวางเล็กๆ น้อยๆ เท่านี้เอง ต่อให้มีภูเขาไฟอยู่เบื้องหน้า เราก็จะลุยไปให้ได้

（以上句子中的"ต่อให้"都可以用"แม้(จะ)"取代，成为"อย่าว่าแต่....เลย แม้....ก็...."句。）

ตัวอย่าง ๒
> ๑) อย่าว่าแต่ความลำบากเล็กๆ เท่านี้เอง แม้จะลำบากมากกว่านี้สักสิบเท่าเราก็ยังสู้
> ๒) อย่าว่าแต่ห้าหกพันบาทเลย แม้จะให้เดือนละแสนบาท เราก็ไม่ยอมรับจ้างเขา
> ๓) อย่าว่าแต่อาทิตย์ละ ๕๐ คำเลย แม้ร้อยสองร้อยคำก็ยังจำได้
> ๔) อย่าว่าแต่ให้เวลาแค่ ๑ ปีเลย แม้จะให้เวลาเขาสัก ๑๐ ปีเขาก็เรียนไม่สำเร็จ
> ๕) อย่าว่าแต่สิ่งกีดขวางนิดๆ หน่อยๆ เท่านี้เอง แม้จะมีภูเขาไฟอยู่เบื้องหน้า เราก็จะลุยไปให้ได้

然而，用"แม้"的分句只是表示假设的让步，而用"ต่อให้"的分句还带有夸张的色彩。因此"ต่อให้"分句一般不用于既成事实的句子中，而且往往比另一个分句所表示的程度更为严重。下面的句子就不合适使用"ต่อให้"句。如：

> ๑) อย่าว่าแต่ซื้อบ้านซื้อรถยนต์เลย แม้จักรยานเขาก็ซื้อไม่ไหว
> ๒) อย่าว่าแต่กระทะใบใหญ่เลย แม้กระทะใบเล็กเศรษฐีขี้เหนียวผู้นั้นก็ไม่ยอมให้ยืม

บทที่ ๕   ตอนหนึ่งในเรื่อง"น้ำใสใจจริง"

๓) (หนังการ์ตูนเรื่องนี้)อย่าว่าแต่เด็ก ๆ เลย แม้ผู้ใหญ่ก็ชอบดู

๔) อย่าว่าแต่ร้อยหยวนเลย แม้หยวนเดียวฉันก็ไม่ยอมจ่าย (เพราะมันไม่ยุติธรรม)

๕) อย่าว่าแต่เรียนภาษาต่างประเทศอีกภาษาหนึ่งเลย แม้ภาษาอังกฤษฉันก็แย่อยู่แล้ว

แบบฝึกหัด   จงแปลประโยคตัวอย่างเป็นภาษาจีน และใช้คำว่า"อย่าว่าแต่....เลย ต่อให้....ก็...."กับ"อย่าว่าแต่....เลย แม้....ก็...." แต่งประโยคคำละ ๒ ประโยค

๒. **เผื่อ....**   "**เผื่อ**" 和 "**เพื่อ**" 有些相似,可以译为"以便"、"为了"、"以备"、"以防"等。但是"**เพื่อ**"是表示要达到某个具体的目的,而"**เผื่อ**"是表示做某事以防出现另外某种情况,或者做某事以便可能对某人某事有益。"**เผื่อ**"后面可以是动词性词组也可以是名词性词组。

ตัวอย่าง ๑
๑) ชาวบ้านกักน้ำไว้เผื่อใช้หน้าแล้ง
๒) เอาร่มไปด้วยซี เผื่อฝนจะตก
๓) ทุกวันอาทิตย์พ่อแม่จะหุงข้าวมากกว่าปกติเผื่อว่าลูก ๆ จะกลับมากิน
๔) เขาเก็บตังค์ไว้เผื่อเวลาเจ็บไข้จะได้ใช้
๕) รัฐบาลทุกรัฐบาลจำเป็นต้องเก็บเสบียงอาหารไว้จำนวนหนึ่งเผื่อเกิดภัยธรรมชาติหรือสงคราม

ตัวอย่าง ๒
๑) ผมซื้อไว้เผื่อคุณครับ
๒) พ่อแม่หุงข้าวมากกว่าวันปกติเผื่อลูก
๓) เขาเอาร่มไปหลายคันเผื่อเพื่อน
๔) รัฐบาลเก็บเสบียงอาหารไว้เผื่อเวลาต้องการ
๕) เขาเก็บตังค์ไว้เผื่อยามแก่

แบบฝึกหัด　จงแปลประโยคตัวอย่างเป็นภาษาจีน และใช้คำว่า"....เผื่อ...."แต่งประโยคตามประโยคตัวอย่างอย่างละ ๒ ประโยค

ข้อสังเกต

๑. 小说"น้ำใสใจจริง"是描写一群大学生在外府一座新建的大学里学习和生活的情况以及他们所遇到的趣闻。根据泰国大学部的政策,大学要向外府发展,小说中的大学就是这一政策的产物。学校初建阶段,学习和生活设施简陋,环境很差,给从曼谷来的学生带来很多不便。第一学年结束后,很多同学都产生了重考京城大学的念头。但是,一年来同学之间建立起来的友谊和感情,又使他们在新学年开始时纷纷回到了学校,并且完成了全部学业。这部小说语言清新、活泼,年轻人的不同性格描绘得栩栩如生。小说一出版就受到年轻人的热烈欢迎,热销至今。

๒. ตึกเพิ่งจะสร้างเสร็จไปสองตึก

　　这句话中的 "ไป" 是表示事情已经发生,而 "ไป" 前面的动词往往与结束、离去、消失等意义有关, "ไป" 后面还可以接一个表示时间、数量等的短语。如:

　　　　ของหายไปเมื่อไร
　　　　เงินหมดไปนานแล้ว
　　　　เงินหมดไปเท่าไหร่แล้ว
　　　　เรื่องนี้จบไปแล้ว อย่าพูดถึงมันอีก

๓. ในเมื่อโรงอาหารยังสร้างไม่เสร็จ....
　　ในเมื่อไม่รู้ก็เลยขนกันมาเผื่อขาดเผื่อเหลือ

　　"ในเมื่อ...." 也可以只用 "เมื่อ....", "ใน" 只是起强调的作用。"ในเมื่อ...." 在这两个句话中的意思是"在这种情况下"。翻译时可视具体情况处理。

๔. โรงรถเดิม ซึ่งสร้างอย่างถาวรกันแดดกันฝนได้ก็กลายมาเป็นที่ที่นักศึกษากินข้าวกันวันละสามมื้อ

๑）此句中的“ซึ่ง”和第二个“ที่”的用法在第二册和第三册中都已分别讲过，都是结构助词，只是“ซึ่ง”起说明的作用，“ที่”起限制的作用。这句话中的第一个“ที่”是名词，“地方”的意思。这两个“ที่”是两个不同的词，因此第二个“ที่”不能用重复符号“ๆ”来替代。

๒）这里的“มา”是趋向动词，表示“เป็นที่ที่นักศึกษากินข้าวกันวันละสามมื้อ”是后来发生的事。

๕. อาจารย์ผู้กล่าวต้อนรับนักศึกษาผู้เพิ่งเหยียบย่างเข้าไปเป็นวันแรกก่อนเปิดภาคเรียนสองสามวัน เดินนำชมพลางอธิบาย....

这两处的“ผู้”相当于结构助词“ที่”和“ซึ่ง”，但是“ผู้”所引导的短语或句子只限于修饰人。这句话的主要成分是“อาจารย์เดินนำชมพลางอธิบาย”

๖. คนไทยเราถือที่สูงที่ต่ำ

“ถือ”是个多义词，除了以前已经学过了的意义和用法外，还有“忌讳”的意思，如：

คนไทยถือหัว

อย่าเอาเท้าไปชี้นั่นชี้นี่ซี่ เขาถือนะ

๗. ผมก็เพิ่งมารู้ทีหลังว่า ....

此句中的“มา”与第四个注释中的“มา”用法相同，都是放在某个动词前，表示该动词是后来发生的事。

๘. อย่าว่าแต่เฝ้าแบบนี้เลยครับ ต่อให้เอาโซ่มาล่ามใส่กุญแจห้อง พวกหนุ่ม ๆ มันก็หนีไปเที่ยวจนได้น่ะแหละ สำคัญแต่ว่าจะบอกหรือไม่บอกเท่านั้น

๑）กุญแจ 可以指钥匙（ลูกกุญแจ），也可以指锁头（แม่กุญแจ），要看语言环境。语言环境比较明确的情况下，一般都会将 ลูก 或 แม่ 省略。

๒）....จนได้　表示经过努力，克服困难，最后终于获得成功。其他例子如：

เด็ก ๆ เหล่านั้นฟันฝ่าอุปสรรคต่าง ๆ นานา ในที่สุดก็กลับถึงบ้านจนได้

เขาขอแล้วขออีก ในที่สุดก็ได้รับอนุญาตจากพ่อแม่จนได้

๓）สำคัญแต่ว่า....　"重要的（只）是……"，"关键（只）是……"的意思。

๙. อาจารย์หญิงแต่ละคนอยู่กันห้องละคน ผิดกับนักศึกษาซึ่งอยู่กันห้องละสองคน ....เพราะกลัวว่าลูกสาวนอนผิดฟูกแล้วจะไม่หลับ

"ผิด"是多义词。这两句中的"ผิด"都是"不同"的意思。

๑๐. ส่วนห้องน้ำนั้นเป็นห้องรวมมีหลายห้องติด ๆ กัน

๑）ห้องน้ำ指盥洗室、卫生间、厕所，意义比较广泛。泰语中还有两个专指厕所的词，即ห้องส้วม（厕所、茅厕）和สุขา（卫生间）。

๒）ห้องรวม 此处是指公用的盥洗室、厕所。

๑๑. ในเมื่อไม่รู้ก็เลยขนกันมาเผื่อขาดเผื่อเหลือ

"เผื่อขาดเผื่อเหลือ"就是"เผื่อขาด"的意思，即"以防短缺"。

๑๒. โทรทัศน์ขนาดจิ๋วอย่างสมัยนี้ยังไม่มี แต่พ่อแม่บางคนก็ไม่วายเอาโทรทัศน์มาเผื่อลูก

"ไม่วาย"常出现在表示转折的句子里，意思是经过了努力（可能是提醒、禁止、防止或其他）或出于某种原因不该出现某种情况，但仍出现了那种情况。译成汉语时要看具体的语境选择合适的词语。其他例子如：

แม้จะห้ามแล้วห้ามอีก แต่ลูกก็ไม่วายกลับดึก

ฉันเคยเตือนแกหลายครั้งแล้ว แต่ก็ไม่วายทำผิดอีก

ผมมาตั้งหลักแหล่งและมีลูกมีเมียอยู่ที่ปักกิ่ง ๑๐ กว่าปีแล้ว แต่ก็ไม่วายที่จะคิดถึงบ้านเกิดอยู่ดี

บทที่ ๕ ตอนหนึ่งในเรื่อง "น้ำใสใจจริง"

แบบฝึกหัด

๑. จงอ่านวลีต่อไปนี้ให้คล่อง

สร้างอย่างถาวรกันแดดกันฝนได้
เดินนำชมพลางอธิบาย
ของที่เราเคารพนับถือ
เพิ่งมารู้ทีหลังว่า
ไม่ให้พวกทโมนทั้งหลายหนีไปเที่ยวตอนกลางคืนได้
อาจารย์คงไม่เคยอยู่หอมาก่อน
ต่อให้เอาโซ่มาล่ามใส่กุญแจห้อง พวกหนุ่ม ๆ มันก็หนีไปเที่ยวจนได้น่ะแหละ
ขนกันมาเผื่อขาดเผื่อเหลือ
หิ้วกระเป๋าเสื้อผ้ามาคนละใบสองใบ
เป็นเพื่อนสนิทตัดกันไม่ขาด
เรียกว่าดูกันจนตาลายไปเลยนั่นละ

๒. จงตอบคำถามต่อไปนี้

๑) ตอนแรก ๆ ที่มหาวิทยาลัยนี้มีสิ่งก่อสร้างอะไรบ้าง
๒) ตอนนั้นโรงอาหารสร้างเสร็จหรือยัง นักศึกษากินข้าวกันที่ไหน
๓) ตึกสองหลังที่สร้างเสร็จแล้วใช้เป็นที่ทำอะไรกัน
๔) คนไทยถือที่สูงที่ต่ำ แล้วทำไมอาจารย์อยู่ชั้นสองแต่ให้นักศึกษาชายไปอยู่ชั้น ๓ กับชั้น ๔
๕) ห้องพักของนักศึกษามีลักษณะเป็นอย่างไรบ้าง
๖) วันแรกที่นักศึกษาขนของกันมาเข้าหอพักทำไมจึงโกลาหลกันมาก
๗) พวกนักศึกษาชายขนของอะไรมาบ้าง
๘) พวกนักศึกษาหญิงขนของอะไรมาบ้าง
๙) ทำไมพ่อแม่บางคนจึงเอาของมากมายมาให้ลูกด้วย
๑๐) จงเปรียบเทียบดูว่า อาคารหอพักนักศึกษาของเรามีลักษณะที่เหมือนหรือที่ต่างกันกับมหาวิทยาลัยในบทเรียนอย่างไรบ้าง และเวลามาถึงมหาวิทยาลัยวันแรกพวกเราโกลาหลเหมือนพวกเขาไหม

๓. จงแปลประโยคต่อไปนี้เป็นภาษาจีน

๑) ในเมื่อโรงอาหารยังสร้างไม่เสร็จ รถของราชการก็เลยถูกย้ายไปจอดเก็บในโรงรถชั่วคราว หลังคามุงจาก แล้วโรงรถเดิมซึ่งสร้างอย่างถาวรกันแดดกันฝนได้ก็กลายมาเป็นที่ที่นักศึกษากินข้าวกันวันละสามมื้อ

๒) อาจารย์ผู้กล่าวต้อนรับนักศึกษาผู้เพิ่งเหยียบย่างเข้าไปเป็นวันแรกก่อนเปิดภาคเรียนสองสามวัน เดินนำชมพลางอธิบาย........

๓) พุทโธ่ อาจารย์คงไม่เคยอยู่หอมาก่อน อย่าว่าแต่เฝ้าแบบนี้เลยครับ ต่อให้เอาโซ่มาล่ามใส่กุญแจห้อง พวกหนุ่ม ๆ มันก็หนีไปเที่ยวจนได้น่ะแหละ สำคัญแต่ว่าจะบอกหรือไม่บอกเท่านั้น

๔) พ่อแม่ส่วนใหญ่ก็ไม่เคยรู้ว่าการไปอยู่หอพักนั้นเป็นอย่างไร ในเมื่อไม่รู้ก็เลยขนกันมาเผื่อขาดเผื่อเหลือ พอ ๆ กับย้ายบ้านเอาเลยทีเดียว

๕) โทรทัศน์ขนาดจิ๋วอย่างสมัยนี้ยังไม่มี แต่พ่อแม่บางคนก็ไม่วายเอาโทรทัศน์มาเผื่อลูกด้วยความหวังว่าจะต่อเสาอากาศบนหลังคาตึกให้ได้

๔. จงใช้คำว่า"อย่าว่าแต่....เลย ต่อให้....ก็.... "และ"....เผื่อ...."แต่ง ประโยคคำละ ๒ ประโยค

ศัพท์และวลี

น้ำใจ	情感，精神，胸怀	น้ำใสใจจริง	真心实意，真挚的感情
ตอนแรก	起先，起初	สถาปนิก(สะ-ถา-ปะ-นิก)	建筑师
ออกแบบ	设计		
โรงรถ	车库	ราชการ(ราด-ชะ-กาน)	公务，公事
ชั่วคราว	暂时，临时		
หลังคา	屋顶	มุง	盖（屋顶）

จาก	亚塔椰子（也称节草，在农村常用其叶来铺盖屋顶）	ถาวร	永久的
		กัน	防
		กลาย	变（成）
		เหยียบ	踩，踏
ย่าง	进入	เหยียบย่าง	步入，进入
โดยมาก	一般，大多数（情况下）	วิธีการ	方法
		ด่าน	关卡
กั้น	隔，拦	ทโมน	= ลิงทโมน
อย่าว่าแต่....เลย ต่อให้....ก็....	别说……，即使……也……	เฝ้า	看守，守护
		โซ่	锁链，铁链
		ล่าม	拴，绑
กุญแจ	锁；钥匙	ใส่กุญแจ	上锁
ประจำ	常驻的，固定的	ปีก	翅膀，一翼，一侧
เผื่อ	以便，以防，以备	ผิดกับ	与……不同
ตู้เสื้อผ้า	衣柜	โต๊ะเขียนหนังสือ	书桌
ห้องรวม	公用的房间		
ขน	搬，运	โกลาหล	混乱，乱作一团
เปอร์เซ็นต์	百分比	สัมภาระ	行李
หิ้ว	提，手提	เครื่องดนตรี	乐器
เครื่องกีฬา	运动器材	กรง	笼子
ตัดกันไม่ขาด	分不开，切割不断	ที่นอน	床垫，卧具
ฟองน้ำ	海绵	ฟูก	褥子，床垫
หมอน	枕头	ผ้านวม	棉被
หมอนข้าง	抱枕	ผ้าคลุมเตียง	床罩
เต็มเพียบ	满当当的	วิทยุกระเป๋าหิ้ว	手提收音机
ขนาดจิ๋ว	微型的	ไม่วาย....	依然；不免
ต่อ	接（合）	เสาอากาศ	天线杆子
รวมทั้ง	包括	หิ้ง	架子，托架

อเนกประสงค์	多用途的，综合的	ตาลาย	眼花
		รับจ้าง	受雇
ลุย	涉，蹈	ลุยไฟ	蹈火
การ์ตูน	漫画	หนังการ์ตูน	动画片
ยุติธรรม	公平	กัก	拦，蓄；扣留
หน้าแล้ง	旱季	เจ็บไข้	生病
เสบียง	干粮，粮食	เสบียงอาหาร	粮食
สงคราม	战争	ยาม	时候，时期
ผลัดเปลี่ยน	更换，更替	ฟันฝ่า	冲破（困难），披荆斩棘
อุปสรรค(อุ-ปะ-สัก)	阻碍，障碍，困难	ต่าง ๆ นานา	各种各样的
		หลักแหล่ง	固定住处
ตั้งหลักแหล่ง	定居	มีลูกมีเมีย	成家了
แรก ๆ	起初	ก่อสร้าง	建筑
สิ่งก่อสร้าง	建筑物		

บทอ่านประกอบ

ตอนหนึ่งในเรื่อง "น้ำใสใจจริง"
โดย ว. วินิจฉัยกุล

(๑)

คืนนั้นเอง หลังจากรับประทานอย่างถูกต้องตามมารยาทแบบแผนเพียบ อาจารย์ทองถวิลก็นัดประชุมอาจารย์ นักศึกษาและคนงานที่โรงอาหาร ซึ่งใช้เป็นห้องประชุมชั่วคราวเพราะหอประชุมยังสร้างไม่เสร็จ

"ท่านทั้งหลายอย่าเพิ่งลุก" เธอประกาศก้องโดยไม่ต้องใช้เครื่องขยายเสียง "อ้าว ใครลุกออกไปแล้ว คนงานช่วยไปตามกลับมาหน่อย" นักศึกษาชาย

เหลียวไปมองหน้าอาจารย์พอดีเป็นเชิงหารือ ก็เห็นฝ่ายนั้นทำหน้าไม่ค่อยสบายใจนัก ทำให้ชักหนาว ๆ ร้อน ๆ ไปตาม ๆ กัน

เรื่องประชุมนี้มีสารพัดชนิด ตั้งแต่เรื่องใหญ่ขนาดฟ้าผ่า (ซึ่งยังไม่เกิด)ไปจนเรื่องเล็กขนาดการแย่งราวตากผ้าบนดาดฟ้าหลังคาตึก บางคนเอาผ้าขึ้นไปตาก ปรากฏว่าไม่มีราวเหลือ เลยจับเสื้อผ้าเพื่อนโยนลงบนพื้นทำทีว่าลมพัดปลิวตกลงมา บางครั้งโยนแรงไปหน่อยพลาดจากพื้นปลิวลงจากหลังคาตึกมาถึงพื้นข้างล่าง นักศึกษาเรียนกันอยู่ในอาคาร มองผ่านหน้าต่างเห็นกางเกงใน หรือเสื้อกล้ามร่อนผ่านอากาศลงมาก็หลายครั้ง

บางครั้งฝนตกขึ้นมา เพราะขณะนั้นอยู่ในช่วงฤดูฝน อาจารย์กำลังสอนก็ต้องหยุดสอนชั่วคราว ให้นักศึกษาวิ่งกรูกันออกจากห้อง ขึ้นไปเก็บผ้าที่ตากไว้ลงมาเสียก่อน เหตุการณ์แบบนี้ถ้าเป็นชั่วโมงของอาจารย์ประจำก็ไม่เท่าไรนัก เพราะอาจารย์ซึ่งพักอยู่ในหอพักต้องวิ่งตามนักศึกษาขึ้นไปเก็บผ้าของตัวเองเหมือนกัน แต่ถ้าเป็นอาจารย์พิเศษจากจุฬาฯ ธรรมศาสตร์ หรือหน่วยราชการอื่น ๆ ซึ่งได้รับเชิญมาสอนสัปดาห์ละชั่วโมงสองชั่วโมง เจอเหตุไม่คาดฝันอย่างนี้เข้า มักจะหงุดหงิดเสียศูนย์กันอยู่ไม่น้อย เพราะเสียเวลาไปครั้งละครึ่งค่อนชั่วโมง ทำให้สอนไม่ทัน หรือไม่ก็กลับช้ากว่ากำหนด ทำให้กลับไปสอนหรือประชุมไม่ทันเวลา

พอรายงานเรื่องขี้หมูราขี้หมาแห้งผ่านมาถึงมืออาจารย์ทองถวิลทีไร เป็นอันว่ามีเรื่องต้องประชุมทุกทีไป

“คราวนี้โดนเฉ่งเรื่องอะไรกันอีกล่ะวะ” ป๊อยื่นพุงมากระซิบถามโจม “ใครเสือกไปฟ้องเรื่องกูทำทอดมันเมื่อคืนรึเปล่า”

โจมเตะหน้าแข้งให้เงียบ ได้ผล ป๊อครางอูยคลำหน้าแข้งไปมา

เรื่องฝีมือทำกับข้าวของป๊อเป็นที่รู้กันทั่วหอพักฝ่ายชาย แต่ไม่มีใครปากโป้งไปฟ้องอาจารย์เพราะทุกคนเห็นเป็นลาภมหาศาล นอกจากนี้อาจารย์พอดีเองจะรู้หรือไม่รู้ก็ไม่แน่ แต่อาจารย์ก็ไม่เคยซักถามอะไรเวลาป๊อไปเคาะประตูห้องส่งปอเปี๊ยะสดหรือทอดมันให้

“อาจารย์ครับ รองท้องก่อนนอนครับ”

“เหรอ ขอบใจ” อาจารย์ว่าแค่นั้น

“ผมเอามาจากบ้านครับ” ป๊อแถมท้าย หัวเราะแหะ ๆ

อาจารย์ก็หัวเราะ เพราะว่าป๊อกลับบ้านเมื่อสองวันก่อน แต่ว่าปอเปี๊ยะสดกับทอดมันนั้นร้อนกรุ่นเพิ่งทำเสร็จใหม่ ไม่รู้ว่าเก็บไว้อย่างไรสองวันสองคืนแล้วยังไม่เย็น

"อือ สดดีนะ"

คุณมหาเองก็ไม่ค่อยใจสงบเท่าไหร่ เพราะเผลอจุดธูปในหอพักติดต่อกันมาตั้งแต่เปิดเรียน จุดจนเสร็จแล้วถึงนึกขึ้นมาได้ว่าอาจจะเสี่ยงทำให้หอพักกลายเป็นทะเลเพลิง ถ้าอาจารย์จับได้เมื่อไรอาจจะถูกนำตัวไปยิงเป้าข้อหาวางเพลิง แต่ก็ลืมได้ลืมดีเกือบทุกวัน

หลายคนนั่งกระสับกระส่าย เพราะต่างมีความผิดติดตัวกันทั้งสิ้น เว้นแต่โหม่งซึ่งไม่สนใจอะไรทั้งนั้น นั่งอยู่แถวหลังสุด รวบรวมเศษกระดูกใส่ถุงพลาสติกที่ซื้อเตรียมไว้เป็นปึก กะว่าเวลากลับหอพักก็จะไปคลุกข้าวให้เจ้าบอยเพื่อนแก้ว ตอนนี้มันก็แสนจะมารยาทดี ตามมาหมอบอยู่ใกล้ ๆ ตัว แต่ไม่ตะเกียกตะกายขอข้าวกินเลยสักนิด เพียงแต่จ้องมองแล้วกระดิกหางทำนองว่าขอบคุณเท่านั้นเอง

โหม่งสะดุ้งโหยงจนข้าวแทบหก เมื่ออาจารย์ทองถวิลประกาศว่า

"ขณะนี้มหาวิทยาลัยได้ติดต่อกับเทศบาลจังหวัดแล้วว่า ขอให้มาจับหมาจรจัดในบริเวณนี้ออกไปเสียให้หมด"

อาจารย์กวาดสายตามองไปรอบ ๆ เดชะบุญ ป๊อนั่งตัวมหึมาบังอยู่ข้างหน้าโหม่งพอดี จึงไม่เห็นสีหน้าท่าทางเหมือนคนใกล้ตายของโหม่ง

"ดิฉันจึงขอให้คนงาน เจ้าหน้าที่ หรืออาจารย์คนใดที่เลี้ยงสุนัขเอาไว้ กรุณาล่ามโซ่หรือเก็บสุนัขของตนเองเอาไว้ให้มิดชิด อย่าให้ออกมาเพ่นพ่าน พรุ่งนี้เทศบาลจะมาตั้งแต่เก้าโมงเช้า"

อาจารย์ทองถวิลเว้นจังหวะ เพื่อให้คำพูดซึมเข้าไปในหูของทุกคนในที่นั้นอย่างถนัด แล้วพูดต่อเสียงหนักแน่นว่า

"นักศึกษาขอให้เข้าชั้นเรียนตามปกติ อย่าออกมายืนดู หรือเดินไปมาเกะกะกีดขวางการทำงานของเจ้าหน้าที่เทศบาล ถึงมีเสียง...เอ้อ..."

ตอนนี้เธอตะกุกตะกักนิดหนึ่ง

"เสียงหมาร้อง" อาจารย์พอดีต่อให้อย่างเผลอตัว

พวกนักศึกษาหัวเราะกันเกรียว แต่พออาจารย์ทองถวิลขมวดคิ้ว เสียงหัวเราะก็

หายเป็นปลิดทิ้งเหมือนถูกตัดไฟ

“ขอบคุณค่ะ อาจารย์ แต่ดิฉันอธิบายคนเดียวได้.....นักศึกษาทุกคนพรุ่งนี้โปรดให้ความร่วมมือด้วยการอย่าออกมานอกอาคารนอกจากจำเป็นจริง ๆ มีใครสงสัยอะไรไหม”

ทุกคนหุบปากเงียบ ป๊อกระซิบกับโจม

“เฮ้ย อาจารย์เค้าห้ามพวกเราออกมาเพ่นพ่าน กลัวเทศบาลจับผิดใช่มั้ยวะ เค้าหมายความยังงั้น”

“ไม่ผิดหรอก เทศบาลเค้าไม่ได้มาจับหมูนี่หว่า” โจมย้อนเข้าให้

ป๊อเลยเงียบ แอบเตะหน้าแข้งโจมแก้เผ็ดอีกที

คุณมหาบุญโปรยนั่งถัดไปจากแคน ฟังอย่างสงบเสงี่ยม จนกระทั่งอาจารย์พูดเสร็จ ปล่อยให้นักศึกษาแยกทางกันกลับหอใครหอมัน คุณมหาจึงรำพึงกับแคนว่า

“น่าเวทนาหมาแมวตาดำ ๆ ไม่รู้ทำกรรมอะไรไว้ต้องเกิดเป็นหมาแมว แล้วพอโตขึ้นไม่ทันไรก็จะถูกจับไปฆ่าเสียอีก”

“หมาจรจัดพวกนี้ มันเป็นโรคกลัวน้ำได้ง่ายนะครับ” แคนฉีกความเห็นไปอีกทาง “ผมเคยเห็นเด็กข้างบ้านถูกหมาบ้ากัด โอ๊ย ตายทรมาน พ่อแม่งี้เสียใจแทบตายตามเลยละ เห็นแล้วเข็ดเลยครับ ผมไม่ยอมอุ้มหมาเล่นอีกเด็ดขาด”

“เฮ้อ กรรม” คุณมหาส่ายหัวด้วยความเศร้าใจ “หมามันก็ไม่ได้รนหาที่จะเป็นมันเป็นของมันเอง ถ้าช่วยอะไรไม่ได้ผมต้องวางอุเบกขา”

“ดีแล้วครับ แล้วพรุ่งนี้ อย่าไปขวางทางพนักงานเทศบาลเขานะครับ” แคนกำชับก่อนจะลุกขึ้นจากโต๊ะอาหาร

เดินผ่านโหม่งซึ่งกำลังนั่งลูบหัวไอ้บอย นัยน์ตาลอย แคนอดหมั่นไส้ไม่ได้เลยเหน็บว่า

“ลากันซะทีนะ พรุ่งนี้ก็จากกันแล้ว”

“ใครว่า” โหม่งเงยหน้าขึ้นทำตาเขียว “ถ้าลากะมึงละก็ ง่ายกว่า”

“ไอ้นี่พาล พรุ่งนี้จะถูกพรากจากหมา” แคนไม่ถือโกรธ ถือโอกาสอบรมว่า

“หน้าที่มึงมาเรียนนะโว้ย ไม่ได้มาเลี้ยงหมาอยู่ที่นี่”

“ช่างกู”

คนงานทยอยเก็บจานชามไปแล้ว เสียงล้างชามดังโช้งเช้งอยู่นอกโรงครัวติด

กับโรงอาหาร ไฟสว่างกลางเพดานค่อย ๆ ดับลงทีละดวงสองดวงเหลือเพียงไฟดวงเล็ก ๆ ด้านข้าง โหม่งจึงลุกขึ้นอย่างหงอยเหงา

"มะ บอย มะ ไปกินข้าวกัน"

แม่ครัวเปิดประตูด้านโรงครัวมาตะโกนเรียก

"คุ้ณ คุณ ไม่มาเอาข้าวเหลือหรือคุณโหม่ง"

โหม่งเหลียวไปมองอย่างซังกะตาย พยักหน้า แล้วเดินย้อนกลับไปหาแม่ครัวใจดี ซึ่งนักศึกษาทุกคนเรียกกันว่า'ป้า' เพียงมาอยู่รั้วมหาวิทยาลัยเดียวกันไม่กี่วันก็คุ้นเคยกันดี หลายคนปะเหลาะขอโน่นขอนี่เป็นพิเศษ เช้าไข่ดาวฟองเดียวไม่พอขอสองฟอง เวลาตักกับข้าวก็ขอหมูเยอะ ๆ ไก่หลาย ๆ ชิ้นหน่อย มะเขือไม่ค่อยจะเอา ป้าก็ตามใจเด็กผู้ชายพวกนี้เป็นอันดี

"ครับ ครับ ป้า" โหม่งเดินกลับไปอย่างหงอยเหงา ไอ้บอยตามต้อย ๆ ไปด้วยความจงรักภักดี

ป้าเตรียมข้าวเหลือกินไว้ให้ใส่ถุงเรียบร้อย ปนเศษเนื้ออย่างที่ไอ้บอยชอบ ไม่ค่อยมีผักปนเพราะเขี่ยออกหมดแล้ว น้ำแกงเผ็ดก็ไม่มีเพราะมันไม่ชอบอีกเหมือนกัน โหม่งไหว้ป้าก่อนจะรับมา

"เป็นอะไร หน้าตาเหมือนปวดท้อง" ป้าซัก "ยาธาตุที่ห้องพยาบาลเขามี ไปกินซะนะ"

"ผมไม่ได้ปวดท้องหรอกครับป้า สงสารบอยเค้าน่ะ พรุ่งนี้คงถูกเทศบาลเอาตัวไปแล้ว" โหม่งหน้าจ๋อยลงไปอีก "เอาไปก็ตายลูกเดียว โธ่ บอยเค้าฉลาดนะป้า พูดงี้เข้าใจทุกอย่าง"

ป้าเหลียวหน้าเหลียวหลังมอง จนแน่ใจว่าอาจารย์ทองถวิลไม่ได้อยู่แถวนั้นแน่จึงกระซิบว่า

"เอางี้ซิ คุณโหม่งก๊อเอาหมาหลบ ๆ ซะหน่อย เทศบาลเขาไม่ขึ้นไปค้นตามห้องหับร้อก เขาก็มาเดินดูตามทางเดิน ตามมุมตึกอะไรพวกนี้ พอบ่ายก็กลับกันแล้ว"

"เออ จริงซีครับ" โหม่งหน้าชื่นบานขึ้นมาทันที "กลุ้มจนนึกไม่ออก ผมจะเอาบอยขึ้นไปหลบบนหอพัก พอเค้ากลับกันแล้วค่อยเอาลงมา"

"คนอื่น ๆ เขาก็สงสารหมาทั้งนั้นละคุณ" ป้าขยายความในใจ "พรุ่งนี้คงเก็บ

หมากันหมด มาละก็ เจอไม่กี่ตัวหรอก เชื่อเหอะ”

โหม่งพาไอ้บอยกลับเข้าหอพักด้วยความโล่งอกโล่งใจ ล้างจานสังกะสีที่น้ำก๊อกมุมตึกให้สะอาดก่อนแล้วเทข้าวจากถุงให้มันกิน ตอนนั้นมืดสนิทแล้ว เพื่อนฝูงกลับขึ้นหอพักกันหมด มีคุณมหาบุญโปรยเดินเนิบ ๆ แสวงหาความวิเวกอยู่คนเดียว

“อ้าว ยังไม่ขึ้นข้างบนอีกหรือ” คุณมหาทัก

“เดี๋ยวครับ เอาข้าวให้บอยกิน” โหม่งตอบแล้วนึกขึ้นได้ ก็รีบปูทางว่า “พรุ่งนี้ผมจะเอามันหลบเทศบาลสักวัน พี่มหาเฉย ๆ นะครับ”

คุณมหาบุญโปรยมองไอ้บอยด้วยความปรานี แล้วจึงตอบว่า

“ดีแล้วละ ช่วยชีวิตสัตว์ผู้ยาก ผมเห็นด้วย จะได้ไม่ผิดศีลข้อปาณาติบาต”

เป็นอันว่าหมดอุปสรรคไปห้องหนึ่ง อีกห้องคือป๊อกับโจมไม่น่าจะเป็นปัญหาสองคนนี้ชอบหมาด้วยกันทั้งคู่

เหลือแต่เพื่อนร่วมห้องของโหม่ง ซึ่งเป็นกำแพงกั้นกลางอย่างน่าหนักใจ

ไอ้บอยกินข้าวเสร็จแล้วก็มานอนหมอบกระดิกหางอยู่ตรงหน้า โหม่งหยิบจานออกไปล้างที่ก๊อกน้ำมุมตึกอีกครั้ง เพื่อนยากก็ตามต้อยไม่ยอมห่าง

“พรุ่งนี้เอายังงี้นะ บอย” โหม่งนัดแนะด้วยความมั่นใจว่าเพื่อนรักเข้าใจทุกคำ “พอไอ้แคนมันออกจากห้องไปเรียน ข้าจะแวบมาพาเอ็งขึ้นไปนอนหลบอยู่ในห้อง แล้วต้องไปแอบใต้เตียงอย่าโผล่ออกมาเชียว เผื่อไอ้แคนมันลืมของหรืออะไร มันกลับขึ้นไปจะได้ไม่เห็น ธรรมดามันไม่กลับหรอกจนกว่าจะเย็น นี่นึกเผื่อไว้ยังงั้นเอง ไอ้คนนี้มันทนเห็นหมูหมากาไก่นกแมวไม่ได้ สงสัยชาติก่อนมันคงเคยเกิดเป็นหนูเป็นหนอน”

นินทาเพื่อนคนให้เพื่อนหมาฟังเสร็จแล้วค่อยสบายใจขึ้น โหม่งตบหัวเล่นกับไอ้บอยสักพักก็พากลับเข้าไปในหอพัก ให้นอนอยู่ใต้บันไดเหมือนเคยแล้วขึ้นบันไดไปหยิบยากันยุงมาจุดให้มันอย่างที่ทำทุกคืน

แคนอาบน้ำสะอาดเอี่ยมไปทั้งตัว ชุดนอนก็ซักไว้สะอาด กำลังนั่งอ่านหนังสืออยู่ที่โต๊ะหนังสือ พอเห็นเพื่อนเปิดประตูเข้าไปก็มองที่รองเท้าก่อนเพื่อน ทำให้โหม่งต้องถอดออกแทบไม่ทัน

“เออ ถอดเกือกแล้วโว้ย”

“เพิ่งถูห้องมาใหม่ ๆ” แคนอธิบายด้วยเสียงเย็น ๆ พยักหน้าไปทางนกขุนทอง

ในกรง "สงสัยนกมันจะหิว ร้องด่าไอ้ห่ามาตั้งห้าหนแล้ว"

"ตายห่า ลืม" โหม่งปราดไปที่กรงนก รีบหาอาหารให้อย่างวุ่นวาย "มัวแต่ห่วงไอ้บอย สงสารมัน"

เปรยนำทางเอาไว้แค่นี้ โหม่งชายตาดูเพื่อนว่าจะใจอ่อนลงบ้างหรือไม่ แคนก้มลงอ่านหนังสืออย่างเก่า ไม่สนใจคำพูด

โหม่งพยายามใหม่

"เทศบาลจับไปก็ฆ่าทิ้งเท่านั้นเอง สงสารมัน กูเคยไปดู เห็นแล้วกินข้าวไม่ลงไปสามวัน หมามันรู้นะมึงว่าจะถูกฆ่า นัยน์ตามันบอก บางตัวนอนลิ้นเป็นแผลเลือดไหล กูนึกถึงพวกยิวที่ถูกนาซีจับเข้าคิวเอาเข้าห้องแก๊สน่ะไอ้แคน คนหรือหมาก็รักชีวิตเหมือนกันทั้งนั้น มึงว่างั้นไหม"

"ฮือ" แคนตอบในลำคอ "รายงานหน้าชั้นวันอังคาร มึงเตรียมหัวข้อเสร็จรึยัง"

"ที่จริงการกำจัดหมาแบบนี้มันเป็นแค่ปลายเหตุ ต้นเหตุคือต้องคุมจำนวนซีใช่ไหม จับตอนซะมันจะได้ไม่ออกลูกหลานเต็มถนน แล้วหมามันก็ไม่ได้ทำให้ใครเดือดร้อน อย่างมากก็กัดกันหนวกหูนิดหน่อย"

แคนอดไม่ได้

"กูไม่ได้หูตึงอย่างมึง หมากัดกันทุกคืนรำคาญฉิบหาย พอค่ำแล้วเอาแล้ว กัดกันแย่งกระดูกกันแล้ว เช้าก็กัด เย็นก็กัด เทศบาลจับเอาไปทำลูกชิ้นซะได้น่ะ ดีแล้วหมดปัญหา"

เลือดโหม่งชักพลุ่งพล่าน หนอยแน่ะ ด่าแฟนยังไม่เจ็บใจเท่าด่าหมาเลยนี่นา เกือบจะสวนคำออกไปแล้ว ยังไงก็เตะกันซักตั้ง พอดีนึกได้ว่าขืนหลุดปากออกไปให้แคนสงสัย ไอ้บอยถูกอาจารย์ทองถวิลหมายหัวส่งตัวไปทำลูกชิ้นเนื้อหมาแน่ ๆ เลยต้องสงบปากสงบคำไว้ก่อน

ถ้าไม่นับเรื่องหมา ๆ โหม่งก็ชอบอัธยาศัยของแคนอยู่ไม่น้อย ถึงแม้ตัวโหม่งเองไม่มีระเบียบนัก เขาก็พอใจที่เห็นห้องพักสะอาดสะอ้าน คนงานมาทำความสะอาดสัปดาห์ละครั้งในห้อง ที่เหลือต้องช่วยกันเอง แคนกวาดถูห้องซีกของตัวเสร็จแล้วเห็นห้องของโหม่งยังเลอะเทอะไม่มีระเบียบอยู่ แคนก็อดไม่ได้ ต้องข้ามเขตกั้นห้องมาทำความสะอาดให้ เวลาขึ้นไปเก็บผ้าบนหลังคาตึก แคนก็เก็บของโหม่งลงมาให้เป็นประจำ

บทที่ ๕ ตอนหนึ่งในเรื่อง"น้ำใสใจจริง"

แต่เรื่องหมากับนกนี่ซี เป็นของยอกใจกันอยู่นาน

แคนเกลียดนกขุนทองเพราะหาว่าพูดหนวกหู บางทีเกิดพูดขึ้นมาตอนเช้ามืด แคนจะนอนหลับให้สบายก็ต้องพรวดพราดลุกขึ้นนั่ง น่าเจ็บใจคือโหม่งนอนหลับสบาย ไม่ได้ยินจนแล้วจนรอด

เมื่อรู้ว่าหมาจะถูกกวาดกำจัดออกไปจากบริเวณหอพัก แคนก็แทบจะยกมือไหว้ท่วมหัว ต่อไปจะได้หมดเรื่องหนวกหูเสียที เสียงหมากัดกันน่ารำคาญกว่าเสียงนกขุนทองเสียอีก

กัดกันก็น่ารำคาญ แถมบางคืนไอ้หมาเจ้ากรรมเสือกหอนประสานเสียงกันโหยหวนรับกันเป็นทอด ๆ จากระยะไกลแล้วก็ใกล้เข้ามาทุกที ฟังคล้ายกับอะไรบางอย่างน่ากลัวเคลื่อนเข้ามาตามทางเป็นระยะ แล้วจบลงตรงหอพักก่อนเสียงหอนจะเงียบหายไป เล่นเอาแคนนอนเหงื่อแตกท่วมตัวอยู่อีกนาน ขณะโหม่งนอนกรนเสียงสนั่นแข่งกับเสียงหมาอย่างน่าอิจฉา

"ต่อไปไม่มีหมา กูได้นอนสบายหน่อย" แคนรำพึงต่อไปอย่างมีความสุขเมื่อไม่ได้ยินเสียงเพื่อนขัดคอ

โหม่งหุบปากสนิท บอกตัวเองว่า....ใจเย็น ๆ

บทที่ ๖ ตอนหนึ่งในเรื่อง "น้ำใสใจจริง" (๒)

 โดย ว. วินิจฉัยกุล

หนิงหิ้วกระเป๋าเสื้อผ้าใบย่อม ๆ ขึ้นตึกอย่างเงียบ ๆ แวะดูแผนผังซึ่งติดไว้ที่บอร์ดว่าใครนอนห้องไหน แล้วเดินขึ้นบันไดไปอย่างคุ้นเคยดี

อาจารย์อัญชลิกาเปิดประตูออกมาจากห้องพักของเธอ ร้องอุทานด้วยความดีใจและประหลาดใจ

"อุ๊ยตายจริง ครูนึกว่าเธอเข้าที่ใหม่ไปแล้ว.... แหม ดีใจ กลับมาให้เห็นทั้งคู่เลยนะจ๊ะ"

หนิงแกว่งกระเป๋าใบหนักไปมาราวกับเป็นของเบาหวิว นัยน์ตามีแววสุกใส

"คุณแม่พูดว่าหนิงควรจะเรียนที่นี่ค่ะ หนิงจะได้เป็นผู้ใหญ่ ตัดสินใจเอง แล้วเพื่อน ๆ ที่นี่....หนิงก็รักมาก"

หนิงยังจำได้ถึงวันที่คุณแม่โน้มตัวลงมากอดหนิงไว้ แล้วพูดเสียงแผ่วเบาคล้ายกลัวคุณยายได้ยินว่า

"ถ้าหากว่าหนิงตัดสินใจจะไม่ไปสอบสัมภาษณ์เข้าที่ใหม่ ก็ตามใจเถอะลูก แม่ไม่ค้าน แม่เองก็คิดได้แล้ว.....หนิงพูดจาเป็นผู้ใหญ่ มีเหตุผลมากขึ้นกว่าเมื่อก่อน แล้วแม่ก็เข้าใจ....เวลาในวัยนี้มันผ่านไปเร็ว หนิงควรจะได้อยู่กับเพื่อน อยู่กับหนังสือ อยู่กับสังคมของหนิงเอง มากกว่าจะนั่งอยู่ในบ้าน ขยับไปไหนไม่ได้ แม่รู้เหมือนกันว่า สังคมของหนิงแคบ แม่เองมีส่วนทำให้แคบ เพราะ...."

เสียงคุณแม่ขาดหายไป เปลี่ยนเป็นอาการทอดถอนใจยาวเหมือนจะพยายามขยับภูเขาทั้งลูกที่ทับถมอยู่ในใจให้หมดไป

"เมื่อก่อนนี้ ถ้าหากว่าแม่เป็นผู้ใหญ่กว่านี้ มีความคิดเป็นตัวของตัวเอง แม่คงไม่หุนหันขอหย่าจากคุณพ่อ ถึงมารู้ทีหลัง....ก็สายเกินไปเสียแล้ว ชีวิตของแม่จบลงแล้ว แต่ชีวิตหนิงเพิ่งจะเริ่มต้น....กลับไปเรียน แล้วมีเพื่อนดี ๆ ที่ทำให้หูตาหนิงกว้าง

ขึ้น....อย่างอ้อม...."

ความลังเลของหนิงก็สิ้นสุดลงนับแต่นั้น หนิงกอดคุณแม่ไว้แน่นด้วยความตื่นตัน คืนนั้นเข้านอนอย่างมีความสุข แม้มีเสียงต่อว่าของคุณยายแว่ว ๆ มากระทบหูหนิงก็ไม่เก็บมาคิดมากเหมือนก่อน

"เธอละก็ มีลูกสาวตัวนิดเดียว ปล่อยไปอยู่ห่างอ้อมอกแม่ได้อย่างไรกัน....ชะล่าใจไม่เข้าเรื่อง ใครเขาจะมาดูแลลูกเรา อยู่หัวเมืองเสียด้วย นักเลงหัวไม้อยู่กันเต็มเมือง อาหารการกินก็แสนลำบาก ทุรกันดาร ปล่อยลูกเข้าไปอยู่ในปากเหยี่ยวปากกา แทนที่จะเอาไว้ใกล้ๆ ตัว เรียนในกรุงเทพฯ เช้าแม่ไปส่ง เย็นแม่ไปรับ พอเรียนจบเข้าทำงานบริษัทเธอ เพื่อน ๆ เธอที่ยังไม่เกษียณก็ช่วยกันดูแล อย่างนี้หนุงหนิงก็จะได้สบาย ไม่ลำบาก ดูแต่เธอซิ ฉันเคยให้เธอลำบากไหม....หนุงหนิงกลับมาจากมหาวิทยาลัยเมื่อก่อนนี้ ร้องไห้กลับมาทุกครั้ง เธอยังใจร้ายส่งลูกกลับไปจนได้เป็นฉันละก็....ก้าวเดียวก็ไม่ให้เหยียบ หลานฉัน ฉันเลี้ยงได้...."

รูปประโยคและการใช้คำ

๑. **แทนที่จะ.... กลับ....** 在叙述式的句子中，"**แทนที่จะ......กลับ....**"的意思是"不是……而是……"或"非但不（不但不）……反而……"。这个句型与第三册第九课中学的"**....กลับ....**"或"**ไม่เพียงแต่ไม่....กลับ....**"很相似，它可以有三种形式出现，即："**แทนที่จะ.... ....กลับ....**" "**แทนที่....จะ.... กลับ....**"和"**....(กลับ)... แทนที่จะ....**"

ตัวอย่าง

แทนที่จะตื่นเต้น เห็นภาพที่น่าเสียวไส้ คนฟังกลับหลับครอกฟี้ไปเลย

แทนที่คนฟังจะตื่นเต้น เห็นภาพที่น่าเสียวไส้ กลับหลับครอกฟี้ไปเลย

คนฟังหลับครอกฟี้ไปแล้ว แทนที่จะตื่นเต้น เห็นภาพที่น่าเสียวไส้

แทนที่จะรู้คุณ หมาป่ากลับจะกินอาจารย์ตงโก๊ะเสีย
แทนที่หมาป่าจะรู้คุณ กลับจะกินอาจารย์ตงโก๊ะเสีย
หมาป่า(กลับ)จะกินอาจารย์ตงโก๊ะเสีย แทนที่จะรู้คุณ

แทนที่จะรู้สึกเสียใจ เขากลับรู้สึกดีใจเสียอีก
แทนที่เขาจะรู้สึกเสียใจ กลับรู้สึกดีใจเสียอีก
เขากลับรู้สึกดีใจ แทนที่จะรู้สึกเสียใจ

แบบฝึกหัด จงทำประโยคต่อไปนี้เป็นประโยคที่ใช้คำว่า"แทนที่จะ.... ....กลับ...." "แทนที่....จะ.... กลับ...."หรือ"....(กลับ)....แทนที่จะ...."

๑) เขาไม่เพียงแต่ไม่ท้อแท้ใจ กลับเข้มแข็งยิ่งขึ้น
๒) เขาไม่เพียงแต่ไม่ละอายใจ กลับรู้สึกมีหน้ามีตา
๓) อาจารย์ไม่ได้วิจารณ์เขา กลับชมเชยเขา
๔) ปลาฉลามไม่เพียงแต่ไม่ตอบแทนบุญคุณของลิง กลับหมายจะเอาหัวใจของลิงไปเป็นยารักษาโรคพ่อปลาฉลาม
๕) เขาไม่ได้รังเกียจเรา กลับช่วยเรามากยิ่งกว่าแต่ก่อน
๖) เขาไม่ทักดี ๆ กลับตวาดว่า "ไป ไป ไป"
๗) เมื่อใครชมเชยเขา เขาไม่ได้รู้สึกดีใจ กลับรู้สึกไม่สบายใจ
๘) อาการคุณยายไม่ได้ดีขึ้น กลับทรุดหนักลงไปอีก

๒. ควรจะ......... มากกว่า......... （更）应该……而不是……。句型中的"**มากกว่า....**"也可以用"**แทนที่จะ....**"取代。这时的"**แทนที่จะ....**"（即在非叙述式而是劝导式的句子中）就不是"非但不……，（反而……）"而是"（应该……，）而不是……"的意思了。

ตัวอย่าง ๑
๑) ควรจะออกไปหางานทำเอง มากกว่านั่งแต่ในบ้าน
๒) คุณพ่ออายุมากแล้ว ควรจะพักผ่อนให้มากหน่อย มากกว่าทำงานวันยังค่ำเหมือนแต่ก่อน

บทที่ ๖ ตอนหนึ่งในเรื่อง "น้ำใสใจจริง"

๓) วันหยุดพักควรจะพาเด็ก ๆ ออกไปเที่ยวเล่นตามสวนสาธารณะมากกว่ากักตัวอยู่แต่ในบ้าน

๔) เขาเป็นถึงนักศึกษาแล้ว ควรจะให้เขารู้จักคิดเอง วิเคราะห์เองมากกว่าป้อนอย่างเดียว

๕) เรื่องนี้ฉันว่าควรจะสรุปบทเรียนจากฝ่ายเราด้วย มากกว่าไปโทษคนอื่นเขาถ่ายเดียว

๖) เด็กในวัยนี้ควรจะใช้เวลาท่องหนังสือตำราเรียนและทำการบ้านมากกว่าที่จะมานั่งดูรายการโฆษณาสินค้าที่งมงายและมากมายเกินจำเป็น

ตัวอย่าง ๒

๑) ควรจะออกไปหางานทำเอง แทนที่จะบ่นแต่ในบ้าน

๒) คุณพ่ออายุมากแล้ว ควรจะพักผ่อนให้มากหน่อย แทนที่จะทำงานวันยังค่ำเหมือนแต่ก่อน

๓) วันหยุดพักควรจะพาเด็ก ๆ ออกไปเที่ยวเล่นตามสวนสาธารณะแทนที่จะกักตัวอยู่แต่ในบ้าน

๔) เขาเป็นถึงนักศึกษาแล้ว ควรจะให้เขารู้จักคิดเอง วิเคราะห์เองแทนที่จะป้อนอย่างเดียว

๕) เรื่องนี้ฉันว่าควรจะสรุปบทเรียนจากฝ่ายเราด้วย แทนที่จะไปโทษคนอื่นเขาถ่ายเดียว

๖) เด็กในวัยนี้ควรจะใช้เวลาท่องหนังสือตำราเรียนและทำการบ้านแทนที่จะมานั่งดูรายการโฆษณาสินค้าที่งมงายและมากมายเกินจำเป็น

แบบฝึกหัด จงอ่านประโยคตัวอย่างให้คล่องและใช้คำว่า "ควรจะ.... มากกว่า...." แต่งประโยค ๒ ประโยค

ข้อสังเกต

๑. "อุ๊ยตายจริง ครูนึกว่าเธอเข้าที่ใหม่ไปแล้ว....แหม ดีใจ กลับมาให้เห็นทั้งคู่เลยนะจ๊ะ"

๑）อุ๊ยตายจริง　是叹词，常用在感到惊讶时，很像汉语里的"哎哟"、"天哪"等，但多为女性用。也可以说 อุ๊ย อุ๊ยตาย ตายจริง 等。如：

อุ๊ยตาย ฉันลืมกุญแจในห้อง

อุ๊ยตายจริง พี่ใหญ่เขามาแล้ว

๒）ทั้งคู่　此处老师是指 หนิง 和 หนิง 的同屋都回来了。

๒. แม่เองก็คิดได้แล้ว....

"คิดได้"在此句中是"想通了"的意思。

๓. หนิงควรจะได้อยู่กับเพื่อน อยู่กับหนังสือ อยู่กับสังคมของหนิงเองมากกว่าจะนั่งอยู่ในบ้าน ขยับไปไหนไม่ได้

这句话里的"ได้"是表示"能有机会"的意思。其他例子如：

พวกเราดีใจมากที่ได้มาเรียนที่นี่

โชคดีที่ได้เป็นเพื่อนของเธอ

๔. แม่รู้เหมือนกันว่า สังคมของหนิงแคบ แม่เองมีส่วนทำให้แคบ

"มีส่วน"在这句话里的意思是造成这种情况妈妈也"有责任"。

๕. เมื่อก่อนนี้ ถ้าหากว่าแม่เป็นผู้ใหญ่กว่านี้ มีความคิดเป็นตัวของตัวเอง แม่คง.......

本课出现好几个"เป็นผู้ใหญ่"，如"หนิงจะได้เป็นผู้ใหญ่ตัดสินใจเอง...."，"หนิงพูดจาเป็นผู้ใหญ่ มีเหตุผลมากขึ้นกว่าเมื่อก่อน"，"เมื่อก่อนนี้ ถ้าหากว่าแม่เป็นผู้ใหญ่กว่านี้"等。"เป็นผู้ใหญ่"本是"是大人"、"是成年人"的意思，但有时也可以根据前后文语言环境而灵活处理，如"长大"、"成熟"等。这里的"เป็นผู้ใหญ่กว่านี้"可以译为"比现在更成熟"。

๖. กลับไปเรียน แล้วมีเพื่อนดี ๆ ที่ทำให้หูตาหนิงกว้างขึ้น....อย่างอ้อม

๑）“หูตากว้างขึ้น” 是“见识更广”的意思。

๒）“อ้อม”是 หนิง 的同学，性格开朗、耿直，敢说、敢为。

๗. ใครเขาจะมาดูแลลูกเรา อยู่หัวเมืองเสียด้วย

泰国人称曼谷以外的其他城镇为 หัวเมือง，含有不发达的地方的意思，一般译为“内地”。

๘. อาหารการกินก็แสนลำบาก

แสน 是副词，十分、非常的意思。但这个副词要用在形容词（或个别动词）之前，如：แสนดี แสนลำบาก (หมา)แสนรู้ 等。也常出现在（形容词）+ แสน +（形容词）这种格式中，如：เขาเป็นคนดีแสนดี บ้านที่อยู่ชายทะเลของเขาสวยแสนสวย 等。

แบบฝึกหัด

๑. จงอ่านวลีต่อไปนี้จนคล่อง

ขึ้นตึกอย่างเงียบ ๆ
ขึ้นบันไดไปอย่างคุ้นเคย
ร้องอุทานด้วยความดีใจและประหลาดใจ
แกว่งกระเป๋าใบหนักไปมาราวกับเป็นของเบาหวิว
พูดเสียงแผ่วเบาคล้ายกลัวคุณยายได้ยิน
พูดจาเป็นผู้ใหญ่ มีเหตุผลมากขึ้นกว่าเมื่อก่อน
ควรจะได้อยู่กับเพื่อน....มากกว่าจะนั่งอยู่ในบ้าน
พยายามขยับภูเขาทั้งลูกที่ทับถมอยู่ในใจให้หมดไป
ถึงมารู้ทีหลัง....ก็สายเกินไปเสียแล้ว
กอดคุณแม่ไว้แน่นด้วยความตื่นตัน
ชะล่าใจไม่เข้าเรื่อง

๒. จงตอบคำถามต่อไปนี้

๑) เมื่อเห็นหนิงกลับมาถึงมหาวิทยาลัย ทำไมอาจารย์อัญชลิกาถึงร้องอุทานด้วยความดีใจและประหลาดใจ

๒) ทำไมหนิงจึงกลับมาเรียนต่อในมหาวิทยาลัยนี้

๓) ตัวหนิงอยากกลับไปเรียนไหม ข้อความตอนไหนสนับสนุนความเห็นของเธอ

๔) ทำไมคุณแม่ของหนิงสนับสนุนให้หนิงกลับไปเรียนต่อ

๕) ทำไมคุณยายของหนิงไม่อยากให้หนิงกลับไปเรียนต่อที่มหาวิทยาลัยนี้

๖) คุณยายของหนิงอยากให้หนิงมีชีวิตอย่างไร

๗) เธอเห็นว่าหนิงควรจะมีชีวิตอย่างที่ยายของหนิงต้องการไหม เพราะอะไร

๘) เธอรู้สึกว่าหลังจากมาเรียนในมหาวิทยาลัยแล้ว ทำให้เธอหูตากว้างขึ้นหรือเปล่า

๓. จงแปลประโยคต่อไปนี้เป็นภาษาจีน

๑) หนิงหิ้วกระเป๋าเสื้อผ้าใบย่อม ๆ ขึ้นตึกอย่างเงียบ ๆ แวะดูแผนผังซึ่งติดไว้ที่บอร์ดว่าใครนอนห้องไหน แล้วเดินขึ้นบันไดไปอย่างคุ้นเคยดี

๒) แม่เองก็คิดได้แล้ว....หนิงพูดจาเป็นผู้ใหญ่ มีเหตุผลมากขึ้นกว่าเมื่อก่อน

๓) หนิงควรจะได้อยู่กับเพื่อน อยู่กับหนังสือ อยู่กับสังคมของหนิงเอง มากกว่าจะนั่งอยู่ในบ้าน ขยับไปไหนไม่ได้

๔) เมื่อก่อนนี้ ถ้าหากว่าแม่เป็นผู้ใหญ่กว่านี้ มีความคิดเป็นตัวของตัวเอง แม่คงไม่หุนหันขอหย่าจากคุณพ่อ ถึงมารู้ทีหลัง....ก็สายเกินไปเสียแล้ว

๕) เธอละก็ มีลูกสาวตัวนิดเดียว ปล่อยไปอยู่ห่างอ้อมอกแม่ได้อย่างไรกัน....ชะล่าใจไม่เข้าเรื่อง

๔. จงใช้คำว่า "แทนที่จะ....กลับ...." และ "....ได้...." (表示 "能有机会" 的意思) แต่งประโยคคำละ ๒ ประโยค"

ศัพท์และวลี

ย่อม	小的
บอร์ด	布告栏
อุทาน	惊叹
แกว่ง	摆动，甩动
แวว	光芒
ตัดสินใจ	做决定，下决心
กอด	拥抱，抱住
สัมภาษณ์	交谈；面试；采访
ค้าน	反对
วัย	年龄段
ผ่าน	度过，通过
ถอนใจยาว	长叹
ทับ	压
ทับถม	堆积
หุนหัน	急忙，匆忙
หย่า	离婚
สิ้นสุด	结束
แน่น	紧紧的
ห่าง	远离
ชะล่าใจ	麻痹，大意
หัวเมือง	内地，（首都以外的）城镇
หัวไม้	流氓，恶棍
กันดาร	贫瘠
เหยี่ยว	鹰
แผนผัง	图，图样，蓝图
คุ้นเคย	熟悉
อุ๊ยตายจริง	哎哟，天哪
เบาหวิว	轻飘飘的
สุกใส	晶莹，透亮
โน้มตัวลง	弯下身子
แผ่วเบา	轻声的
สอบสัมภาษณ์	面试
พูดจา	说话，言谈，谈吐
ขยับ	挪动
ทอดถอนใจยาว	长叹了一口气
เป็นตัวของตัวเอง	独立，自主
เริ่มต้น	开始
นับแต่นั้น	从那时起
ต่อว่า	责备，指责
อ้อมอก	怀抱
ไม่เข้าเรื่อง	不像话，荒唐
นักเลง	流氓，地痞；侠义的人
แสน	十分，极其
ทุรกันดาร (ทุ-ระ-)	贫瘠

กา	乌鸦	ปากเหยี่ยวปากกา	险境，虎口
บริษัท(บอ-ริ-)	公司	เกษียณ	退休
ใจร้าย	狠毒，黑心	วิจารณ์	评论；批评
ชมเชย	表扬	วันยังค่ำ	从早到晚
วิเคราะห์	分析	สรุป	总结，归纳
ถ่ายเดียว	单方面的，一味的		

บทอ่านประกอบ

ตอนหนึ่งในเรื่อง "น้ำใสใจจริง"

โดย ว. วินิจฉัยกุล

(๒)

วันรุ่งขึ้น โหม่งทำท่าเป็นปกติที่สุดไม่ให้แคนสงสัย แคนเองก็ไม่ได้สังเกตอะไร วันนี้มีชั่วโมงเรียนตั้งแต่เช้าแปดโมง อาจารย์พิเศษมาจากกรุงเทพฯเสียด้วย ต้องให้อาจารย์มารออย่างคราวก่อนอาจารย์ก็โมโหเดือดขึ้นมาอีก แคนจึงถูกเพื่อน ๆ ส่งตัวไปรับหน้าอาจารย์ หาเรื่องชวนคุยโน่นคุยนี่พอให้อาจารย์อารมณ์ดี ลืมไปว่าลูก-ศิษย์ยังลงมาจากหอพักไม่ครบทุกคน

พอแคนฉวยหนังสือออกจากห้องวิ่งลงไปข้างล่าง โหม่งอ้อยอิ่งรออยู่จนแน่ใจว่าเพื่อนไม่กลับขึ้นมาแน่ ก็ย่องออกจากห้อง ลงบันไดไปหาเพื่อนรักซึ่งหมอบอยู่ใต้บันได

"ยังไม่ได้กินข้าวเช้าใช่ไหม บอย" โหม่งทักทาย "วันนี้ตื่นสายหน่อย เดี๋ยวจะไปขอข้าวมาให้กิน รออยู่นี่นะ"

โหม่งไปที่โรงอาหาร ถ่วงเวลากินอืดอาดอยู่จนเพื่อนฝูงแยกเข้าห้องเรียนไปเกือบหมด จึงไปขออาหารถุงจากป้าถือกลับเข้าไปในหอพักเทออกให้ไอ้บอยกินจนอิ่ม เนื่องจากวันนี้จะต้องขังไว้ในห้องจนเย็น

ป๊อเดินอุ้ยอ้ายผ่านมาพอดี

"เฮ้ย วันนี้โดดหรือวะ"

"เปล่า ไม่มีเรียน" โหม่งแก้ตัวไปตามเรื่อง

"ไม่มีเรียนห่าอะไร ชั่วโมงดร.ประเวศโว้ย ใครขาดเช็คชื่อแหลก แถมไปฟ้องคณบดีซะด้วย มึงเข้าเหอะ"

โหม่งไม่ตอบ ป๊อพูดเสร็จแล้วก็แล้วกันไม่ได้สนใจอีก เดินออกไปยังอาคารฝ่ายนักศึกษาหญิงซึ่งใช้เป็นห้องเรียนด้วย โหม่งจึงรีบจูงไอ้บอยออกจากใต้บันไดพาขึ้นไปบนห้องนอน กำชับว่า

"แอบอยู่ในนี้ให้ดี ๆ ไอ้บอย แล้ววันนี้ขอที ห้ามขี้ห้ามเยี่ยว ไม่งั้นไอ้แคนเชือดทั้งเอ็งทั้งข้าแน่ ๆ"

วันนั้นผ่านไปอย่างไม่ปกตินัก โหม่งนั่งริมหน้าต่าง ใจคอไม่อยู่กับเนื้อกับตัว เมื่อเห็นพนักงานเทศบาลเดินผ่านหน้าต่างไปสามสี่คน สักครู่ก็ได้ยินเสียงหมาร้องเอ๋ง ๆ แล้วเงียบหายไป น่าสังเกตอยู่อย่างหนึ่งว่าเทศบาลมาไม่นานนัก เพียงชั่วโมงเดียวก็กลับ

อาจารย์ทองถวิลมาคอยต้อนรับอยู่ พอเห็นพนักงานเทศบาลพากันกลับก็ถามอย่างสงสัย

"อ้าว ทำไมกลับเร็วนักล่ะคะ ทีแรกว่าจะมาทั้งวันไม่ใช่หรือ"

"จับได้หมดแล้วนี่ครับ อาจารย์"

"แหม ดีค่ะ" อาจารย์ทองถวิลยิ้มย่องผ่องใส แต่พอนึกได้ก็ขมวดคิ้วฉับ "เอ๊ะ ทำไมจับหมดเร็วจัง"

"ก็มีอยู่แค่สองตัวเท่านั้นนี่ครับ"

"อะไร้" อาจารย์ทองถวิลร้องลั่น "มีเป็นสิบยี่สิบตัว กลางคืนงี้ทั้งกัดทั้งเห่านอนไม่หลับไปตาม ๆ กัน"

พนักงานเทศบาลมองคนพูดด้วยสายตาพิกล

"แล้วอยู่ไหนล่ะครับ พวกผมเดินหามาตั้งเกือบชั่วโมง เจออยู่สองตัวหมาขี้-เรื้อนทั้งคู่ แล้วไม่เห็นมีที่ไหนอีก"

อาจารย์ทองถวิลอึ้งราวกับถูกกระแทกอย่างแรงจนจุก พนักงานเทศบาลจึงยกมือไหว้ลา

"ผมกลับก่อนนะครับ ต้องไปที่อื่นอีกครับ"

ฝ่ายเจ้าของสถานที่รับไหว้ คิ้วยังขมวด

"เป็นไปได้ยังไง เมื่อวานนี้ยังเห็นลูกหมาวิ่งกันยั้วเยี้ยไปหมด" เธอหันไปปรารภกับผู้ช่วยซึ่งเป็นหัวหน้าคนดูแลอาคาร "เทศบาลพวกนี้ดูอะไรไม่ค่อยละเอียดเสียเลย"

อีกฝ่ายทำหน้ายุ่งยากใจ

"ถ้าเขาเห็นเขาก็จับแล้วละค่ะอาจารย์ มันคงหนีเข้าป่าไปหมดแล้วละมั้ง"

"เอ งั้นหรือ" อาจารย์ทองถวิลชะเง้อมองนอกหน้าต่าง มองเห็นละเมาะไม้โอบล้อมอยู่ดั่งอยู่ในป่าเขาลำเนาไพร "มันก็ฉลาดนะไอ้หมาพวกนี้ แต่....ยังไงก็เถอะมันไม่น่าจะพร้อมใจหนีกันหมดนี่นา"

ไม่มีคำตอบ มีแต่สีหน้าซึ่งซ่อนพิรุธเอาไว้เต็มที่ อาจารย์ทองถวิลมองลอดแว่นเห็นเข้าพอดี เธอนิ่งมองอยู่อึดใจก็ถามเสียงแข็งว่า

"แม่ละมุน ฉันถามจริงเถอะ เธออมอะไรเอาไว้ คายออกมาซิความลับของเธอน่ะ"

ผู้ช่วยสะดุ้ง

"เปล่าค่ะ อาจารย์"

"อย่ามาปากแข็งซะให้ยาก เธอรู้ใช่ไหมว่าไอ้หมาจรจัดพวกนั้นมันหายไปไหนหมด"

ละมุนอึกอักแล้วอึกอักอีก ในที่สุดก็ตอบอ่อย ๆ ว่า

"พวกคนงานเขาสงสารมันน่ะค่ะ อาจารย์ เลยเอาไปเก็บไว้ในห้องพักตั้งหลายตัว"

อาจารย์ทองถวิลสูดลมหายใจเข้าปอดเต็มแรง หน้าเธอแดงก่ำ.... แดงเหมือนลูกโป่งสีแดงซึ่งอัดแก๊สเข้าไปเต็มปรี่จวนจะระเบิด ละมุนทำคอย่นใจหายวูบ

"ละมุน...." หลังจากอึกอักอยู่ในคออึดใจ เหมือนคำพูดเบียดเสียดกันอยู่ยากจะหลุดคำไหนออกมาก่อน "ประชุม....ค่ำนี้ ประชุมด่วน"

น้ำเสียงของอาจารย์ทองถวิลน่าจะเป็นคำว่า 'ฆ่า' มากกว่าประชุม

"ประชุมคนงานหรือคะ"

"ยังมาซักอยู่อีก ไป๊"

ละมุนละล้าละลัง

“ประชุมคนงานนะคะ.... เอ๋อ....ค่ะ ค่ะ แล้วอาจารย์ที่จะเข้าประชุม....ต้องไปเรียนท่านไหนบ้างคะ”

“หมดนั่นแหละ เชิญอาจารย์มาเป็นสักขีพยานด้วย”

เรื่องประชงประชุมอะไรกันนี่แคนไม่รู้เรื่องด้วย วันนี้มีเรียนจนถึงสี่โมงครึ่ง

หลังจากนั้นไปนั่งอยู่ในห้องสมุดเพราะไม่รู้จะไปไหน จะขอยืมจักรยานคนงานเข้าไปในเมืองก็เห็นแต่ตลาดเล็ก ๆ ของกินไม่ค่อยจะมีเพราะตกเย็นแล้ว มีอีกทีก็ตอนค่ำ คือรถเข็นขายก๋วยเตี๋ยวบะหมี่ไม่กี่เจ้าเข็นไปขายอยู่ในวัดกลางใจเมือง

แคนเดินผิวปากขึ้นบันได กะว่าจะนอนเอาแรงสักงีบก่อนตื่นลงไปกินข้าว วันนี้เรียนหลายชั่วโมงจนเพลียไปหมด

พอเปิดประตูเข้าไปในห้องก็เห็นโหม่งก้ม ๆ เงย ๆ อยู่ข้างเตียงของตน แคนไม่ได้สนใจ เดินไปทิ้งตัวลงนั่งบนเตียง ถอดรองเท้าออก

“เฮ้ย ของีบซักหน่อย”

โหม่งสะดุ้งตั้งแต่เห็นเพื่อนเข้ามาในห้องแล้ว รีบกระตุกผ้าคลุมเตียงลงบังถึงพื้น แล้วใช้เท้าเขี่ยอะไรบางอย่างให้เข้าไปใต้เตียง แต่ว่าแคนมัวถอดถุงเท้ารองเท้าออกวางอย่างเรียบร้อยไว้บนพื้น จึงไม่ได้สังเกตเห็น

“ง่วง” แคนหาวหวอด เอนกายลงนอนบนผ้าคลุมเตียง “เฮ้อ หมาถูกกวาดล้างไปแล้วค่อยเงียบดีแฮะ ไม่งั้นนอนไม่หลับ มันเห่ากันอยู่นั่นแหละ”

“อยากนอนก็หยุดคุยซะทีซี” โหม่งท้วง

“หัวเสียอะไรวะ” แคนเย้า “เสียดายหมาใช่มั้ย”

โหม่งเงียบ แคนผงกหัวขึ้นมาดูเห็นเพื่อนนั่งหันหลังให้ก็เดาว่าคงอารมณ์เสียเรื่องหมา เลยไม่พูดด้วยอีก หลับตาเงียบอยู่สักครู่ พลิกซ้ายขวาหาท่านอนที่สบายที่สุด แต่แล้วก็กลับกระสับกระส่าย พลิกไปพลิกมา

“ยังไม่หลับอีกเรอะ” โหม่งถามเมื่อแคนผุดลุกขึ้นนั่ง

“ยัง ได้กลิ่นอะไรหว่า เหม็นสาบ....เอ๊ะ รองเท้ามึงซักมั่งรึยัง เอามาโยนไว้แถวนี้รึเปล่า”

“เฮ้ย ไอ้บ้า เกือกกูอยู่ริมหน้าต่างโน่น กูไม่ล่วงล้ำเข้าไปในเขตหวงห้ามของมึงหรอก” โหม่งตอบทันควัน “กลิ่นข้างล่างมั้ง”

“กลิ่นข้างล่างมันลอยขึ้นมาถึงบนนี้เชียวรึ” แคนทำจมูกฟุดฟิด “เหม็นสาบ

ฉิบหาย เอ๊ กลิ่นเหมือน....เหมือนหมา”

“หมาที่ไหน” โหม่งแค่นหัวเราะ “ถูกจับไปหมดแล้ว”

“ไม่รู้ เอ หรือหมาหนีขึ้นมาหลบอยู่หน้าห้อง” แคนอดรนทนไม่ได้ลุกขึ้นเดินไปเปิดประตูชะโงกออกไปมอง “เอ ไม่มี”

“สงสัยอยู่ข้างล่าง” โหม่งผสมโรง เดินมาเกาะประตูรุนหลังเพื่อนออกไปนอกห้อง “มึงลงไปดูข้างล่างซิ”

แคนเกือบจะออกไปแล้ว พอดีเหลียวกลับมาเห็นหางยาวๆ ขนสีน้ำตาลอ่อนลอดออกมาจากใต้เตียงเพื่อนก็ตาลุก

“นั่นอะไร หา ไอ้โหม่ง” แคนแผดเสียง

อาจารย์พอดีกำลังจะเข้าไปอาบน้ำในห้องน้ำส่วนตัว ซึ่งอยู่ในเขตห้องพัก นุ่งผ้าเช็ดตัวผืนเดียวเพราะถือว่าอยู่ตามลำพัง ก็สะดุ้งเมื่อได้ยินเสียงทุบประตูโครม ๆ “อาจารย์คร้าบ อาจารย์คร้าบ อาจารย์อยู่มั้ย....ออกมาที”

เห็นว่าเป็นผู้ชายด้วยกัน หอพักด้านนี้ผู้หญิงขึ้นมาเพ่นพ่านไม่ได้ อาจารย์พอดีก็เลยเปิดประตูออกไปทั้งผ้าเช็ดตัว

“อะไรล่ะ อ้าว....”

อาจารย์ร้องลั่นเมื่อคนทุบประตูโถมเข้ามาในห้อง เกือบชนเจ้าของห้องกระเด็นไป เท่านั้นยังไม่พอยังเผ่นเข้าบังข้างหลัง จับเอวอาจารย์ไว้หมุนไปหมุนมาเอาเป็นโล่กำบัง

“อาจารย์คร้าบ ช่วยด้วย ไอ้แคนมันจะฆ่าผม”

อาจารย์พอดีเป็นคนมีจุดอ่อนอยู่ตามส่วนต่างๆของร่างกายเช่นเอวเป็นต้น พอโหม่งจับเอวไว้อาจารย์ก็แทบจะชักดิ้นชักงอเหมือนไส้เดือนถูกขี้เถ้า และลำบากกว่าไส้เดือนเพราะไส้เดือนมันไม่ต้องพะวงกับผ้านุ่ง

“ว้าย เฮ้ย ปล่อย ไอ้เด็กเวร....จั๊กจี้โว้ย ฮ่า ฮ่า” อาจารย์หนีบผ้าเช็ดตัวไว้อย่างลำบาก แกะไม่แกะมือเป็นพัลวัน แถมยังต้องหมุนไปรับหน้าลูกศิษย์ซึ่งวิ่งพรวดพราดไล่ตามโหม่งมายืนถมึงทึงอยู่หน้าประตู

“ปล่อย ไอ้โหม่ง เดี๋ยวผ้ากูหลุด” อาจารย์ตวาดพลางชักดิ้นชักงอพลาง

แคนหน้าแดงก่ำ มือขวาถือแร็กเกตเทนนิสซึ่งเอาติดตัวมาด้วยจากบ้าน แต่ยังไม่ค่อยมีเวลาได้เหวี่ยงเพราะหาคู่ซ้อมไม่ได้

"ปล่อยไม่ได้คร้าบ ไอ้แคนมันจะตีหัวผม" โหม่งตะโกนแข่งกับเสียงอาจารย์ แล้วแผดเสียงเรียกเพื่อน "ไอ้โจม ไอ้ป๊อ ไอ้ทัด มึงช่วยกูด้วย"

คนอื่น ๆ หายกันไปไหนหมดก็ไม่แน่ ไม่มีใครวิ่งลงบันไดจากห้องพักนักศึกษาลงมาที่ห้องพักอาจารย์ อาจารย์พอดีผลักโหม่งออกไป ขมวดปมผ้าเช็ดตัวเอาไว้จนแน่ใจว่าไม่หลุด แล้วจึงยกมือห้ามเหมือนตำรวจจราจรห้ามรถทั้งสองทาง

"ทะเลาะอะไรกัน โหม่ง แคน" อาจารย์ตะเบ็งเสียงเข้าว่า "โตเป็นควายแล้วไล่ตีหัวกันได้ยังไง ฮะ"

แคนยังคงหน้าแดงก่ำไปถึงโคนผม

"มันเอาหมามาแอบในห้องนอนครับ" เขาแผดเสียง

"แล้วทำไมมึงต้องแพ่นหัวกู" โหม่งยื่นหน้าออกมาจากข้างหลังอาจารย์ร้องเถียง "มึงเก่งจริงมึงไปเตะไอ้บอยซีวะ มึงก็อไม่กล้า"

"เออ กูตีให้หางจุกทั้งมึงทั้งหมา" แคนตะโกนอีก แล้วฟ้องว่า "อาจารย์ครับมันเอาหมามาซ่อนไว้ในห้องครับ"

อาจารย์พอดีโบกมือห้าม

"ได้ยินแล้ว หูไม่ได้หนวก นี่เธอสองคนมาพูดกันอย่างคนศิวิไลซ์....ก่อนอื่นออกไปคอยหน้าห้องก่อน"

"โธ่ อาจารย์" โหม่งอุทธรณ์ "ไอ้แคนมันจ้องจะตีหัวผมอยู่นะครับ ผมไม่อยากเตะมันเห็นตัวมันเท่าลูกหมา คอหักตายคาตีนเปล่าๆ"

อาจารย์พอดีหน้าแดงก่ำ

"บอกให้ออกไป โธ่โว้ย บ้าพอกันไอ้คู่นี้ ฉันจะนุ่งผ้า....ใครขึ้นบันไดมา"

เขาชะโงกหน้าออกไปมองนอกห้อง ก็เห็นโจมเดินผิวปากถือหนังสือขึ้นบันไดมา จะขึ้นชั้นสามกลับไปห้องพักพอดี

"แหม สวรรค์โปรด พ่อคุณพ่อทูนหัวมาทันเวลาพอดี โจม" อาจารย์ตะโกนเรียก ทำเอาฝ่ายถูกเรียกชะงัก ทำหน้าเลิ่กลั่กแต่ก็เดินมาหาโดยดี "โจม คุมไอ้สองตัวนี้ไว้ให้ดี ฉันขอตัวอาบน้ำสองนาทีพอ ขืนไม่อาบน้ำแล้วต้องไปตัดสินความ คงฆ่าใครเข้าบ้างละ"

แคนลดอาวุธลงแล้วถอยไปยืนหน้างออยู่ริมหน้าต่างกระจก โหม่งมองโจมแล้วยิ้มแห้ง ๆ ขณะย่องออกจากห้องอาจารย์ บอกโจมด้วยเสียงกระซิบกระซาบว่า

"กูขอตัวลงไปตามไอ้บอยก่อนนะ เมื่อกี้ไอ้แคนจะเข้าไปตีมัน มันน้อยใจเลยออกนอกห้องลงไปไหนก็ไม่รู้ อาจารย์ทองแกเห็นหมาเข้าเดี๋ยวยุ่ง"

แคนหันขวับมามองตาเขียวปัด

"หนอย น้อยใจ ไอ้หมาระยำ มันฮื่อ ๆ จะกัดกู เป็นโรคกลัวน้ำแหง ๆ เลยไอ้หมาตัวนี้ มึงอีกคนไอ้โหม่ง อีกไม่กี่วันมึงก็เป็นโรคกลัวน้ำตามหมาไปอีกตัวหรอก"

โจมไม่แปลกใจเลยเมื่อได้ยินชื่อเจ้าบอย เพราะโจมเป็นคนไม่รังเกียจหมาแมวอยู่แล้ว เคยตบหัวเล่นกับมันก็บ่อย ๆ คุ้นเคยกันดีทั้งสองฝ่าย

"มิน่า เห็นมันวิ่งลงบันไดไปนอนหมอบอยู่หลังบันไดชั้นล่าง นึกว่าเทศบาลเอาไปทำลูกชิ้นแล้วซะอีก"

โหม่งหน้าชื่นขึ้นมาทันทีเมื่อรู้ว่าเพื่อนรักไม่ได้หนีเตลิดไปไหน

"เหรอ บอยมันนอนตรงนั้นประจำ" โหม่งเต็มตื้นไปด้วยความสงสารหมา

"ท่าทางมันเสียใจมากไหม ไอ้โจม สงสารมัน"

"ดูไม่ออกโว้ย กูไม่ใช่หมา"

"กูลงไปดูมันหน่อย"

ว่าแล้วโหม่งก็วิ่งพรวดพราดลงบันไดไป โดยไม่เหลียวหลังมามองแคนซึ่งยืนมองอยู่ด้วยความแค้นใจ

"กูไม่อยู่ห้องเดียวกับมันแล้ว" แคนระเบิดคำพูดออกมาอย่างคั่งแค้น "อีกไม่กี่วัน พอพิษหมาบ้ากำเริบ ไอ้โหม่งต้องมากัดกูจมเขี้ยว กูก็ตายเท่านั้นเอง"

โจมกอดอกมองเพื่อนอย่างใจเย็น พลางนึกปลงอนิจจัง

"ไอ้บอยมันไม่บ้า แคน มันไม่เห็นมีอาการอะไร"

"หมาบ้าบางตัวมันก็ไม่มีอาการ" แคนเถียง แล้วสารภาพว่า "เกิดมาไม่เคยเกลียดอะไรเท่าหมาแมวจรจัดเลยไอ้โจม เทศบาลจับไปได้กูนึกว่าสิ้นเวร ที่ไหนได้ไอ้ระยำโหม่งเสือกซ่อนหมาไว้ในห้องนอน มึงคิดดู เป็นใครใครจะทนไหว เกิดมาไม่เคยเห็นใครบ้ารักหมาเหมือนไอ้โหม่งนี่เลย"

โจมส่ายหน้า

"มึงกะไอ้โหม่งนี่จับคู่เหมาะกันดี เหมือนผีกับโลงยังไงยังงั้นเชียว"

อาจารย์พอดีเปิดประตูห้องพักออกมา สวมเสื้อเชิ้ตซึ่งยังกลัดกระดุมไม่ครบ เนื้อตัวผมเผ้ายังหมาดชื้นอยู่ ส่วนกางเกงเป็นกางเกงหลวมโพรกทรงชาร์ลีแชปลิน

ซึ่งตัดทรงเดียวกันทุกตัว ในยุคที่กางเกงผู้ชายเริ่มจะนิยมทรงปลายขาบานแบบสเปน หรือทรงกระดิ่ง กางเกงของอาจารย์นั้นชวนให้นึกอย่างยิ่งว่าขุดมาจากกรุใดกรุหนึ่งโดยนักโบราณคดี

“อ้าว หายหัวไปไหนแล้ว นายโหม่ง” อาจารย์กวาดสายตามองทั่ว ๆ แล้วถอนใจยาว “ทำไม เรื่องราวสงบลงหรือยัง ฉันจะได้ลงไปกินข้าว”

“อาจารย์ครับ” แคนยื่นคำขาด “ผมจะต้องรายงานให้อาจารย์ทราบอย่างเป็นทางการว่านายโหม่งทำผิดระเบียบของหอพัก แล้วทำผิดกฎของมหาวิทยาลัย ผมจะต้องรายงานอาจารย์ทองถวิลหรือไม่ก็ขอย้ายไปอยู่ห้องอื่นครับ ผมทนไม่ไหวจริง ๆ”

“ใจเย็น ๆ น่า” อาจารย์ปลอบ สีหน้าบอกให้รู้ว่าไม่มีคำใดดีกว่าคำนี้ “เดี๋ยวจะชำระให้ แล้วไอ้บอยล่ะ อยู่ไหน”

“ลงข้างล่างไปแล้วครับ” โจมเป็นคนตอบ

“งั้นฉันจะลงไปข้างล่างก่อน พวกเธออย่าเอาเรื่องนี้ไปพูดกันล่ะ เรื่องขี้ปะติ๋วจัดการกันเองได้”

อาจารย์รีบลงบันไดไป เหลือแคนกับโจมยืนมองหน้ากันอยู่ ยังไม่ทันจะพูดอะไรกัน ป๊อก็อุ้ยอ้ายขึ้นบันไดมาพอดี ตะโกนมาก่อนตัว

“เฮ้ย ไอ้แคน มึงไปทำอะไรหมา”

โจมรีบอุดปากเพื่อนไว้ เมื่อเห็นแคนหน้าแดงก่ำขึ้นมาอีกครั้ง

“อย่ายั่วมัน มันกำลังโกรธ แคน อาจารย์สั่งว่าอย่าไปบอกใคร มึงอย่าข้ามฟากไปฟ้องอาจารย์ทองแกนะโว้ย เสียชื่อมาถึงอาจารย์เรารู้ไหม”

แคนทำท่าฮึดฮัด ก่อนจะจ้ำอ้าวตรงไปที่บันไดเพื่อกลับห้องพักของตน

“หมาตัวเดียว จะแพ้มันได้ก็ให้รู้ไป”

ป๊อยักคิ้วตามหลังเพื่อน แล้วหันมาหัวเราะกับโจม

“ไอ้สองคนมันประสาทกลับ กูขึ้นกะไดมาเห็นไอ้โหม่งนั่งปลอบหมาเป็นวรรคเป็นเวร คุยกันรู้เรื่องด้วยนะ ไม่รู้ใครเป็นคนกันแล้วตอนนี้”

 บทที่ ๗ ความประทับใจในเกาะสุกร

      เกาะสุกรหรือที่ชาวบ้านเรียกว่าเกาะหมูเป็นเกาะเล็กๆ อยู่ในมหาสมุทรอินเดีย ขึ้นกับอำเภอปะเหลียน จังหวัดตรัง เกาะนี้อยู่ห่างจากผืนแผ่นดินไม่มากนัก เดินทางประมาณ ๔๐ นาทีก็ถึง ความจริงเกาะนี้อยู่ใกล้กับเกาะตะรุเตามากทีเดียว แต่น่าแปลกใจว่า ขณะที่เกาะตะรุเตามีชื่อเสียงและเป็นที่รู้จักกันดีในหมู่นักท่องเที่ยว เกาะสุกรกลับไม่ค่อยมีใครรู้จัก ทั้ง ๆ ที่ตามความรู้สึกของข้าพเจ้าแล้ว เกาะนี้มีสิ่งที่น่าสนใจไม่น้อยกว่าเกาะตะรุเตาเลย

      เมื่อแรกถึงเกาะสุกร ข้าพเจ้าแปลกใจมากที่เห็นว่ารูปลักษณะของเกาะนี้ไม่เหมือนสุกรเลยแม้แต่นิดเดียว ไม่ว่าข้าพเจ้าจะพยายามมองให้เหมือนเพียงใดก็ตาม

      ที่เกาะนี้มีผู้คนอาศัยอยู่ทั้งหมดประมาณพันคน เขาเหล่านี้ทำให้ข้าพเจ้ารู้สึกอบอุ่นใจตั้งแต่ก้าวแรกที่ได้เหยียบย่างเข้าไปในพื้นที่ของเกาะนี้ เพราะเขาได้ส่งสายตาและรอยยิ้มที่มีไมตรีมายังข้าพเจ้า ซึ่งเป็นคนต่างถิ่น

      ชาวเกาะสุกรมีความเป็นอยู่อย่างง่าย ๆ ที่อยู่ส่วนใหญ่สร้างด้วยไม้ มีตลาดซึ่งอยู่ใจกลางของเกาะเป็นศูนย์รวมของคนในเกาะ การไปไหนมาไหนนิยมใช้รถจักร-ยานหรือเดินเท้า

      อาชีพสำคัญของชาวเกาะสุกร ได้แก่อาชีพประมงและปลูกแตงโม มีการจับปลาตามชายฝั่ง หรือไม่ก็หากุ้งหาหอยตามโขดหิน มีการปลูกแตงโมกันทั่วไป แตงโมของเกาะสุกรนี้เป็นที่รู้จักกันดีของชาวจังหวัดตรังว่า เป็นแตงโมที่ผลโตเนื้อสีแดงสด และรสหวานอร่อยมาก ข้าพเจ้าได้ชิมแล้วยังรู้สึกติดใจอยู่จนกระทั่งเดี๋ยวนี้

      ในบริเวณเกาะสุกรนี้ มีสถานที่อยู่แห่งหนึ่ง ซึ่งเป็นแหล่งท่องเที่ยวที่สำคัญที่สุดของเกาะ คือหาดทรายทอง หาดทรายทองเป็นหาดทรายเล็ก ๆ ยาวประมาณ ๒ กิโลเมตร ตั้งอยู่ทางด้านใต้ของเกาะ สิ่งที่เด่นที่สุดของหาดนี้ก็คือทราย ข้าพเจ้าไม่เคยเห็นทรายที่ไหนงามเท่าทรายที่หาดทรายทองมาก่อนเลย เป็นทรายละเอียด สีชมพูอ่อน ๆ ใสและสะอาดมาก ชาวบ้านผู้หนึ่งเล่าให้ข้าพเจ้าฟังว่า เมื่อไม่นานมานี้ เรือ

สำรวจของญี่ปุ่นได้มาขอซื้อทรายทั้งหาดเพื่อนำไปทำแก้วเจียระไน โดยได้เสนอราคาซื้อหลายสิบล้านบาททีเดียว แต่โชคดีที่ชาวบ้านได้พากันไปร้องขอให้ระงับข้อตกลงนั้นเสีย เพราะไม่ต้องการให้ทรัพยากรที่มีค่านี้สูญหายไปจากหาดทรายทอง

รูปประโยคและการใช้คำ

๑. ......ไม่......กว่า...... 不比…… +（形容词），不 +（形容词）+ 于……。这个句型可以作谓语，也可以作修饰谓语的成分起补充说明的作用。

ตัวอย่าง ๑

ระดับความรู้ของเขาไม่ต่ำกว่ามัธยมปลาย
ฝีมือถ่ายรูปของเขาไม่ด้อยกว่าช่างถ่ายรูปเลย
สิ่งที่น่าสนใจในเกาะแห่งนี้ไม่น้อยกว่าเกาะตะรุเตาเลย

แบบฝึกหัด ๑ จงใช้คำที่ให้ไว้แต่งประโยคตามประโยคตัวอย่าง ๑

๑) ความงามที่นี่
๒) ความสนใจของเขาในเรื่องนี้
๓) ความลำบากของเขา
๔) ผลิตภัณฑ์ดี ๆ ของประเทศไทย
๕) ชั่วโมงขาดเรียนเทอมนี้
๖) จำนวนครั้งที่ฉันมาหาเธอ

ตัวอย่าง ๒

เขามีระดับความรู้สูงไม่ต่ำกว่ามัธยมปลายเลย
เกาะแห่งนี้มีสิ่งที่น่าสนใจไม่น้อยกว่าเกาะตะรุเตาเลย
คะแนนของเขามากกว่าผมไม่น้อยกว่า ๑๐ คะแนน

แบบฝึกหัด ๒   จงใช้คำที่ให้ไว้แต่งประโยคตามประโยคตัวอย่าง ๒

> ๑) ที่นี่มีความงาม
> ๒) เขามีความสนใจในเรื่องนี้
> ๓) เขามีความลำบาก
> ๔) เรามีความพอใจในตัวเขา
> ๕) เทอมนี้เขาขาดเรียน
> ๖) ฉันมีจดหมายถึงเขาบ่อย

๒. (มี).......ทั้งหมด...... หรือ ......(มี)ทั้งหมด......   共有……，总共……。（动词 "มี" 可以用其他动词替代）

ตัวอย่าง
> ๑) เล่มนี้มีศัพท์ทั้งหมดประมาณ ๒,๐๐๐ คำ
> (หรือ ศัพท์ในเล่มนี้มีทั้งหมดประมาณ ๒,๐๐๐ คำ)
> ๒) ที่เกาะนี้มีผู้คนอาศัยอยู่ทั้งหมดประมาณพันคน
> (หรือ ผู้คนที่อาศัยอยู่เกาะนี้มีทั้งหมดประมาณพันคน)
> ๓) คณะเรามีอาจารย์ พนักงาน และนักศึกษาทั้งหมดราวห้าร้อยคน
> (หรือ อาจารย์ พนักงาน และนักศึกษาของคณะเรามีทั้งหมดราวห้าร้อยคน)
> ๔) หอสมุดกลางมหาวิทยาลัยเรามีหนังสือต่าง ๆ ทั้งหมด ๕ ล้านกว่าเล่ม
> (หรือ หนังสือต่าง ๆ ในหอสมุดกลางมหาวิทยาลัยเรามีทั้งหมด ๕ ล้านกว่าเล่ม)
> ๕) ปีหนึ่ง ๆ มหาวิทยาลัยเราต้องการงบประมาณทั้งหมดประมาณ ๒ ร้อยล้านหยวน
> (หรือ งบประมาณของมหาวิทยาลัยเราทั้งหมดในปีหนึ่ง ๆ ต้อง-การประมาณ ๒ ร้อยล้านหยวน)

บทที่ ๗   ความประทับใจในเกาะสุกร

แบบฝึกหัด   จงแปลประโยคต่อไปนี้เป็นภาษาไทย

1. 中国共有56个民族。
2. 中国共有34个省、直辖市（นครที่ขึ้นตรงต่อรัฐบาลกลาง）、自治区（เขตปกครองตนเอง）和特别行政区(เขตปกครองพิเศษ)。
3. 北大有本科生（นักศึกษาปริญญาตรี）、研究生（นักศึกษาปริญญาโทและปริญญาเอก）和外国留学生共约两万余人。
4. 向大会提出的提案共有203件。
5. 志愿报名参军的学生共264人。
6. 这项科研工作共需预算25万左右。
7. 我们专业一共订了6份泰文报刊。
8. 我们一共才有5位老师，无力招收更多学生。

๓. ไม่เคย......มาก่อน(เลย)   不曾……过。

ตัวอย่าง   เรื่องนี้ฉันไม่เคยรู้มาก่อนเลย
ฉันไม่เคยทำงานเช่นนี้มาก่อนเลย
เธอเคยเห็นสัตว์ชนิดนี้มาก่อนไหม
ข้าพเจ้าไม่เคยเห็นทรายที่ไหนงามเท่าทรายที่หาดทรายทองมาก่อนเลย

แบบฝึกหัด   จงใช้คำที่ให้ไว้แต่งประโยคตามประโยคตัวอย่าง

๑) ได้ยิน,   เรื่องนี้
๒) ชม,   กีฬาประเภทนี้
๓) เห็น,   ลายมือสวยเช่นนี้
๔) เห็น,   เขาสวมชุดสากล

๕) ได้ยิน, เขาพูดอังกฤษได้คล่องเช่นนี้
๖) อ่าน, นิทานที่สนุกเช่นนี้
๗) ชิม, อาหารที่อร่อยเช่นนี้
๘) พบ, คนที่ขยันเหมือนเขา
๙) รู้, เรื่องพรรค์นี้
๑๐) เขียน, บทวิจารณ์วรรณคดี, จึงไม่รู้จะเขียนอย่างไร

๔. (ใน)ขณะที่......(นั้น) ......กลับ...... 正当……的时候，……却……。

ตัวอย่าง ในขณะที่เต่าพยายามคลานไปสู่ที่หมายอยู่นั้น กระต่ายกลับไปนอนกรนฟี้ฟื้อย่างสบาย

ขณะที่เกาะตะรุเตามีชื่อเสียงและเป็นที่รู้จักกันดีในหมู่นักท่องเที่ยว เกาะสุกรกลับไม่ค่อยมีใครรู้จัก

แบบฝึกหัด จงเลือกใช้คำในวงเล็บมาทำให้ประโยคข้างล่างได้ความสมบูรณ์ตามตัวอย่าง

(ย่ำเท้าอยู่กับที่ เอาเท้ารานํ้า นํ้าท่วม เศรษฐกิจเจริญขึ้น
ผักเน่า หัวเราะเยาะอยู่ข้าง ๆ ทำเฉยเสีย รู้สึกชอบใจ)

๑) คนอื่น ๆ กำลังพายเรือจ้ำเอา ๆ อยู่ ....
๒) เขารู้สึกลำบาก กำลังต้องการความช่วยเหลือ ....
๓) ประเทศต่าง ๆ เกือบทั่วโลกกำลังตกอยู่ในภาวะเศรษฐกิจตกต่ำ ....
๔) ภาคอีสานขาดแคลนนํ้าฝน ....
๕) หัวเมืองภาคเหนือไม่มีผักกิน ....
๖) คนอื่นกำลังก้าวหน้าไป ....
๗) ปู่โง่กำลังพาลูกหลานขุดภูเขาอยู่ ตาฉลาด...............
๘) ชาวบ้านถือกระบองวิ่งกระหืดกระหอบมาช่วยตีหมาป่า ....

ข้อสังเกต

๑. สุกร　巴利文，与หมู同义。通常用หมู，只在书面语中用สุกร。

เกาะสุกร是岛名，听起来比เกาะหมู斯文些。

๒. เป็นที่รู้จักกันดีในหมู่นักท่องเที่ยว

“หมู่”是“一群”的意思。“ในหมู่......”意思是“在……人中间”。其他例子如：

ข่าวแพร่อย่างรวดเร็วในหมู่นักศึกษา

เขาเป็นหัวโจกในหมู่เด็กวัยรุ่น

๓. ชาวเกาะสุกรมีความเป็นอยู่อย่างง่าย ๆ

“อย่างง่าย ๆ”　简单的，简陋的，常用在生活、陈设、仪式等方面。如：

เขากินอยู่อย่างง่าย ๆ

เขาประดับห้องอย่างง่าย ๆ

งานฉลองครั้งนี้ไม่อยากพิถีพิถันให้ยุ่งยาก อยากเอาแบบง่าย ๆ

๔. การไปไหนมาไหนนิยมใช้รถจักรยานหรือเดินเท้า

๑）“ไปไหนมาไหน”　是虚指“去什么地方”、“上什么地方去”、“来来去去”。如：

ที่กรุงเทพฯไปไหนมาไหนสะดวกเพราะมีรถเมล์และแท็กซี่มากมาย

แต่ก่อนที่ปักกิ่งไปไหนมาไหนใช้จักรยานสะดวกกว่าขึ้นรถเมล์

บ้านเมืองเขาสงบสุข ไปไหนมาไหนไม่ต้องกลัวคนร้าย

๒）“นิยม”　此处是“喜欢”、“习惯”的意思。又如：

เมื่อก่อนนี้ ชาวปักกิ่งนิยมใช้จักรยานเป็นพาหนะ

ชาวจีนยังนิยมจุดประทัดในวันตรุษจีนอยู่

สมัยนี้ผู้หญิงเขาไม่นิยมไว้เปียกันแล้ว

เวลาเจอกัน ชาวตะวันตกนิยมจับมือกัน แต่ชาวไทยเมื่อก่อนไม่ใคร่นิยม

๕. มีการปลูกแตงโมกัน<u>ทั่วไป</u>

"ทั่วไป" 修饰动词时是 "普遍的" 的意思。如：

เขาพูดกันทั่วไปว่า คนสมัยนี้อายุยืนกว่าคนสมัยก่อน
ต้นไม้ชนิดนี้ขึ้นอยู่ทั่วไปตามป่าเขาภาคใต้
เรื่องนี้เป็นที่รู้กันทั่วไป

修饰名词时是 "一般的" 的意思。如：

ความรู้ที่สอนกันในโรงเรียนมัธยมส่วนมากเป็นความรู้ทั่วไป
เราควรจะรู้หลักกฎหมายทั่วไปไว้บ้าง
เราคุยกันถึงเรื่องทั่วไป ไม่มีอะไรพิเศษ
คนทั่วไปไม่ค่อยสนใจเรื่องนี้

"ทั่วไป" 还经常出现在插入语 "โดยทั่วไป" 这种形式里，意思是 "一般说来"、"一般来讲"。如：

โดยทั่วไปชาวนาภาคใต้มักตกกล้าราวเดือนมีนา-เมษา
(ชาวนาภาคใต้ โดยทั่วไปมักตกกล้าราวเดือนมีนาถึงเมษา)
โดยทั่วไปนักศึกษาเราขยันเรียนดีมาก
(นักศึกษาเรา โดยทั่วไปขยันเรียนดีมาก)
โดยทั่วไป คนส่วนมากไม่ใคร่สนใจเรื่องนี้
(เรื่องนี้ คนส่วนมากโดยทั่วไปไม่ใคร่สนใจ)

๖. เป็นแตงโมที่ผลโต <u>เนื้อสีแดงสดและรสหวานอร่อยมาก</u>

"เนื้อ" 肉, 可指人或动物的肉, 也可指水果的肉。如：เนื้อหมู, เนื้อวัว, เนื้อทุเรียน, เนื้อมะม่วง 等等。如果单用 "เนื้อ" 而前后文中也没有指明是什么 "เนื้อ" 时, 则一般指牛肉。

"เนื้อ" 还可以指 "质地"。如：เนื้อไม้แข็งดี, เนื้อกระดาษเหนียวและบาง, เนื้อผ้านิ่มดี 等等。

此外, "เนื้อ" 还可以组成许多常用的合成词, 如：เนื้อเรื่อง（内容）, เนื้อหา（内容）, เนื้อร้อง（歌词）, เนื้อที่（面积）, เนื้อแท้（实质）等等。

บทที่ ๗   ความประทับใจในเกาะสุกร

๗. เป็นแหล่งท่องเที่ยวที่สำคัญที่สุดของเกาะ

"แหล่ง" 一般用来指产地、发源地、居住地、来源等等。例如：

มณฑลซานซีเป็นแหล่งถ่านหินที่สำคัญแห่งหนึ่งของจีน
โจวโข่วเตี้ยนเป็นแหล่งกำเนิดของ"มนุษย์ปักกิ่ง"
เกาะนกเป็นแหล่งที่อยู่ของนกนานาชนิด
มหาวิทยาลัยเป็นแหล่งวิชาความรู้
ข่าวนี้ได้มาจากแหล่งข่าวที่เชื่อถือได้

๘. ยาวประมาณ ๒ กิโลเมตร

"กิโลเมตร" 口语中常常只说 "กิโลฯ"。但是 "กิโลฯ" 可以指公里, 也可以指公斤(กิโลกรัม)，要看具体的语境。

๘. ข้าพเจ้าไม่เคยเห็นทรายที่ไหนงามเท่าทรายที่หาดทรายทองมาก่อนเลย

"เท่า" 一般用来指数量、长度、高度、体积、面积等相等。例如：อายุเท่ากัน สูงเท่ากัน ใหญ่เท่ากัน ๒ + ๓ = (เท่ากับ) ๕ 等等。但是此句中 "เท่า" 是指程度一样, 即 "跟金沙滩的沙子一样美"。同样用法如：

พลาสติกก็ใช้ได้เหมือนกัน แต่คงไม่ดีเท่าเหล็ก
ฉันว่าเป็ดเสฉวนมันไม่อร่อยเท่าเป็ดปักกิ่ง เธอว่าไง
หน้าร้อนที่ปักกิ่งร้อนเท่ากรุงเทพฯไหม

แบบฝึกหัด

๑. จงอ่านและหัดใช้วลีต่อไปนี้

ห่างจาก........   ใกล้กับ........
ขึ้นกับ(ต่อ)........   น่าแปลกใจว่า........
แปลกใจมากที่........ มี........ไม่น้อยกว่า........
........แม้แต่นิดเดียว มี........ประมาณ........

อย่างง่าย ๆ　　　　　　　ไปไหนมาไหน
หรือไม่ก็........　　　　　　โดยทั่วไป
ที่สำคัญที่สุด　　　　　　　ที่เด่นที่สุด
เมื่อไม่นานมานี้
ตั้งแต่ก้าวแรกที่ได้เหยียบย่างเข้าไปในพื้นที่ของ........

๒. จงอธิบายว่าคำที่ขีดเส้นใต้ในประโยคต่อไปนี้ทำหน้าที่และมีความหมายอย่างไร

๑) น่าแปลกใจว่า ขณะที่เกาะตะรุเตามีชื่อเสียงและ<u>เป็นที่</u>รู้จักกันดีในหมู่นักท่องเที่ยว เกาะสุกรกลับไม่ค่อยมีใครรู้จัก <u>ทั้งๆ ที่</u>ตามความรู้สึกของข้าพเจ้าแล้ว เกาะนี้มีสิ่งที่น่าสนใจไม่น้อยกว่าเกาะตะรุเตาเลย

๒) ข้าพเจ้าแปลกใจมาก<u>ที่</u>เห็นว่ารูปลักษณะของเกาะนี้ไม่เหมือนสุกรเลยแม้แต่นิดเดียว

๓) เขาเหล่านี้ทำให้ข้าพเจ้ารู้สึกอบอุ่นใจตั้งแต่ก้าวแรกที่ได้เหยียบย่างเข้าไปในพื้นที่ของเกาะนี้ เพราะเขาได้ส่งสายตาและรอยยิ้มที่มีไมตรีมา<u>ยัง</u>ข้าพเจ้า <u>ซึ่ง</u>เป็นคนต่างถิ่น

๔) <u>เมื่อไม่นานมานี้</u> เรือสำรวจของญี่ปุ่นได้มาขอซื้อทรายทั้งหมดเพื่อนำไปทำแก้วเจียระไน <u>โดย</u>ได้เสนอราคาซื้อหลายสิบล้านบาททีเดียว แต่โชคดี<u>ที่</u>ชาวบ้านได้พากันไปร้องขอให้ระงับข้อตกลงนั้น<u>เสีย</u> เพราะไม่ต้องการให้ทรัพยากรที่มีค่านี้สูญหายไปจากหาดทรายทอง

๓. จงแปลประโยคในข้อ ๒ เป็นภาษาจีน

๔. จงอ่านตัวบทให้คล่องแล้วหัดเล่าใจความ

๕. จงฟังบทความที่มีข้อความคล้ายคลึงกันกับบทเรียนบทหนึ่ง

๖. จงหัดเล่าหรือเขียนพรรณนาสภาพบ้านเกิดของตนหรือความประทับใจในที่ใดที่หนึ่ง

บทที่ ๗ ความประทับใจในเกาะสุกร

ศัพท์และวลี

ประทับ	印，盖（章）	ประทับใจ	印象深刻
ความประทับใจ	印象	เกาะ	岛
สุกร	= หมู 猪	มหาสมุทร	洋
อินเดีย	印度	มหาสมุทรอินเดีย	印度洋
ขึ้นกับ	= ขึ้นอยู่กับ	จังหวัดตรัง	哒府
แผ่นดิน	大地	ผืนแผ่นดิน	大陆
น่าสนใจ	令人感兴趣，值得重视	ลักษณะ	特点；形状
		รูปลักษณะ	形状
พื้นที่	地面；面积	รอยยิ้ม	笑容
ไมตรี	友善	ถิ่น	地方，地区
คนต่างถิ่น	外地人	ใจกลาง	中心
ศูนย์	中心	ศูนย์รวม	聚合的中心
ประมง	渔业	หอย	蚌
โขด	小丘；礁石	โขดหิน	礁石
สด	鲜艳	ติดใจ	依恋；疑虑
แหล่ง	地方，处所	หาด	滩
ทราย	沙子	หาดทราย	沙滩
กิโลเมตร	公里	เด่น	显眼的，突出的
เท่า	相等，相当	ชมพู	粉红（色）
อ่อน	（颜色）浅，淡；（力量）弱	ใส	透明，晶莹，清澈
สำรวจ(-หรวด)	调查，勘察	เจียระไน	对水晶、玻璃等进行琢磨
แก้วเจียระไน	水晶雕		
ข้อตกลง	协定，协议	สูญหาย	消失，失去

139

มัธยมปลาย	高中	ผลิตภัณฑ์(ผะ-หลิด-ตะ-พัน)	（工业）产品
หอสมุดกลาง	中央图书馆，大图书馆	งบประมาณ	预算
พรรค์	种，类	บทวิจารณ์	评论（文章）
กรน	打呼噜	ย่ำ	踩
ย่ำเท้าอยู่กับที่	原地踏步	รานํ้า	在船上用手、脚或其他物品放入水中以减缓船的行进速度
เอาเท้ารานํ้า	（在船上）用脚挡水（以减缓船的行进速度）		
ท่วม	淹没	จ้ำ	快速地
จ้ำเอา ๆ	快速地，赶紧地	ทั่วโลก	全世界
ขาดแคลน	缺少	ปู่โง่	愚公
ลูกหลาน	子孙	ตาฉลาด	智叟
กระบอง	棍子	กระหืดกระหอบ	气喘吁吁
แพร่	传播，扩散	หัวโจก	头子，首领
วัยรุ่น	青少年，正步入青年的人	พิถีพิถัน	讲究
		สงบสุข	安定，安宁
คนร้าย	匪徒	ตรุษ	旧历新年
พาหนะ	交通工具	ประทัด	鞭炮
ตรุษจีน	春节	เปีย	辫子
ไว้เปีย	留辫子	ไม่ใคร่	＝ไม่ค่อย
ขึ้น	（植物）生长	ป่า	森林，丛林
กล้า	秧苗	ตกกล้า	育秧
ทุเรียน	榴莲	มะม่วง	芒果
เหนียว	韧；粘	บาง	薄
นิ่ม	柔软	มณฑล	省
ถ่านหิน	煤	มนุษย์ปักกิ่ง	北京猿人
กิโลฯ	＝กิโลเมตร 公里 ＝กิโลกรัม 公斤		

บทที่ ๗ ความประทับใจในเกาะสุกร

บทอ่านประกอบ

ตอนหนึ่งในเรื่อง "น้ำใสใจจริง"
โดย ว. วินิจฉัยกุล

(๓)

อาจารย์พอดีไม่ได้ตั้งใจจะลงไปกินอาหารเย็น แต่ว่าหลบฉากไปก่อนเพื่อไม่ให้ภูเขาไฟปะทุ ใจนึกว่าจะหาทางไกล่เกลี่ยให้เสร็จเรื่องราวกันลงไปก่อนพรุ่งนี้ ลงมาเดินข้างล่างได้ไม่กี่ก้าว ก็พบแม่ละมุนเดินตรงมาหาอย่างรีบร้อน

"อาจารย์คะ อาจารย์ทองถวิลให้เชิญไปประชุมด่วนค่ะ"

อาจารย์หนุ่มหยุดกึก ใจคิดในทางร้ายขึ้นมาทันที

"อะไรหรือ มีเรื่องอะไร? ทำไมด่วน? น่ากลัวใครทำผิดอะไรเข้าแล้วซี"

แม่ละมุนฉลาดเกินกว่าจะทำเป็นรู้เรื่อง

"เอ ไม่ทราบค่ะ อาจารย์ให้มาเชิญฉันก็มาเชิญ"

ห้องประชุมอาจารย์ก็คือห้องเรียนซึ่งใช้เป็นห้องแล็บฝึกภาคปฏิบัตินั่นเอง จึงจำเป็นต้องใช้หน้าต่างกระจกและติดเครื่องปรับอากาศ นับว่ามิดชิดเหมาะกับการประชุมดี แม้ว่าเก้าอี้โต๊ะยังไม่ใช่สำหรับห้องประชุม แต่ก็พอแก้ขัดไปได้

โต๊ะกลางห้องตั้งตระหง่าน คนงานยกเก้าอี้มาวางเรียงรายรอบโต๊ะ หัวโต๊ะอาจารย์ทองถวิลนั่งแว่นตาวาว มองลอดแว่นไปยังทุกคนที่ค่อย ๆ ก้าวพ้นประตูเข้ามา ทำให้คนถูกมองหายใจไม่ทั่วท้องขึ้นมาทันที

อาจารย์อัญชลิกามาถึงทีหลังเล็กน้อย เธอแต่งกายตามสบายด้วยเสื้อกระโปรงแบบแสก ปลายบานยาวแค่เข่าซึ่งเป็นที่นิยมกันสมัยนั้น คอกลมแขนกุดรับลมร้อนได้เป็นอย่างดี หน้าตายิ้มแย้มแจ่มใสขณะส่งเสียงถามมาก่อนว่า

"ประชุมอะไรกันหรือคะ ไม่เห็นบอกล่วงหน้า"

อาจารย์ทองถวิลไม่ยิ้มตอบ สายตามองผ่านไปยังอาจารย์หนุ่มอีกคนหนึ่งซึ่งตามมาติด ๆ ด้วยกิริยารีบร้อนทั้งที่ไม่มีอะไรเร่งด่วน แต่ว่าเป็นที่รู้กันว่าอาจารย์สุประดิษฐ์เป็นคนทำอะไรกระฉับกระเฉงว่องไวไปหมดทุกอย่าง พูดเร็ว ทำเร็ว ถ้า

หากทำอะไรช้าแม้แต่นิดเดียว เช่นมาถึงช้ากว่าคนอื่นสักเสี้ยวนาที เจ้าตัวจะไม่สบายใจเลย

อาจารย์สุประดิษฐ์แซงอาจารย์อัญชลิกาเข้านั่งก่อนตามนิสัยชอบความเร็ว แต่ก็ไม่ลืมมารยาทเอื้อมมือไปเลื่อนเก้าอี้ให้ฝ่ายหญิงในขณะที่ตัวเองนั่งลงเรียบร้อยแล้ว

"เชิญนั่งครับเชิญ"

ถ้าจะเขียนคำพูดของเขาลงเป็นตัวหนังสือให้ใกล้เคียงความจริง อย่างหนึ่งก็คือต้องไม่เว้นวรรค เพราะอาจารย์สุประดิษฐ์พูดเร็วจนวรรคตอนหายหมด

"วันนี้ผมไปสำรวจทางนอกเมืองไปพบพวกกำนันผู้ใหญ่บ้านแล้วเลยแวะไปดูตามวัดวาอารามเก่าๆเพื่อจะได้พานักศึกษาของเราไปทัศนศึกษากันบ้างแล้วอีกอย่างถ้าออกค่ายฤดูร้อนแทนที่จะไปสร้างศาลาให้ชาวบ้านนะครับทางกำนันเขาบอกว่ามีนักศึกษาหลายมหาวิทยาลัยมาทำไว้แล้วไม่ค่อยได้ประโยชน์ใช้สอยเท่าไหร่ผมอยากจะให้ไปทำความสะอาดวัดมากกว่า...."

อาจารย์ทองถวิลยกมือขึ้นห้าม มองลอดแว่นอีกครั้ง

"เดี๋ยวค่ะ เรื่องออกค่ายเอาไว้ก่อน"

หัวหน้าคนงานแผนกต่าง ๆ ค่อยแง้มประตูเข้ามาทีละคนอย่างไม่สู้สบายใจนัก แล้วเลื่อนเก้าอี้นั่งลงเงียบกริบแทบจะไม่หายใจ

อาจารย์ทองถวิลกวาดสายตามองทีละคน เพิ่มบรรยากาศแห่งความน่ายำเกรงให้ครอบคลุมได้ทั่วถึง จนอาจารย์พอดีโผล่เข้ามาเป็นรายเกือบสุดท้าย การประชุมจึงได้เริ่ม

"ฉันเชิญพวกคุณทุกคนคืออาจารย์และเจ้าหน้าที่ของมหาวิทยาลัยมาประชุมก็เพราะทราบมาว่า บัดนี้การปิดบังไม่ให้ความร่วมมือกับทางมหาวิทยาลัยเป็นสิ่งไม่พึงกระทำอย่างมาก"

สายตาคนพูดกวาดไปตามใบหน้าแต่ละหน้า ฝ่ายหัวหน้าคนงานแต่ละคนหลบตากันวูบวาบ

"เรื่องร้ายแรงยังงั้นเชียวรึครับ" อาจารย์สุประดิษฐ์หน้าตื่น

"ใช่ค่ะ" เป็นเสียงรับอย่างหนักแน่น

"หวังว่า...." อาจารย์พอดีกระแอมเหมือนอะไรติดคอ "คงไม่ใช่เรื่องทุจริตคิดไม่ชอบในวงราชการนะครับ พวกเราก็มีกันอยู่ไม่กี่คนนี้เอง"

"ดิฉันยังไม่เรียกว่าฉ้อราษฎร์บังหลวงหรอก อาจารย์ เรียกว่าปิดบัง....อาจารย์คงทราบแล้วนะคะว่า วันนี้เราขอให้พนักงานเทศบาลเขามาจับสุนัขจรจัดในเขตหอพัก"

คราวนี้ทุกคนเงียบกริบ เหลือบมองตากันแล้วแลไปเสียอีกทาง อึดอัดกระสับกระส่ายกันไปมา

"แล้วดิฉันก็ได้รับรายงานจากทางเทศบาลว่ามีสุนัขเหลืออยู่แค่สองตัว" เสียงอาจารย์ทองถวิลค่อยดังขึ้นทีละน้อย เน้นว่า "สองตัว เป็นไปได้ยังไงดิฉันก็สงสัยในเมื่อมีกันเป็นฝูง จึงได้สืบถามจนกระทั่งเค้นข้อเท็จจริงออกมาได้...."

เสียงเธอค่อยดังขึ้นทุกทีจนเกือบเป็นตะเบ็ง ดวงหน้าอวบอูมแดงก่ำขึ้นอย่างเห็นได้ชัด

"ปรากฏว่าคนของเราซึ่งปกติก็ไม่เคยสนใจไยดีหมาแมว กลับพร้อมใจกันเอาหมาไปซ่อนไว้ในห้องพัก เกิดกลัวว่ามันจะถูกจับไปขึ้นมา ไม่รู้ว่าทำไมกัน แล้วพอเทศบาลกลับไป ก็ปล่อยหมาออกมาเดินเพ่นพ่านกันเต็มถนนเหมือนเดิม ดิฉันขอถามหน่อยเถอะว่าทำแบบนี้มันร้ายแรงหรือเปล่า"

เงียบ ไม่มีใครกล้าตอบโพล่งออกมาแม้แต่อาจารย์สุประดิษฐ์ ซึ่งได้ชื่อว่ามีความเร็วเกือบพอ ๆ กับความเร็วของแสง

อาจารย์พอดีเหลียวมองทางโน้นทีทางนี้ที

"คือ....อาจารย์ครับ" เขาเปล่งเสียงออกมาอย่างลำบากใจ พร้อมกับยกมือเกาหัวแก้เก้อก่อนจะลดมือลง แล้วสำรวมท่าทางเมื่อแว่นวาวส่องตรงมา เป็นประกายกล้ายิ่งกว่าวางเลนส์กระทบแสงแดด อันก่อให้เกิดไฟขึ้นมาได้

"คือ....ผมก็ไม่ทราบนะครับว่ามันจะเป็นอย่างนี้ตั้งแต่แรก ในเมื่อทราบแล้วผมก็ไม่แก้ตัวละครับ ความยุ่งยากครั้งนี้ผมจะ...."

"อาจารย์" อาจารย์ทองถวิลเรียกเสียงเข้มงวด ระคนด้วยความเบื่อหน่ายเหมือนเธอกำลังเรียกนักศึกษา ซึ่งเงอะงะตอบคำถามในห้องไม่ได้แล้วยังไม่ยอมนั่งลงหุบปากสักที "ดิฉันไม่มีเวลาฟังอาจารย์ขอโทษขอโพยแทนใคร ดิฉันอยากให้เจ้าตัวหรือหัวหน้าเขารับผิดชอบเองมากกว่า"

"อ้าว" อาจารย์พอดีอุทานแล้วเงียบไป

คนที่เหลือกระสับกระส่ายกันอยู่อึดใจ อาจารย์อัญชลิกาไม่ยิ้มหวานอย่างเมื่อ

ครู่ก่อน เธอนั่งหน้าแดงซ่านอยู่อึดใจก็เป็นฝ่ายเอ่ยขึ้นบ้าง

"เอาละค่ะ ดิฉันยอมรับว่าอาจารย์พูดถูก คือทางมหาวิทยาลัยก็หวังดีในการเรียกเทศบาลมากำจัดสุนัข เพราะสุนัขพวกนี้มันไม่มีเจ้าของ แต่....นึกอีกที อาจารย์ทราบใช่ไหมคะว่าเขาไม่ได้จับเอาไปเลี้ยง เขาเอาไปจำกัด....เอ๊ย....กำจัด"

แว่นประกายกล้าบาดตาล้อแสงนีออนบนเพดานหันไปทางอาจารย์สาว

"คุณอัญชลิกา คุณคงไม่หวังว่าเทศบาลเขาจะลงทุนสร้างฟาร์มให้สุนัขอยู่หรอกนะคะ"

ดวงหน้าอาจารย์อัญชลิกาแดงซ่านขึ้นอีก

"ทราบค่ะ ข้อนั้นทราบ ดิฉันเพียงแต่จะพูดว่า....แหม อาจารย์ก็คงทราบนะคะว่าดิฉันถือศีลห้า แล้วการฆ่าสัตว์ตัดชีวิตแม้แต่ยุงสักตัวก็บาปแล้ว ทีนี้นักศึกษาหญิงน่ะค่ะ เด็ก ๆ สงสารหมา....มันรู้นะคะว่ามันจะต้องตาย ไม่ใช่ไม่รู้ มันวิ่งตัวสั่นหางจุกก้นหมดทุกตัวเลยค่ะ ร้องหงิง ๆ น่าสงสาร ดิฉันก็เลย...."

"อาจารย์" อาจารย์ทองถวิลตะเบ็งเสียง "อะไร นี่นักศึกษาของอาจารย์ก็ร่วมมือด้วยงั้นรึ"

อาจารย์อัญชลิกาทำหน้างงงวย

"อ้าว อาจารย์ไม่ทราบหรอกรึคะ ดิฉันนึกว่าทราบแล้ว"

อาจารย์ทองถวิลชูมือขึ้นสูงแล้วทิ้งฮวบลงอย่างหมดแรง

"จบ....จบกัน ดิฉันนึกว่ามีแต่พวกคนงาน กลายเป็นว่าอาจารย์ก็ช่วยเด็กทำผิดเสียด้วย แล้วยังงี้เราจะไปลงโทษคนงานเขาได้ยังไง"

เงียบกันไปอีก แล้วอาจารย์สุประดิษฐ์ก็เอ่ยขึ้นบ้างด้วยประโยคที่ไม่มีใครนึกฝัน

"ถ้าลงโทษก็ลงโทษผมด้วยเถอะครับ"

"เกี่ยวอะไรกับคุณด้วยล่ะ?" อาจารย์ทองถวิลหันมาเอ็ด เธอได้ช่องทางจะระบายอารมณ์พอดี "วันนี้ไม่ได้อยู่ทั้งวันนี่นา"

"ผมฝากหมาเอาไว้กับนักศึกษาสองตัวครับตั้งแต่เช้าก่อนออกไปสำรวจสถานที่ครับ" ความเร็วกลับมาสู่ตัวคนพูดอีกครั้ง

คนงานซึ่งนั่งหน้าซีดกันอยู่ตั้งแต่แรกเริ่มมีเลือดฝาดปรากฏขึ้นทีละน้อย สายตาหลายคู่มองกันไปมองกันมา แล้วแม่ละมุนก็หัวเราะกิ๊กออกมาอย่างอดไม่ไหว

อาจารย์ทองถวิลหันไปทำตาเขียว จนหล่อนหน้าม่อยลงทันที

"เป็นอันว่าในที่นี้สมรู้ร่วมคิดทำผิดกันหมด เหลือแต่อาจารย์พอดีกับฉันเท่านั้นใช่ไหม"

อาจารย์พอดีชูมือขึ้น ตอบอ้อมแอ้ม

"ไม่เชิงยังงั้นหรอกครับ"

อาจารย์ทองถวิลหันมามอง กวาดสายตามองทีละคน....ทีละคนจนเย็นสันหลังไปตาม ๆ กัน แล้วเธอก็หัวเราะแค่น ๆ

"เป็นอันว่าเหลือฉันคนเดียว เลิกประชุมได้"

ทุกคนค่อย ๆ ย่องกริบกันออกไปจากห้อง อาจารย์พอดีอยู่รั้งท้าย รอจนคนอื่นออกไปหมดแล้วจึงหันมาทางประธานซึ่งนั่งอยู่ที่เดิมไม่เคลื่อนไหว

"อาจารย์ครับ คนไทยก็ยังงี้ละครับ ไม่ค่อยกล้าทำบาปหรอกครับ ใจไม่แข็งพอ"

ไม่มีคำตอบ อาจารย์พอดีปิดประตูเข้าที่อย่างเงียบกริบ มองเห็นอาจารย์อัญชลิกายืนรออยู่ภายนอก สบตากัน เธอก็ยิ้มอย่างขบขัน "นิทานเรื่องนี้จะจบลงยังไงล่ะ คุณพอดี"

อาจารย์พอดียักไหล

"หลังจากนั้น ทุกคนก็อยู่กันด้วยความสุขตลอดไป.... หมาก็วิ่งเต็มหอพักอย่างเก่า เห่าหอนกัดกันหนวกหูอย่างเก่า เราต้องวิ่งกันกระเจิงเวลาตัวไหนมันน้ำลายฟูมปากขึ้นมา ปีละหนสองหนลูกหมาก็จะวิ่งกันยั้วเยี้ย คุณก็รู้นี่นา....วาดภาพออก"

"ออก" อาจารย์สาวถอนใจยาวกับอาจารย์หนุ่ม "แล้วจะต้องมีคนไปโวยวายว่าหมาจรจัดก่อความรบกวนผู้คนเหลือทน แล้วป้าทองของเราก็จะโทรฯไปติดต่อกับเทศบาลอีก"

"แล้วพอเทศบาลมาหมาแมวก็ล่องหนไปหมดอีกครั้ง" อาจารย์พอดีต่อให้ยิ้มๆ

"ก็อย่างที่คุณพูด เราก็คงอยู่กันด้วยความสุขแบบนี้ละนะ ถ้าไม่เจอเข้ากับตัวเอง ไม่มีใครเข้าใจเอกลักษณ์ของพวกเราหรอก"

แล้วก็จริงอย่างที่ทั้งสองพูดกัน

วันรุ่งขึ้น หมาก็ออกวิ่งเต็มถนนหน้าหอพัก เต็มโรงอาหาร เต็มหน้าบ้านคนงานเหมือนกับก่อน ๆ ต่างไปจากเดิมนิดเดียวคือ โหม่งกับแคนแยกกันอยู่คนละห้องโดยเด็ดขาดนับจากนั้น อาจารย์พอดีจับโหม่งไปอยู่กับมหาบุญโปรย ซึ่งถือศีล

หลายสิบข้อ และไม่รังเกียจที่เจ้าบอยจะเข้าไปอาศัยห้องด้วย เพราะถือว่าการเมตตาสัตว์เป็นความดีข้อหนึ่ง ส่วนแคนอยู่ห้องเดิมและได้ทัดภูมิมาเป็นเพื่อนร่วมห้องแทน เจ้าบอยมีที่อยู่ประจำในห้องของโหม่ง พอตอนเช้ามันจะลงบันไดมากินข้าวแล้วตามนายไปเรียนด้วยในชั้น นอนอยู่ใต้เก้าอี้โหม่งอย่างสงบเสงี่ยม นาน ๆ จึงจะลุกขึ้นเกาหูแกรก ๆ สักที ตอนเย็นหลังจากเตะฟุตบอลกินข้าวเย็น โหม่งจับหมาอาบน้ำใต้ก๊อกน้ำข้างหอพักเรียบร้อย เจ้าบอยก็ขึ้นบันไดตามไปอย่างสง่าผ่าเผยสมศักดิ์ศรีหมามีปลอกคอทุกประการ

บทที่ ๘ ตอนหนึ่งในเรื่อง"ปีศาจ"

โดย เสนีย์ เสาวพงศ์

<u>เค้าความตอนต้น</u> สาย(ลูกชาวนา)สำเร็จนิติศาสตร์จากมหาวิทยาลัยแล้วก็ประกอบอาชีพเป็นทนายความ ขณะเดียวกันก็เป็นทนายความประจำธนาคารบูรพา ซึ่งเป็นธนาคารที่รัชนี(ลูกผู้ดีเก่า พ่อมีบรรดาศักดิ์เป็นพระยา แม่เป็นคุณหญิง)ทำงานอยู่ด้วย สายกับรัชนีจึงได้ติดต่อสัมพันธ์จนกระทั่งรู้สึกชอบพอกัน แต่พ่อแม่ของรัชนีไม่ชอบสาย เพราะเห็นว่าสายเป็นคนตระกูลต่ำ("ไม่มีสกุลรุนชาติ") อยากให้รัชนีแต่งงานกับไกรสีห์ หนุ่มนักเรียนนอก(นักเรียนอังกฤษ) ซึ่งเป็นลูกของเพื่อนผู้ดีเก่าด้วยกัน(พ่อไกรสีห์มีบรรดาศักดิ์เป็นพระ แม่เป็นคุณนาย) แต่รัชนีไม่ชอบไกรสีห์ ซึ่งเป็นคนเจ้าสำราญและเย่อหยิ่งทะนงตน วันหนึ่งสายไปหารัชนีที่บ้าน ขณะที่เขาทั้งสองนั่งคุยกันอยู่ที่ศาลาริมน้ำนั้น ไกรสีห์ก็ขับรถยนต์มาที่บ้านรัชนี

รถยนต์คันหนึ่งวิ่งเข้ามาในประตูบ้าน คนขับสายตาไว เมื่อมองเห็นรัชนีนั่งอยู่ที่ศาลาน้ำ เขาก็เบรครถหยุดแทนที่จะแล่นเลยเข้าไปข้างใน

"สวัสดีครับคุณรัชนี สบายดีหรือ" เขาทักมาจากบนรถ ขยับตัวคล้ายกับจะลงมาจากรถ แต่เมื่อเห็นหล่อนนั่งอยู่กับผู้ชายคนหนึ่งเขาก็หยุดชะงัก

รัชนีลุกขึ้นยืน ยกมือไหว้

"สบายดีค่ะ ขอบคุณ เชิญลงมาก่อนซิคะ"

ชายหนุ่มในเสื้อยืดแบบกีฬาสีเหลือง นุ่งกางเกงสักหลาดสีเทาอ่อนก้าวลงจากรถเดินมายังศาลา

"ผมจอดรถไว้ที่นี่จะเกะกะทางไหม"

"ไม่เกะกะหรอกค่ะ เพราะคงไม่มีรถใครเข้าออก" รัชนีแนะนำให้ผู้ชายทั้งสองรู้จักกันเพียงสั้น ๆ ว่า "คุณไกรสีห์คะ นี่คุณสาย"

ไกรสีห์สบสายตาดูสายแวบหนึ่ง พร้อมกับผงกศีรษะ

"ยินดีครับที่ได้รู้จักคุณ"

"ผมก็เช่นเดียวกัน" สายตอบ

"ท่านบนตึกสบายดีหรือครับ" ไกรสีห์ถามขึ้นเมื่อทรุดกายลงนั่งตรงข้ามกับรัชนี "ผมไม่ได้แวะมาเสียหลายวัน"

"สบายดีค่ะ ขอบคุณ"

"เป็นไงบ้างครับหมู่นี้ คุณทำอะไรบ้าง ไปทำงานแล้วก็กลับบ้านทุกวันตามเคย" เขาพูดแล้วก็หัวเราะ

"ค่ะ" รัชนีตอบสั้น ๆ

สายขยับตัว "ผมเห็นจะกลับเสียที"

"อย่าเพิ่งกลับซิคะ นั่งคุยกันต่อไปก่อน" รัชนีคัดค้าน และด้วยสายตาที่หล่อนมองมาทำให้สายนั่งต่อไปตามเดิม

"ดิฉันเห็นข่าวในหนังสือพิมพ์ว่าคุณแข่งขันเทนนิส เป็นไงบ้างคะ"

"ผมชนะมาเรื่อย เฆี่ยนฝรั่งเสียหกศูนย์ - หกศูนย์สองเกมรวด แต่มาแพ้รอบเซมิไฟนัลเมื่อวานนี้เอง อันที่จริงฝีมือไม่เท่าไร ผมเอาชนะได้สบาย แต่ผมมันประ-มาทไปหน่อย แล้วก็คืนวันก่อนนอนดึกเพราะไปงานเลี้ยงบ้านเพื่อนเสียเลยพลาดไป" เขาเอามือลูบแขนของตนเอง และเกร็งกล้ามขึ้นมาอย่างไม่รู้สึกตัว

"ไม่เป็นไรค่ะ ปีหน้าเอาใหม่" หล่อนพูดเหมือนกับปลอบใจ

"ครับ เสียใจจริงที่แพ้เดี่ยวแชมเปี้ยนชิป แต่ประเภทสโมสรผมยังดีอยู่" เขาหันมาทางสาย "คุณชอบเทนนิสไหมครับ"

"ผมชอบดู" สายตอบ "แต่ผมเล่นไม่เป็น"

"น่าเสียดาย" เขาส่ายหัว "เทนนิสเป็นเกมที่สนุกมาก ผมอยู่เมืองนอกเล่นเป็นประจำทุกหน้าร้อน หน้าหนาวก็เล่นสเก๊ต หน้าร้อนก็เทนนิส คุณรัชเล่าครับเล่นเทนนิสเป็นไหม"

"ดิฉันก็อยู่ในประเภทชอบดู แต่เล่นไม่เป็น"

"วันหลังไปซิครับ มะรืนนี้ผมจะแข่งขันประเภทสโมสร" ไกรสีห์ชวน แต่อาจเป็นเพราะเหตุว่ามีสายนั่งอยู่ที่นั่นด้วย เขาจึงไม่กล้าคาดคั้น เพราะถ้ารัชนีปฏิเสธอย่างที่เคยปฏิเสธมาแล้วต่อหน้าคนอื่นโดยเฉพาะเป็นผู้ชายเสียด้วย เขาก็จะเสียเหลี่ยม

บทที่ ๘   ตอนหนึ่งในเรื่อง"ปีศาจ"

ไกรสีห์คุยอยู่ครู่หนึ่ง แล้วเขาก็ลุกขึ้น

"ผมจะต้องไปเยี่ยมท่านบนตึกสักหน่อย คุณแม่ฝากให้ผมมาเยี่ยมแทนด้วย" เขาก้าวขึ้นรถสตาร์ทเครื่องแล่นเลยไปที่ตึก

รัชนีและสายนั่งเงียบกันไปสักครู่หนึ่ง และรัชนีเป็นฝ่ายทำลายความเงียบขึ้นมาก่อน

"แกเป็นลูกชายเพื่อนเก่าของคุณพ่อคุณแม่ เพิ่งกลับจากนอกได้สักห้าหกเดือน กำลังแก่สังคมกรุงเทพฯ"

กระแสเสียงประโยคสุดท้ายของรัชนีแสดงอาการเยาะ ๆ ระคนอยู่

"เป็นธรรมดา" สายตอบสั้น ๆ

"บางทีแกมาคุยที่บ้านนานจนเบื่อ นี่ถ้าคุณไม่อยู่ด้วยก็คงจะคุยไปอีกนาน"

"ผมก็เห็นจะต้องกลับเสียที" เขาลุกขึ้นยืน "กลับจากบ้านนอกแล้วเราคงจะได้พบกันอีก"

"ค่ะ" หล่อนตอบเสียงเบา "อย่าลืมเล่าให้ฟังนะคะ"

รูปประโยคและการใช้คำ

๑. ด้วย....   由于……, 出于……, 因为……。大多用在书面语中。可以有三种形式出现：

๑) 出现在复句的前一句句首。如：

> ด้วยขณะนี้เขามีงานด่วนพิเศษ เขาจึงไม่อาจมาตามคำเชิญของคุณได้
> ด้วยเขารู้เท่าไม่ถึงการณ์ เขาจึงทำไปเช่นนั้น
> ด้วยเขาตั้งใจจะทำงานนี้ให้เสร็จลุล่วงไปก่อนสิ้นปี เขาจึงทำกันอย่างหามรุ่งหามค่ำ

๒) 出现在从句句首。如：

> เขาเสียใจที่ไม่อาจมาตามคำเชิญของคุณได้ด้วยขณะนี้กำลังมีงานด่วนพิเศษ
> เขาทำไปเช่นนั้นด้วยรู้เท่าไม่ถึงการณ์
> เขาทำกันอย่างหามรุ่งหามค่ำด้วยตั้งใจว่าจะทำงานนี้ให้เสร็จลุล่วงไปก่อนสิ้นปี

๓) 作介词用。如：

> แกหน้าแดงด้วยความโกรธ
> ปู่เขาตายด้วยโรคมะเร็ง
> เขาไม่ยอมบอกชื่อตัวด้วยเหตุนี้เอง

แบบฝึกหัด จงใช้วลีที่ให้ไว้แต่งประโยคตามประโยคตัวอย่าง

> ๑) ไม่กล้าเข้าไปถาม,   เกรงว่าจะถูกเอ็ดอีก
> ๒) ไม่อยากรบกวนเขาอีก,   ไปหาหนังสือข้อมูลเอง
> ๓) เขาพูดเสียงค่อย,   กลัวคนอื่นจะได้ยิน
> ๔) เขาพูดตะกุกตะกัก,   ความตื่นตันใจ
> ๕) ไม่อยากให้เขารู้สึกเศร้าสลดเสียใจ,   แกล้งพูดเรื่องอื่นไป

๒. ....เอง   "เอง" 在学过的课文中已出现过多次，现在归纳一下它的用法和意义。

๑) 修饰名词，强调是自己，不是别人；或者强调是这个东西、这件事，不是别的东西、别的事。有时可与 นี่ นั่น 组合为 นี่เอง นั่นเอง。如：

> ใครอยู่ในห้องคะ   - ฉันเอง
> ใครสั่งให้ทำอย่างนี้   - เธอเองไม่ใช่หรือ

150

บทที่ ๘ ตอนหนึ่งในเรื่อง"ปีศาจ"

> นั่นใครพูด(โทรศัพท์)ครับ - ฉันเอง จางจิ้ง จำเสียงไม่ได้หรือคะ
> ควรโทษตัวเองที่ไม่ได้พยายามแต่ต้น
> "คุณแม่ได้แต่ช่วยลูกคนอื่น ลูกของคุณแม่เอง คุณแม่มีเวลาดูแลหรือเปล่า"
> เขาถือว่าเป็นเรื่องของเขาเอง
> "เธอนี่เองคือเจ้าหญิงที่มาในงานในคืนวันนั้น"
> นึกว่าอะไร หนังสือนั่นเอง
> เสียงแมวนั่นเอง นึกว่าเสียงอะไร
> สมุดของเธออยู่(ที่)นี่เอง

修饰动词时也有强调自己或强调是这样不是那样的含义。如：

> ฉันสั่งเอง จะทำไมหรือ
> ฉันบอกเอง ไม่ใช่เขาบอก
> เราให้แล้วให้อีก แต่เขาก็ยังว่าไม่พออยู่นั่นเอง
> แกกลัวไปเองว่า เรื่องนี้จะรู้ไปถึงพ่อแม่
> เวลาคุณครูให้เขียนเรียงความหรือเขียนพรรณนาถึงสิ่งใดสิ่งหนึ่งโดยคุณครูกำหนดให้หรือเราคิดเอาเองก็แล้วแต่ ....
> ไปกันก่อนเถอะ เดี๋ยวฉันกลับเองก็ได้

๒) 修饰动词，表示独自或亲自的意思。如：

> เด็กคนนี้เขาทำ(อาหาร)เอง กินเอง กลางคืนก็นอนเอง
> เด็กโตแล้ว ควรจะปล่อยให้เขาทำเองบ้าง
> เขาชอบสำรวจดูเองก่อน แล้วจึงออกความคิดเห็น
> ถ้าไม่เชื่อ เธอไปดูเองก็แล้วกัน

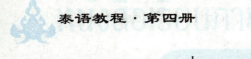

> เขาว่าเขาจะมาพูดเอง
> เรื่องที่พบเองเห็นเองลืมยาก

๓）修饰动词，说明所述主体自然地达到某种状态。如：

> โรคนี้ไม่ต้องกินยาหรอก พักมาก ๆ ก็จะหายเอง
> คิดไปคิดมา ในที่สุดก็คิดออกเอง
> ฟังมาก ๆ เข้า ก็จะพูดได้เอง
> เธออยู่ไปอีกหน่อยก็จะรู้เอง
> ทำซ้ำ ๆ ก็จะคล่องไปเอง
> เธอคิดว่า นั่งงอมืองอเท้าอยู่อย่างนี้ลาภมันจะลอยมาเองงั้นหรือ
> เวลานานเข้า ๆ น้ำในสระก็แห้งไปเอง
> วิชาความรู้มันไม่อาจเกิดขึ้นเองได้หรอกค่ะ

๔）说明时间过去不久或数量有限。如：

> เขาเพิ่งกลับไปเมื่อกี้นี้เอง
> ฉันมาถึงเมื่อเช้านี้เอง
> เราเพิ่งรู้จักกันวันนี้เอง
> นึกว่าแพงนักหนา ๑๐ กว่าบาทเท่านั้นเอง
> มีเท่านี้เอง เธอเลือกเอาก็แล้วกัน
> แค่นี้เอง ก็ว่าลำบากละ
> บ้านอยู่ไม่ไกลหรอก แค่ ๒ กิโลฯเท่านั้นเอง
> ปัญหาอยู่แค่ปลายจมูกเอง ยังไม่เห็นอีกรึ

แบบฝึกหัด จงแปลประโยคตัวอย่างเป็นภาษาจีน และแต่งประโยคตามประโยคตัวอย่างอย่างละ ๒ ประโยค

ข้อสังเกต

๑. สายสำเร็จนิติศาสตร์จากมหาวิทยาลัยแล้วก็<u>ประกอบอาชีพเป็น</u>ทนายความ ขณะเดียวกันก็เป็น<u>ทนายความประจำธนาคารบูรพา</u> ซึ่งเป็นธนาคารที่รัชนีทำงานอยู่ด้วย

๑) "ประกอบอาชีพเป็น...." 从事……职业。多用于书面语，口语中用 "มีอาชีพเป็น...." 较多。如：

  เขาประกอบอาชีพเป็นชาวสวน
  คุณเกษมประกอบอาชีพเป็นวิศวกร
  คุณสำเร็จจบนิติ แต่กลับไปประกอบอาชีพเป็นพ่อค้า

๒) "ทนายความประจำธนาคารบูรพา" 在第一课的注解中已经讲了 "เป็นประจำ" 作副词时的用法。"ประจำ" 还可以作形容词修饰名词，意思是 "固定的" "常任的"。如：

  เขาเป็นอาจารย์พิเศษ ไม่ใช่อาจารย์ประจำของมหาวิทยาลัย
  คนนี้เป็นขาประจำ มากินอาหารกลางวันที่นี่เกือบทุกวัน
  เขาได้ตั้งคณะกรรมการประจำขึ้นคณะหนึ่ง
  นี่เป็นที่อยู่ประจำหรือที่อยู่ชั่วคราวของเขาไม่ทราบ

此外，"ประจำ" 还可以作动词用，带一个宾语去修饰前面的名词，有 "常驻的"、"专有的" 的意思。如：

  เอกอัครราชทูตไทยประจำกรุงปักกิ่งคนใหม่ชื่ออะไรไม่ทราบ
  เช้า ๆ รถประจำทางคนแน่นเหลือเกิน
  อย่าลืมติดบัตรประจำตัวไปด้วยนะครับ
  ท่านเป็นอาจารย์ประจำชั้นของเรามา ๒ ปีแล้ว

"ทนายความประจำธนาคารบูรพา" 就属于这种用法。

๒. ....<u>เป็นธนาคารที่รัชนี</u>(ลูกผู้ดีเก่า พ่อมี<u>บรรดาศักดิ์</u>เป็นพระยา แม่เป็น<u>คุณหญิง</u>)ทำงานอยู่ด้วย

  พ่อแม่ของรัชนี....อยากให้รัชนีแต่งงานกับไกรสีห์ หนุ่ม<u>นักเรียนนอก</u> ซึ่งเป็นลูกของเพื่อนผู้ดีเก่าด้วยกัน(พ่อของไกรสีห์มีบรรดาศักดิ์เป็นพระ แม่เป็น<u>คุณนาย</u>)

๑）บรรดาศักดิ์ 爵位，是封建时代国王给贵族的封号。泰国的爵位分五个等级，即：เจ้าพระยา — 公爵，พระยา — 侯爵，พระ— 伯爵，หลวง — 子爵和ขุน — 男爵。现代已经废除。

๒）คุณหญิง 常用来称呼侯爵夫人，也可用来称呼有地位、受尊敬的已婚妇女或者高级官员夫人（汉语音译为"坤仁"）。คุณหญิง还可以用作这些妇女的代称或者 หม่อนราชวงศ์หญิง 女亲王的代称。

๓）" นักเรียนนอก "指到国外去留学的学生。二十世纪初到第二次世界大战前后，泰国出国留学的学生宛如到国外镀金，回国后身价倍增，有些留学生因而表现得趾高气扬。近二、三十年来，出国留学在泰国已不是什么新鲜事了。我们称外国到本国来学习的学生为"นักเรียนต่างประเทศ"。

๔）คุณนาย 侯爵以下贵族的夫人或者一般官员的夫人可用"คุณนาย"。"คุณนาย"也可以用来称呼受人尊敬的已婚妇女，相当汉语里的"太太"，但是现在城市里已经很少有人用这个词了。

๓. รัชนีไม่ชอบไกรสีห์ ซึ่งเป็นคน<u>เจ้าสำราญ</u>และเย่อหยิ่งทะนงตน

"สำราญ"是愉快、快乐的意思。

"เจ้า"经常用来指人。如： เจ้าของ เจ้าหน้าที่ เจ้าบ่าว เจ้าสาว เจ้าหนี้ เจ้าเล่ห์ เจ้าชู้ ฯลฯ

"เจ้าสำราญ" 指只知道寻欢作乐的人，纨绔子弟。

๔. คนขับ<u>สายตาไว</u>

"ไว" 敏捷、快。

"สายตาไว" 指眼快，也可以只说 ตาไว。常见的含有"ไว" 的合成词还有：หัวไว（脑子灵）、จมูกไว （鼻子灵）、มือไวตีนไว（手脚麻利、快）、มือไว（俚语：小偷）、ตีนไว（溜得快）、ของไวไฟ（易燃品）、ว่องไว（敏捷）等等。

๕. ชายหนุ่ม<u>ใน</u>เสื้อยืดแบบกีฬาสีเหลือง

"ใน" 此处是"穿着"的意思。其他例子如：

ชายหนุ่มในชุดซาฟารี
หญิงสาวในเสื้อคลุมสีน้ำเงิน
ชายวัยกลางคนในเครื่องแบบทหาร
ฯลฯ

๖. ผมจอดรถไว้ที่นี่จะเกะกะทางไหม

“เกะกะ” 指东西放得杂乱、有碍人的行动，可以译为“乱”、“碍事”、“碍手碍脚”等。如：

อย่าวางของเกะกะ
ห้องนี้ของมากไป ดูเกะกะ
ใครทิ้งของไว้ในระเบียง เกะกะไปหมด
จอดรถจักรยานหน้าประตูตึกอย่างไม่เป็นระเบียบ เกะกะทางไปหมด

๗. ไกรสีห์สบสายตาดูสายแวบหนึ่ง พร้อมกับผงกศีรษะ

“สบสายตา” 或者“สบตา”是指视线碰在一起。ไกรสีห์สบสายตาดูสายแวบหนึ่ง 是说 ไกรสีห์ 看了 สาย 一眼（同时 สาย 也在看他）或 ไกรสีห์ 注视了一下สาย。

๘. “ท่านบนตึกสบายดีหรือครับ”

“ท่านบนตึก”是指这家的主人，也就是รัชนี的双亲。这种说法只有在具体语言环境里才有明确的所指。类似的说法还有：ท่านที่จวน（府尹）、ท่านในวัง（亲王）等。

๙. ไกรสีห์ถามขึ้นเมื่อทรุดกายลงนั่งตรงข้ามกับรัชนี

“ทรุดกายลง”就是ลดตัวลง，是书面语，汉语可以说“屈身坐下”。

๑๐. ไปทำงานแล้วก็กลับบ้านทุกวันตามเคย
ด้วยสายตาที่หล่อนมองมาทำให้สายนั่งต่อไปตามเดิม

“ตามเคย” 和“ตามเดิม”意思相近，都可译成“照旧”、“依旧”。但

ตามเคย 侧重说明过去一贯怎么做的，现在仍旧这么做，所以也可译为"照例"、"照常"。如：

    เขามาเป็นคนแรกตามเคย
    เมื่อคืนถึงจะนอนดึก แต่เขาก็ยังหัดวิ่งตอนเช้าตามเคย

"ตามเดิม" 侧重说明原来是怎么样，现在仍是那个样子，或按原先的样子做。如：

    ห้องนี้เป็นห้องทำงานของท่านนายกฯโจว ของใช้ทุกอย่างยังวางไว้
      ตามเดิม(ตามสภาพเดิม)
    เมื่อเห็นผู้ใหญ่ไม่ว่า เด็กก็ดูโทรทัศน์ต่อไปตามเดิม

其中的 เดิม 是"原来"、"原先"的意思，用得很广。如：

    บ้านเดิมของเธออยู่ที่ไหน
    ของเหล่านี้เป็นของเดิมใช่ไหม
    ไม่ใช่ค่ะ นี่เป็นของจำลอง ของเดิมเขาเอาไปเก็บไว้ในพิพิธภัณฑ์แล้ว
    หยิบไปอ่านแล้วโปรดนำมาวางไว้ที่เดิม
    สถานที่ประชุมเปลี่ยนไป แต่เวลาคงเดิม
    ตอนบ่ายอภิปรายเรื่องเดิมต่อ
    หน้าตาของแกยังเหมือนเดิม
    เดี๋ยวนี้เขาใหญ่แล้ว แต่ยังให้ความสนิทสนมแก่เราเหมือนเดิม
    แกโตแล้ว แต่นิสัยยังเป็นเด็กเหมือนเดิม

๑๑. **อย่าเพิ่งกลับซิคะ**

  "เพิ่ง" 除了作"才"、"刚"讲外，还可以与 อย่า 连用成 อย่าเพิ่ง，意思是且慢、别着急（做某事）。也可以用 อย่าเพ่อ อย่าพึ่ง。如：

    อย่าเพิ่งกลับนะ ยังมีอีกหลายเรื่องจะปรึกษากัน
    อย่าเพิ่งอิ่มซีคะ ยังมีของหวานอีก
    อย่าเพิ่งดีใจเลย ยังมีปัญหาอีกเยอะ

๑๒. ผมชนะมาเรื่อย เฆี่ยนฝรั่งเสียหกศูนย์-หกศูนย์สองเกมรวด

๑）“เรื่อย”是副词，意思是“连续不断的”、“一直”。如：

ตั้งแต่นั้นมา เขาก็อยู่กวางเจามาเรื่อยจนกระทั่งบัดนี้

เขาเรียนดีมาเรื่อย แต่ตอนนี้ไม่รู้เหตุใดจึงตกไป

ระดับความเป็นอยู่ของเราดีขึ้นเรื่อย ๆ

กิจการของเขาพัฒนาไปเรื่อย ๆ อีกหน่อยคงจะตั้งเป็นบริษัทได้

口语中เรื่อย 重叠还有“老样子”、“还那样”、“不好不坏”的意思。如：

(ถาม) หมู่นี้เป็นไงมั่ง　　(ตอบ) ก็เรื่อย ๆ

(ถาม) หมู่นี้งานยุ่งไหม　　(ตอบ) เรื่อย ๆ

(ถาม) กิจการเป็นไงบ้าง　　(ตอบ) เรื่อย ๆ

๒）“เฆี่ยน”原义“抽打”。用在体育竞赛中转义为“击败对方”，很像北京话里的“砸它个……”、“灌它个……”。如：

ทีมแดงเฆี่ยนทีมขาวเสีย ๖ ต่อ ๐

บาสเกตบอลของภาควิชาเราถูกเขาเฆี่ยนเอา ๑๑๐ ต่อ๕๐

ทีมวอลเลย์บอลหญิงจีนเฆี่ยนทีมชาตินั้น ๓ ต่อ ๐ ทั้งสองครั้ง

๓）“รวด”此处是“一口气……”、“一连……”、“一并……”的意思，用来修饰动词，说明中间没有停顿。有时可与เดียว搭配成รวดเดียว，如：

หนังสือเล่มนี้เขาอ่านรวดเดียวจบ

เรานั่งรถรวดเดียวก็ถึง ไม่ต้องต่ออีก

เขาเก็บค่าดูรวดเดียวดูได้ตลอด(ทั้งวัน)

๑๓. ผมมันประมาทไปหน่อย

“มัน”在这里只是某些人在说话时习惯加进去的口头语，起加强语势的作用。如：

ที่ไม่ได้บอกความจริงทั้งหมดให้ทราบ เรื่องมันเป็นอย่างนี้

แกมันขี้ลืม วางใจไม่ค่อยได้

แกมันประสาท ไม่อยากพูดกับแกเลย

เรื่องมันสลับซับซ้อนอยู่หน่อย

๑๔. เสียใจจริงที่แพ้เดี่ยวแชมเปี้ยนชิป

“แพ้เดี่ยว” 即 แพ้ประเภทเดี่ยว。同样的说法还有：ชนะหมู่ชาย (คือ ชนะประเภทหมู่ชาย)、แพ้คู่หญิง (คือ แพ้ประเภทคู่หญิง) 等等。

๑๕. น่าเสียดาย

“เสียดาย” 和 “เสียใจ” 意义上有区别。

เสียดาย 可惜、惋惜、遗憾，表示对失去的东西感到惋惜或对想做而又无法做成的事感到遗憾。如：

เธอไม่ได้ใช้เวลาให้เป็นประโยชน์ ไม่เสียดายเวลาหรือ
ของเหล่านี้ยังใช้ประโยชน์ได้ จะทิ้งเสียก็เสียดาย
เสียดายที่ผมไปไม่ได้
เสียดายที่มาช้าไปนิด เลยพลาดกัน
ของดีราคาก็ไม่แพงนัก แต่น่าเสียดายที่มีตำหนิอยู่นิดหนึ่ง
ตี๋เป็นคนฉลาด แต่น่าเสียดายที่ไม่มีโอกาสเรียนหนังสือ

เสียใจ 痛心、伤心或由于不能如愿而感到遗憾（后一个意思往往用于表示歉意或客气地拒绝别人要求时）。如：

พ่อเขาเสียเสียแล้ว ฉันก็รู้สึกเสียใจด้วย
เจ้าแก่ ม้าคู่ชีพของปีติตายเสียแล้ว ปีติรู้สึกเสียใจมาก
เสียใจมากค่ะที่ทำให้คุณต้องผิดหวัง
เสียใจครับที่ผมมาไม่ได้
เสียใจที่ผมช่วยไม่ได้

๑๖. เทนนิสเป็นเกมที่สนุกมาก

“เกม” 是英语（game）借词，泰语中用其两个意义，一个是运动、游戏；另一个是体育竞赛中的一局。如：

คุณชอบเกมอะไรบ้าง
ช่วงนี้เขาชอบไปเล่นเกมที่ร้านเน็ต
สนุกเกอร์เป็นเกมที่สนุกมาก
แกแพ้เกมแรก แต่เกม ๒ เกม ๓ ชนะเด็ดขาด

๑๗. คุณรัช<u>เล่า</u>ครับเล่นเทนนิสเป็นไหม

  此处的 "เล่า" 是语气助词，用在问句中，与 "ล่ะ" 相同。如：

    จะไปไหนเล่า

    ทำอย่างนี้ดีไหมเล่า

๑๘. ดิฉันก็<u>อยู่ในประเภท</u>ชอบดู

  "ประเภท" 是类、类型的意思。อยู่ในประเภท 意思是 "属于……类型"。如：

    แกนับว่าอยู่ในประเภทคนหัวรุนแรง

    เขาอยู่ในประเภทชอบพูดชอบคุย

    ฉันไม่ได้อยู่ในประเภทคนหัวใหม่

๑๙. กำลัง<u>แก่</u>สังคมกรุงเทพฯ

  "แก่" 除了表示 "老"，如 คนแก่ เขาแก่กว่าฉัน；"浓"、"(颜色) 深"，如 กาแฟแก่ ชาแก่ สีเหลืองแก่ เขียวแก่ 以及作介词，如 ให้หนังสือแก่เขา 等外，还可用作俚语，置于某些名词或动词之前，有 "精于"、"过多的" 或 "过分的" 这类意思。具体意义要看语言环境而定。如：

    คนนี้แก่สังคม (จัดเจนในการสังคม)

    อย่าแก่คุยนักเลย คนอื่นเขาเบื่อจะตายแล้ว (คุยมากไป)

    คนนี้พูดดี แต่แก่ทฤษฎีไปหน่อย (ชอบอ้างทฤษฎี พูดทฤษฎีมากไป)

  "กำลังแก่สังคมกรุงเทพฯ" 是带有讽刺口吻的话，意思是 "正热衷于在曼谷搞社交"。

แบบฝึกหัด

๑. จงอ่านวลีต่อไปนี้ให้คล่อง

ประกอบอาชีพเป็น........　　ติดต่อสัมพันธ์กัน
เย่อหยิ่งทะนงตน　　　　　หยุดชะงัก
กลับบ้านทุกวันตามเคย　　　นั่งต่อไปตามเดิม
ชนะมาเรื่อย　　　　　　　อันที่จริง
อย่างไม่รู้สึกตัว　　　　　　น่าเสียดาย
........เป็นประจำ　　　　　อยู่ในประเภท........
คุยอยู่ครู่หนึ่ง　　　　　　　เป็นธรรมดา
คงจะ........อีกนาน　　　　กำลังแก่สังคม

๒. จงอ่านตัวบทตามอรรถรสของบทความ

๓. จงผลัดกันแสดงบทรัชนี ไกรสีห์ และสาย

๔. จงใช้คำต่อไปนี้แต่งประโยคคำละ ๒ ประโยค

๑) ประกอบอาชีพ　　๒) อย่าเพิ่ง........
๓) ....เรื่อย　　　๔) ....ประจำ
๕) ....อย่างไม่รู้สึกตัว　๖) ......อยู่ในประเภท......
๗) เดิม　　　　　　๘) เกะกะ

๕. จงเลือกคำในวงเล็บท้ายประโยคเติมช่องว่างให้ได้ความถูกต้อง

๑) - น้องผมสอบเข้ามหาวิทยาลัยไม่ได้ เขา........มาก
　　- อย่า..........นักเลย ปีหน้าสอบใหม่ก็ได้ (เสียดาย เสียใจ)
๒) เขาเล่าว่า ไปเที่ยวครั้งนี้สนุกมาก ฉันรู้สึก........ที่ไม่ได้ไปกับเขา (เสียดาย เสียใจ)

160

บทที่ ๘   ตอนหนึ่งในเรื่อง "ปีศาจ"

๓) - ช่วยหาทางลดโทษให้เขาบ้างได้ไหมล่ะ ทนาย
   - ....ที่ช่วยไม่ได้ (เสียดาย เสียใจ)

๔) ต้องเลือกเอาอย่างใดอย่างหนึ่ง อย่า"รักพี่........น้อง"เลยนา (เสียดาย เสียใจ)

๕) ทิ้งไปเถอะ มีอะไรน่า........เล่า (เสียดาย เสียใจ)

๖) ....ที่ดิฉันทำความเดือดร้อนให้คุณ (เสียดาย เสียใจ)

๗) เขาปลดเกษียณแล้ว แต่ยังมาทำงานทุกวัน........ (ตามเคย ตามเดิม)

๘) วันนี้เขาไม่ได้แต่งสี........ แต่แต่งชุดดำ ทำให้เรารู้สึกเอะใจ (ตามเคย ตามเดิม)

๙) สุขภาพแกไม่ดี แต่แกก็ยังคงทำงานหักโหม........ ทำให้เรารู้สึกเป็นห่วงที่สุด
   (ตามเคย ตามเดิม)

๑๐) ตอนนี้เขาคงไปท่องหนังสือริมทะเลสาบเว่ยหมิง........ (ตามเคย ตามเดิม)

๑๑) เขาเป็นถึงอธิบดี（局长）แล้ว แต่เขาอยากให้เราเรียกเขาว่า"เหล่าจวง"........ (ตาม
    เคย ตามเดิม)

๑๒) นอกจากหัวหน้าฝ่ายบันเทิงแล้ว ทุกคนยังอยู่ในตำแหน่ง .... (ตามเคย ตาม
    เดิม)

๖. จงแปล "เค้าความตอนต้น"เป็นภาษาจีน

ศัพท์และวลี

ปีศาจ	魔鬼	เค้า	轮廓；梗概；
เค้าความตอนต้น	前面故事的梗概		迹象
นิติศาสตร์	法学	ประกอบอาชีพ	
ทนายความ	律师	เป็น....	从事……职业
ขณะเดียวกัน	同时	ชอบพอ	情投意合，相爱
ตระกูล	家族, 氏族门第	สกุล	宗族，家族；
สกุลรุนชาติ	贵族门第		名门，贵族

นักเรียนนอก	（出国）留学生	ผู้ดี	贵族
บรรดาศักดิ์	爵位	พระ	伯爵
พระยา	侯爵	คุณหญิง	坤仁
คุณนาย	夫人，太太	สำราญ	愉快，快乐
เจ้าสำราญ	纨绔子弟	ไว	敏捷，敏锐
เบรค	刹车，制动	ไหว้	行合十礼，拜
เสื้อยืด	针织衫	นุ่ง	穿（裤子或裙子）
สักหลาด(สัก-กะ-)	呢子	สีเทา	灰色
สบ	相遇，汇合	สบสายตา	= สบตา
ผงกศีรษะ	微微点一下头		视线相遇
ทรุด(ซุด)	低下，屈下；下陷，下塌	ทรุดกาย	俯身，躬身
		อย่าเพิ่ง....	先别……
เทนนิส	网球	เฆี่ยน	鞭笞，抽打；击败
เกม	运动，游戏；（体育比赛中的）一局	รวด	一下子，一连……
		รอบเซมิไฟนัล	半决赛
		ลูบ	抚摸
เกร็ง	紧绷（肌肉）	กล้าม	肌肉
อย่างไม่รู้สึกตัว	不自觉地	....หน้า	明（年），下（月、周）
ปลอบใจ	安慰		
เดี่ยว	单	แชมเปี้ยน	冠军
แชมเปี้ยนชิป	锦标赛	ส่าย	晃动
ส่ายหัว	摇头	เมืองนอก	= ต่างประเทศ
คาดคั้น	强求	เสียเหลี่ยม	有失体面，丢丑
สตาร์ท	发动（汽车）	ทำลาย	破坏；打破（记录、沉静）
แก่....	过多的，过分		
ระคน	夹杂	บ้านนอก	乡下，内地
ลุล่วง	完成	ก่อนสิ้นปี	年前

บทที่ ๘ ตอนหนึ่งในเรื่อง "ปีศาจ"

อย่างหามรุ่งหามค่ำ	夜以继日地, 没日没夜地	มะเร็ง	癌
		ค่อย	轻声地
		ตะกุกตะกัก	结结巴巴
แกล้ง	故意	งอมืองอเท้า	无所事事，游手好闲
อาจารย์พิเศษ	兼职教师		
อาจารย์ประจำ	固定的、常任的老师	ขาประจำ	老顾客
ที่อยู่ประจำ	常住地址	คณะกรรมการ-ประจำ	常务委员会
เอกอัครราชทูต(-อัก-คระ-ราด-ชะ-)	大使	บัตรประจำตัว	身份证
		เจ้าหน้าที่	官员，工作人员
เจ้าบ่าว	新郎	เจ้าสาว	新娘
เจ้าหนี้	债主	เจ้าเล่ห์	狡猾的人
เจ้าชู้	好色之徒	ชุดซาฟารี	猎装
เสื้อคลุม	披风，披肩	วัยกลางคน	中年
เครื่องแบบ	制服	จำลอง	仿造，复制
ของหวาน	甜食	อีกหน่อย	再过些日子，再过些时候
ประสาท	神经		
ตำหนิ	瑕疵，缺点；指责，责备	ตี๋	（常用来称华人男孩）
คู่ชีพ	伴侣，相伴之物	สนุกเกอร์	斯诺克
		เด็ดขาด	绝对
หัวรุนแรง	思想激进	จัดเจน	有经验，经验老到
เอะใจ	起疑，心里咯噔一下		

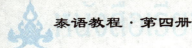

บทอ่านประกอบ

ประเพณีในวันสำคัญ (๑)
โดย พรรณพิมล คชะสุต

มาฆบูชา

วันอาทิตย์นี้จุ๋งจิ๋งเก็บตัวเงียบอยู่ในห้องตั้งแต่เช้า ไม่สนใจมานั่งเฝ้าหน้าทีวีเพื่อติดตามดูหนังการ์ตูนเรื่องโปรดเช่นเคย จุ๋งจิ๋งอยู่ที่โต๊ะหนังสือก้มหน้าก้มตาเขียนข้อความบางอย่าง รูปภาพแผ่นน้อยใหญ่กระจัดกระจายเต็มโต๊ะ

จุ๋งจิ๋งอ่านทบทวนข้อความที่เรียบเรียงมาจากหนังสือค้นคว้าเป็นเรื่องราวเกี่ยวกับวันมาฆบูชา

วันมาฆบูชาเป็นวันสำคัญวันหนึ่งทางพุทธศาสนา ตรงกับวันเพ็ญเดือนสาม เป็นการบูชาเพื่อระลึกถึงเหตุการณ์น่าอัศจรรย์สี่อย่างที่เกิดขึ้นพร้อมกันในวันเพ็ญเดือนสามหลังจากพระพุทธเจ้าตรัสรู้ได้ ๙ เดือน เหตุการณ์นี้เรียกว่าจาตุรงคสันนิบาต ประกอบด้วย

๑. พระสงฆ์ ๑,๒๕๐ รูปมาชุมนุมกันเพื่อเฝ้าพระพุทธเจ้าที่เวฬุวันมหาวิหารโดยมิได้นัดหมาย

๒. พระสงฆ์เหล่านั้นล้วนเป็นเอหิภิกขุอุปสัมปทา คือ พระพุทธเจ้าอุปสมบทให้ด้วยพระองค์เอง

๓. พระสงฆ์เหล่านั้นสำเร็จเป็นพระอรหันต์ทั้งสิ้น

๔. เป็นวันเพ็ญขึ้น ๑๕ ค่ำเดือนมาฆะ(เดือนสาม) ดวงจันทร์เสวยมาฆฤกษ์ (ดวงจันทร์เดินทางมาถึงดาวฤกษ์ชื่อมฆะ)

วันมาฆบูชามีชื่อเรียกอีกอย่างหนึ่งว่า วันจาตุรงคสันนิบาต ในวันนี้พระพุทธเจ้าทรงแสดงโอวาทสำคัญคือ โอวาทปาติโมกข์

"จุ๋งจิ๋ง มากินข้าวกลางวันกันเถอะลูก เดี๋ยวก๋วยเตี๋ยวเนื้อสับเย็นชืดหมดนะ" เสียงคุณแม่เรียกแจ้ว ๆ

จุ๋งจิ๋งวางมือจากงานที่ทำค้างอยู่มาที่โต๊ะอาหาร คุณพ่อคุณแม่นั่งรออยู่แล้ว

"ทำอะไรเงียบเชียว พ่อนึกว่าไปบ้านเพื่อนเสียอีก" คุณพ่อถาม

"เตรียมรูปภาพ แล้วก็เขียนเรื่องไปจัดบอร์ดในวันมาฆบูชาน่ะค่ะ ปีนี้ทางโรงเรียนมีการประกวดจัดบอร์ดด้วยนะคะ ชั้นป.๖ นี่ ครูให้จิ๋งเป็นหัวหน้า คอยดูฝีมือจิ๋งนะคะ รับรองเฉียบขาด คว้าที่หนึ่งมาให้ได้เลยค่ะ" จุ๋งจิ๋งคุยโว

"ให้ได้จริง ๆ เถอะน่า แม่กลัวว่าจะดีแต่โม้น่ะซี" คุณแม่ขัดคอ

"เอ้อ....คุณพ่อคะ อธิบายเรื่องโอวาทปาติโมกข์ให้ฟังหน่อยซีคะ ในหนังสืออธิบายไว้สั้นนิดเดียว"

"โน่น.... อยากรู้รายละเอียดต้องไปถามคุณลุง ท่านสนใจธรรมะ ต้องรู้ดีกว่าพ่อ"

หลังอาหารกลางวัน จุ๋งจิ๋งถือสมุดดินสอตรงไปบ้านคุณลุงที่อยู่ใกล้กัน โชคดีที่คุณลุงไม่ออกไปธุระข้างนอก อ่านหนังสือพิมพ์อยู่บนเก้าอี้โยกริมระเบียงหน้าบ้าน

"ไง จุ๋งจิ๋ง" คุณลุงร้องทัก พับหนังสือพิมพ์วางไว้บนตัก

"จิ๋งมาขอให้คุณลุงช่วยอธิบายเรื่องโอวาทปาติโมกข์ค่ะ จิ๋งจะจัดบอร์ดวันมาฆะ"

"ได้ซี" คุณลุงเต็มอกเต็มใจ "โอวาทปาติโมกข์นี่มีใจความสำคัญสรุปได้ ๓ ข้อนะ ข้อแรกก็คือไม่ทำชั่วทุกชนิด อะไรที่เป็นสิ่งไม่ดีเราก็อย่าทำ อย่างเช่น ไม่ผิดศีลห้า ไม่ฆ่าสัตว์ ไม่ลักขโมย ไม่พูดปด ทำนองนี้แหละ"

จุ๋งจิ๋งจดคำอธิบายของคุณลุงไว้อย่างละเอียด

"ข้อสอง ให้ทำแต่ความดี ไม่ทำชั่วแค่นั้นยังไม่พอ เราต้องทำดีประกอบกันไป เมื่อไม่ฆ่าสัตว์ เราก็ต้องเมตตาสัตว์ด้วย ไม่รังแกสัตว์หรือเห็นสัตว์อดอยากหิวโซก็ให้อาหารมัน เราไม่ลักขโมยของใครเรียกว่าไม่ทำชั่ว เวลาเราเก็บของตกได้ต้องสืบหาเจ้าของแล้วคืนเขาไป อย่างนี้คือการทำดี เข้าใจไหมล่ะจุ๋งจิ๋ง"

"เข้าใจค่ะ" จุ๋งจิ๋งเงยหน้าขึ้นมาจากสมุดที่จด

"ทีนี้ข้อสุดท้าย คือการทำใจให้ผ่องแผ้ว ลุงจะอธิบายง่าย ๆ ให้จุ๋งจิ๋งเข้าใจ ฟังให้ดีนะ วิธีที่จะทำใจให้ผ่องแผ้ว คือการทำสมาธิอย่างที่ลุงเคยสอนหนูไงล่ะ การทำสมาธิเป็นประจำทำให้จิตใจสงบ ไม่วุ่นวายเป็นทุกข์เป็นร้อน แล้วสมาธินี่ก็ทำให้สติมั่นคงอยู่กับตัวเรา เวลาทำอะไรจะรู้ตัวอยู่ตลอดเวลา เรียนหนังสือก็เรียนดี ไม่มัวแต่ใจลอย ท่องหนังสือจำแม่นด้วยนะ แล้วคนที่มีสติน่ะจะไม่เผลอทำชั่วได้ง่าย ๆ หรอก

ตั้งใจทำแต่ความดี จิตใจก็เบิกบานแจ่มใสอยู่เสมอ”

จุ๋งจิ๋งกราบขอบพระคุณคุณลุงแล้วกลับมาทำงานต่อ

ก่อนวันมาฆบูชา คุณพ่อกลับจากทำงาน พอโผล่เข้าบ้านก็ได้ยินลูกสาวรายงานเสียงใส

“คุณพ่อ ชั้นป.๖ ประกวดจัดบอร์ดได้ที่หนึ่งจริง ๆ ด้วยค่ะ” จุ๋งจิ๋งหน้าบาน

“เก่ง....เก่ง” คุณพ่อกอดลูกสาว “พ่อจะให้รางวัลคนเก่งด้วยการพาไปเวียนเทียนที่พุทธมณฑลดีไหมล่ะ”

วันรุ่งขึ้น คุณพ่อคุณแม่พาจุ๋งจิ๋งไปพุทธมณฑลที่จังหวัดนครปฐม เมืองที่จุ๋งจิ๋งอยู่นั่นเอง พุทธมณฑลนี้กว้างขวางถึง ๒,๕๐๐ ไร่ คุณพ่อบอกว่าเท่ากับจำนวน ๒,๕๐๐ ปีของพระพุทธศาสนา บริเวณพุทธมณฑลสวยงามด้วยสวนดอกไม้และมีต้นไม้ใหญ่ให้ความร่มรื่น มีศาลาเล็ก ๆ สำหรับนั่งพักผ่อน จุ๋งจิ๋งสนใจธรรมจักรขนาดใหญ่แกะสลักจากหินทั้งแท่ง จุดเด่นที่แลเห็นแต่ไกลก็คือ พระพุทธรูปยืนสูงตระหง่านอยู่กลางถนนมีชื่อยาว ๆ ว่า พระศรีศากยทศพลญาณประธานพุทธมณฑลสุทรรศน์

ตกบ่ายใกล้เวลาเวียนเทียน ผู้คนทยอยกันมามากมาย วันนี้อากาศดี แดดไม่ร้อน ท้องฟ้าครึ้ม ลมพัดเย็นสบาย ในที่สุดสมเด็จพระเทพรัตนราชสุดาฯ สยามบรมราชกุมารี ประธานในพิธีเวียนเทียนก็เสด็จฯถึงพุทธมณฑล พระองค์ทรงกล่าวนำสวดมนต์ด้วยพระสุรเสียงที่ชัดเจนแจ่มใส แล้วจึงเวียนเทียนรอบลานพระพุทธรูปชั้นบน ขณะที่ประชาชนเวียนเทียนไปพร้อมกับพระองค์ท่านที่ลานเบื้องล่าง

แม้ว่าจุ๋งจิ๋งจะเคยเวียนเทียนมาหลายครั้งแล้ว แต่ก็ตื่นเต้นกับการเวียนเทียนครั้งนี้มาก เพราะได้เปลี่ยนสถานที่จากวัดใกล้บ้านมาเป็นพุทธมณฑล และที่สำคัญก็คือเป็นครั้งแรกที่จุ๋งจิ๋งได้มีโอกาสเวียนเทียนร่วมกับเจ้านาย

นางสงกรานต์

แม่กับน้าล่าใช้ไม้พายยาวกวนข้าวเหนียวกับน้ำตาลเคี่ยวในกระทะใบเขื่องอย่างขะมักเขม้น กลิ่นน้ำตาลเคี่ยวกับกะทิหอมหวานยั่วใจหว้า เขาอดไม่ได้ต้องเดินเข้าไปใกล้ ชะโงกหน้ามองขนมในกระทะ

“ยื่นหน้ามาอีกแล้ว” แม่ดุลูกชาย “บอกกี่หนแล้วว่าให้ออกไปห่าง ๆ กระทะ

ดูซิ น้องก็ตามมาด้วยเห็นไหม เดี๋ยวหัวคะมำตกกระทะข้าวเหนียวแดงกันพอดี”

“แหวนจากินหนม” แหวนยืนตัวแข็งไม่ยอมถอย ทำตาคว่ำ ปากยื่น

“ก็ยังไม่เสร็จนี่ลูก หว้าพาน้องไปเล่นห่าง ๆ ไป๊ อย่าเข้าใกล้มาอีกนะ” แม่กำชับ

หว้าจูงแหวนมานั่งอยู่บนบันได ก้มมองแม่กวนข้าวเหนียวแดงใต้ถุงเรือน สงกรานต์ทุกปีหว้าจะได้กินข้าวเหนียวแดงของโปรด หว้าชอบข้าวเหนียวแดงมาก หอมหวานเหมือนกินทอฟฟี่ แต่ได้เคี้ยวข้าวเหนียวกรุบ ๆ ด้วย แม่บอกว่าข้าวเหนียวแดงกับกะละแมเป็นขนมที่นิยมทำกันมาตั้งแต่โบราณเมื่อถึงวันสงกรานต์ ถ้าปีไหนว่าง แม่ก็จะลงมือกวนข้าวเหนียวแดงเอง เพราะเมื่อก่อนแม่เคยช่วยคุณยายกวนข้าวเหนียวเป็นประจำ หว้าติดใจข้าวเหนียวแดงฝีมือแม่ หวานมันอร่อยกว่าที่แม่ค้าขายอย่างที่เรียกว่า‘ทาบไม่ติด’เลยทีเดียว

เช้าวันสงกรานต์ หว้าไปทำบุญกับพ่อแม่และน้องที่วัด พ่อบอกว่าวันสงกรานต์ถือเป็นวันขึ้นปีใหม่ของไทยมาแต่โบราณ เราจึงมาทำบุญฉลองปีใหม่ และอุทิศส่วนกุศลให้ญาติพี่น้องที่เสียชีวิตไปแล้วด้วย วันนี้มีคนมาทำบุญกันเต็มศาลาวัด กลางศาลาตั้งโต๊ะเป็นแถวยาว บนโต๊ะวางบาตรและถาดใส่อาหารคาวหวาน

หว้าตักข้าวใส่บาตร ตักแกงใส่ถ้วยในถาดอาหารคาว พอถึงถาดของหวาน หว้าก็อุทานขึ้นดัง ๆ “โอ้โฮ มีแต่กะละแมกับข้าวเหนียวแดงทั้งนั้น พระฉันครั้งเดียวอิ่มไปถึงปีหน้าเลย”

แม่รีบจุปากเตือนให้หว้ารู้จักสำรวมกิริยาเมื่ออยู่ต่อหน้าคนอื่นๆ

ตักบาตรเสร็จแล้วหว้านั่งคอยพระลงมาสวดมนต์บนศาลา ได้ยินคุณยายสองคนที่นั่งใกล้ ๆ คุยกัน “นี่แม่ชื่น ปีนี้นางสงกรานต์เป็นใครรู้ไหม”

“เอ....ยังไม่รู้เหมือนกัน”

“ยังไงล่ะก็ ขออย่าให้กินเลือดเลยนะ เดี๋ยวจะมีเรื่องฆ่าฟันกันทั้งปี

“พ่อฮะ ใครเป็นนางสงกรานต์” หว้ากระซิบถามพ่อ

“เรื่องมันยาวลูก กลับไปเล่ากันที่บ้านดีกว่า”

บ่ายวันนั้น พ่อเอนหลังอยู่บนแคร่ไม้ไผ่ใต้ถุนบ้าน ลมพัดเย็นสบาย แหวนนอนทำตาปรืออยู่ใกล้ ๆ ส่วนหว้านั่งขัดสมาธิตั้งท่าฟังเรื่องที่พ่อจะเล่าอย่างตั้งอกตั้งใจ พ่อเริ่มเล่านิทาน

ครั้งหนึ่งนานมาแล้ว มีลูกชายเศรษฐีคนหนึ่งชื่อธรรมบาลกุมาร กุมารคนนี้มีความรู้พิเศษคือรู้ภาษานก และร่ำเรียนวิชาความรู้เก่งกล้า จนได้เป็นอาจารย์บอกมงคลต่าง ๆ ให้คนทั้งหลาย แต่ในเวลานั้นมนุษย์นับถือท้าวกบิลมหาพรหมองค์หนึ่งว่าเป็นผู้บอกมงคลให้ เมื่อท้าวกบิลมหาพรหมทราบว่าธรรมบาลกุมารเก่งทัดเทียมตนก็ไม่พอใจ จึงลงมาถามปัญหาธรรมบาลกุมาร ๓ ข้อ โดยมีสัญญาว่า ถ้าแก้ปัญหาได้จะตัดศีรษะตัวเองบูชา ถ้าแก้ไม่ได้จะตัดศีรษะธรรมบาลกุมาร ปัญหามีอยู่ว่า ๑. เช้าราศีอยู่ที่ไหน ๒. เที่ยงราศีอยู่ที่ไหน ๓. ค่ำราศีอยู่ที่ไหน ธรรมบาลกุมารก็ขอเวลาคิด ๗ วัน แล้วจะมาให้คำตอบ

ธรรมบาลกุมารคิดหาคำตอบอยู่ถึง ๖ วัน ก็ยังคิดไม่ออก จึงนึกว่าพรุ่งนี้ต้องตายแน่ แต่เขาไม่อยากถูกท้าวกบิลมหาพรหมฆ่า เขาจึงคิดหนีไปหลบซ่อน เขาหนีไปแอบนอนอยู่ใต้ต้นตาล บนต้นตาลมีนกอินทรีผัวเมียทำรังอยู่ ค่ำวันนั้นแม่นกถามพ่อนกว่า

"นี่พ่อ พรุ่งนี้จะไปหากินที่ไหนล่ะ"

"ไม่ต้องห่วงหรอกแม่ พรุ่งนี้เราจะได้กินศพธรรมบาลกุมารกันให้อิ่มเลย ท้าวกบิลมหาพรหมจะต้องฆ่าเขาแน่ เพราะเขาทายปัญหาไม่ได้" พ่อนกบอก

"ปัญหาอะไรรึพ่อ" แม่นกซักต่อ

"ก็ปัญหา ๓ ข้อไงล่ะ ปัญหามีอยู่ว่า ตอนเช้าราศีอยู่ที่ไหน เที่ยงราศีอยู่ที่ไหน ค่ำราศีอยู่ที่ไหน" พ่อนกบอกแม่นก

"แล้วคำตอบว่ายังไงล่ะ พ่อรู้ไหม" แม่นกอยากรู้คำตอบ

"รู้ซี ของง่าย ๆ เช้าราศีอยู่ที่หน้า มนุษย์ถึงได้ล้างหน้า เที่ยงราศีเปลี่ยนมาอยู่ที่อก มนุษย์จึงประพรมน้ำหอมที่อก ตอนค่ำราศีก็มาอยู่ที่เท้า มนุษย์ถึงได้ล้างเท้าไงล่ะ" พ่อนกเฉลย

ธรรมบาลกุมารฟังภาษานกรู้เรื่องจึงทราบคำตอบ เขาดีใจมาก รีบกลับบ้าน วันรุ่งขึ้นเขาก็ไปตอบคำถามตามที่ได้ยินมา ท้าวกบิลมหาพรหมเป็นฝ่ายพ่ายแพ้ ต้องทำตามสัญญา คือตัดศีรษะของตัวเอง แต่ศีรษะของท้าวกบิลมหาพรหมนั้นถ้าตั้งไว้บนแผ่นดิน ไฟจะไหม้โลก ปาขึ้นบนอากาศฝนก็จะแล้ง ทิ้งในมหาสมุทรก็ไม่ได้อีก น้ำจะแห้ง ท้าวกบิลมหาพรหมจึงเรียกธิดาทั้งเจ็ดมาพร้อมกัน ให้คอยถือพานมารองรับศีรษะ แล้วจึงตัดศีรษะตัวเอง ธิดาองค์ใหญ่นำพานมารองรับ แห่รอบเขาพระ

สุเมรุ แล้วนำไปตั้งบูชาไว้บนเขาไกรลาศ และเมื่อครบกำหนด ๑ ปี เทพธิดาทั้งเจ็ดองค์ของท้าวกบิลมหาพรหมจะเปลี่ยนเวรกันมาเชิญเศียรของบิดาออกแห่รอบเขาพระสุเมรุ วันนี้จะตรงกับวันสงกรานต์(วันที่ ๑๓ เมษายน)ของทุก ๆ ปี นางสงกรานต์ก็คือธิดาทั้งเจ็ดของท้าวกบิลมหาพรหมนั่นเอง

"พ่อฮะ แล้วเราจะรู้ได้อย่างไรว่าปีนี้นางสงกรานต์จะเป็นใคร" หว้าซักเมื่อพ่อเล่าจบ

"อ๋อ นางสงกรานต์ทั้งเจ็ดนางนี่น่ะ จะอยู่ประจำวันทั้งเจ็ด เขามีหลักเกณฑ์ว่าถ้าปีไหนวันที่ ๑๓ เมษายนตรงกับวันอะไรก็มีนางสงกรานต์นั้น ถ้าตรงกับวันอาทิตย์นางสงกรานต์ชื่อทุงษ วันจันทร์ชื่อโอราค วันอังคารชื่อรากษส วันพุธชื่อมัณฑา วันพฤหัสชื่อกิริณี วันศุกร์ชื่อกิมิทา วันเสาร์ชื่อมโหทร"

"ปีนี้วันสงกรานต์ตรงกับวันศุกร์ นางสงกรานต์ชื่อกิมิทาซีฮะพ่อ" หว้าบอก

"ใช่....ใช่....หว้าไปหยิบปฏิทินในห้องนอนพ่อมาซิ ที่เป็นรูปขบวนแห่เทวดาน่ะ"

หว้ารีบขึ้นบ้านไปหยิบปฏิทินมาให้พ่อ

ปฏิทินเป็นรูปขบวนแห่ของเหล่าชาวสวรรค์ มีนางสงกรานต์นั่งอยู่บนหลังควาย

"นี่ไง เขาเขียนบอกไว้ว่านางสงกรานต์ชื่อกิมิทาเทวี ทัดดอกบัว มีบุษราคัมเป็นเครื่องประดับ อาหารคือกล้วยน้ำว้า มือขวาถือพระขรรค์ มือซ้ายถือพิณ นั่งอยู่บนหลังควาย" พ่อแปลคำอธิบายเกี่ยวกับนางสงกรานต์ที่เขียนด้วยศัพท์ยาก ๆ ให้หว้าฟัง

"ที่คุณยายคนนั้นบอกว่านางสงกรานต์กินเลือด แล้วคนจะฆ่ากันจริง ๆ หรือฮะ" หว้ายังไม่สิ้นสงสัย

"เป็นความเชื่อของคนสมัยก่อนน่ะลูก เขาจะถามกันว่าปีนี้นางสงกรานต์กินอะไรหรือถืออะไร ถ้ากินถั่วงา ก็ทำนายว่าข้าวปลาจะสมบูรณ์ กินเลือดก็พากันหวาดเสียวว่าจะเกิดการตีกัน ฆ่าฟันกันนองเลือดอะไรทำนองนั้น แต่พ่อคิดว่า คนจะตีรันฟันแทงกันน่ะขึ้นอยู่กับจิตใจเหี้ยมโหดของมนุษย์น่ะ โทษแต่เทวดาท่านไม่ยุติธรรมหรอก" พ่อหัวเราะ เดินขึ้นบ้านไป

หว้าล้มตัวลงนอนคิดถึงเรื่องนางสงกรานต์ที่พ่อเล่า ไม่ช้าก็หลับสนิทอยู่เคียง

ข้างกับน้องสาว

วิสาขบูชา

  ย้อนหลังไป ๘๐ ปีก่อนพุทธศักราช หรือเมื่อราว ๒,๖๐๐ ปีมาแล้ว เมื่อวันขึ้น ๑๕ ค่ำ หรือวันเพ็ญเดือน ๖ พระนางสิริมหามายามเหสีของพระเจ้าสุทโธทนะแห่งกรุงกบิลพัสดุ์ได้ประสูติพระโอรส ณ สวนลุมพินีวัน ซึ่งอยู่ระหว่างกรุงกบิลพัสดุ์กับกรุงเทวทหะ พระโอรสนั้นทรงพระนามว่า เจ้าชายสิทธัตถะ

  ต่อจากนั้นมาอีก ๓๕ ปี เมื่อวันเพ็ญเดือน ๖ เจ้าชายสิทธัตถะซึ่งในขณะนั้นได้สละทุกสิ่งทุกอย่างออกผนวช และได้บำเพ็ญเพียรจนตรัสรู้เป็นสัมมาสัมพุทธเจ้า ศาสดาของศาสนาพุทธ

  หลังจากพระสัมมาสัมพุทธเจ้าตรัสรู้แล้ว พระองค์ทรงเผยแพร่ศาสนาแก่ประชาชนอยู่นาน ๔๕ ปี จนกระทั่งวันเพ็ญเดือน ๖ เมื่อพระองค์มีพระชนม์ได้ ๘๐ พรรษา พระองค์ก็เสด็จปรินิพพานใต้ต้นรัง ในเมืองกุสินารา

  วันขึ้น ๑๕ ค่ำเดือน ๖ ของทุก ๆ ปี จึงเป็นวันสำคัญของพุทธศาสนาเรียกกันว่า วันวิสาขบูชา(วิสาขะแปลว่าเดือน๖) เราระลึกถึงพระพุทธเจ้าในวันนี้ เพราะเป็นวันคล้ายวันประสูติ ตรัสรู้ และปรินิพพานของพระองค์

  วันวิสาขบูชาพุทธศาสนิกชนจะไปวัด ไปทำบุญ ฟังเทศน์ และเวียนเทียน พ่อพาหว้าไปเวียนเทียนที่วัดใกล้บ้าน ปู่ของหว้าก็บวชอยู่ที่วัดนี้ด้วย พ่อกับหว้าแวะกราบหลวงปู่ที่กุฏิก่อน

  "สองคนพ่อลูกมาเวียนเทียนกันรึ" หลวงปู่ทักหว้าเมื่อหว้าเข้าไปกราบ "หว้ารู้รึเปล่า วันวิสาขบูชานี่น่ะสำคัญยังไง" หลวงปู่ลองภูมิหลานชาย

  "เป็นวันที่เราระลึกถึงพระพุทธเจ้าฮะ" หว้ารีบตอบ คำถามนี้ครูเพิ่งถามเมื่อวาน "เป็นวันประสูติ ตรัสรู้ แล้วก็วันปรินิพพานของพระองค์"

  "ไม่ใช่แต่ระลึกถึงพระพุทธเจ้าแค่นั้นนะ ถ้าจะให้ดีต้องปฏิบัติตามคำสอนของท่านด้วย อย่างเช่นถือศีล แค่ศีลห้าก็พอ รู้จักศีลห้าไหมล่ะ" หลวงปู่ถามหลานชายอีก

  "ครูเคยสอนแล้วฮะ"

  "แล้วเราจำได้หรือเปล่าล่ะ ข้อหนึ่งว่าอย่างไร"

  "ห้ามฆ่าสัตว์ฮะ" หว้าจำได้แม่น

“ใช่ พระพุทธเจ้าท่านห้ามไม่ให้ฆ่าสัตว์ตัดชีวิต ใคร ๆ ก็รักชีวิตของตัวเองทั้งนั้นจริงไหม ไม่ใช่แต่คนเท่านั้นนะที่ไม่อยากถูกฆ่า สัตว์อื่น ๆ แม้แต่มดตัวเล็ก ๆ มันก็รู้จักรักชีวิตนะ เราอย่าเที่ยวยิงนกตกปลาเล่นเป็นของสนุก หรือรังแกสัตว์ก็ไม่ควรทำ หว้าเองยังไม่อยากถูกเพื่อนรังแกใช่ไหมล่ะ”

“ฮะ” หว้าตอบเบาๆ เขาเองก็เคยยิงนกตกปลากับเพื่อนๆเหมือนกัน

“แล้วศีลข้อที่สองล่ะหว้า”

“ห้ามลักขโมยฮะ”

“เรื่องลักขโมยนี่ไม่ดีนะ อย่าริทำตั้งแต่เด็ก เดี๋ยวจะติดนิสัยไปจนโต เราควรพอใจในข้าวของที่เรามีอยู่ ไม่ใช่ไปนึกอยากได้ของคนอื่น แล้วขโมยเขามา ข้าวของของเราน่ะ ถ้าใครมาขโมยเอาไปเราก็เสียดายใช่ไหม คนอื่นเขาก็รักและเสียดายของของเขาเหมือนกัน”

หลวงปู่หยุดจิบน้ำชาร้อน ๆ แล้วพูดต่อ

“ศีลข้อสามน่ะ ห้ามประพฤติผิดลูกเมียคนอื่น หว้ายังเป็นเด็กอยู่ ไม่มีโอกาสทำผิดศีลข้อนี้หรอก แต่หว้าลองคิดดูซิ ถ้าพ่อของเราไปหาแม่ใหม่มาให้เราอีก หว้าพอใจไหม ครอบครัวจะมีความสุขเหมือนทุกวันนี้หรือเปล่า แล้วข่าวในหน้าหนังสือ-พิมพ์น่ะ มีการฆ่าฟันกันตายเพราะเรื่องชู้สาวบ่อย ๆ ถ้าคนไม่ผิดศีลข้อสาม ก็คงไม่ฆ่าฟันกันอย่างนี้หรอก”

หว้านั่งฟังตาแป๋ว เขาสนใจคำพูดของหลวงปู่

“ศีลข้อสี่ว่าไงนะ”

“ห้ามพูดเท็จฮะ”

“ศีลข้อนี้หว้าไม่ควรประพฤติผิดเลย เราต้องพูดจริงเสมอ ไม่พูดปดกับคนอื่น หว้าเคยได้ยินนิทานเรื่องเด็กเลี้ยงแกะแล้วใช่ไหม คนพูดปดก็เหมือนเด็กเลี้ยงแกะที่พูดหลอกชาวบ้าน แล้วในที่สุดตัวเองก็ได้รับผลร้าย หว้าอย่าเป็นเด็กพูดปดนะ เวลาโตเป็นผู้ใหญ่พูดจาอะไรจะได้มีคนเชื่อถือ”

หว้าสบตาพ่อ เมื่อก่อนเขาเคยพูดปด แต่พ่อจับได้ และเขาก็ถูกทำโทษ เดี๋ยวนี้เขาเลิกพูดปดแล้ว

“ทีนี้ก็ถึงศีลข้อสุดท้าย ห้ามอะไรนะ” หลวงปู่ถามอีก

“ห้ามดื่มน้ำเมาฮะ”

"เป็นไง ถ้าพ่อของเรากินเหล้าเมาอาละวาด ส่งเสียงเอะอะ ทุบตีลูกเมีย ครอบครัวเราก็เดือดร้อน เสียเงินเสียทองซื้อเหล้าด้วย เสียสุขภาพอีก คนติดเหล้ามาก ๆ เจ็บป่วยถึงตายได้นะ สรุปแล้วน้ำเมานี่ไม่ให้ประโยชน์อะไรเลย โตเป็นหนุ่มอย่าเป็นคนขี้เหล้าเมายาล่ะ" หลวงปู่สั่งสอนล่วงหน้า

หว้าเลยได้ฟังธรรมในวันวิสาขบูชาว่าด้วยศีลห้าจากหลวงปู่นี่เอง

"เออ....นั่งฟังจนเป็นเหน็บแล้วซีนะ" หลวงปู่เห็นหว้าขยับแข้งขาที่นั่งพับเพียบอยู่นาน "จะไปโบสถ์ก็ไปเถอะ หว้าเข้าใจเรื่องศีลห้าแล้วใช่ไหม หว้าน่าจะลองถือศีลบ้างนะ ไม่ยากอะไรนักหนา ยิ่งเป็นเด็กระมัดระวังไม่ให้ผิดศีลเพียงแค่ ๓ ข้อเท่านั้น ศีลข้อสามกับข้อห้านั่น เรายังไม่มีโอกาสประพฤติผิดหรอก"

"นั่นซี นี่จะหัดถือศีล อีกหน่อยพ่อจะให้หว้ามาบวชเณรตอนปิดเทอม เป็นลูกศิษย์หลวงปู่ไงล่ะ" พ่อสนับสนุนอีกคน

พ่อกับหว้ากราบลาหลวงปู่ เดินมารอเวียนเทียนอยู่ที่โบสถ์

"พ่อฮะ ถ้าเราถือศีลห้า แล้วเราจะเป็นยังไงฮะ" หว้ายังสงสัยอยู่

"คนมีศีลก็เป็นคนดีซีลูก เราไม่ฆ่าสัตว์ ไม่ลักขโมย ไม่พูดหลอกลวงคนอื่น ไม่ทำในสิ่งที่ไม่ดี ใคร ๆ ก็รักอยากเป็นเพื่อนกับเรา สังคมไหนที่มีคนมีศีลธรรมอยู่มาก สังคมนั้นก็จะมีความสงบสุข หว้าคิดดูซี ที่บ้านเมืองของเรามีเรื่องเดือดร้อนอยู่ทุกวันนี้ ก็เพราะคนไม่มีศีลอย่างที่หลวงปู่ท่านบอกลูกจริงไหม" พ่อช่วยอธิบายให้กระจ่าง

หว้านิ่งคิด วิสาขบูชาปีนี้หลวงปู่ได้อธิบายให้เข้าใจคำสอนอย่างหนึ่งของพระพุทธเจ้า คือสอนให้คนมีศีล เขานึกอยากถือศีลบ้างเหมือนกัน แค่วันเดียวก็ยังดี แต่เด็กซน ๆ อย่างหว้าจะถือศิลได้ครบห้าข้อโดยไม่ตก ๆ หล่น ๆ ได้ตลอดวันหรือเปล่าหนอ

บทที่ ๘ ตอนหนึ่งในเรื่อง "เขาชื่อกานต์"

โดย สุวรรณี สุคนธา

<u>เค้าความตอนต้น</u> กานต์เป็นลูกชาวนา เกิดที่ภาคอีสาน เพิ่งจบมหาวิทยาลัยแพทยศาสตร์ที่กรุงเทพฯ เขามีอุดมการณ์อันแรงกล้าที่จะช่วยเหลือชาวนาผู้ยากจนด้วยความรู้ทางการแพทย์ ฉะนั้นจึงสมัครเข้ารับราชการในกรมสาธารณสุข และไปเป็นหมอประจำอำเภอแห่งหนึ่งในภาคอีสาน ซึ่งเป็นที่ห่างไกลจากความเจริญมาก ส่วนหฤทัยเป็นชาวกรุง ทั้งสวยและฉลาด แต่ไม่ค่อยรู้เรื่องชนบทเลยแม้แต่น้อย หล่อนรู้จักกับกานต์โดยบังเอิญ ด้วยรู้สึกว่ากานต์เป็นคนใจมั่นและไว้วางใจได้ ต่างกับโตมร ซึ่งเป็นคนเจ้าสำราญและเป็นเพื่อนสนิทร่วมมหาวิทยาลัยเดียวกัน จึงตัดสินใจแต่งงานกับกานต์ ทั้ง ๆ ที่เพิ่งรู้จักกันเพียงไม่กี่เดือน เมื่อแต่งงานแล้ว กานต์ก็เดินทางไปเป็นหมอประจำอำเภอที่ภาคอีสานทันทีโดยพาหฤทัยไปด้วย

รถไฟถึงสถานีสุดท้ายอันเป็นจุดหมายปลายทางเย็นมากแล้วแต่ยังไม่มืด หฤทัยมองดูโน่นดูนี่ด้วยความตื่นเต้น หล่อนยังไม่เคยมาที่นี่มาก่อนเลย ภาษาพูดของคนทางนี้หล่อนคิดว่าคงจะผิดแปลกไปจากชาวกรุงเทพฯ แต่ก็ไม่มีอะไรผิดกัน

หลอนเอยถามสามีขึ้นว่า

"ที่นี่เขาไม่ได้พูดภาษาเหนือหรือคะ"

กานต์หันมายิ้ม

หล่อนจบมหาวิทยาลัยก็จริงอยู่ แต่ความรู้รอบตัวของหล่อนช่างน้อยนิด

"พูดเหมือนที่กรุงเทพฯ เว้นแต่คำบางคำที่ไม่เหมือน แต่บ้านนอกออกไปเช่นอย่างที่เราจะไปอยู่ ก็สำเนียงเหน่อและเพี้ยนไปบ้าง"

"คำอะไรบ้างคะที่ไม่เหมือน"

"หฤทัยอยู่ไปก็จะรู้เอง"

เขาพาหล่อนขึ้นรถเมล์ ไม่มีผู้ใดมารับหมอคนใหม่เลย เขาเดินทางมาตามลำพัง

"คุณเคยมาที่นี่หรือคะ" หฤทัยชวนคุย อยู่กับกานต์หล่อนจะมีความเกรงใจเขาและเกิดความรู้สึกเขินถ้าจะนิ่งโดยต่างคนต่างคิด ผิดกับอยู่ต่อหน้าโตมร ซึ่งหล่อนมีความสนิทสนมกับเขามากกว่า

"เคยมาเมื่อตอนเป็นนักเรียนแพทย์"

"ทำไมคุณถึงเลือกที่นี่คะ"

ฝุ่นสองข้างทางกระจายฟุ้ง หฤทัยเปิดกระเป๋าหยิบผ้าโพกผมลายดอกไม้สีสดขึ้นมาโพกศีรษะ ผ้าโพกผมกับแว่นตาทำให้หล่อนดูแผกกว่าสตรีอื่นในละแวกนั้นอย่างมาก ไม่ใช่แปลกไปเพราะความสวยของหฤทัย แต่ดูจะเป็นความแตกต่างระหว่างคนต่างระดับกันมากกว่า กานต์ถึงกับถามตัวเองว่า หฤทัยจะทนได้หรือต่อสภาพการณ์ที่จะได้ประสบข้างหน้า เขามัวแต่คิดจึงไม่ได้ตอบคำถามของภรรยา

....

"เมื่อไรจะถึงคะ"

"ถึงตอนค่ำ ๆ สักหน่อย" เขายกมือขึ้นดูนาฬิกา "ถ้าเป็นเมื่อก่อนนี้ หฤทัยต้องเดินจากตัวจังหวัดมาจนถึงที่นี่"

"เดิน" หฤทัยถามเสียงสูงอย่างแปลกใจ

"ใช่ เดินมา ไม่มีทางรถอย่างเดี๋ยวนี้ซึ่งสะดวกขึ้นมาก ทางสายนี้เพิ่งตัดด้วยซ้ำ"

"เอ๊ะ แล้วเขาไปอยู่ที่นั่นกันทำไมคะ"

กานต์อดขันไม่ได้ "ก็เขาอยู่กันตั้งนานกาเลมาแล้ว เป็นหมู่บ้านใหญ่ทีเดียว จะให้เขาอพยพไปอยู่ที่ไหนกันล่ะ"

"ทั้งที่ไม่มีถนนหนทางเลยน่ะหรือคะ"

เขาพยักหน้า "ไม่มีทุกอย่างในสมัยก่อนนี้ และก่อนที่เราจะมา ในอำเภอนี้ไม่มีหมอเลยแม้แต่คนเดียว มีแต่หน่วยป้องกันมาเลเรีย ซึ่งมีผู้ช่วยแพทย์มาคอยควบคุม มีนางผดุงครรภ์คอยช่วยเหลือคนมีลูก แต่ส่วนมากเขาก็ไม่ใช่หมอกัน เจ็บป่วยก็รักษากันไปตามบุญตามกรรม"

"ถ้าเจ็บมากล่ะคะ"

"ก็มาหาหมอในโรงพยาบาลที่ตัวจังหวัด แต่ส่วนมากเขาไม่มากัน ได้แต่อาศัยหมอเถื่อนอีก มีเข็มฉีดยา มีหูฟังเหมือนหมออย่างเรา ๆ นี่แหละเข้าไปหลอกคนเจ็บที่ไกล ๆ ออกไป เจ็บป่วยก็ฉีดยาให้ ยาอะไรก็ไม่รู้ละ แล้วก็เก็บเงิน บางคนร่ำรวยไปเลย"

"ตำรวจไม่จับหรือคะ"

"ตำรวจที่ไหนจะเข้าไปในป่าในดง" เขาทำเสียงเยาะนิด ๆ "ใครจะดูแลคนทุจริตได้ทั่วถึง"

"เอ๊ะ ทำไมเขาถึงกล้ารักษาคนเจ็บ ทั้งที่รักษาไม่เป็นล่ะคะ"

"ก็เงินน่ะซี หฤทัย เงินตัวเดียวเท่านั้นที่ทำให้คนทำอะไรก็ได้"

"แม้แต่กับชีวิตคนน่ะหรือคะ"

"ถูกแล้ว ไม่ใช่ชีวิตของเขานี่ จะเป็นไรไป"

หฤทัยห่อไหล่

"อยู่ไปก็จะยิ่งรู้อะไร ๆ มากขึ้น คนในกรุงเทพฯไม่มีวันรู้หรอก หฤทัย"

รถวิ่งตะบึงไปเรื่อย ๆ นานครั้งถึงจะหยุดให้คนโดยสารขึ้นลงบ้าง

"ผมลืมบอกหฤทัยว่า ที่นี่หนาวมากเมื่อถึงฤดูหนาว" เขาก้มลงถามภรรยา "เตรียมเสื้อกันหนาวมาบ้างหรือเปล่าจ๊ะ"

"เปล่าค่ะ" หล่อนทำหน้าสงสัย "ที่นี่ไม่น่าจะหนาวเลย"

"หนาวมาก และตอนกลางวันก็จะร้อนด้วย ถ้าหฤทัยไม่แข็งแรงอาจจะเป็นไข้ได้"

"ไม่เป็นหรอกค่ะ ถ้าเป็น...." หล่อนสบตาเขา "ก็หฤทัยอยู่ใกล้หมอนิดเดียว"

รถข้ามสะพาน ข้ามแม่น้ำ ซึ่งน้ำที่ไหลเอื่อยอยู่เบื้องล่างสีแดงขุ่น หฤทัยถึงกับเหลียวมองด้วยความแปลกใจ

"น้ำที่นี่แดงเพราะดินริมฝั่งแดง เป็นไง ผิดกับเจ้าพระยาของหฤทัยมากไหม"

"ผิดซีคะ นี่น้ำลงไปไหลลิบเห็นฝั่งสูง แต่เจ้าพระยามีน้ำเต็มเปี่ยมอยู่ตลอดปีตลอดชาติ"

"นี่เป็นแม่น้ำยม ตอนผ่านอำเภอที่เราอยู่ ปลาชุมที่สุด หฤทัยชอบตกปลาไหม"

"ยังไม่เคยลองเลยค่ะ ฉันเคยแต่ไปตกปลาที่มหาวิทยาลัยเกษตรศาสตร์ตอนที่เขามีงาน ตกแทบตายไม่เห็นมันกินเลย"

"ถ้าชอบตกปลา หฤทัยจะเพลิน"

รถเลี้ยวโค้งแลเห็นตัวตลาดและเมืองอยู่ตรงเวิ้งข้างหน้า เป็นแอ่งเหมือนกระทะใบใหญ่มหึมา

"อยู่ที่นี่ต้องมีอะไรทำ ไม่งั้นจะเหงา"

"คนที่นี่เขาทำอะไรกันบ้างคะ"

"ก็จับปลา ค้าขาย"

รูปประโยคและการใช้คำ

๑. .....ก็จริง(อยู่) แต่.... 复合句中用的连词。前一句肯定事实，后一句表示转折，相当汉语中的"……的确（确实）……，但是……"，"尽管……，然而……"，"……是……，不过（可是）……"等。有时可以与"**แม้ว่า....**"搭配成为"**แม้ว่า....ก็จริง แต่....**"。

ตัวอย่าง
เขาไม่เคยมาที่นี่ก็จริง แต่รู้เรื่องที่นี่ทุกอย่าง
ฐานะทางเศรษฐกิจของเราดีขึ้นบ้างแล้วก็จริง แต่ก็ไม่ควรใช้จ่าย
    อย่างฟุ่มเฟือยสุรุ่ยสุร่าย
หล่อนจบมหาวิทยาลัยก็จริงอยู่ แต่ความรู้รอบตัวของหล่อนช่าง
    น้อยนิด

แบบฝึกหัด จงใช้คำที่ให้ไว้แต่งประโยคให้ได้ความสมบูรณ์ตามประโยคตัวอย่าง

๑) บ้านอยู่ใกล้ๆ กัน , ไม่เคยไปมาหาสู่กัน
๒) เคยเถียงกันอย่างหน้าดำหน้าแดง , ไม่เคยโกรธแค้นอะไรกัน
๓) ผอม , ไม่เคยป่วย
๔) ง่าย , ต้องไม่ประมาท
๕) เงื่อนไขไม่สมบูรณ์ , พยายามให้บรรลุผล

บทที่ ๙ ตอนหนึ่งในเรื่อง"เขาชื่อกานต์"

๖) งานหนัก,   ทุกคนสบายใจ

๗) เขาไม่เคยผ่านมหาวิทยาลัย,   ทำงานเก่งไม่แพ้พวกเรา ๆ

๘) พิการ,   ทำอะไรได้หลายอย่างเหมือนคนธรรมดา

๙) ตัวนั่งอยู่ในห้อง,   ใจลอยไปอยู่ที่ไหนแล้วก็ไม่รู้

๑๐) คนน้อย,   ทำได้มากและดี

๒. ต่างคนต่าง......   ต่างคน 指不同的人，各人。后面的 ต่าง 是"各自都……"（详见第二册第十三课中的句型）。译成汉语时要视语言环境而定。

ตัวอย่าง

๑) เราต่างคนต่างอยู่ครับ ไม่ได้อยู่ด้วยกัน

๒) เขาสองคนไม่ค่อยถูกเส้นกัน เลิกงานแล้วมักต่างคนต่างไป

๓) วันนั้นเหนื่อยมาก พอกลับถึงห้องพัก ต่างคนต่างก็เข้านอนกัน ไม่ได้พูดคุยกันเหมือนทุกวัน

๔) ช่วยกันคิดช่วยกันทำดีกว่าต่างคนต่างคิด ต่างคนต่างทำ

๕) ต่างคน(ฝ่าย)ต่างรู้สึกพอใจในผลการเจรจา

๖) จิตรกร ๒ คนนี้ต่างคนต่างก็ว่าฝีมือของตน"วิเศษ"

๗) ในห้องทำงานต่างคนต่างตั้งหน้าตั้งตาทำงาน ไม่ค่อยได้ยินเสียงพูดจากันเลย

๘) เขาเหล่านั้นต่างคนต่างปฏิบัติหน้าที่ของตน ไม่ได้สนใจเรื่องของคนอื่นเท่าใดนัก

๙) เมื่อเลิกงานแล้ว ต่างคนต่างกลับบ้านไป

๑๐) ต่างคนต่างถือความเห็นของตนเป็นใหญ่ ไม่ยอมฟังความเห็นของคนอื่น เมื่อเป็นเช่นนี้แล้วจึงไม่อาจแก้ปัญหาได้

แบบฝึกหัด ๑   จงแปลประโยคในตัวอย่างเป็นภาษาจีน

แบบฝึกหัด ๒   จงอ่านประโยคตัวอย่างให้คล่อง

แบบฝึกหัด ๓ จงใช้คำว่า"ต่างคนต่าง...."แต่งประโยคให้ได้ความสมบูรณ์ตามตัว-อย่าง

๓. .....มากกว่า 常用在复句句末，表示否定一种可能或一种状况而强调更可能是另一种可能或另一种状况。相当于汉语中的 "主要是……"，"恐怕是……"，"更可能是……" 等。

ตัวอย่าง
๑) ไม่ใช่ไม่รู้ ผมว่าแกไม่ยอมบอกมากกว่า
๒) (เมื่อได้ยินเขาอ้างว่า"ไม่มีเวลา ไม่มีเวลา") แกมีเวลาถมไป ไม่อยากทำมากกว่า
๓) เขาโง่ที่ไหน ไม่ตั้งใจเรียนมากกว่า
๔) เขาคงไม่ได้ลืม(บอกเรา)หรอก อาจเพราะไม่อยากรบกวนเรามากกว่า
๕) ไม่ใช่เผลอพูด แกจงใจพูดอย่างนั้นมากกว่า
๖) คงไม่ใช่โรคมะเร็งอะไรหรอก เนื้องอกธรรมดามากกว่า
๗) ฉันว่าแกไม่ได้ป่วยจริง แกล้งทำ(เป็นป่วย)เอามากกว่า
๘) - ขอเขาดู(รูป)เมื่อไหร่เขาก็บอกว่าไม่ได้ติดมาทุกที
   - ไม่อยากให้เธอดูมากกว่ามั้ง

แบบฝึกหัด ๑ จงแปลประโยคตัวอย่างเป็นภาษาจีน

แบบฝึกหัด ๒ จงเปลี่ยนประโยคตัวอย่างเป็นประโยค"........ต่างหาก" แล้วบอกว่าความหมายจะต่างกันอย่างไรบ้าง

แบบฝึกหัด ๓ จงอ่านประโยคตัวอย่างให้คล่อง

แบบฝึกหัด ๔ จงแต่งประโยคตามประโยคตัวอย่าง

บทที่ ๙ ตอนหนึ่งในเรื่อง"เขาชื่อกานต์"

๔. ไม่มีวัน....หรอก(เลย)　　永远也不会……（的）。

ตัวอย่าง　　ผมไม่มีวันจะลืมบุญคุณของท่านได้เลย(หรอก)
　　　　　　ท่านไม่มีวันจะเข้าใจความคิดของเราได้หรอก

แบบฝึกหัด　จงทำประโยคต่อไปนี้เป็นประโยคสมบูรณ์ตามความหมายภาษาจีนในวงเล็บ

๑) ขืนทำแบบนี้（永远也不会成功的）
๒) เขา（永远也说不到一起的）　เพราะแต่ละฝ่ายต่างก็ไม่ยอมฟังเสียงของอีกฝ่ายหนึ่ง
๓) เรื่องอย่างนี้（永远也不会忘记的）
๔) ศัตรู（永远也不可能战胜我们）
๕) เขา（永远也不会明白）　เขาแพ้เพราะอะไร
๖) วันคืนอันแสนลำบากเช่นนั้นคง（永远也不会再回来了）
๗) จะให้เรายอมแพ้หรือ（永远也不可能）
๘) ดีแต่พูด ไม่ลงมือทำ（是永远不会取得成果的）

๕. น่าจะ......　用在谓语之前，意思是"理应……"，"（按理说）该……"。它的否定形式是"ไม่น่าจะ......"，即"（按理）不该……"，带有出乎意料、异乎寻常的意思。

ตัวอย่าง ๑　ป่านนี้แล้ว น่าจะถึงนานแล้วหละ
　　　　　　ฉันเปิด(เสียง)ค่อยที่สุดแล้ว ไม่น่าจะดัง ทำไมมันยังดังยังงี้ไม่รู้
　　　　　　ที่นี่ไม่น่าจะหนาวเลย

แบบฝึกหัด　จงใช้ข้อความที่กำหนดไว้แต่งประโยค"น่าจะ......"หรือ"ไม่น่าจะ....."ตามประโยคตัวอย่าง

๑) ปักกิ่งอยู่แถบหนาว ที่จริง.................. แต่ก็ร้อนไม่แพ้กรุงเทพฯเลย
๒) ที่ขั้วโลกสิ่งมีชีวิตทั้งหลาย.................. แต่ก็มีสัตว์อยู่ได้หลายชนิด
๓) ปัญหากล้วย ๆ .... แต่เขาก็ตอบไม่ได้
๔) ตอนนี้เขา............... ไปหาเขาที่บ้านเถอะ
๕) ที่จริงเขา............... แต่เขาไม่ได้พยายามทำให้ดี
๖) เมื่อเช้าเห็นแดดจ้า ฝน............... แต่มันก็ตก

น่าจะ 还可以用在说话人比较客气地提出一种自己认为是值得考虑或理应如何的意见或见解时，语义与ควรจะ相似，但น่าจะ带有建议的性质。

ตัวอย่าง ๒ ผลงานชิ้นนี้น่าจะเอาไปเผยแพร่
ฉันว่าน่าจะปลูกฝังนิสัยรักของสาธารณะ(สาธารณสมบัติ)แก่เด็กตั้งแต่เล็ก ๆ

แบบฝึกหัด จงทำประโยคต่อไปนี้เป็นประโยค"น่าจะ......"ตามประโยคตัวอย่าง

๑) วิธีใหม่นี้ควรจะเอาไปลองใช้ดู
๒) เรื่องนี้รัฐบาลควรจะอนุญาตให้เอกชนทำได้
๓) ทางโน้นเปลี่ยว ควรจะไปกันหลาย ๆ คน
๔) ห้องสมุดควรจะเปิดนานกว่านี้อีกหน่อย
๕) ฉันว่าเรื่องนี้ควรจะไปปรึกษาผู้ใหญ่เสียก่อน
๖) เรื่องนี้เกี่ยวถึงผลประโยชน์ของคนส่วนใหญ่ ควรจะพิจารณาให้ละเอียดมากกว่านี้

บทที่ ๙ ตอนหนึ่งในเรื่อง"เขาชื่อกานต์"

ข้อสังเกต

๑. รถไฟถึงสถานีสุดท้ายอันเป็นจุดหมายปลายทางเย็นมากแล้ว

๑)"อัน"   在此处与ซึ่ง同义,但อัน多用于修饰事物。

๒) เย็น 指傍晚时分,但在此句中是作形容词用,表示天色已快黑了。泰语中表示时间"晚"这个概念要视具体的时段而定,如果是早上或者上午要用"สาย",如：วันนี้ตื่นสาย สายมากแล้ว เขามาถึงที่ทำการสายกว่าทุกวัน；如果是下午,要用"บ่าย",如：มาบ่ายหน่อยก็ได้ บ่ายมากแล้ว เขากลับถึงที่ทำการบ่ายกว่าทุกวัน；如果是傍晚,要用"เย็น",如：มาเย็นหน่อยก็ได้ เย็นมากแล้ว เขากลับถึงบ้านเย็นกว่าทุกวัน；如果是晚上天刚黑时,要用"ค่ำ",如：มาค่ำหน่อยก็ได้ ค่ำมากแล้ว；如果是夜里,则要用"ดึก"如：เขานอนดึก ดึกมากแล้ว เขากลับถึงบ้านดึก。

还要注意,汉语中"晚"还可以表示比规定的时间晚这样一个概念,这种情况下泰语中不论在什么时间段都用"สาย",如：

ทำไมมาสาย รถออก ๕ นาทีแล้ว

เขากำหนดเริ่มประชุม ๒ ทุ่ม แต่หลายคนมาสาย

วันนี้หิมะตก รถวิ่งช้า ฉันจึงมาสาย。

๒. หล่อนคิดว่าคงจะผิดแปลกไปกว่าชาวกรุงเทพฯ แต่ก็ไม่มีอะไรผิดกัน

"ผิด"   在这里是"不同"的意思。又如：

ประเพณีต่าง ๆ ที่นี่กับที่ประเทศเราเกือบไม่มีอะไรผิดกันเลย

สภาพบ้านเกิดของฉันผิดกับสมัยเด็กจนฉันเกือบจำไม่ได้เสียแล้ว

นิสัยสองพี่น้องคู่นี้ผิดกันอย่างหน้ามือเป็นหลังมือทีเดียว

๓. แต่บ้านนอกออกไป..........

"บ้านนอก"   指乡下,是名词,但在口语中有时也可临时借用作动词。"บ้านนอก"   在此句中就是当动词用,意思是离县城更远一些或更偏僻一些的乡村。

๔. สำเนียงเหน่อและเพี้ยนไปบ้าง

　　"เหน่อ" 指语音不纯正，说话"侉"，但并不确指某个音不准。我们不能说：ตัว "ด" เหน่อไป 或者สระ "แ-" ออกเสียงเหน่อ。

　　"เพี้ยน" 可以具体地指某个音不准，也可笼统地指语音不准。如：ตัว "ด" เพี้ยนไป สระ "แ-" ออกเสียงเพี้ยน เขาออกเสียงเพี้ยนมาก。

๕. ผิดกับโตมรซึ่งหล่อนมีความสนิทสนมกับเขามากกว่า

　　此句中的"มากกว่า"不同于句型๓中学的มากกว่า。此句的意思是หล่อนมีความสนิทสนมกับเขา(โตมร)มากกว่ากานต์。

๖. ทำให้หล่อนดูแผกกว่าสตรีอื่นอย่างมาก

　　"แผก" 与"แตกต่าง" 同义，但用得较少。加上注解๒中讲到的"ผิด"，可以组成四字词语　ผิดแผกแตกต่าง，意思也是"不同"。

๗. ดูจะเป็นความแตกต่างระหว่างคนต่างระดับกันมากกว่า

　　"ต่างระดับกัน" 中的ต่าง 是"不同"的意思。ต่างระดับกัน 即 คนละระดับกัน，也就是"不同的水平"。整句的意思是"看起来更主要的是不同水平的人之间的差异"。

๘. หฤทัยจะทนได้หรือต่อสภาพการณ์ที่จะได้ประสบข้างหน้า

　　这句话也可以这样说：หฤทัยจะทนต่อสภาพการณ์ที่จะได้ประสบข้างหน้าได้หรือ。泰语中宾语的修饰语太长时，有时可将状语和表示疑问的语气词提前。

๙. หฤทัยต้องเดินจากตัวจังหวัดมาจนถึงที่นี่

　　"ตัวจังหวัด"　　指府政府所在的那个地方。如果有城墙就是指城墙范围内那个地方，如果有河流围绕，就是指河流围绕之内那个地方。相同的用法还有 ตัวอำเภอ ตัวเมือง ตัวตลาด 等。

๑๐. ไม่มีทางรถอย่างเดี๋ยวนี้ ซึ่งสะดวกขึ้นมาก

“ซึ่ง........” 修饰ทางรถ。ซึ่ง......结构修饰名词时，与名词的关系比较松散，起补充说明的作用。翻译时有时可以分成两句来处理。如这句话可译作：“没有像现在这样的公路。现在方便多了。”另如：

๑) การไม่รู้จักหวงแหนเวลาก็เท่ากับไม่รู้จักหวงแหนชีวิตนั่นแหละ ซึ่งในที่สุดจะรู้สึกเสียใจไม่วันใดก็วันหนึ่ง

๒) ทุกสิ่งทุกอย่างมีกฎพัฒนาการที่แน่นอนของมัน มันจะต้องพัฒนาไปตามกฎนี้ ใครหรืออะไรก็ไม่อาจขัดขวางได้ สังคมก็เช่นเดียวกัน ซึ่งถ้าใครทำตามกฎพัฒนาการของมันก็จะได้รับผลสำเร็จ ถ้าใครขัดขวางหรือไม่ทำตามก็จะล้มเหลว

๑๑. ทางนี้เพิ่งตัดด้วยซ้ำ

“ด้วยซ้ำ” 用在句尾，也可说 ด้วยซ้ำไป。此处是用来强调“เพิ่งตัด”。这句话是说“即使这条路也还是刚修的”。“ด้วยซ้ำ”有时可以译为“而且是”、“而且还”。如：

เขาบอกว่าคุณไม่ได้สั่ง(อาหาร)
- สั่งแล้วนี่ ผมมาสั่งเองด้วยซ้ำ(ไป)
เขาไม่ได้มาเข้าเรียน ไม่ได้บอกลาด้วยซ้ำ
เขาเก่งชะมัด อ่านเที่ยวเดียวจำเนื้อเรื่องได้ บางทีท่องได้ด้วยซ้ำ(ไป)

๑๒. กานต์อดขันไม่ได้

“อด......ไม่ได้”忍不住……，不禁……。如：

ฉันอดหัวเราะไม่ได้
ฉันอดแปลกใจไม่ได้
เมื่อเห็นเขาพูดเช่นนั้น ฉันก็อดที่จะพูดไม่ได้
เมื่อเห็นเข้าแล้ว อดที่จะสงสารไม่ได้

๑๓. มีแต่หน่วยป้องกันมาเลเรีย

“ป้องกัน”是动词，防止、防范、保卫的意思。它的宾语可以是被防止的对象也可以是被保卫的对象。如：

> สภาป้องกันราชอาณาจักร
> ป้องกันสิ่งแวดล้อมเป็นพิษ
> ป้องกันโรคภัยไข้เจ็บ
> ป้องกันภยันตราย

๑๔. <u>ส่วนมากเขาก็ไม่ใช้หมอกัน</u> <u>เจ็บป่วยก็รักษากันไปตามบุญตามกรรม</u>

๑) "เจ็บป่วย" 泰语中有好几个有关病痛的词。常用的几个词意义如下：

<u>เจ็บ</u> - (๑) 指由于皮肉受打击而产生的疼痛感或由于创伤而产生的疼痛感。
　　如：มือเจ็บ เท้าเจ็บ หมอคนนี้ฉีดยาไม่เจ็บ ฯลฯ

　　(๒) 指生病。如：เขาเจ็บมาหลายวันแล้ว มีคนเจ็บมาก ฯลฯ

<u>ปวด</u> - 指身体内部的痛感，或由于炎症而引起的痛感。如：ปวดหัว ปวดท้อง ปวดฟัน ปวดหลัง ปวดเอว ฯลฯ

<u>ป่วย</u> - 指由于疾病或发烧而引起的不适症状。如：เขาป่วย ป่วยเป็นอะไร ป่วยหนัก ผู้ป่วย ฯลฯ

<u>ไข้</u> - 名词，指发烧，也可用作某些有发烧症状的病名或与คน组成合成词指得了病的人。如：เขามีไข้ ไข้สูง เป็นไข้ ไข้หวัด ไข้หวัดใหญ่ ไข้จับสั่น(มาลาเรีย) คนไข้ เตียงคนไข้ ฯลฯ

<u>โรค</u> - 名词，一般用作病名。如：เขาเป็นโรคอะไร โรคหัวใจ โรคมะเร็ง โรคผิวหนัง โรคกลัวน้ำ ฯลฯ

这些词还可以组成许多合成词。如：

เจ็บป่วย, เจ็บไข้	生病，同ป่วย。
เป็นไข้	生病，一般指有发烧症状的病。
เจ็บปวด	疼痛，也可引申为心中的痛苦。
ล้มป่วย	病倒了。
เจ็บไข้ได้ป่วย	泛指生病。
โรคภัยไข้เจ็บฯลฯ	泛指各种病痛或生病这类事。

๒) "ตามบุญตามกรรม" บุญ 指（积的）德，กรรม 指（造的）孽。ตามบุญตามกรรม是随命运摆布，听天由命的意思。整句话的意思是说：大多数人得了病不请大夫治疗，而是听天由命。

๑๕. ได้แต่อาศัยหมอเถื่อนอีก

"....เถื่อน" 指不合法的、没有执照的职业或不合法的、走私的商品。如：หมอเถื่อน ร้านเถื่อน เหล้าเถื่อน ฝิ่นเถื่อน ปืนเถื่อน ฯลฯ。

๑๖. ถูกแล้ว ไม่ใช่ชีวิตของเขานี่ จะเป็นไรไป

"จะเป็นไรไป" 是"有什么关系"、"能怎么样"的意思。

๑๗. นานครั้งถึงจะหยุดให้คนโดยสารขึ้นลงบ้าง

"นานครั้ง(或นาน ๆ ครั้ง)" 很长时间一次。这种结构常见的还有บ่อยครั้ง - 常常，屡次，屡屡；น้อยครั้ง - 很少，极少；มากครั้ง - 经常，多次等等。

๑๘. เตรียมเสื้อกันหนาวมาบ้างหรือเปล่าจ๊ะ

"กัน" 当动词用时是防止的意思。如：

(เสื้อ)กันฝน	(น้ำมัน)กันสนิม
(หมวก)กันแดด	(ธูป)กันยุง
(ประเทศ)กันชน	(ผ้า)กันเปื้อน
กันดีกว่าแก้	ฯลฯ

๑๙. นี่น้ำลงไปไหลลิบเห็นฝั่งสูง

"ลิบ" 是副词，一般只修饰"远"和"高"两种情况。如：นกบินสูงลิบ บ้านอยู่ไกลลิบโน่น ฯลฯ。"น้ำลงไปไหลลิบ" 是指水在很深的地方（河床中）流动。

๒๐. ปลาชุมที่สุด

“ชุม” 是副词，“多”的意思，但用的范围较窄，常见的如：ยุงชุม ปลาชุม ขโมยชุม หน้านี้ผักชุม ฯลฯ。

“ชุม” 还可以当名词用，指线路、交通等纵横交错的地方。如：ชุมสาย(โทรศัพท์) ชุมทางรถไฟ ฯลฯ。

๒๑. ฉันเคยแต่ไปตกปลาที่มหาวิทยาลัยเกษตรศาสตร์ตอนที่เขามีงาน

“งาน” 除了作“工作”讲外，还有“仪式”、（联欢、庆典或展览等）“活动”的意思。如：

คืนนี้มีงานรื่นเริง

งานเปิดร้านเขาจัดอย่างมโหฬารทีเดียว

วันสงกรานต์ปีนี้ภาควิชาเราจะจัดงานฉลองกันไหม

ฉันจะไปร่วมงานแต่งงานของเพื่อน

เธอเคยไปดูงานบวชนาคกับเขาบ้างไหม

泰国农业大学每半个月都在校园内举办一次各地农产品的展销活动，这里的“งาน”就是指农大的农产品展销会。

แบบฝึกหัด

๑๑

๑. จงอ่านวลีต่อไปนี้ให้คล่อง

จุดหมายปลายทาง	ไม่เคยมาก่อนเลย
ผิดแปลกไปกว่า......	ความรู้รอบตัว
......ตามลำพัง	ถนนหนทาง
ตามบุญตามกรรม	อย่างเรา ๆ นี่แหละ
เข้าไปในป่าในดง	ดูแลได้ทั่วถึง
ด้วยความแปลกใจ	ตลอดปีตลอดชาติ

บทที่ ๙ ตอนหนึ่งในเรื่อง "เขาชื่อกานต์"

๒. จงอ่านตัวบทเรียนให้คล่อง

๓. จงผลัดกันพากย์บทกานต์และหฤทัย

๔. จงแปลข้อความในเค้าความเบื้องต้นเป็นภาษาจีน

๕. จงแปลวลีต่อไปนี้เป็นภาษาไทย

 （1）运动会   宴会
    文艺会演 集会
    庆祝会   商品展览会
 （2）防震表   御寒服
    防水腊   防腐剂
    防火门   遮阳帽
 （3）国防力量 防止疾病
    预防流感 防止舞弊行为
    预防自然灾害 防止暴力事件

๖. จงแปลประโยคต่อไปนี้เป็นภาษาไทย

1. 这次旅行的重点是延安。延安我从来没去过，听说那里的人说话有口音，有些音跟北京相差很大，不知道我能不能听得懂。
2. 我们从北京坐火车到西安，又从西安换乘汽车去延安。这里是黄土高原，一路上庄稼长得很好。不知道更远一些的农村情况怎样。
3. 北京春天气候干燥，大风一刮满天沙土。近几年虽然种了很多树，情况有所好转，但看来还没有彻底得到解决。
4. 过去许多边远的山区缺医少药，生了病只能听天由命。现在不少地方已经建起了医疗站，得了病可以去医疗站治疗。但是这种医疗站还不十分普遍，医疗水平也不太高。

๖. จงแปล "เค้าความตอนต้น" เป็นภาษาจีน

ศัพท์และวลี

แพทย์	医生	แพทยศาสตร์(แพด-ทะ-ยะ-สาด)	医学
อุดมการณ์(อุ-ดม-มะ-)	理想	แรงกล้า	（要求、愿望）强烈
ฉะนั้น	因此	กรม	厅，局，司
รับราชการ	(在政府)供职，任职	สาธารณสุข(-ระ-นะ-)	公共卫生
ใจมั่น	意志坚定		
ไว้วางใจ	= ไว้ใจ	เพื่อนสนิท	密友，挚友
จุดหมายปลายทาง	目的地	ความรู้รอบตัว	常识
เว้นแต่	除了，除非	เหน่อ	发音不纯正
เขิน	尴尬	ต่อหน้า	当面，在……面前
ฝุ่น	尘土，灰尘		
กระจาย	分散	ฟุ้ง	飞扬，弥漫
โพก	缠，裹	ผ้าโพกผม	头巾
ลาย	花纹	แผก	差异，差别
ละแวก	之间，期间；区域	ทน	忍受
		สภาพการณ์	情况，状况
ข้างหน้า	前面	....ด้วยซ้ำ	而且还……
อด....ไม่ได้	忍不住……，不禁……	นานกาเล	= นาน
		หน่วย	小组
มาเลเรีย	= มาลาเรีย 疟疾	ควบคุม	管理；控制
		นางผดุงครรภ์	助产士
กรรม	罪孽	ตามบุญตามกรรม	听天由命
....เถื่อน	非法的，走私的	ฉีดยา	打针
		หูฟัง	听诊器，听

บทที่ ๙ ตอนหนึ่งในเรื่อง "เขาชื่อกานต์"

ป่าดง	森林，密林		筒，耳机
ทั่วถึง	周全	ห่อไหล่	肩膀缩起来
ตะบึง	直往前冲撞	เอื่อย ๆ	缓缓地
(น้ำ)ขุ่น	混浊	(แม่น้ำ)เจ้าพระยา	湄南河
ลิบ	极（高，远）	เปี่ยม	很满，满盈
เต็มเปี่ยม	满溢，满盈	ชาติ(ชาด)	（人的）一世
ตลอดปีตลอดชาติ	一辈子，一生 一世，整年累月	ชุม	（鱼，蚊子）多
		ตกปลา	钓鱼
เกษตรศาสตร์(กะ-เสด-ตระ-สาด)	农学	มหาวิทยาลัยเกษตร-ศาสตร์	农业大学
โค้ง	弯子，弯道	เวิ้ง	空地，开阔地
แอ่ง	洼地	ค้าขาย	做买卖，做生意
หน้าดำหน้าแดง	面红耳赤	แค้น	仇恨，愤恨
โกรธแค้น	气愤，愤恨	เงื่อนไข	条件
ถูกเส้น	情趣相投，（说话）投机	เจรจา(เจน-ระ-จา)	商谈
วิเศษ	绝妙，神奇	จิตรกร(จิด-ตระ-กอน)	画家
ตั้งหน้าตั้งตา	专心致志，埋头	ถือ....เป็นใหญ่	以……为重
		จงใจ	故意，有意
เนื้องอก	瘤	ศัตรู	敌人
แถบ	地带	แถบหนาว	寒带
ขั้ว	（瓜果的）蒂；（花的）柄；（票据的）存根；（地球、磁、电的）极	ขั้วโลก	地极
		จ้า	（声、色、光）强烈
		แดดจ้า	阳光灿烂，阳光炽热
เผยแพร่	宣扬，传播	ปลูกฝัง	树立，培养

	普及	สาธารณะ(-ระ-นะ)	公共的
สาธารณสมบัติ(-ระ-นะ-สม-บัด)	公共财物	เอกชน(เอก-กะ-ชน)	私人
เปลี่ยว	偏僻	อย่างหน้ามือเป็นหลังมือ	截然不同
ผลประโยชน์	利益	ขัดขวาง	阻挡
กฎ	规则，规律	สภา	国会，议会，委员会
พัฒนาการ	发展	ภยันตราย(พะ-ยัน- ตะ-ราย)	灾难，灾害
ชะมัด	极其，极了	ปืน	枪
ราชอาณาจักร (ราด-ชะ-อา-นา-จัก)	王国	ยุง	蚊子
ไข้หวัดใหญ่	流行性感冒	ผ้ากันเปื้อน	围裙
สนิม	锈	ชุมทาง	（交通）枢纽
ประเทศกันชน	缓冲国	มโหฬาร	盛大
กันดีกว่าแก้	预防胜于补救，有备无患	บวช	剃度，出家
สงกรานต์	宋干节，泼水节	นาค	削发准备受戒为僧者
บวชนาค	出家当比丘		

บทอ่านประกอบ

ประเพณีในวันสำคัญ (๒)

โดย พรรณพิมล คชะสุต

งานบวช

ทุกปีเมื่อใกล้เข้าพรรษา ถนนหน้าบ้านยอดจะคึกคักด้วยขบวนแห่นาค ยอด

บทที่ ๙ ตอนหนึ่งในเรื่อง "เขาชื่อกานต์"

ชอบดูแห่มาก ขบวนแห่ครึกครื้นด้วยเสียงแตรวงและกลองยาว ผู้คนที่ร่วมขบวนจะเต้นจะรำกันอย่างสนุกสนาน

มีเด็กผู้หญิงหรือสาวรุ่นแต่งชุดไทยงดงาม ถือเครื่องไทยธรรมเดินตามกันเป็นแถว ผู้เป็นนาคโกนศีรษะเกลี้ยงเกลา แต่งชุดขาว สวมเสื้อครุยเป็นผ้าโปร่งขลิบทอง นั่งอยู่บนรถกระบะมีกลดกั้น หรืออยู่บนหลังม้าแสนรู้ที่เหยาะย่างให้เข้ากับจังหวะเพลงที่บรรเลง หากไม่มีม้าจริง ก็ขี่หลังม้าปลอมอยู่บนคานหาม แล้วคนแบกก็เขย่ากันจนนาคแทบพลัดตกจากหลังม้าคอหักตายเสียก่อนที่จะได้บวช

บางทียามค่ำคืนจะได้ยินเสียงทำขวัญนาคดังมาจากบ้านที่มีงานบวช และอาจจะมีหนัง มีลิเก ฉลองกันเอิกเกริกแล้วแต่ความต้องการของเจ้าภาพ

ปีนี้พี่เยี่ยม พี่ชายคนโตของยอดอายุครบบวช และมีศรัทธาที่จะบวช พ่อแม่จึงจัดการให้ แต่งานบวชของพี่เยี่ยมไม่มีขบวนแห่และงานฉลองเอิกเกริก พ่อแม่คิดว่าเรื่องนี้ไม่จำเป็นและสิ้นเปลืองเงินทองโดยใช่เหตุ ให้มีแต่พิธีทางศาสนาก็พอ

การบวชเป็นประเพณีของพุทธศาสนิกชนที่สืบทอดกันมาช้านาน พ่อแม่ที่มีลูกชายอายุครบบวชคือ ๒๐ ปี หรือมากกว่านั้นก็จะให้บวช เพื่อศึกษาอบรมในพุทธศาสนา และมีความเชื่อถือกันว่าเป็นการตอบแทนบุญคุณพ่อแม่ด้วย ในสมัยพุทธกาลการบวชมีถึง ๓ วิธี วิธีแรกพระพุทธเจ้าทรงบวชให้เอง เรียกว่า เอหิภิกขุอุปสัมปทา ต่อมาพระพุทธองค์ทรงอนุญาตให้พระสาวกบวชได้โดยยึดพระรัตนตรัยเป็นที่พึ่ง เรียกว่าติสรณคมนูปสัมปทา ส่วนวิธีที่สามนั้น เป็นการบวชโดยประกาศให้สงฆ์รู้ถึง ๔ ครั้ง เรียกว่าญัตติจตุตถกรรม

พ่อพาพี่เยี่ยมไปฝากตัวกับเจ้าอาวาส ให้ท่านพิจารณาดูว่าพี่เยี่ยมมีคุณสมบัติเหมาะสมที่จะบวชได้หรือเปล่า เมื่อท่านรับบวชแล้ว พี่เยี่ยมต้องไปวัดทุกวันเพื่อท่องคำขานนาคและซักซ้อมพิธีบวช

ใกล้วันบวช พี่เยี่ยมถือพานดอกไม้ธูปเทียนไปกราบลาญาติผู้ใหญ่ แม่เตรียมซื้อข้าวของเครื่องใช้ที่ต้องใช้ในการบวชไว้ที่บ้านมากมาย ที่จำเป็นก็คือเครื่องอัฐบริขารได้แก่ สบง จีวร สังฆาฏิ บาตร มีดโกน เข็ม ประคดเอว หม้อกรองน้ำ รวมทั้งหมด ๘ อย่าง นอกจากนั้นยังมีเสื่อ หมอน มุ้ง ตาลปัตร แก้วน้ำ และข้าวของอื่น ๆ ที่พี่เยี่ยมต้องใช้ระหว่างบวชรวมทั้งของที่จะถวายพระภิกษุผู้ประกอบพิธีบวชด้วย

วันก่อนหน้าที่จะบวชวันหนึ่ง พ่อแม่พาพี่เยี่ยมไปวัด ไปโกนศีรษะ โกนคิ้ว อาบน้ำอาบท่าให้สะอาด แล้วนุ่งห่มชุดขาว ตอนนี้ใครๆก็พากันเรียกพี่เยี่ยมว่า 'นาค'

"ปู่ครับ ทำไมต้องเรียกพี่เยี่ยมว่านาคด้วย" ยอดสงสัย

"พี่เยี่ยมเขากำลังจะเป็นผู้ประเสริฐงดเว้นการทำบาปน่ะซิ" ปู่อธิบาย "คำว่า นาคนี่ แปลตามศัพท์ว่าผู้ประเสริฐ ผู้ไม่ทำบาป แต่ก็มีตำนานเก่าแก่เล่าขานกันมาว่า ในสมัยพุทธกาลโน่นน่ะ มีพญานาคตัวหนึ่งเลื่อมใสในพระพุทธศาสนามาก ถึงกับแปลงตัวเป็นมนุษย์มาบวช แต่เวลานอนหลับร่างกายจะกลับเป็นนาคดังเดิม วันหนึ่งความลับแตก เพราะมีภิกษุไปเห็นนาคนอนหลับจึงกราบทูลพระพุทธเจ้า พระองค์ทรงเรียกนาคมาสอบถาม นาคก็กราบทูลตามความจริง พระพุทธเจ้าจึงทรงชี้แจงว่าพญานาคเป็นสัตว์บวชไม่ได้ ขอให้สึกกลับไป นาคเสียใจมาก กราบทูลขอร้องพระพุทธเจ้าว่า แม้จะไม่ได้บวชต่อไปก็ขอฝากชื่อไว้ ถ้าใครจะบวชก็ขอให้เรียกชื่อว่านาค ก็เพราะเหตุนี้แหละ จึงมีธรรมเนียมเรียกคนที่จะบวชว่านาค" ปู่เล่าตำนานโบร่ำโบราณให้หลานชายฟัง

"อ๋อ อย่างนี้เอง ถ้าเป็นเรื่องจริงละก็ น่าสงสารนาคตัวนั้นนะครับ" ยอดเห็นใจนาค

เย็นนั้น พ่อนิมนต์พระมาสวดมนต์เย็นที่บ้าน ตกค่ำก็มีเทศน์สั่งสอนนาค

"สมัยปู่บวชน่ะ ป่านนี้ก็ทำขวัญนาคกันลั่นบ้านแล้ว" ปู่เล่าความหลัง

"ทำขวัญนาคกันยังไงครับ" ยอดสนใจใคร่รู้

"ก็เชิญหมอทำขวัญนาคมาทำพิธี กล่าวคำขวัญเป็นทำนองน่าฟังทีเดียว เนื้อความก็เป็นการสอนให้ระลึกถึงคุณพ่อคุณแม่ ให้ขยันหมั่นเพียรประกอบกิจในพระศาสนา แล้วให้ศีลให้พร อะไรทำนองนี้แหละนะ บางตอนฟังแล้วซาบซึ้งมาก นาคน้ำตาไหลเลย แต่ก่อนน่ะนิยมทำขวัญนาคกันมาก เดี๋ยวนี้ก็ยังมีอยู่ แต่ถ้าไม่ทำขวัญก็มีเทศน์สอนนาคแทน"

รุ่งเช้า บรรดาญาติพี่น้องพานาคพี่เยี่ยมไปบวชที่วัด ตั้งขบวนนำนาคเวียนรอบโบสถ์(เวียนขวา) ๓ รอบ พ่อเป็นคนสะพายบาตรและถือตาลปัตร แม่อุ้มไตร ยอดหอบเสื่อ ญาติพี่น้องอื่น ๆ ก็ถือเครื่องไทยธรรมเดินตามกันเป็นระเบียบเรียบร้อย ไม่ส่งเสียงอึกทึกเพราะอยู่ในเขตวัด พอเวียนรอบโบสถ์ครบ ๓ รอบ นาคจะมาไหว้สีมา

(เครื่องหมายบอกเขตโบสถ์)หน้าโบสถ์ แล้วจึงเข้าโบสถ์

    การบวชนั้นต้องประกอบพิธีในโบสถ์ซึ่งอยู่ภายในเขตสีมา ผู้กระทำพิธีบวชประกอบด้วยพระอุปัชฌาย์ซึ่งเป็นประธานในการบวชและคณะสงฆ์ พี่เยี่ยมกล่าวคำขานนาคได้คล่องแคล่วไม่ติดขัดเลย การบวชใช้เวลานานพอสมควร กว่าจะเสร็จพิธีก็ได้เวลาเลี้ยงพระเพลฉลองพระบวชใหม่

    ตอนนี้พี่เยี่ยมไม่ใช่นาคแล้ว เป็นพระภิกษุครองจีวรเหลือง ดูผ่องใสและอยู่ในอาการสำรวม พ่อแม่เบิกบานปลื้มปีติที่ได้บวชลูกชาย ยอดเองยังปลื้มเลย ตอนนี้พี่เยี่ยมกลายเป็นหลวงพี่เยี่ยมไปแล้ว น่าเลื่อมใสนัก

    "ยอดอยากบวชเหมือนพี่เยี่ยมจังเลย" ยอดบอกพ่อขณะเดินไปเลี้ยงพระที่ศาลา "แต่คงอีกหลายปีนะพ่อ"

    "ไม่ต้องรอนานหรอก พอปิดเทอมปลาย ยอดก็บวชได้นี่ ลูกบวชเณรฤดูร้อนไงล่ะ ที่วัดนี้แหละ ซ้อมไว้ก่อนที่จะได้บวชพระ" พ่อรั้งตัวยอดมากอดไว้

    "ก็ดีซิพ่อ ยอดจะบวชจริง ๆ ด้วยนะ"

    ยอดมั่นอกมั่นใจ การได้เห็น'หลวงพี่เยี่ยม' ทำให้เขาเกิดความเลื่อมใสในการบวชอย่างที่ไม่เคยคาดคิดมาก่อน

แห่เทียนพรรษา

    เมื่อถึงเทศกาลเข้าพรรษา ทางโรงเรียนของป้อมจะมีกิจกรรมที่จัดเป็นประจำทุกปี คือการแห่เทียนพรรษา เทียนพรรษาเป็นเทียนขนาดใหญ่ยาวเป็นพิเศษ ใช้สำหรับจุดในโบสถ์เพื่อบูชาพระรัตนตรัย ในช่วง ๓ เดือนระหว่างพรรษา

    การแห่เทียนพรรษาเป็นประเพณีเก่าแก่มีมาตั้งแต่สมัยสุโขทัย ชาวบ้านจะร่วมกันหล่อเทียนพรรษา แล้วแห่แหนไปถวายวัดประจำถิ่นของตนในวันเข้าพรรษา หรือก่อนหน้านั้น เชื่อกันว่าการถวายสิ่งซึ่งให้แสงสว่างแก่พระสงฆ์จะได้บุญกุศลมาก ดังเช่นพระอนุรุทธสาวกองค์หนึ่งของพระพุทธเจ้าได้เคยทำบุญด้วยแสงสว่าง

    ก่อนวันแห่เทียนพรรษา ทางโรงเรียนของป้อมตั้งปะรำให้ครูและนักเรียนได้ร่วมบุญกันหล่อเทียนพรรษา เมื่อเข้าไปในปะรำ ป้อมแลเห็นแม่พิมพ์ต้นเทียนเป็นโลหะรูปทรงกระบอกสูง มีฐานไม้รองรับ ตั้งเด่นอยู่ใกล้ ๆ ต้นเทียน มีกระทะทองใบโตตั้งอยู่บนเตา ในกระทะคือขี้ผึ้งที่เคี่ยวจนละลายเหลว ป้อมใช้ทัพพีตักขี้ผึ้งเหลว

จากกระทะบรรจงเทลงในแม่พิมพ์อย่างระมัดระวัง เพราะถ้าไม่ระวัง อาจจะถูกขี้ผึ้งเหลวร้อน ๆ ลวกเอาได้ ทั้งครูและนักเรียนช่วยกันหล่อเทียนจนเต็มแม่พิมพ์ พอขี้ผึ้งแข็งตัวดีแล้ว ก็ถอดแบบพิมพ์ออก ได้เทียนพรรษาสีเหลืองอร่าม

แห่เทียนพรรษาปีนี้ ป้อมตื่นเต้นเป็นพิเศษ เพราะคุณครูให้ป้อมกับแป้นน้องสาวฝาแฝดเป็นผู้ประคองต้นเทียนในขบวนแห่ เมื่อถึงวันสำคัญป้อมปลุกแป้นแต่เช้าตรู่ เพื่อแม่จะได้ช่วยแต่งตัวให้เสร็จทันขบวนแห่เทียนที่จะเริ่มเวลา ๘.๐๐ น.

"สาว ๆ เสร็จหรือยัง สายแล้วนะ" เสียงพ่อเร่ง เตรียมตัวจะไปส่งลูกสาว

"ป้อมเสร็จแล้วค่ะ"

"แป้นก็เสร็จเหมือนกัน" สองเสียงแข่งกันตอบ แล้วเจ้าของเสียงก็เดินออกมาจากห้องพร้อมกัน

"เอ๊ะ คนไหนป้อม คนไหนแป้นกันเนี่ย จำไม่ได้" พ่อแกล้งพูดหยอกล้อมองสาวน้อยทั้งสองที่แต่งชุดไทยสีนวล หน้าตาละม้ายคล้ายกันจนแทบดูไม่ออกว่าใครเป็นใคร

ขบวนแห่จัดตั้งที่สนามหน้าตึกเรียน เทียนพรรษาอยู่บนรถกระบะที่ตกแต่งตัวถังรถด้วยผ้าสลับสี ต้นเทียนก็ประดับประดาด้วยตาข่ายดอกไม้สดร้อยกรองเป็นลวดลายด้วยฝีมือประณีต รอบ ๆ ฐานต้นเทียนจัดเป็นสวนกุหลาบสีชมพู หอมระรื่น ป้อมกับแป้นนั่งประคองต้นเทียนอยู่ท่ามกลางสวนดอกไม้ ผู้ที่เป็น'นางฟ้า'นั่งอยู่ข้างหน้าต้นเทียนคือพี่เดือนคนงามประจำโรงเรียน พี่เดือนแต่งชุดไทยห่มสไบสีชมพูเข้ากับผิวผุดผ่องของเธอ

ขบวนแห่เทียนเคลื่อนผ่านไปตามถนน มุ่งสู่วัดที่จะถวายเทียนพรรษา มีวงกลองยาวนำขบวนเพื่อความครึกครื้น ตามด้วยแถวนักเรียนแต่งชุดไทยสวยงาม ก่อนจะถึงรถเทียนพรรษาก็มีนักเรียนกลุ่มหนึ่งถือเครื่องไทยธรรม(ของทำบุญต่าง ๆ ของถวายพระ)เป็นต้นว่า ผ้าอาบน้ำฝน ดอกไม้ธูปเทียน และเครื่องใช้จำเป็นของพระภิกษุตามแต่จะจัดหามาถวาย ต่อจากรถเทียนพรรษาเป็นขบวนนักเรียนแต่งเครื่องแบบเดินเป็นแถวยาว

สองข้างทางมีผู้คนมาเฝ้าดูขบวนแห่กันเนืองแน่น

"คนข้างหน้ายิ้มสวยจัง" เสียงคนชมพี่เดือนที่ยิ้มหวานอยู่บนรถ

"ดูซิ เด็กแฝดน่ารักนะ" เสียงแว่วมาจากข้างถนนอีก ป้อมกับแป้นรู้สึกเก้อเขินเพราะเป็นครั้งแรกที่เป็นจุดเด่นในขบวนแห่

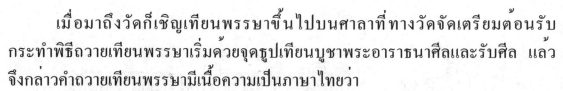

เมื่อมาถึงวัดก็เชิญเทียนพรรษาขึ้นไปบนศาลาที่ทางวัดจัดเตรียมต้อนรับ กระทำพิธีถวายเทียนพรรษาเริ่มด้วยจุดธูปเทียนบูชาพระอาราธนาศีลและรับศีล แล้วจึงกล่าวคำถวายเทียนพรรษามีเนื้อความเป็นภาษาไทยว่า

“ข้าแต่พระสงฆ์ผู้เจริญ ขอพระสงฆ์จงรับทราบ ข้าพเจ้าทั้งหลายขอมอบถวายเทียนพร้อมกับของบริวารไว้ในอุโบสถนี้เพื่อเป็นพุทธบูชาตลอดพรรษา ขออานิสงส์แห่งการถวายเทียนเพื่อเป็นพุทธบูชาตลอดพรรษานี้ของข้าพเจ้าทั้งหลาย จงเป็นไปเพื่อประโยชน์และความสุขแก่ข้าพเจ้าทั้งหลาย แก่ปิยชนทั้งหลายมีมารดาบิดาเป็นต้นด้วยตลอดกาลนานเทอญ”

จากนั้น จึงถวายต้นเทียนพรรษาพร้อมเครื่องไทยธรรมแก่พระภิกษุ แล้วรับพรจากพระเป็นอันเสร็จพิธี

กลับถึงบ้าน ป้อมกับแป้นแย่งกันเล่าเรื่องแห่เทียนพรรษาอย่างตื่นเต้น

“สมัยสาว ๆ แม่ก็เคยร่วมขบวนแห่เทียนพรรษาที่บ้านนะจ๊ะ” แม่คุยอวดบ้าง

“จริงเหรอคะ” แป้นทำตาโต

“จริงซิ ที่อุบลฯน่ะ งานแห่เทียนพรรษาถือเป็นงานสำคัญอย่างหนึ่งของจังหวัดเชียวละ ก่อนวันแห่เทียนจะมีการฉลองต้นเทียนที่นำมาตั้งไว้ที่ศาลากลาง กลางคืนก็มีมหรสพสมโภชเอิกเกริก แม่กับเพื่อน ๆ ไปเที่ยวงานกันทุกปี สนุกจัง”

“แล้วขบวนแห่สวยไหมคะ” ป้อมอยากรู้ต่อ

“สวยมาก มีสาวสวยมาฟ้อนรำร่วมขบวน ต้นเทียนยิ่งสวยใหญ่ เขาจะตกแต่งประกวดกัน ต้นเทียนสูงใหญ่มากจ้ะ แกะสลักลวดลายวิจิตรพิสดาร บางทีก็เป็นภาพพุทธประวัติ แล้วยังแกะขี้ผึ้งเป็นรูปเทวดาหรือสิงสาราสัตว์ประดับรถต้นเทียนด้วย เดี๋ยวนี้นะงานแห่เทียนที่อุบลฯใหญ่โตกว่าแต่ก่อนมาก ขบวนแห่มโหฬารเป็นที่ขึ้นชื่อลือชา ใคร ๆ ก็พากันชม” แม่เล่าด้วยความภูมิใจ

“แหม ฟังแม่เล่าแล้วอยากไปดูแห่เทียนที่อุบลฯจังเลย” แป้นว่า

“ก็ได้นี่ลูก ปีหน้าพ่อจะได้พาไปเยี่ยมญาติ ๆ ของแม่ด้วย” พ่อสนับสนุนเต็มที่

“ไชโย” สองเสียงร้องประสานกันโดยไม่ได้นัดหมาย

บทที่ ๑๐　พิพิธภัณฑ์วิทยาศาสตร์

พิพิธภัณฑ์วิทยาศาสตร์ตั้งอยู่ริมถนนสุขุมวิท กรุงเทพมหานคร อยู่ในบริเวณเดียวกับท้องฟ้าจำลองย่านเอกมัย ใกล้ ๆ กับสถานีขนส่งสายตะวันออก ซึ่งศูนย์บริการเพื่อการศึกษากรมวิชาการกระทรวงศึกษาธิการเป็นผู้ดำเนินงานและดูแลรักษาให้สถานที่แห่งนี้เป็นศูนย์กลางสำหรับให้ทุกคน ทุกเพศ ทุกวัย ทุกระดับความรู้ได้ใช้เวลาว่างไปเที่ยวชมและหาความรู้ทางด้านวิทยาศาสตร์สาขาต่างๆที่เกี่ยวพันกับตัวเราในปัจจุบันเพื่อว่าจะได้เป็นหลักในการปรับปรุงชีวิตความเป็นอยู่ของเราได้สะดวก-สบายขึ้นในอนาคตอีกด้วย

พิพิธภัณฑ์วิทยาศาสตร์นี้จัดแบ่งออกเป็นสองส่วนคือ การจัดแสดงนิทรรศ-การกลางแจ้งและการจัดแสดงนิทรรศการในอาคาร

นิทรรศการกลางแจ้งมีการจัดตั้งแสดงสิ่งต่าง ๆ วางไว้กลางสนามหลายแห่ง แต่ที่สะดุดตาและเห็นชัดก่อนอื่นๆ ก็คือกังหันลมหลายรูปแบบที่กำลังหันใบรับลมหมุนติ้วอยู่ หากเดินเข้าไปยืนดูใกล้ ๆ จะเห็นว่า ปัจจุบันนี้เราสามารถผลิตเครื่องจักรกลที่สามารถเอาแรงลมกลับมาใช้ทำประโยชน์หลายอย่าง เช่นปั๊มน้ำ วิดน้ำ ผลิตกระแสไฟฟ้า เหล่านี้เป็นต้น

ด้านในอาคาร มีเครื่องบินแบบ F 86 ซึ่งกองทัพอากาศมอบให้ตั้งแสดงอยู่ใกล้ ๆ กับเครื่องบินมีหุ่นจำลองของยานอวกาศลูน่ามอดูล ยานที่มนุษย์อวกาศสหรัฐใช้เป็นพาหนะไปสำรวจดวงจันทร์ตั้งแสดงอยู่ด้วย และที่น่าเพลิดเพลินตามากก็คือสวนพฤกษชาติขนาดเล็ก ตามต้นไม้และแปลงไม้ดอกไม้ประดับ มีป้ายบอกชื่อต้นไม้ต่าง ๆ ทั้งที่เป็นชื่อสามัญและชื่อพฤกษศาสตร์ติดไว้ด้วย

สำหรับการแสดงในตัวอาคารนั้นมีหลายสิ่งหลายอย่างที่น่าสนใจมากทีเดียว ซึ่งล้วนแล้วแต่ก่อให้เกิดสติปัญญา อย่างเช่นโครงกระดูกยักษ์ที่สร้างขึ้นเพื่อให้เห็นโครงร่างของมนุษย์ว่าประกอบด้วยชิ้นส่วนอะไรบ้าง สูงกว่ามนุษย์ธรรมดาถึง ๔ เท่าตัว หากนำเด็กเข้าไปชมก็ควรจะอธิบายให้เด็กทราบถึงส่วนร่างกายของมนุษย์เสียก่อน ไม่งั้นเด็กจะเกิดความกลัว แต่สิ่งที่เด็ก ๆ มีความสนใจกันเป็นพิเศษก็คือ

หุ่นยนต์ เพราะหุ่นยนต์นี้สามารถพูดได้ ยกไม้ยกมือได้ และที่น่ารักมากก็คือมีชื่อที่คนตั้งให้ว่า "คุณวิทยา" เมื่อเรากดปุ่มก็จะมีเสียงพูดออกมาว่า "สวัสดีครับ ยินดีต้อนรับ ผมชื่อวิทยา เป็นเพื่อนที่ดีของคุณ จับมือกับผมหน่อยซิครับ เพื่อมิตรภาพอันอบอุ่น" เหล่านี้เป็นต้น

นิทรรศการวิทยาศาสตร์ทางด้านชั้นล่างนั้น ตั้งแสดงเกี่ยวกับวิทยาศาสตร์กายภาพ อันได้แก่เครื่องจักรกลที่ให้พลังงานต่าง ๆ เรื่องราวระบบไฟฟ้า ระบบความร้อน แสงเสียง และการสร้างเครื่องยนต์ต่าง ๆ

สำหรับนิทรรศการบนชั้นสองนั้นแคบกว่าชั้นล่าง แต่มีมุมแสดงที่สำคัญต่าง ๆ เช่นห้องมหกรรม เป็นห้องขนาดกลาง จุคนได้ประมาณ ๒๐๐ คน เป็นห้องสำหรับใช้จัดอภิปรายบรรยายและฉายภาพยนตร์เกี่ยวกับวิทยาศาสตร์ ซึ่งได้แบ่งการจัดงานออกเป็นรอบ ๆ บรรยากาศภายในห้องเหมือนกับโรงภาพยนตร์ มีเครื่องปรับอากาศเย็นสบาย ๆ ใกล้กับห้องมหกรรมเป็นห้องที่เรียกว่าห้องชวนคิด ซึ่งมีเกมชวนคิดต่าง ๆ เป็นการฝึกสมอง

สำหรับนิทรรศการชั้น ๓ นั้น เป็นการแสดงความรู้ทางด้านการสื่อสาร คมนาคม และการขนส่ง ส่วนชั้นที่ ๔ เป็นชั้นนิทรรศการทางวิทยาศาสตร์ชีวภาพ แสดงเรื่องราววิวัฒนาการของสิ่งที่มีชีวิตทั้งมวล

รูปประโยคและการใช้คำ

๑. .....ในการ....　介词"ใน"除了过去学过的几种用法外，还可以引导一个由 **การ** 作词头的名词化了的行为动词去修饰前面的名词或者名词性短语。意思是"在（做、干）……中（或上）的……"。汉语有时只用"……中的"或"的" 来表达，有时甚至不用介词或结构助词。

ตัวอย่าง　ความพยายามในการเรียนทำให้การเรียนได้ผลดี
　　　　　ไม่ต้องกลัวปัญหาต่าง ๆ ที่อาจเกิดขึ้นในการปฏิรูป

泰语教程 · 第四册

แบบฝึกหัด จงใช้คำที่ให้ไว้แต่งประโยคตามประโยคตัวอย่างให้ได้ความสมบูรณ์

๑) สิ่งสำคัญที่สุด, แก้ปัญหา, ความจริงใจ
๒) พยายามหาทาง, แก้ไขปัญหาต่าง ๆ , พัฒนาประเทศ
๓) ฝ่ายนำสนใจ, ความเห็นต่าง ๆ , เสนอมา, อภิปราย ครั้งนี้
๔) นับถือ, ท่วงท่า, ทำงาน, ท่าน
๕) เคล็ดลับ, พัฒนาธุรกิจของเขา, เอาใจลูกค้า
๖) เธอทราบไหม, หัวข้อ, โต้วาทีครั้งนี้
๗) ศิลปะ, เล่าเรื่อง, ดีมาก
๘) เขาประกาศ, กฎเกณฑ์ต่าง ๆ , แข่งขัน

สนทนา

- อาจารย์และนักศึกษาชั้นเราต่างสนใจประสิทธิผลในการเรียนการสอนมาก
- คุณสนใจกันยังไงมั่ง ลองขยายให้ฟังหน่อยซีคะ
- อาจารย์ให้เราช่วยกันหาปัญหาในการเรียนการสอนก่อน แล้วนักศึกษาก็อภิปรายกันอย่างเอาจริงเอาจังทุกครั้ง เมื่อเจอะปัญหาก็เสนอให้อาจารย์ทราบ
- แล้วทำอย่างไรต่อคะ
- อาจารย์ก็จะนำปัญหาต่าง ๆ ที่นักศึกษาเสนอมาไปพิจารณาและปรับปรุงแก้ไขครับ

๒. ....ล้วนแล้วแต่........

“ **ล้วนแล้วแต่** ”也可以只用“ **ล้วน** ”或“ **ล้วนแต่** ”，都是强调全都、统统都、无一例外的意思。在第一课的注解中已经讲了“ **ล้วน** ”和“ **ต่าง** ”在意义上的区别，作为句型这里再进一步做一些练习。

ตัวอย่าง

๑) นักเรียนในโรงเรียนนี้ล้วนแต่มาจากครอบครัวยากจน
๒) คำเหล่านี้ล้วนเป็นคำที่ใช้ในทางลบ

บทที่ ๑๐ พิพิธภัณฑ์วิทยาศาสตร์

๓) ของที่ขายในร้านนี้ล้วนแล้วแต่เป็นของฟุ่มเฟือย

๔) ยาเสพติด โสเภณี การพนัน ล้วนแต่เป็นสิ่งที่ต้องห้ามอย่างเด็ดขาด

๕) อากาศ แดด และน้ำล้วนเป็นสิ่งที่จะขาดเสียมิได้

๖) บทเรียนต่าง ๆ ในเล่มนี้ล้วนคัดมาจากหนังสือไทย

" ล้วน "常与" ....ทั้งนั้น "搭配使用成为" ล้วน....ทั้งนั้น "。上述例句都可以加上" ....ทั้งนั้น "成为" ล้วน....ทั้งนั้น "句。如:

๑) นักเรียนในโรงเรียนนี้ล้วนแต่มาจากครอบครัวยากจนทั้งนั้น

๒) คำเหล่านี้ล้วนเป็นคำที่ใช้ในทางลบทั้งนั้น

๓) ของที่ขายในร้านนี้ล้วนแล้วแต่เป็นของฟุ่มเฟือยทั้งนั้น

๔) ยาเสพติด โสเภณี การพนัน ล้วนแต่เป็นสิ่งที่ต้องห้ามอย่างเด็ดขาดทั้งนั้น

๕) อากาศ แดด และน้ำล้วนเป็นสิ่งที่จะขาดเสียมิได้ทั้งนั้น

๖) บทเรียนต่าง ๆ ในเล่มนี้ล้วนคัดมาจากหนังสือไทยทั้งนั้น

แบบฝึกหัด ๑ จงใช้คำว่า"ต่าง"เข้าแทนที่คำว่า"ล้วน"ในประโยคตัวอย่าง แล้วบอกว่าจะมีความหมายแตกต่างกันไปอย่างไรบ้าง

แบบฝึกหัด ๒ จงแปลประโยคต่อไปนี้เป็นภาษาจีน แล้วอธิบายว่าทำไมประโยคภาษาไทยเหล่านี้ไม่จำเป็นต้องใช้คำว่า"ต่าง"หรือ"ล้วน"

๑) ฝนตกทั้งเช้าและบ่าย

๒) นักศึกษาต้องไปกันทุกคนไหม

๓) ดูเขาวุ่น ๆ อยู่ตลอดวัน

๔) แมว งู แมลง เขากินกันหมด

๕) เขาว่าเขาเคยไปเที่ยวตามที่ต่าง ๆ เกือบทั่วประเทศ

๓. มี....ตั้ง(หรือกริยาคำอื่น)ไว้(อยู่).... 这是泰语中一种表示存在的句子形式。这种句型前面有表示存在的动词"**มี**",后面还有一个表示存在形式的动词以及趋向动词"**ไว้**"或"**อยู่**"。句型的前后还可以出现数量、地点、状态等修饰成分。这个句型与汉语在表达上有区别。

ตัวอย่าง
นิทรรศการกลางแจ้งมีการจัดตั้งแสดงสิ่งต่าง ๆ วางไว้กลางสนามหลายแห่ง

ด้านในอาคารมีเครื่องบินแบบ F86 ซึ่งกองทัพอากาศมอบให้ตั้งแสดงอยู่

ใกล้ๆกับเครื่องบินมีหุ่นจำลองของยานอวกาศลูน่ามอดูล ยานที่มนุษย์อวกาศสหรัฐใช้เป็นพาหนะไปสำรวจดวงจันทร์ตั้งแสดงอยู่ด้วย

ที่ผนังมีรูปสวย ๆ แขวนอยู่หลายรูป

มีของวางอยู่ที่ลานบ้านอย่างระเกะระกะ

แบบฝึกหัด ๑ จงแปลประโยคตัวอย่างให้เป็นภาษาจีนและเปรียบเทียบดูว่า ๒ ภาษาเหมือนหรือแตกต่างกันอย่างไร

แบบฝึกหัด ๒ จงใช้คำที่ให้ไว้แต่งประโยคตามประโยคตัวอย่างให้ได้ความสมบูรณ์

๑) มี, ปลูกไว้ ๒) มี, เก็บไว้
๓) มี, ตั้งไว้ ๔) มี, วางไว้
๕) มี, ยืนอยู่ ๖) มี, นั่งอยู่
๗) มี, จดไว้อย่างชัดแจ้ง
๘) มี, เขียนไว้อย่างสะดุดตา

๔. สิ่งที่....(ก็)คือ.... ……的（东西、事情等）……是……。

ตัวอย่าง

๑) สิ่งที่เด็ก ๆ ชอบที่สุดในสวนสัตว์คือลิงกับหมีแพนด้า
๒) สิ่งที่น่าสนใจมากก็คือในรถเมล์ไม่มี"กระเป๋า"เลย
๓) สิ่งที่ประชาชนทั่วโลกต้องการมากที่สุดคือ สันติภาพและเสถียรภาพ
๔) เมื่อไปถึงจัตุรัสเทียนอันเหมิน สิ่งที่สะดุดตาที่สุดก็คืออนุสาวรีย์วีรชนซึ่งตั้งตระหง่านอยู่ตรงกลางจัตุรัส
๕) สิ่งที่น่ากลัวที่สุดคือหน้าด้านไม่รู้จักยางอาย
๖) สิ่งที่ควรจะจำไว้เป็นบทเรียนคือต้องยอมรับความจริง
๗) สิ่งที่ต้องหลีกเลี่ยงคือความผิดพลาดอันเกิดขึ้นเพราะไม่ยอมรับฟังเสียงของคนอื่น
๘) สิ่งที่ต้องปรับปรุงแก้ไขคือวิธีปฏิบัติงาน
๙) สิ่งที่ต้องรักษาไว้คือท่วงทำนองอันดีงาม
๑๐) สิ่งที่ต้องสืบทอดตลอดไปคือความขยันหมั่นเพียร

แบบฝึกหัด จงแต่งประโยคตามประโยคตัวอย่างคนละ ๓ ประโยค

ข้อสังเกต

๑. ประโยคในข้อความตอนที่ ๑

第一段是一个句子。它包含许多小句子：

พิพิธภัณฑ์วิทยาศาสตร์ตั้งอยู่ริมถนนสุขุมวิทกรุงเทพมหานคร

พิพิธภัณฑ์วิทยาศาสตร์อยู่ในบริเวณเดียวกับท้องฟ้าจำลองย่านเอกมัย

พิพิธภัณฑ์วิทยาศาสตร์(อยู่)ใกล้ ๆ กับสถานีขนส่งสายตะวันออก

ศูนย์บริการเพื่อการศึกษากรมวิชาการกระทรวงศึกษาธิการเป็นผู้ดำเนินงานและดูแลรักษา(พิพิธภัณฑ์วิทยาศาสตร์แห่งนี้)

ศูนย์บริการเพื่อการศึกษากรมวิชาการกระทรวงศึกษาธิการดำเนินงานและดูแลรักษาพิพิธภัณฑ์วิทยาศาสตร์เพื่อให้สถานที่แห่งนี้เป็นศูนย์กลางสำหรับให้ทุกคน ทุกเพศ ทุกวัย ทุกระดับความรู้ได้ใช้เวลาว่างไปเที่ยวชมและหาความรู้ทางด้านวิทยาศาสตร์สาขาต่าง ๆ

ทุกคน ทุกเพศ ทุกวัย ทุกระดับความรู้ได้ใช้เวลาว่างไปหาความรู้ทางด้านวิทยาศาสตร์สาขาต่าง ๆ เหล่านี้เพื่อจะได้เป็นหลักในการปรับปรุงชีวิตความเป็นอยู่ของเราได้สะดวกสบายขึ้นในอนาคตด้วย

ความรู้ทางด้านวิทยาศาสตร์สาขาต่าง ๆ เหล่านี้เกี่ยวพันกับตัวเราในปัจจุบัน

๒. ....ดูแลรักษาให้สถานที่แห่งนี้เป็นศูนย์กลางสำหรับให้.......ไปเที่ยวชม

这句话也可以这么说：ดูแลรักษาสถานที่แห่งนี้<u>ให้</u>เป็นศูนย์กลางสำหรับให้.......ไปเที่ยวชม。

ให้的这种位置变化很常见。如：

อบรม<u>ให้</u>เด็กเหล่านี้เป็นเด็กดี
- อบรมเด็กเหล่านี้<u>ให้</u>เป็นเด็กดี

เตือน<u>ให้</u>นายก.ระวังตัวให้มาก
- เตือนนายก.<u>ให้</u>ระวังตัวให้มาก

เรียกร้อง<u>ให้</u>ประชาชนช่วยกันประหยัดน้ำและไฟฟ้า
- เรียกร้องประชาชน<u>ให้</u>ช่วยกันประหยัดน้ำและไฟฟ้า

๓. <u>ตามต้นไม้และแปลงไม้ดอกไม้ประดับ มีป้ายบอกชื่อต้นไม้ต่าง ๆ ทั้งที่เป็นชื่อสามัญและชื่อพฤกษศาสตร์ติดไว้ด้วย</u>

๑) 这句话中"ตาม"的用法在第二册第五课中已经提到，是介词，表示所有这些地方。

๒) ทั้ง....และ....   "既……又……" 或 "又……又……" 的意思，但多用于书面语。口语中"....ด้วย....ด้วย"用得更多。如：

ภูเขาลูกนี้ทั้งสูงและใหญ่

- ภูเขาลูกนี้สูงด้วย ใหญ่ด้วย
เครื่องจักรกลเหล่านี้ทั้งทันสมัยและประหยัดพลังงาน
- เครื่องจักรกลเหล่านี้ทันสมัยด้วย ประหยัดพลังงานด้วย

๔. โครงกระดูกยักษ์ที่สร้างขึ้นเพื่อให้เห็นโครงร่างของมนุษย์ว่า<u>ประกอบด้วย</u>ชิ้นส่วนอะไรบ้าง สูงกว่ามนุษย์ธรรมดาถึง ๔ เท่าตัว

这句话的主要成分是："โครงกระดูกยักสูงกว่ามนุษย์ธรรมดาถึง ๔ เท่าตัว"

"ประกอบ" 除了有配合、伴奏等意思外，还有装配、组合、构成的意思。如：

โรงงานผลิตรถยนต์แห่งนี้ผลิตชิ้นส่วนต่าง ๆ เองและประกอบตัวรถเอง
ประชาชาติจีนประกอบด้วยชนชาติต่าง ๆ ๕๖ ชนชาติด้วยกัน
คณะกรรมการคณะนี้ประกอบขึ้นด้วยบุคคลหลายฝ่าย

๕. มี<u>เกม</u>ชวนคิดต่าง ๆ เป็นการฝึกสมอง

此处的 "เกม" 是 "游戏" 的意思。

แบบฝึกหัด

๑. จงอ่านประโยคต่าง ๆ ในข้อสังเกตข้อที่ ๑ แล้วเอาประโยคเหล่านี้มาประกอบกันเข้าเป็นประโยคเดียวโดยไม่ดูตัวบทเรียน

๒. จงใช้คำว่า "ทุก......" กับ "แต่ละ......" และ "ล้วน......" กับ "ต่าง......" แต่งประโยคคู่ละ ๒ ประโยคพร้อมอธิบายว่ามีความหมายแตกต่างกันอย่างไร

๓. จงเล่าแนะนำพิพิธภัณฑ์วิทยาศาสตร์แห่งประเทศไทยอย่างคร่าว ๆ

๔. จงเลือกและเตรียมมาเล่าแนะนำสถานที่แห่งใดแห่งหนึ่งต่อไปนี้
- พิพิธภัณฑ์ธรรมชาติปักกิ่ง

- พิพิธภัณฑ์วิทยาศาสตร์และเทคโนโลยีแห่งประเทศจีนที่ปักกิ่ง
- พิพิธภัณฑ์การทหาร

(จะเล่าตามแนว“พิพิธภัณฑ์วิทยาศาสตร์แห่งประเทศไทย”หรือตามแนวคิดอย่างอื่นก็ได้)

ศัพท์และวลี

ตั้งอยู่(ที่....)	位于……
ท้องฟ้าจำลอง	（天象仪放映的）人造星空
กรมวิชาการ	学术厅
ผู้ดำเนินงาน	主办者，主持人
สาขา	分支
กลางแจ้ง	露天，室外
สะดุดตา	触目，引人注目，显眼
รูปแบบ	形式，样式
(หมุน)ติ้ว	急速（转动）
เครื่องจักรกล	机器
วิด	戽水
กองทัพ	军队
หุ่น	木偶；傀儡；模型
อวกาศ(อะ-วะ-กาด)	宇宙，太空
มนุษย์อวกาศ	宇航员
กรุงเทพมหานคร	＝กรุงเทพฯ
ขนส่ง	运输
ศูนย์บริการเพื่อ-การศึกษา	教育服务中心
ศูนย์กลาง	中心
เพศ	性别
เกี่ยวพัน	关联，关系
สะดุด	绊脚
กังหัน	风车；叶轮
กังหันลม	风车
ใบ	叶片
หาก	如果
ปั๊ม	泵；抽(水)
กระแสไฟฟ้า	电流
กองทัพอากาศ	空军
หุ่นจำลอง	模型
ยาน	舟车；交通工具，运输工具
ยานอวกาศ	宇宙飞船
สหรัฐ(สะ-หะ-)	合众国（美国）

ดวงจันทร์ = พระจันทร์
เพลิดเพลินตา = เพลินตา 好看，悦目
สวนพฤกษชาติ 植物园
แปลง 田块，田地
ไม้ประดับ 观赏植物
ป้าย 牌子
ล้วนแล้วแต่ 都，全都
สติปัญญา 智慧
กระดูก 骨头
โครงกระดูก 骨骼，骨架
โครงร่าง 骨骼，骷髅；轮廓
ชิ้นส่วน 构件，零件
ยนต์ 机器，机械
ยกไม้ยกมือ = ยกมือ
วิทยา 知识，学问
พลังงาน 能量，能源
ระบบ 系统，体系；程序；制度
ห้องมหกรรม 礼堂
ปรับ 调整，调节
เครื่องปรับอากาศ 空调机
ชีวภาพ(ชี-วะ- พาบ) 生命
ทั้งมวล 全体，所有，一切

เพลิดเพลิน 愉快，心旷神怡
พฤกษชาติ(พรึก-สะ-ชาด) 植物
ไม้ดอก 观花植物，花木
พฤกษศาสตร์ 植物学
ก่อ(ให้เกิด) 引起，导致
โครง 结构；构造；架子
ยักษ์ 巨大的；巨人；巨魔
ประกอบ 组成，构成
....เท่าตัว ……倍
หุ่นยนต์ 机器人
ตั้งชื่อ 起名儿
กายภาพ(กาย-ยะ-) 身体的；物理的
มหกรรม(มะ-หะ-กำ) 庆典；祭奠
จุ 容纳
ปรับอากาศ 调节气温
ฝึก 练，训练，操练；实习
วิวัฒนาการ(วิ-วัด-ทะ-) 进化，进步
ท่วงท่า 态度

เคล็ดลับ	诀窍，秘诀	เอาใจ	讨好，迎合其心理
ศิลปะ(สิน-ละ-ปะ)	艺术	กฎเกณฑ์	规则
ประสิทธิผล	效果	ทางลบ	负面的
ยาเสพติด	毒品	โสเภณี	妓女
คัด	抄；挑选	ระเกะระกะ	=เกะกะ
"กระเป๋า"	（公交车上的）售票员	เสถียรภาพ(สะ-เถียน-ระ-)	稳定
หน้าด้าน	脸皮厚	ไม่รู้ยางอาย	不知廉耻
เลี่ยง	避开，回避	หลีกเลี่ยง	回避
ดีงาม	美好的，优秀的	สืบทอด	继承
ประชาชาติ	民族；国家	ประชาชาติจีน	中华民族
ชนชาติ	民族		

บทอ่านประกอบ

ประเพณีในวันสำคัญ (๓)

โดย พรรณพิมล คชะสุต

ทอดกฐิน

ปีนี้คุณปู่คุณย่าจะเป็นเจ้าภาพทอดกฐิน ทุกคนในบ้านพูดกันแต่เรื่องกฐินจนศรสงสัย ต้องถามคุณปู่ในวันหนึ่ง

"คุณปู่ครับ กฐินนี่น่ะแปลว่าอะไรครับ เหมือนกระถินที่เก็บยอดมาจิ้มน้ำพริกรึเปล่า"

"โธ่เอ๊ยศร" คุณปู่หัวเราะ "คนละเรื่องกันเลยแหละ เสียงพ้องกันเท่านั้นเอง กฐินที่เราจะไปทอดที่วัดนี่ แปลว่าไม้สะดึงสำหรับขึงผ้าเย็บจีวรพระ ผ้ากฐินก็คือผ้าที่เย็บสำเร็จได้เพราะอาศัยกฐินไงล่ะ"

"อ๋อ" ศรเพิ่งเข้าใจ

"ทอดกฐินเป็นประเพณีเก่าแก่มากนะ สำคัญด้วย มีมาตั้งแต่สมัยสุโขทัยแน่ะ" คุณปู่อธิบายเพิ่มเติม

"ทำไมถึงทอดกฐินล่ะครับ" ศรยังไม่สิ้นสงสัย

"เรื่องก็มีอยู่ว่า ครั้งหนึ่งพระธุดงค์ชาวเมืองปาวา ๓๐ รูป จะเดินทางไปเฝ้าพระพุทธเจ้าที่เมืองสาวัตถี แต่ไปไม่ทัน ถึงระยะเข้าพรรษาเสียก่อน จึงต้องหยุดจำพรรษาระหว่างทาง จนกระทั่งออกพรรษาจึงเดินทางมาเฝ้าพระพุทธเจ้าทั้ง ๆ ที่ยังมีฝนชุก และทางเดินเฉอะแฉะ จีวรเปรอะเปื้อนโคลนตม พระพุทธเจ้าตรัสถามถึงเรื่องการเดินทางของพระธุดงค์ที่มาเฝ้าและทรงเห็นว่ามีความลำบากเรื่องเครื่องนุ่งหม่ จึงทรงอนุญาตให้พระภิกษุรับผ้ากฐินได้ภายในระยะเวลา ๑ เดือนหลังจากออกพรรษาแล้ว คือตั้งแต่วันแรม ๑ ค่ำ เดือน ๑๑ จนถึงวันขึ้น ๑๕ ค่ำเดือน ๑๒ ก็เลยมีประเพณีทอดกฐินสืบต่อมาจนทุกวันนี้"

เมื่อคุณปู่จะทอดกฐินนั้น ก่อนอื่นจะต้องจองกฐิน คือไปแจ้งให้ทางวัดทราบล่วงหน้าก่อนว่า จะนำกฐินมาทอดที่วัดนี้ คุณปู่จองกฐินที่วัดเล็ก ๆ นอกเมือง อยู่ใกล้บ้านเดิมของท่าน กฐินที่คุณปู่ทอดนี้เรียกว่ากฐินสามัคคี คือกฐินที่ชาวบ้านร่วมใจทอดกันเองที่วัดซึ่งไม่ใช่วัดหลวง หากวัดใดเป็นวัดหลวง ก็จะมีกฐินพระราชทานเป็นกฐินที่พระเจ้าอยู่หัวพระราชทานให้หน่วยราชการ หรือบุคคลใดบุคคลหนึ่งนำไปทอด แต่บางวัดพระเจ้าอยู่หัวก็เสด็จไปทอดเองเรียกว่ากฐินหลวง

คุณย่าเตรียมข้าวของที่จะทอดกฐินตั้งแต่ก่อนออกพรรษา

"โอ้โฮ อีกตั้งนานกว่าจะทอดกฐิน คุณแม่เตรียมของแล้ว" พ่อของศรว่า

"เตรียมแต่เนิ่น ๆ แหละดี ไม่อยากยุ่งเป็นจุลกฐิน" คุณย่าบอก

"เอ๊ะ จุลกฐินยุ่งยังไงครับ" ศรไม่เคยปล่อยให้คำใหม่ผ่านหูไปโดยไม่ซักถาม

"จุลกฐินก็คือกฐินที่ต้องทำผ้ากฐินให้เสร็จภายในวันเดียว ต้องทำตั้งแต่เก็บฝ้ายมาปั่นให้เป็นด้าย นำด้ายมาทอเป็นผ้า แล้วตัดเย็บ และย้อมให้เป็นจีวร คนสมัยก่อนนิยมทอดกฐินแบบนี้เพราะถือว่าได้บุญมาก แต่ก็วุ่นวายโกลาหลเชียวนะ ถ้าหากใครทำอะไรรีบร้อนให้เสร็จเร็ว ๆ จึงมีสำนวนพูดว่ายุ่งเป็นจุลกฐินไงล่ะ" คุณย่าอธิบาย

คุณย่าเตรียมเครื่องกฐินมากมายหลายอย่าง แต่คุณย่าบอกศรว่าสิ่งสำคัญในการทอดกฐินคือ ผ้ากฐินซึ่งเป็นผ้าที่พระใช้นุ่งหม่ มีทั้งผ้าเหลืองและผ้าขาวที่ยังไม่ได้ย้อม

ส่วนของถวายพระอื่น ๆ ที่เรียกว่าบริวารกฐิน ก็แล้วแต่เจ้าภาพจะจัดหา เป็นต้นว่าของใช้ ๘ อย่างของภิกษุที่เรียกว่า อัฐบริขาร คือ สบง จีวร สังฆาฏิ บาตร มีดโกน เข็ม ประคดเอว และผ้ากรองน้ำ นอกจากนั้นคุณย่ายังเตรียมของอื่น ๆ เช่นยารักษาโรค เสื่อ มุ้ง หมอน สำรับคาวหวาน ไม้กวาด มีจนกระทั่งเครื่องมือช่าง เลื่อย ค้อน กบ สิ่ว

ถึงวันทอดกฐิน ทุกคนในบ้านและญาติ ๆ ที่มางานกฐินช่วยกันขนเครื่องกฐินและข้าวปลาอาหารขึ้นรถไปวัด เพราะจะไปเลี้ยงพระเพลเสียก่อน แล้วจึงทอดกฐินในตอนบ่าย ศรตื่นเต้นมาก ช่วยขนของไม่เหน็ดเหนื่อย นั่งรถไปไม่นานก็ถึงวัด ถึงพร้อมกับขบวนกฐินที่ชาวบ้านถิ่นนั้นจัดมาทอดร่วมด้วย มีการแห่แหนมาเป็นขบวนใหญ่ นำหน้าด้วยกลองยาวสนุกครึกครื้น ศรนึกสนุกอยากจะไปร่วมวงรำเฉิบๆ หน้ากลองยาวด้วย แต่ก็ยังกระดากอายอยู่ จึงได้แต่ยืนเมียงมอง

เลี้ยงพระกันที่ศาลาวัด มีอาหารคาวหวานมากมาย เพราะชาวบ้านนำอาหารที่เรียกกันว่า‘ข้าวหม้อแกงหม้อ’มาสมทบ ขณะที่พระกำลังฉัน ศรชวนพ่อออกมาเดินสำรวจบริเวณวัดที่ร่มรื่นด้วยต้นไม้ใหญ่และมานั่งเล่นที่ศาลาท่าน้ำหน้าวัด

“เอ๊ะ! ธงนี่แปลกจัง เป็นรูปจระเข้ ทำไมต้องปักธงจระเข้ไว้หน้าวัดด้วยละครับ” ศรสงสัยธงรูปประหลาด

“อ๋อ เป็นการบอกให้รู้ว่าวัดนี้ทอดกฐินแล้วไงล่ะลูก มีเรื่องเล่าเกี่ยวกับธงจระเข้ต่าง ๆ กันไปหลายเรื่องนะ แต่คุณยายของพ่อเคยเล่าให้ฟังว่า มีอุบาสกคนหนึ่งจะทอดกฐิน ก็แห่กฐินไปทางน้ำ แม่น้ำนั้นมีจระเข้ใจบุญอยากร่วมทอดกฐินด้วย จึงว่ายน้ำตามเรือมา แต่วัดอยู่ไกล จระเข้หมดแรงกลางทาง ก็ได้ร้องบอกอุบาสกว่าหมดแรง ตามไปไม่ถึงวัดแล้ว ขอให้วาดรูปตัวเองใส่ธง แล้วนำไปปักในวัดที่จะไปทอดกฐินด้วย ก็เลยมีธรรมเนียมปักธงจระเข้ไว้ที่วัดซึ่งมีการทอดกฐินสืบมา”

เมื่อถึงกำหนดเวลาทอดกฐิน ทุกคนไปชุมนุมกันที่โบสถ์ เจ้าภาพจะถือผ้ากฐินไปกล่าวคำถวายต่อหน้าพระภิกษุที่มาประชุมพร้อมเพรียงกัน คำถวายกฐินแปลเป็นไทยว่า

“ข้าพเจ้าทั้งหลายขอน้อมถวายผ้ากฐินกับทั้งบริวารเหล่านี้แก่พระสงฆ์ ขอพระสงฆ์จงรับผ้ากฐินกับทั้งบริวารเหล่านี้ของข้าพเจ้าทั้งหลาย รับแล้วจงกรานกฐิน (เย็บจีวรโดยใช้ผ้าขึงเข้ากับกฐินไม้สะดึง)ด้วยผ้าผืนนี้ เพื่อประโยชน์เพื่อความสุขแก่

ข้าพเจ้าทั้งหลายสิ้นกาลนานเทอญ"

จบคำถวายแล้ว พระสงฆ์ก็รับ"สาธุ" จากนั้นจึงถวายผ้ากฐินและบริวารกฐิน แล้วฟังอนุโมทนาจากพระสงฆ์เป็นลำดับสุดท้าย

"เออ....ปีนี้ไม่เห็นมีแข่งเรือ เคยมางานกฐินปีก่อน ๆ เขาแข่งเรือที่หน้าวัดสนุกทีเดียว" คุณปู่เปรยขึ้นในรถระหว่างทางกลับบ้าน

"งั้นปีหน้าคุณปู่มาทอดกฐินที่นี่อีกซิครับ บอกให้ทางวัดมีแข่งเรือด้วย ศรอยากดู" ศรรีบเสนอ

"โอย....ศรพูดเหมือนกับว่าทอดกฐินเป็นเรื่องง่าย ๆ ยังงั้นละ เหนื่อยนะลูก" คุณย่าว่า

"แหม เหนื่อยมากก็ได้บุญมากนะครับคุณย่า" ศรรีบพูดเอาใจ

"ฉลาดพูดนักเรา" คุณย่ากอดหลานชายช่างเจรจา

ลอย....ลอยกระทง

วันเพ็ญเดือนสิบสองปีนี้ตรงกับวันศุกร์ นุชกลับจากโรงเรียนแต่วัน ไม่ต้องรีบร้อนทำการบ้าน จึงมีโอกาสเป็นลูกมือแม่เย็บกระทง

แม่หยิบมัดใบตองที่ตัดจากดงกล้วยหลังบ้านตั้งแต่วันวานมาแผ่ออก แล้ววางซ้อนกันหลายชั้น ใช้จานกินข้าวคว่ำลงบนใบตอง เอาปลายมีดกรีดใบตองออกมาเป็นวงกลม แม่จับใบตองเป็นมุม กลัดไม้กลัดจนเป็นรูปกระทงอย่างว่องไว

"ทำไมแม่ไม่ใช้ลวดเย็บกระดาษเย็บกระทงล่ะคะ นุ้ยเห็นแม่ค้าที่ตลาดทำกันเร็วดีด้วย ไม่ต้องมานั่งตัดไม้กลัดอันเล็ก ๆ" นุ้ยพี่สาวคนโตของนุชถามขึ้น

"แม่ชอบใช้ไม้กลัดแบบโบราณอย่างนี้แหละ เคยใช้มาแต่ไหนแต่ไร ตอนที่แม่ตัวเท่า ๆ นุ้ย แม่ช่วยคุณยายเย็บกระทงขายได้แล้วนะจ๊ะ"

"ได้ตังค์เยอะไหมคะ" นุชถามบ้าง

"ลอยกระทงปีนึง ๆ ได้หลายบาทเหมือนกันนะ เย็บเสร็จแล้วก็เรียงใส่กระด้งใบโต ให้ลุงพันกับน้าพัฒน์แบกไปขายที่ตลอด พอหมดก็กลับมารับไปอีก กระทงของเราขายดีเป็นเทน้ำเทท่าเชียว" แม่เล่าถึงอดีตอย่างมีความสุข

"อีกหน่อยนุ้ยจะทำขายมั่ง เราช่วยกันนะนุชนะ" นุ้ยหันมาชวนน้อง

"ทำแต่ปากน่ะซี" แม่ขัดขึ้น "แต่ตอนนี้นุ้ยช่วยแม่ฉีกใบตองเป็นแถบยาว ๆ

เท่ากับตัวอย่างนี่ดีกว่า เอาไว้เจิมกระทง นุชไปเก็บดอกไม้มาให้แม่" แม่แจกงาน

"ดอกอะไรบ้างคะ"

"ดอกพุด บานไม่รู้โรย ดาวเรือง อ้อ ถ้ามีกุหลายก็เก็บมาด้วยนะจ๊ะ"

บ้านของนุชปลูกดอกไม้ไว้มากมายจนเกือบรก เพราะแม่เป็นคนรักดอกไม้ ก็ดีไปอย่างที่เวลามีธุระต้องใช้ดอกไม้ ไม่ต้องไปเสาะหาที่ไหนให้ลำบาก ดอกไม้ในบ้านมีเหลือเฟือ

ครู่ใหญ่ นุชกลับมาพร้อมดอกไม้ที่แม่ต้องการ ขณะนั้นแม่กำลังเจิมกระทงอยู่ แม่พับใบตองแถบยาว ๆ เป็นรูปสามเหลี่ยมติดรอบๆ กระทง แล้วพับใบตองรูปร่างคล้ายกลีบบัวซ้อนสับหว่างอีกชั้น กระทงที่แม่เจิมเสร็จแล้ว นุชรับอาสาเสียบดอกพุดเล็ก ๆ ที่ปลายเจิม บางทีก็ใช้ดอกบานไม่รู้โรยสีแดง ชมพู ขาวเสียบแทน ส่วนกุหลาบและดาวเรืองเก็บไว้สำหรับแต่งเทียนที่ปักอยู่กลางกระทง

"ดูอะไรนี่แน่ะ แจ๋วไหม" นัทส่งเสียงขรม อวดสิ่งที่ถืออยู่ในมือ

"เรือเหรอ พี่นัท ให้นุชดูหน่อยซิ" นุชยื่นมือไปรับเรือจากพี่ชาย

เรือของนัททำจากกาบกล้วย มีประทุนอยู่ข้างบน ตัวเรือประดับดอกไม้พองาม คืนนี้นัทจะนำเรือไปลอยในแม่น้ำแทนกระทง

"โอ้โฮ....ทำกระทงกันใหญ่" พ่อร้องทัก เพิ่งกลับมาถึงบ้าน

"พ่อไปลอยกระทงกับเราไหมคะ" นุชวิ่งเข้าไปหา

"ไม่หรอกลูก พ่อมีงานต้องรีบทำให้เสร็จ" พ่อปฏิเสธ "ตอนเด็ก ๆ พ่อสนุกมามากแล้ว ไม่ต้องทำกระทงสวย ๆ งาม ๆ อย่างนี้หรอก"

"อ้าว แล้วพ่อใช้อะไรลอยล่ะคะ" นุชทำหน้าฉงน

"ตอนนั้นพ่อยังอยู่บ้านสวน พ่อก็ไปเก็บกะลามะพร้าวมาตุนไว้เยอะ ๆ ขโมยเบาะน้องเล็กมาใบหนึ่ง ชวนอา ๆ ของนุชลงเรือพายออกไปกลางน้ำ พ่อควักนุ่นจากเบาะใส่กะลา ราดน้ำมันยาง แล้วจุดไฟลอยน้ำไป แหม กะลานุ่นไฟลุกโพลงเชียวลอยตามกันเป็นทิว สว่างไสวไปทั้งแม่น้ำ แสงธูปเทียนสู้ไม่ได้เลย" พ่อเปิดเผยความซนของตัวเอง

"แล้วพ่อไม่ถูกคุณย่าดุหรือคะ" นุชถาม

"กลับมาก็ได้รับแจกไม้เรียวกันขาลาย โทษฐานขโมยเบาะน้อง พ่อเป็นหัวโจกโดนหนักกว่าเพื่อน แต่เวลาที่เล่นสนุก ไม่เคยนึกถึงไม้เรียวสักที"

"เอ่อ....พ่อคะ ลอยกระทงเนี่ย มีมานานแล้วเหรอคะ" นุชสงสัย

"นานมากเชียวลูก ตั้งแต่สมัยสุโขทัยแน่ะ ความเชื่อทางพุทธศาสนาว่าลอยกระทงไปเพื่อบูชารอยพระพุทธบาทที่อยู่บนหาดทรายฝั่งแม่น้ำนัมมทานทีในประเทศอินเดียโน่น แต่ตามความเชื่อถือของปู่ย่าตายายสมัยพ่อยังเด็กน่ะ ท่านเชื่ออีกอย่างว่านอกจากจะลอยกระทงเพื่อบูชารอยพระพุทธบาทแล้ว ยังเป็นการขอขมาลาโทษแม่พระคงคา เพราะบ้านเราอยู่ริมน้ำ อาจจะทิ้งขยะหรือขับถ่ายสิ่งสกปรกลงน้ำ ทำให้น้ำไม่สะอาด พอถึงวันเพ็ญเดือนสิบสองก็ขอโทษกันทีนึง" พ่อเล่าเรื่องราวที่นุชอยากรู้

"ถามเรื่องลอยกระทงแล้ว ไม่อยากรู้เรื่องนางนพมาศบ้างเรอะ พ่อจะได้เล่าแถมให้"

"เล่าด้วยซีคะพ่อ" นุชกอดแขนพ่อ ตาเป็นประกายใคร่รู้

"นางนพมาศก็เป็นพระสนมของพระร่วง กษัตริย์สุโขทัย นางนพมาศนี่แหละที่เป็นคนต้นคิดทำกระทงรูปดอกบัวลอยไปตามน้ำ พระร่วงทรงโปรดปรานมาก เลยให้ถือแบบอย่างสืบต่อมาจนทุกวันนี้ไงล่ะ"

"อุ๊ย คุยอะไรกันคะพ่อ" นุ้ยเข้ามาร่วมวงด้วย

"นุชเค้าให้พ่อเล่าเรื่องลอยกระทงน่ะ" พ่อบอก

"อ๋อเหรอ....พี่ก็มีเรื่องสนุกเหมือนกันนะ ครูเพิ่งเล่าเรื่องกาเผือกให้ฟัง บอกว่าเป็นตำนานลอยกระทงเรื่องหนึ่ง ครูเล่าว่า มีกาเผือกสองตัวผัวเมียทำรังอยู่บนต้นไม้ริมน้ำ วันหนึ่งพ่อกาบินไปหากินแล้วหลงทางกลับรังไม่ถูก แม่กาก็กกไข่ ๕ ฟองคอยอยู่ในรัง พอดีเกิดพายุใหญ่พัดรังกากระจัดกระจาย แม่กาถูกพายุพัดไปทางหนึ่ง พอลมสงบแม่กากลับมาหาไข่ไม่พบ ก็ร้องไห้จนขาดใจตายไปเกิดเป็นท้าวพกาพรหมบนสวรรค์" นุ้ยหยุดเล่า

"อ้าว....จบแล้ว" นุชงง

"ยัง....แหม ให้พี่หยุดคิดมั่งซี เล่าต่อนะ ทีนี้จะพูดถึงเรื่องไข่นกที่ถูกลมพัดตกน้ำ ไข่ก็ลอยน้ำไปเรื่อย ๆ ฟองแรกแม่ไก่เก็บไปเลี้ยง ฟองที่สองแม่นาคเก็บไป ฟองที่สามแม่เต่าเก็บไป ฟองที่สี่แม่โคเก็บไป ฟองที่ห้าแม่ราชสีห์เก็บไป ไข่ทั้งห้าฟองฟักออกมาเป็นมนุษย์ ต่อมาก็บวชเป็นฤๅษี แล้วได้พบพร้อมหน้ากัน ต่างคนต่างก็ไม่รู้ว่าใครเป็นแม่ที่แท้จริง มีแต่แม่เลี้ยง เลยพร้อมใจกันอธิษฐานว่า ถ้าต่อไปจะได้ตรัส-

รู้เป็นพระพุทธเจ้า ขอให้รู้ว่าใครเป็นแม่ แรงอธิษฐานทำให้ร้อนไปถึงท้าวพกาพรหม จึงแปลงร่างกลับเป็นแม่กาเผือกบินมาเล่าเรื่องให้ลูก ๆ ฟัง และบอกว่า ถ้าคิดถึงแม่ พอถึงวันเพ็ญเดือนสิบสอง ให้เอาด้ายดิบผูกไม้เป็นตีนกา ปักธูปเทียนบูชาลอยกระทงในแม่น้ำ ก็เลยกลายเป็นที่มาของการลอยกระทง" นุ้ยจบตำนานสนุก

ค่ำนั้น แม่ นุชและพี่ ๆ เตรียมตัวออกไปลอยกระทงกัน

"ระวังให้ดีนะนุช อย่าออกห่างแม่ล่ะ เดี๋ยวหลง รึว่าตกน้ำไปละแย่เลย" พ่อกำชับด้วยความห่วงลูกสาวตัวน้อย

แม้ว่าฝนจะฉ่ำฟ้ามาหลายวันแล้ว แต่คืนเพ็ญเดือนสิบสองท้องฟ้ากลับแจ่มใส พระจันทร์ลอยดวงสุกสกาวอยู่บนกลุ่มเมฆสีเงิน ถนนริมน้ำผู้คนคับคั่ง นุชมองเห็นกระทงนานาชนิดวางขายอยู่สองข้างทาง กระทงรูปดอกบัวทำด้วยกระดาษสีสวยเหมือนขนม ดูน่ากินมากจะนำไปลอยน้ำ โรงเรียนของนุ้ยก็มาออกร้านขายกระทงด้วย ปีนี้งานลอยกระทงเงียบเหงากว่าทุกปี เพราะทางจังหวัดงดการประกวดนางนพ-มาศ นุชจำได้ว่าเมื่อปีก่อนแม่พานุชมาดูนางนพมาศหน้าแฉล้ม นั่งอยู่กลางดอกบัวดอกมหึมา เธอโปรยยิ้มอยู่ตลอดเวลาจนนุชนึกเมื่อยแก้มแทน

แม่พาลูก ๆ มาลอยกระทงที่ท่าเทียบเรือเทศบาลหน้าตลาด มีแพไม้ไผ่ขนาดใหญ่ให้คนเดินออกไปลอยกระทงห่างจากฝั่ง บางคนก็นั่งเรือออกไปลอยถึงกลางแม่น้ำ แม่น้ำแม่กลองน้ำกำลังเปี่ยมฝั่ง แต่ไม่ใสเหมือนหน้าแล้งเพราะเป็นฤดูน้ำ แสงไฟจากริมตลิ่งสะท้อนเงาเป็นประกายระยิบระยับ

"มาลอยกระทงเหมือนกันหรือ" น้าขจีเพื่อนสนิทของแม่ร้องทัก แล้วเดินเข้ามาคุยด้วย

เทียนกลางกระทงของนุชละลายหมดไปครึ่งเล่มแล้ว แม่ก็ยังไม่เลิกคุยกับน้าขจีสักที นุชกระวนกระวายอยากลอยกระทงจะแย่ น้ำอยู่ใกล้แค่คืบนี่เอง ถ้านุชแอบไปลอยกระทงก่อน แม่คงไม่ว่าอะไรหรอก

แล้วนุชก็ทำตามที่คิด แพไม้ไผ่ลอยสูงอยู่เหนือน้ำพอประมาณ นุชค่อย ๆ ประคองกระทง ก้มตัวลงไปให้ถึงผิวน้ำ แต่เคราะห์ร้ายที่นุชเกิดลื่นเสียหลัก หล่นตามกระทงลงไปด้วย น้ำเย็นเฉียบพรั่งพรูเข้าหู ตา จมูก นุชหายใจไม่ออก แสบเพดานปากไปหมด พออ้าปาก น้ำก็ทะลักเข้ามาทางปากอีก นุชพยายามตะเกียก-ตะกายรวบรวมกำลังถีบตัวขึ้นมาสู่ผิวน้ำ ก่อนที่จะหมดสติ นุชรู้สึกว่ามีใครมาคว้ามือ

นุชไว้

"นุช....นุช....ฟื้นแล้วหรือลูก" เสียงแม่แว่ว ๆ นุชมารู้สึกตัวอีกทีที่โรงพยาบาล พ่อแม่และพี่ ๆ อยู่กันพร้อมหน้า นุชได้แต่ยิ้มให้ แล้วก็หลับต่อ

นุชพักผ่อนอยู่ไม่กี่วันก็มีเรี่ยวแรงเที่ยวคุยอวดคนทั่วบ้าน

"ใครว่า....นุชไม่ได้ตกน้ำสักหน่อย พอดีเห็นปลาตัวใหญ่ จะโดดลงไปจับน่ะ แต่จับไม่ทัน" นุชคุยฟุ้ง

"เลยคว้าน้ำเหลวใช่ไหม" พ่อขัดขึ้น "ดีนะที่ปลาไม่ลากตัวเอาไปอยู่ใต้น้ำกับมัน เด็กไม่เชื่อพ่อก็เป็นอย่างนี้แหละ" พ่อได้ทีสำทับ

นุชจำเหตุการณ์ในคืนลอยกระทงปีนี้ไปอีกนาน และขออย่าให้อุบัติเหตุเช่นนี้เกิดขึ้นกับเพื่อนคนไหนเลย

บทที่ ๑๑ จดหมายจากเมืองไทย

โดย ‘โบตั๋น’

ฉบับที่หกสิบสอง

<u>เค้าความตอนต้น</u> ตันส่วงอู๋เป็นลูกชาวนาจีนจน ๆ เขาได้หนีแม่ลงเรือจากแต้จิ๋ว(เฉาโจว)ไปหางานทำที่เมืองไทยโดยการชักชวนของเพื่อนคนหนึ่งชื่อเส็ง เมื่อไปถึงเมืองไทยใหม่ๆ เขาอาศัยพ่อค้าจีนคนหนึ่งชื่อล้องง่วนทงด้วยการเป็นลูกจ้าง ตันส่วงอู๋ทำงานอย่างขยันขันแข็งและหมั่นศึกษาเล่าเรียน จึงได้รับความไว้วางใจจากเถ้าแก่ ต่อมาได้แต่งงานกับหมุยเอ็ง ลูกสาวของเถ้าแก่ และมีลูกชายชื่อเว่งคิม ลูกสาวชื่อซุ่ยกิ้ม

อึ้งกิมเป็นเพื่อนสนิทของตันส่วงอู๋ เขาเดินทางไปเมืองไทยพร้อมกับตันส่วงอู๋และเป็นลูกจ้างของล้องง่วนทงเช่นกัน อึ้งกิมมีลูกเมียอยู่ในเมืองจีน แต่เนื่องจากติดต่อกันไม่ได้ในระยะหลัง จึงได้แต่งงานกับชบา หญิงไทยและมีลูกสาวคนโตชื่อกุหลาบ

เยาวราช บางกอก

เดือนแปด ขึ้นห้าค่ำ ปีระกา

กราบแม่ที่รักยิ่ง

หมู่นี้ลูกสนุกมากไปหน่อย เมื่อวันก่อนไปหากิมที่ร้านขายข้าวแกงของเขา โอ้โฮ! เดี๋ยวนี้ขยายร้านออกไปใหญ่โต มีคนเข้าออกเต็มไปหมด กิมยืนเหงื่อตกอยู่หน้าเตาไฟ ผัดกับข้าวเหยง ๆ ฝีมือทำอาหารของเขาเดี๋ยวนี้คงดี เพราะกลิ่นหอมฉุยทีเดียว เขาหันมายิ้มให้ลูกนัยน์ตาเป็นประกาย ท่าทางเหนื่อยแต่ก็เป็นสุข

“วันนี้จะมาขอข้าวกินสักมื้อ ได้ยินชื่อเสียงว่าอร่อยมากไม่ใช่หรือ”

“ก็พอตัวละ แต่พวกเศรษฐีมีสตางค์เขาไม่ชอบมา เขาว่าเสียงดังและไม่สะอาด เขากลัวอหิวาต์”

เรื่องเสียงดังลูกเห็นด้วย พวกคนงาน กุลี และชนชั้นปานกลางเต็มร้าน บางคนอาศัยร้านกาแฟข้างเคียง สั่งข้าวแล้วก็กินน้ำแข็งไปด้วย

"เราต้องเลิกขายกาแฟ ให้เขาขายร้านเดียว ช่วยเหลือซึ่งกันและกัน" กิมอธิบาย "บางคนเขามาซื้อกับข้าวเราไปกิน พวกทำงานไม่มีเวลาจะหุงข้าวกินเอง เราขายตั้งแต่สิบโมงเช้าจนเย็น ยุ่งทั้งวัน"

ลูกเดินดูหม้ออาหารที่ตั้งเรียงเป็นแถวกว่าสิบหม้อ มีทั้งอาหารแห้งและน้ำ แม่ยายของกิมอยู่ในครัว ชบาและลูกสาวก็ทำงาน ตักอาหาร คิดเงินทอนเงิน เด็กคนนั้นท่าทางคล่องทั้งที่อายุยังน้อย แกยิ้มให้ลูกเห็นฟันหมดทุกซี่

"ลูกสาวแกน่ารักจริง ขยันมาก พวกน้อง ๆ ของแกไปโรงเรียนหมดหรือ"

"ไปเรียนหนังสือกันหมด" กิมหันไปตักอาหารต่อ "แกกินอะไรล่ะ"

"ให้ฉันดูก่อน" อาหารของเขามีแกงหลายอย่าง แกงไก่ แกงปลา แกงเนื้อไส้หมูต้มผักดอง ขาหมูต้ม หมูทอด ปลาแห้ง ปลาทู ไข่ยัดไส้ ผัดไช่โป๊กับไข่ วุ้นเส้นผัดใส่กุ้ง หมูแกงจืดกับผักตำลึง บวบแกงเลียง ลูกดูแล้วตาลาย

"เอาข้าวขาหมูให้จานก็แล้วกัน" ลูกเลือกไม่ถูก อยากให้แม่มานั่งอยู่ใกล้ ๆ จะได้เลือกอาหารกินตามชอบใจ แต่ลูกเลือกไม่ถูกจริงๆ ตามธรรมดา แม่ครัวทำอะไรให้ ลูกก็กินทั้งนั้น ถ้าไม่เผ็ดจนเกินไป

กิมสั่งลูกสาวให้หยิบน้ำส้มขวดให้ลูก ลูกก็รับมาดื่ม อันที่จริงน้ำอัดลมเป็นของฟุ่มเฟือย ราคาก็แพง หน้าซ้ำแก้กระหายไม่ได้ดีเท่าน้ำเปล่าหรือน้ำแข็งใส่ชาจีน แต่ทำไมถึงขายดีนักก็ไม่รู้ จะว่าเพราะคนไทยรวยก็ไม่ใช่ เห็นจะเป็นเพราะชอบกินของแพง ๆ มากกว่า อาจจะเพื่ออวดรวยก็ได้หรืออยากจะเหมือนคนอื่น เห็นเขากินก็ต้องกิน ถ้าสั่งน้ำแข็งเปล่าราคามันถูก เลยไม่อยากกิน กลัวเขาดูถูก โรคเอาอย่างขึ้นสมองเท่านั้นเอง กุหลาบเอาหนังสือพิมพ์มาให้อ่าน ลูกอ่านรอให้บ่ายสักหน่อย คนค่อยซาจะได้มีเวลาคุยกับกิม พอบ่ายเขาก็ว่างมือ ชวนลูกขึ้นไปชั้นบน

"ไปนั่งคุยกันที่ระเบียงดีกว่า เย็นดี"

"แกไม่อาบน้ำเสียหน่อยหรือ เหงื่อท่วมตัว" ลูกไม่เคยทนให้เหงื่อท่วมทั้งตัวอย่างนี้ได้เลย หน้าร้อนอาบน้ำวันละหลายครั้ง ไปโรงงานก็อาบ ที่โรงงานมีห้องอาบน้ำไว้พร้อม น้ำประปาแม้จะไหลไม่สะดวกนัก แต่ก็พอรองใส่โอ่งไว้อาบได้

"น้ำประปาไม่ค่อยไหล อาบวันละครั้งตอนเย็นก็พอแล้ว" กิมตอบหน้าตาเฉย

"เอาพัดลมเป่า เดี๋ยวเหงื่อก็แห้ง"

"กิจการของแกก้าวหน้าดีนี่นะ รู้สึกร้านจะเล็กไปแล้ว ควรขยายเสียอีกหน่อยได้อีกห้องก็ดี"

"ตึกแถวเดี๋ยวนี้แพงมาก ขยายไม่ไหว หาเท่าไรจึงจะพอ" เขาอธิบาย "เราไม่รวยเหมือนแกนี่นา"

"แต่แกก็พอตัวใช่ไหม ฉันคิดว่าคงมีเงินเหลือแยะ ลูกเต้าก็ดูจะค้าขายเก่ง หน้าตาก็สวยเหมือนแม่"

"ไม่เหมือนพ่อหรือ ถ้าเหมือนพ่อคงน่าเกลียดมากกว่าสวย"

"แกมันก็ไม่น่าเกลียดนักหนา แต่ตอนนี้มีหมูกินมากซีถึงได้อ้วน กินทุกมื้อหรือเปล่า"

"กินทุกมื้อได้เบื่อตายน่ะซี่ ฉันชอบแกงไก่ แกงกะหรี่น่ะ มันไม่เผ็ด อร่อยดี พวกผัด ๆ ก็ดี"

พูดเรื่องอาหาร เขาชอบมาก

"ส่งเงินให้ลูกเมียทางเมืองจีนบ้างหรือเปล่า" ลูกแกล้งเปลี่ยนเรื่องถาม

"ส่งนิดหน่อย แต่อย่าให้ชบารู้เป็นดี เขาชอบว่า เอะอะก็โพย เอะอะก็โพย"

"อะไร ชบาเป็นคนอย่างนั้นหรือ" ลูกตกใจเพราะนึกไม่ถึง "ชบาเคยเป็นคนใจดีนี่นา เขาไม่เคยว่าแก เขารู้อยู่แก่ใจแล้วไม่ใช่หรือ"

"เมียทุกคนแหละน่า พออยู่กันนานก็ขี่คอผัว หมุยเอ็งเมียแกก็ใช่เล่น ฉันรู้หรอกน่า จะเอานั่นเอานี่ ตอนนี้ได้โทรทัศน์ ลูกหมา แล้วอะไรอีกล่ะ รถยนต์ แม่ชบาของฉันก็ร่ำร้องจะใส่ทอง กลัวแต่ว่าเวลาไปข้างนอกผู้ร้ายมันจะตีหัวเอาทองไป ยังกับตู้ทองเคลื่อนที่ เข็มขัดนาก แหวนสองวง ตุ้มหู สายสร้อย นาฬิกา แล้วยังจะซื้อให้ลูกใส่ แต่ฉันไม่ยอม เด็ก ๆ มีอันตรายมาก ใครมันก็ถอดเอาไปได้"

"จริงของแก ลูก ๆ ของฉันก็ไม่เคยใส่ทอง แม่เคยใส่ทอง แม่เขาเลยซื้อสร้อยเงินให้ห้อยเหรียญพระอะไรพวกนี้ ไม่มีใครอยากได้สร้อยเงินหรอก ราคามันถูก"

กิมพยักหน้า ลูกสาวเอาเบียร์มาตั้งตรงหน้าเราพร้อมด้วยแก้วสองใบ

"ฉันสั่งให้เอามาเอง กินแล้วหายเหนื่อยดี"

"ระวังจะติดนะ" ลูกเตือนเขา แต่กิมส่ายหน้า

"ไม่หรอก เบียร์ไม่ใช่เหล้า แล้วเราก็กินเพียงแก้วสองแก้ว ไม่ได้กินจนเมา

ทุกวัน เย็น ๆ บางทีฉันก็ดื่มเหล้าบ้าง พวกลูก ๆ เขาดูโทรทัศน์กัน"

"ซื้อนานแล้วยัง ใหญ่ไหม"

"ไม่นานหรอก แต่เครื่องใหญ่ ชบาว่าซื้อทั้งทีเอาดี ๆ หน่อย ราคาตั้งห้าพันห้า เขาชอบกันนัก พวกเด็ก ๆ ไม่ด่าไม่ยอมเข้านอนกัน"

"กุหลาบไม่ได้เรียนหนังสือแล้วใช่ไหม ฉันชอบแกจัง ท่าทางคล่องแคล่วสมกับเว่งคิม"

"แกว่าสมกับลูกชายแกหรือ พูดกันเล่น ๆ ระวังเหมือนเรื่องเส็งกับหมุยเอ็งนะ โกรธกันไปตั้งนาน"

"เราหมั้นเด็กสองคนนี้ไว้ดีไหม" ลูกเสนอ ใจชอบกุหลาบจริงๆ ค้าขายเก่ง คิดสตางค์เร็ว หน้าตาก็ดี พูดได้ทั้งไทยและจีน

"ระวังนา โตขึ้นมันไม่ชอบกันจะลำบาก แกจะกล้าบังคับลูกชายคนเดียวหรือ"

"ทำไมจะไม่กล้า ยิ่งลูกชายคนเดียวยิ่งต้องบังคับให้อยู่ ไม่งั้นจะต้องเสียใจ เจ็บใจ ฉันคิดว่าฉันคงทนไม่ได้หรอก ถ้าเว่งคิมไม่เป็นอย่างที่ฉันต้องการ"

"แกต้องการให้เขาเป็นอะไร"

"เป็นอาเสี่ย พ่อค้าใหญ่ เจ้าของโรงงาน ค้าขายกับต่างประเทศ ใหญ่โต กว้างขวางและร่ำรวย หรืออย่างน้อยที่สุดก็พอ ๆ กับพ่อ"

"ตอนนี้เมืองไทยเลิกค้าขายกับจีนแล้ว เราก็ไม่ได้ใช้ได้กินของจากเมืองจีน แล้วการค้าของแกทำอย่างไร"

"ฉันก็หันมาขายของไต้หวันกับญี่ปุ่นแทน เรื่องจดหมายไม่ต้องห่วง เราส่งผ่านทางเฮียงกั้งได้ มีคนแซ่เดียวกับฉันอยู่ที่นั่นหลายคน พอพึ่งพาได้บ้างเรื่องจดหมายและส่งเงินให้แม่"

ลูกไม่ได้เล่าเรื่องเมืองไทยตัดสัมพันธ์กับจีนให้แม่ทราบ คิดว่าแม่คงทราบดีแล้ว ลูกอยากเล่าเรื่องครอบครัวของลูกมากกว่า เมืองไทยปฏิวัติเปลี่ยนผู้นำใหม่ เห็นเขาว่ากันว่าเป็นคนเข้มแข็งดี ลูกไม่อยากสนใจ ลูกเอาของหมั้นบางชิ้นไปให้กิมแล้วขอหมั้นลูกสาวให้เว่งคิม ลูกพาเว่งคิมไปรู้จักกับกุหลาบด้วย แต่ไม่บอกเรื่องหมั้นไว้ให้โตอีกหน่อยพอเข้าใจค่อยบอกให้รู้ หมุยเอ็งไม่คัดค้านแต่ไม่ยอมให้ลูกเอากำไลหยกไปให้กุหลาบ

"เอาไว้ให้ชุ่ยกิ้มใส่ ของสิ่งนี้ควรเป็นของแก ในเมื่อแกชื่อชุ่ยกิ้ม"

"เอาไว้ให้แกโยนให้หนุ่มคนไหนล่ะ"

หมุยเอ็งหน้าคว่ำเมื่อลูกย้ำความเก่า ใครจะลืมเรื่องนี้ได้ง่าย ๆ เล่า แม่ก็คงไม่ลืมเหมือนกันใช่ไหม

จากลูก

ตันส่วงอู๋

ข้อสังเกต

๑. เยาวราช บางกอก

๑) เยาวราช 是曼谷的一条比较老的商业街名，也是华人聚居的地区，因此有人将它称为“华人街”。汉语习惯音译为“耀华力路”。

๒) บางกอก 是 กรุงเทพฯ 的别名。中文的“曼谷”、英文的 Bangkok 都是从 บางกอก 转译过来的。

๒. เดือนแปด ขึ้นห้าค่ำ ปีระกา

๑) เดือนแปด 是指阴历的八月。

๒) ขึ้นห้าค่ำ 泰国人称阴历每月初一至十五为 ข้างขึ้น，初一为 ขึ้นค่ำหนึ่ง，初二为 ขึ้น ๒ ค่ำ，初三为 ขึ้น ๓ ค่ำ，以此类推直至 ขึ้น ๑๕ ค่ำ；从十六至月末为 ข้างแรม，十六为 แรมค่ำหนึ่ง，十七为 แรม ๒ ค่ำ，十八为 แรม ๓ ค่ำ，以此类推直至 แรม ๑๕ ค่ำ。因此 ขึ้นห้าค่ำ 应为初五。

๓) ปีระกา 是鸡年。按十二生肖，鼠年叫 ปีชวด，牛年叫 ปีฉลู，虎年叫 ปีขาล，兔年叫 ปีเถาะ，龙年叫 ปีมะโรง，蛇年叫 ปีมะเส็ง，马年叫 ปีมะเมีย，羊年叫 ปีมะแม，猴年叫 ปีวอก，鸡年叫 ปีระกา，狗年叫 ปีจอ，猪年叫 ปีกุน。

๓. กราบแม่ที่รักยิ่ง

"กราบ" 跪拜。用在书信的抬头处，相当于汉语的“……膝下”。在书信或公文中，给长辈或上级写信用 กราบเรียน，给地位较高的亲王写信用 กราบทูล。

๔. ร้านขายข้าวแกง

指卖盖饭、辣汤的小饭铺，也可只用 ร้านขายข้าว 或 ร้านขายอาหาร。大饭店或酒楼用 ภัตตาคาร。

๕. โอ้โฮ! 表示惊叹的叹词。如：
  โอ้โฮ ใหญ่จริง
  โอ้โฮ สวยจริง ๆ
  โอ้โฮ ทำไมคนมากยังงี้เชียวล่ะ

๖. กิมเหงื่อตกอยู่หน้าเตาไฟ

"เหงื่อตก" 汗流浃背，大汗淋漓。一般指由于劳动强度大所致的现象。由于天气炎热所致的汗流浃背现象习惯用 เหงื่อแตก。เหงื่อแตก 还可以指 "出了一身冷汗"。

๗. ผัดกับข้าวเหยง ๆ

"เหยง ๆ" 原指由于高兴或受惊吓而蹦跳的状况，如：กระโดดเหยง ๆ。这里只是用来形容炒菜时的忙碌状。

๘. เขาหันมายิ้มให้ลูกนัยน์ตาเป็นประกาย

"ประกาย" 火星儿，如：ประกายลูกไฟ , ดาบกระทบกันเป็นประกาย , เหล็กกล้าร้อนไหลออกมาจากเตาหลอมเห็นไฟลุกเป็นประกาย ฯลฯ。也可指反射出来的光芒，如：กระเบื้องโบสถ์ต้องแดดส่องแสงเป็นประกาย。 นัยน์ตาเป็นประกาย 或 ตาเป็นประกาย 是形容人们在兴奋时两眼射出的炯炯光芒。

๙. ลูกเดินดูหม้ออาหารที่ตั้งเรียงเป็นแถวกว่าสิบหม้อ

"กว่าสิบหม้อ" 十来个锅，超过十个锅的意思。要注意 กว่า 与数量词结合时的位置与意义。如：

สิบกว่าหยวน　　สิบกว่าชั่วโมง
สิบหยวนกว่า　　สิบชั่วโมงกว่า
กว่าสิบหยวน　　กว่าสิบชั่วโมง

สิบกว่าคน　　สิบกว่าเล่ม
*สิบคนกว่า　　*สิบเล่มกว่า
กว่าสิบคน　　กว่าสิบเล่ม

(ประโยคที่มีเครื่องหมาย"*"เป็นประโยคที่ใช้ไม่ได้)

๑๐. บวบแกงเลียง

"แกงเลียง" 是一种加虾酱、大葱及其他蔬菜做成的不辣的菜汤。

๑๑. ลูกเลือกไม่ถูก อยากให้แม่มานั่งอยู่ใกล้ ๆ จะได้เลือกอาหารกินตามชอบใจ

๑) "....ไม่ถูก" 不知怎么……好"、"……（动词）不好"、"……（动词）不准"的意思。其他例子如：

เรื่องมันไปไงมาไง ผมก็บอกไม่ถูกครับ
ทางมันไกลและวกไปวกมา ฉันกลัวว่าจะไปไม่ถูก

๒) "ตามชอบใจ" 大多用 ตามใจชอบ。随意、随心所欲的意思。如：

บริษัทนี้เขามีวินัยเข้มงวด ทำอะไรตามใจชอบไม่ได้
ร้านนี้มีอาหารจีน อาหารฝรั่ง อาหารญี่ปุ่น ใครจะทานอะไรเลือกได้ตามใจชอบ

๑๒. อันที่จริงน้ำอัดลมเป็นของฟุ่มเฟือย ราคาก็แพง หนำซ้ำแก้กระหายไม่ได้ดีเท่าน้ำเปล่าหรือน้ำแข็งใส่ชาจีน

"หนำซ้ำ" 就是第三册第九课中曾经学过的 "....มิหนำ ....ซ้ำยัง....", "不仅仅如此，而且还……" 的意思，多以 "มิหนำซ้ำ" 的形式出现并常用于贬义或用于不如意的事情，表示程度加重。如：

บทที่ ๑๑   จดหมายจากเมืองไทย

　　　　สินค้าเหล่านี้คุณภาพไม่ดี มิหนำซ้ำราคาก็แพงด้วย
　　　　ไอ้คนนั้นขี้เหนียว มิหนำซ้ำใจดำด้วย
　　　　เด็กหญิงผู้ขายไม้ขีดไฟใส่เสื้อน้อย ๆ บาง ๆ มิหนำซ้ำรองเท้าก็ถูกเด็ก
　　　　เกเรแย่งชิงไปด้วย

　　มิหนำซ้ำ 也可分在前后两句中，成为三册九课中出现的 "....มิหนำ ซ้ำยัง ....", 或者只用 "....มิหนำ ....". 如：

　　　　สินค้าเหล่านี้ราคาแพงแล้วมิหนำ คุณภาพก็ไม่ดีด้วย
　　　　ไอ้คนนั้นขี้เหนียวมิหนำ ใจดำด้วย
　　　　เด็กเกเรล้อเลียนด่าว่าเด็กหญิงผู้ขายไม้ขีดไฟแล้วมิหนำ ซ้ำยังแย่งชิง
　　　　รองเท้าของหล่อนไปด้วย

๑๓. โรคเอาอย่างขึ้นสมองเท่านั้นเอง

　　"ขึ้นสมอง" 原来指某些病的病症已经发展到脑子里了，致使脑子发昏、人发疯。如：ไข้มาลาเรียขึ้นสมอง(ทำให้คลั่ง). 此处是借这个语义说明 "学别人的样子" 这种毛病已经达到了没有理智的程度。

๑๔. ลูกอ่านรอให้บ่ายสักหน่อย คนค่อยซาจะได้มีเวลาคุยกับกิม

　　"ซา" 指较原先减弱些或稀疏些。用得不很多，常见的如：ฝนซาลง ไฟซาลง ฯลฯ.

๑๕. ตึกแถวเดี๋ยวนี้แพงมาก ขยายไม่ไหว หาเท่าไรจึงจะพอ

　๑) "ตึกแถว" 是一种普通居民（尤其是一般华人）居住的单开间多层住宅。一层可作铺面或客厅，二层以上为居室。许多同样结构的这类房子毗连在一起成为一栋栋楼房，所以叫ตึกแถว 或 ห้องแถว。

　๒) "หาเท่าไรจึงจะพอ" 此处是指 "หาเงินเท่าไรจึงจะพอสำหรับซื้อตึกแถว".

๑๖. กินทุกมื้อได้เบื่อตายน่ะซี่

　　"ซี่" 强调肯定，表示事情的确是这样。如：

　　　　พรุ่งนี้คุณจะมาไหม　　　- มาซี่ ไม่มาได้หรือ

221

ทำอย่างนี้ถูกไหม - ก็ถูกซี่ เขาสั่งให้ทำอย่างนี้ไม่ใช่หรือ

เขาคงไม่มาละมั้ง - มาซี่ ฉันเชื่อว่าเขามาแน่

ฉันว่าไม่ไปดีกว่า - ไปซี่ ไม่เป็นไรหรอกน่า

๑๗. ตอนนี้เมืองไทยเลิกค้าขายกับจีนแล้ว......

新中国成立后不久，泰国的銮披汶政府追随美国，拒不承认新中国，在国内实行反共排华政策，禁止商人与华通商。这句话反映的就是当时的情况。

๑๘. ส่งนิดหน่อย แต่อย่าให้ชบารู้เป็นดี เขาชอบว่า เอะอะก็โพย เอะอะก็โพย

๑) "....เป็นดี" "……为好"，"最好……"。如：

ช่วยตัวเองได้ช่วยตัวเองเป็นดี ไม่ควรไปรบกวนคนอื่นเขา

เรื่องมันด่วน ไปวันนี้ได้เป็นดี

คุณเพิ่งหายป่วย พักให้หลายวันหน่อยเป็นดี

๒) "ว่า" 在这里是"责备"、"批评"的意思，汉语也可以用"说"来表示。

๓) "เอะอะก็โพย" 此处的 เอะอะ 不是"吵吵嚷嚷"，而是"动不动（就）……"、"不等说完（就）……"的意思。如：เอะอะก็ว่า เอะอะก็โกรธ เอะอะก็ตี ฯลฯ。

๔) "โพย" 即 โพยก๊วน，是在泰国不准同中国交往时期，专为泰国华人办理向中国国内亲友汇钱寄信的商店，是中文"批馆"的潮州话音译。

"เอะอะก็โพย เอะอะก็โพย" 是 ชบา 对 อึ้งกิม 发牢骚的话，意思是"动不动就上批馆"或"动不动就去寄钱"。

๑๙. เมียทุกคนแหละน่า พออยู่กันนานก็ขี่คอผัว หมุยเอ็งเมียแกก็ใช่เล่น

"ใช่เล่น" 即 ไม่ใช่เล่น，常作副词修饰形容词或动词，说明不是一般的程度而是有相当的、不可忽视的程度。汉语常说"够（可以、厉害）的"，"非同小可的"，"不是闹着玩儿的"等。如：

แกเก่งไม่ใช่เล่น

เขามีทุนมาก - คุณก็(มีทุนมาก)ใช่เล่นมิใช่หรือ

บทที่ ๑๑   จดหมายจากเมืองไทย

เขามีแรงมากไม่ใช่เล่นนา เธอสู้เขาได้หรือ

书上的这句话是说"หมุยเอ็งเมียแกก็ร้าย(หรือขี่คอแก)ไม่ใช่เล่น"。汉语可以说："你老婆也是够厉害的（或够可以的）"。

๒๐. <u>ยังกับตู้ทองเคลื่อนที่</u>

๑) ยังกับ.... 就是 อย่างกับ...., "像……一样" 的意思。

๒) เคลื่อนที่ 流动的，可移动的，活动的。其他例子如：

　　ห้องสมุดเคลื่อนที่
　　หน่วยรักษาพยาบาลเคลื่อนที่
　　หน่วยฉายภาพยนตร์เคลื่อนที่

๒๑. แม่เคยใส่ทอง แม่เขาเลยซื้อสร้อยเงินให้<u>ห้อยเหรียญพระอะไรพวกนี้</u>

๑) "แม่" 指孩子的妈妈。"เขา" 是同位语。

๒) "ห้อยเหรียญพระ" พระ 在此处指佛像，เหรียญพระ 是有佛像的牌儿。泰国人喜欢在项链上挂个佛像以祈求保佑自己，免除灾难。孩子迁就些，就挂个有佛像的牌儿。

๓) "....อะไรพวกนี้" "诸如……" 的意思。如：

　　ชาวกวางตุ้งชอบกินของแปลกๆ เช่นงู แมว อะไรพวกนี้
　　ฝ่ายรับรองงานยุ่ง งานรับส่ง จองโรงแรม จองภัตตาคาร จองตั๋วเรือบิน จัดโครงการดูงาน และจัดเส้นทางท่องเที่ยว อะไรพวกนี้เป็นหน้าที่ของเขาทุกอย่าง

๒๒. ลูกสาวเอาเบียร์มา<u>ตั้ง</u>ตรงหน้าเราพร้อมด้วยแก้วสองใบ

"ตั้ง"是个多义词，作动词用时，最常见的意义有两个：

๑) 放置，使其立在那里的意思。如：

　　เอาตู้หนังสือตั้งไว้มุมห้อง
　　มีลับแลตั้งอยู่หน้าห้อง
　　หนูน้อยเอาเครื่องเล่นและตุ๊กตาต่างๆ มาตั้งเต็มโต๊ะ

๒) 建立，设立。如：

ตำบลนี้ยังไม่ได้ตั้งสถานีอนามัยขึ้นเลย

จีนใหม่ตั้งขึ้นเมื่อปีค.ศ. ๑๙๔๙

สมานคิดจะตั้งโรงงานทอผ้าขึ้นในอำเภอนี้

ไม่ควรตั้งองค์การที่ไม่จำเป็นขึ้น

与 “ตั้ง” 有关的常见合成词有 ตั้งปัญหา、 ตั้งคำถาม（提问）、ตั้งชื่อ（起名儿）、ตั้งนาฬิกา（拨表定时）、ตั้งโต๊ะ（摆饭桌、酒席）、แต่งตั้ง（任命）、จัดตั้ง（组织，建立）、ก่อตั้ง（建立）ฯลฯ 。

“ตั้ง” 的其他词义以后在学习中要注意收集。

๒๓. ชบาว่าซื้อ<u>ทั้งที</u>เอาดี ๆ หน่อย

“....ทั้งที” 含有好不容易做这么一次的意思，汉语可以用“既然”或“好不容易”来表示。

มา(ปักกิ่ง)ทั้งที ต้องอยู่หลายวันหน่อย จะได้ดูอะไรให้ทั่วถึง

จัดทำ(พจนานุกรม)ทั้งที ควรจะทำให้ดีหน่อย

พูดทั้งที ต้องพูดให้ละเอียดหน่อย

๒๔. พูดกันเล่น ๆ ระวังเหมือนเรื่องเส็งกับหมุยเอ็งนะ โกรธกันไปตั้งนาน

ต้นส่วงอู๋ 与 หมุยเอ็ง 私下相恋时，เส็ง 利用其伯父与 ล้องว่นทง 的亲戚关系向 หมุยเอ็ง 求婚，后被 หมุยเอ็ง 耍弄了一番，不欢而散。后来 เส็ง 得知 หมุยเอ็ง 与 ต้นส่วงอู๋ 相好，因而与 ต้นส่วงอู๋记仇良久。

这里 อึ้งกิม 用 เส็ง 和 หมุยเอ็ง 的事半开玩笑地提醒朋友不要包办子女的婚事。

๒๕. ยิ่งลูกชายคนเดียวยิ่งต้องบังคับให้<u>อยู่</u> ไม่งั้นจะต้องเสียใจ

这里的“ ....อยู่ ”是说明结果的补语，意思是有能力或力量控制得“住”或控制“不住”。如：

ก.ส่งลูก(บอล)มา แต่ข.รับไม่อยู่
ปลาไหลลื่นมาก เธอจับอยู่ไหม
เด็ก ๆ ซนมาก ครูควบคุมไม่อยู่

๒๖. ไว้ให้โตอีกหน่อย พอเข้าใจค่อยบอกให้รู้

“ไว้” 也可作谓语动词，“放”“搁”的意思。可以用于具体的事物，也可以用于抽象的事物。如：

เอาหนังสือไว้ตรงนี้นะ
เอาโต๊ะไว้ตรงกลางไม่สวย
วันนี้หมดเวลา ไว้พรุ่งนี้ค่อยอธิบายต่อ
ปัญหาเหล่านี้สลับซับซ้อนมาก ไว้ค่อยแก้ทีหลังดีกว่า

๒๗. ของสิ่งนี้ควรเป็นของแก ในเมื่อแกชื่อชุ่ยกิ้ม

ชุ่ยกิ้ม 是 หมุยเอ็ง 的女儿。ชุ่ยกิ้ม 是潮州方言，汉字应该是“翠金”。翠是指翡翠，所以 หมุยเอ็ง 说“既然她叫翠金，这东西（玉镯）就应该是属于她的”。

๒๘. “เอาไว้ให้แกโยนให้หนุ่มคนไหนล่ะ” หมุยเอ็งหน้าคว่ำ เมื่อลูกย้ำความเก่า

这两句话有如下的背景：

老板的女儿 หมุยเอ็ง 暗恋当时还只是雇工的 ตันส่วงอู่时，หมุงเอ็ง 曾演了一出“拾玉镯”的戏。此时 ตันส่วงอู่ 用“เอาไว้ให้แกโยนให้หนุ่มคนไหนล่ะ”来戏弄 หมุยเอ็ง，所以 หมุยเอ็ง 才生气。“ความเก่า”就是指以上这件事。

แบบฝึกหัด

๑. จงอ่านวลีต่อไปนี้ให้คล่อง

นัยน์ตาเป็นประกาย	พวกเศรษฐีมีสตางค์
ช่วยเหลือซึ่งกันและกัน	เลือกไม่ถูก
แก้กระหาย	กินตามชอบใจ
นั่งคุยกันที่ระเบียง	หน้าตาเฉย
เป็นคนใจดี	รู้อยู่แก่ใจ
เอานั่นเอานี่	จริงของแก
อะไรพวกนี้	แก้วสองแก้ว
พูดกันเล่น ๆ	ใหญ่โตกว้างขวาง

๒. จงอ่านตัวบทเรียนจนคล่อง

๓. จงผลัดกันพากย์บทของตันส่วงอู๋และอึ้งกิม

๔. จงแปลวลีหรือประโยคสั้นต่อไปนี้เป็นภาษาไทย

1. 车什么时候到，我说不准（说不好）。
2. 说不好谁学得最好。
3. 这件衣服一两天就得。
4. 这件工作一两个人就够。
5. 一两块钱就可以买下来了。
6. 式样和颜色可以随意挑选。
7. 可以随意安排自己的日程。
8. 不能随意改动计划。
9. 那里有个流动收购站。
10. 这里有个固定收购站。
11. 这些书先搁在你这里。
12. 衣架应该放在门边儿上。
13. 这个问题放在下次会议上再讨论。

14. 这些问题留着让他去解决吧。
15. 好不容易去一次，该玩个痛快再回来。
16. 好不容易来一趟，就多住几天吧。
17. 既然你不知道，他是不会责怪你的。
18. 既然决心花钱买了，就要买整套的，多花钱就多花点儿吧。
19. 又挨说了吧。
20. 他说我偷看他的日记了，其实我没有看。

๕. จงหัดเขียนจดหมายถึงคุณพ่อคุณแม่หรือผู้ใหญ่คนใดคนหนึ่งเพื่อเล่าเรื่องไปเยี่ยมเพื่อน ในจดหมายนอกจากเรื่องทั่ว ๆ ไปแล้ว ต้องมีข้อความดังต่อไปนี้

๑) เพื่อนคนนั้นมีอาชีพเป็นอะไร และเขาทำอาชีพนั้นเป็นอย่างไรบ้าง
๒) ครอบครัวของเพื่อนคนนั้นมีใครบ้าง แต่ละคนมีลักษณะอย่างไรบ้าง
๓) เพื่อนคนนั้นมีนิสัยใจคอเป็นอย่างไร ในจดหมายต้องมีคำวิจารณ์เกี่ยวกับนิสัยใจคอของเพื่อนด้วย

๖. จงแปลข้อความใน"เค้าเรื่องตอนต้น"เป็นภาษาจีน

ศัพท์และวลี

ใหม่	刚，初	ลูกจ้าง	雇员
หมั่น	勤勉	เล่าเรียน	学习，读书
เถ้าแก่	老板	เนื่องจาก	由于
ระยะ	时期；阶段；距离	เยาวราช(เยา-วะ-ราด)	耀华力（路）
บางกอก	曼谷	ขึ้น....ค่ำ	初一到十五的某日
ปีระกา	鸡年	ร้านขายข้าวแกง	卖辣汤盖饭的饭铺
เหงื่อตก	汗流浃背		
เตาไฟ	炉子，火炉	เหยง ๆ (เหยฺงเหยฺง)	雀跃状

ฉุย	（香气）扑鼻
อหิวาต์	=อหิวาตกโรค(-ตะ-กะ-) 霍乱
ข้างเคียง	旁边的，毗邻的
แม่ยาย	岳母
คล่อง	熟练
ซี่	颗（牙齿的量词）
ทอด	（油）炸
ไช่โป๊	萝卜干
วุ้นเส้น	粉丝
บวบ	丝瓜
ข้าวขาหมู	猪脚饭
น้ำอัดลม	汽水
หนำซ้ำ	而且还
น้ำเปล่า	白开水，白水
ค่อย....	比较…，稍微…
รอง	接（水）
โอ่ง	缸
หน้าตาเฉย	若无其事的样子
น่าเกลียด	可恶，可憎；长得）丑陋
โพย	汇钱
รู้อยู่แก่ใจ	心里明白
พอตัว	还可以
กุลี	苦力
ชนชั้น	阶级
ปานกลาง	中等
เลิก	取消，停止，废除
คิด	计算
ทั้งที่	=ทั้ง ๆ ที่
ไส้	肠子
ผักดอง	腌菜，酸菜
ปลาทู	暹罗湾盛产的一种鱼
ผักตำลึง	狸红瓜
แกงเลียง	加虾酱的菜汤
ตามชอบใจ	=ตามใจชอบ 随意
กระหาย	口渴
อวด	炫耀，显摆
ซา	（人）稀疏
เหงื่อท่วมตัว	汗水将全身湿透了，浑身是汗
ลูกเต้า	儿女们，孩子们
กะหรี่	咖喱
เอะอะ(ก็....)	动不动（就）…
เมีย	老婆

บทที่ ๑๑ จดหมายจากเมืองไทย

ผัว	老公	ร่ำร้อง	哀求
เคลื่อนที่	活动的；移动的	นาก	金、铜合金的装饰品
วง	（环形物的量词）	ห้อย	悬，垂，挂
		เหรียญ	纪念章，奖章，勋章
แก้ว	玻璃杯		
....ทั้งที	既然……；好不容易……	หมั้น	订婚
		อาเสี่ย	阔佬；少爷
ใหญ่โต	大，巨大；显贵，显要	กว้างขวาง	宽广；豁达；交游广
ไต้หวัน	台湾	เฮียงกั้ง	=ฮ่องกง 香港
แซ่	（中国人的）姓氏	ตัดสัมพันธ์	断交
ปฏิวัติ(-วัด)	革命	หยก	玉
หน้าคว่ำ	低头恼怒状	ย้ำ	重申
ความเก่า	旧事	ลูกไฟ	火花，火星
ดาบ	刀	เหล็กกล้า	钢
ลุก	燃烧起来	กระเบื้อง	瓦
ต้อง	=ถูก 碰；中	ข้าวราดหน้า	盖浇饭
		เข้มงวด	严格
คลั่ง	疯狂	ทุน	资本
จอง	预定	โครงการ	计划
ดูงาน	参观学习，考察	เส้นทาง	路线
		ลับแล	屏风
เครื่องเล่น	玩具	ตุ๊กตา(ตุ๊ก-กะ-ตา)	洋娃娃，小玩具人
อนามัย	卫生，保健		
สถานีอนามัย	卫生保健站	ทอ	织

ทอผ้า	织布	ส่ง(ลูก)	传（球）
ปลาไหล	鳝鱼		

บทอ่านประกอบ

จดหมายจากเมืองไทย

โดย "โบตั๋น"

(ฉบับที่ ๓๑)

สำเพ็ง บางกอก

เดือนสิบ ขึ้นห้าค่ำ ปีกุน

กราบแม่ที่รักยิ่ง

เวลานี้หลานของแม่เริ่มสอนเดินแล้ว แกชอบเกาะขอบเตียง แล้วเดินไปรอบๆ พร้อมกับคุย แกยังพูดไม่ได้มากนักก็จริง แต่แกฟังรู้เรื่องทุกคำทีเดียว บางทีแกก็ตามชบาไปเที่ยวตลาดเมื่อชบาออกไปจ่ายกับข้าวให้เรา แกมักไม่ยอมกลับ นั่งเล่นอยู่กับกิมจนกว่าหมูและไก่หมด

"เว่งคิมไม่ยอมกลับ" ชบามักจะบอกเราอย่างนี้ "ฉันเลยตามใจให้นั่งเล่นอยู่ที่ร้าน"

ตอนเย็น เว่งคิมจะขี่คอกิมกลับบ้านหน้าตารื่นรมย์ กินข้าวได้มากกว่าทุกวัน เห็นจะเป็นเพราะไปช่วยวุ่นวายที่ร้านขายหมูจนเหนื่อย ชบาทำกับข้าวไทยบางอย่างให้เรากิน แปลกจริง ๆ คนไทยทำกับข้าวอะไร ๆ ก็ใช้มะพร้าว คั้นเอาแต่น้ำกะทิเหมือนเราใช้น้ำมันหมู อาหารไทยบางอย่างที่ไม่เผ็ดนักลูกกินได้ เช่นแกงขี้เหล็ก น้ำพริกปลาทู เจริญอาหารดีเหมือนกัน แต่บางอย่างลูกกินไม่ได้เอาเลยทีเดียว เช่น ปลาร้า ปลาเจ่า อาหารพวกยำ เช่น เนื้อยำ กุ้งพร่า กินกันเข้าไปได้อย่างไรก็ไม่ทราบ เนื้อย่างยังไม่ทันสุก กินแล้วน่ากลัวท้องเสีย อย่างนี้นี่เองคนไทยจึงไม่ค่อย

บทที่ ๑๑ จดหมายจากเมืองไทย

แข็งแรง พวกเราทำงานหนักกว่ามาก ไม่เห็นเจ็บป่วยอะไร อายุก็ยืนยาว ลูกเต็มบ้าน หลานเต็มเมือง เราระวังเรื่องอาหารกันมาก รับประทานแต่ของร้อน ๆ และสุกแล้วทั้งนั้น อาหารเย็นจัด ๆ เช่นน้ำแข็ง ลูกไม่เคยดื่มเลย น้ำแข็งเย็นแต่ภายนอก เวลาดื่มก็สบายดี แต่ลูกทราบว่ามันร้อนใน คนแก่ดื่มน้ำแข็งมาก ๆ จะปวดเมื่อย อากาศเมืองไทยร้อนจัด ดื่มน้ำเย็นสบายชั่วครู่ชั่วยาม แต่ความร้อนในตัวจะเพิ่มขึ้นและทำให้ร้อนใน ลูกสมัครใจจะดื่มน้ำชาร้อน ๆ แบบเก่าหรือน้ำขมมากกว่า ไม่มีอันตรายมีแต่ประโยชน์ เว่งคิมชอบน้ำเก๊กฮวยมาก แกชอบกินแกงขี้เหล็กใส่กุ้งคลุกข้าว ชอบเสื้อสีแดงและชอบฟังวิทยุตามประสาเด็กกำลังโตและอยากรู้อยากเห็น หมุยเอ็งรบเร้าให้ลูกซื้อวิทยุ ลูกไม่สนใจมันนัก มีแต่เพลงภาษาไทยและสิ่งที่ลูกไม่สนใจ น่าจะมีงิ้วหรือเพลงจีนเพราะ ๆ บ้าง ลูกหวังว่าอีกไม่นานคงมีผู้จัดทำ เพราะคนที่มีวิทยุเป็นคนจีนจำนวนมากในบางกอก พวกคนไทยตามที่ไกล ๆ ยังไม่มีวิทยุกัน

วิทยุเป็นของแปลกสำหรับลูกมาก แปลกแท้ ๆ เขามีสถานีส่งเสียงอยู่ไกลลิบ แต่เสียงก็เข้ามาในเครื่องของเราได้ ลูกได้ยินชาวบ้านคุยกันว่าอีกหน่อยจะมีของแปลกกว่านี้คือ ส่งภาพตามอากาศมาเข้าเครื่องในบ้านของเรา ไม่น่าเชื่อจริง ๆ แต่สิ่งที่ไม่น่าเชื่อหลายอย่างก็เป็นจริงขึ้นมาได้ เช่น วิทยุ โทรศัพท์ โทรศัพท์เป็นเครื่องมือประหลาดอีกอย่างหนึ่ง เราสามารถพูดกับคนที่อยู่ไกล ๆ ได้โดยส่งเสียงผ่านไปตามสาย ลูกกำลังติดต่อขอติดตั้งโทรศัพท์ในโรงงานและที่ร้านชำของเราจะได้ติดต่อกันได้โดยสะดวก พวกพ่อค้าที่มีโรงงานและร้านค้าใหญ่ ๆ ติดตั้งโทรศัพท์กันมากแล้ว ลูกไม่คิดเลยว่ามนุษย์เราจะเก่งกาจกันถึงเพียงนี้ จะว่าไปพวกผมแดงก็มีความสามารถคิดของแปลก ๆ ได้เก่ง ลูกหวังว่าพวกเราคนจีนจะทำได้เช่นกันในไม่ช้า

เว่งคิมชอบไฟฟ้ามาก แกแอบปิดเปิดเล่น หัวเราะชอบใจเวลาไฟที่หลอดสว่างแล้วก็ดับ เวลาเปิดวิทยุและได้ยินเสียง แกจะวิ่งไปดูข้างหลังวิทยุร้องว่า "คน คน ซ่อนอยู่" เมื่อไม่มีใคร แกก็จะคลานบ้างเดินบ้างไปรอบ ๆ ห้องเพื่อหาเจ้าของเสียง หาไม่พบก็กลับมานั่งฟังเสียงประหลาดนั้นด้วยความตั้งใจ

มีอีกเรื่องหนึ่งลูกอยากเล่าให้แม่ฟัง ผู้หญิงเดี๋ยวนี้ช่างอยากสวยอยากงามกันเสียจริง ๆ ผมตรง ๆ ดี ๆ ก็ไปทำให้มันหยิกเป็นลอน ๆ บ้าง ขดกันเป็นก้อนราวกับหอยขมบ้าง ลูกยังมองไม่เห็นว่ามันสวยกว่าผมเหยียด ๆ ตรงไหน การดัดผมก็อันตราย เอาเครื่องมือรุงรังมาม้วนผมให้งอ แล้วเปิดไฟฟ้าเข้าบังคับให้ผมมันงออยู่

อย่างนั้นนาน ๆ เมื่อหมดอำนาจก็จะกลับยืดออก แม่สาว ๆ ก็ต้องเสียเงินไปทำให้มันงอเข้าไปอีก ถ้าไฟมันทำพิษขึ้นมาก็เท่ากับฆ่าตัวเอง ไฟฟ้ามันอาจจะรั่วแล้ววิ่งออกจากสายมาเข้าตัวคน คนนั้นก็จะต้องตายอย่างน่าทุเรศ เคยปรากฏตัวอย่างมาแล้วแต่พวกผู้หญิงก็ไม่ยักกลัว

อั้งบ๊วยมาเยี่ยมเราพร้อมกับแม่ของเธอเมื่อไม่กี่วันมานี้ เธอดัดผมสั้นหน้าตาดูพิลึก หมุยเอ็งกลับชอบใจและชมว่าสวย ทั้งที่ลูกเห็นว่าแสนจะน่าเกลียด

"ดูหน้าตาเธอแปลกไปมาก สวยเหมือนสาวสมัยใหม่ นั่นเธอทาปากด้วยหรือผมแบบนี้รับหน้าจริง ๆ ฉันชักอยากทำบ้างแล้วซี"

"อย่าเลย ดูหน้าเขาเสียก่อนซี ทำหน้าเหมือนจะหักคอฉัน เขาคงไม่ชอบใจนักถ้าจะเอาอย่างฉัน"

"ไม่กลัวบ้างหรือไง" ลูกอดอยู่ไม่ได้

"กลัวอะไร"

"ดัดผมน่ะซี ไม่เคยได้ยินเรื่องไฟรั่วเข้าตัวแล้วตายบ้างรึ" ลูกอธิบาย อั้งบ๊วยหัวเราะชอบใจ แต่แม่ยายหน้าบึ้งทันที

"แม่ห้ามมันแล้ว มันไม่เชื่อ ลูกสมัยนี้มันหัวดื้อไม่เคารพแม่ ถือว่าเป็นใหญ่ทำงานทำการได้เอง"

"ไม่ใช่อย่างนั้นหรอกแม่ ฉันเพียงแต่อยากทำอะไรแปลก ๆ บ้าง"

"จะได้ตายเร็ว ๆ มีผู้หญิงไปดัดผมกับเพื่อน เพื่อนไปซื้อกับข้าว กลับมาร้านทำผมเขาบอกว่ากลับไปแล้ว ไปถึงบ้านไม่มีคนอยู่ก็เลยบอกตำรวจ ตำรวจเขาไปค้นร้านดัดผมพบศพผู้หญิงคนนั้นถูกไฟดูด ดำไปทั้งตัว เห็นเขาว่าแม่นั่นใส่ทอง คาดเข็มขัดนากราคามาก มันเลยแกล้งทำไฟฟ้ารั่วฆ่าหล่อนเสียแล้วเอาทอง"

"โชคดีที่ฉันไม่ชอบใส่ทอง ฉันคาดเข็มขัดเงินไปเส้นเดียวเท่านั้น" อั้งบ๊วยตอบยิ้ม ๆ "จึงรอดตายกลับมาได้"

"พูดเป็นเล่นเสมอลูกคนนี้ บางทีไฟฟ้ามันก็รั่วเองโดยที่เจ้าของร้านเขาไม่ได้แกล้ง บางคนไม่ถึงตาย แต่ผมไหม้หมดทั้งหัวและผมไม่ยอมงอกใหม่ด้วย กลายเป็นคนหัวล้านไปตลอดชีวิต"

"ตอนนี้น่ากลัว" อั้งบ๊วยยกมือคลำผมตัวเอง "ถ้าฉันกลายเป็นคนหัวล้านไปมันคงน่าเกลียดพิลึก"

"ดูมัน มันกลัวขี้เหร่มากกว่ากลัวตาย" แม่ของเธอร้อง

"โธ่ แม่ ขี้เหร่แล้วมันอายคน แต่ตายแล้วไม่ต้องอายใครนี่แม่"

"จริงด้วย" หมุยเอ็งพลอยเห็นดีเห็นงามไปด้วย "ถ้าฉันหัวล้านตลอดชีวิตฉันก็ว่าตายเสียดีกว่า"

"ไม่เป็นไรหรอก เราซื้อผมปลอมมาใส่ได้" แม่น้องเมียคนทันสมัยบอก

"แต่มันก็ไม่เหมือนของจริง ฉันกลัว ไม่ดัดผมดีกว่า" หมุยเอ็งพูดอย่างกลัวๆ แต่อั้งบ๊วยกลับหัวเราะ

"ฉันไปทำมาแล้ว ไม่เห็นมีอะไรเกิดขึ้น" ยกมือตบผมตัวเอง "ผมยังอยู่เต็มหัว ไฟก็ไม่ทำอะไรฉันสักนิด ฉันไม่กลัวเลย"

"หมู่นี้มันบ้า ๆ บอ ๆ ชอบทำอะไรแปลก ๆ ไม่มีใครคอยดุมัน มันไม่กลัวแม่ ดูสิ ดัดจริตทาปาก เขียนคิ้ว และนุ่งกระโปรงเวลาไปเที่ยวกับเพื่อน"

"คนเราเหนื่อยแล้วก็ต้องหาความสุขบ้างสิ" เธอเถียง ริมฝีปากเคลือบสีชมพูขยับไปมา

"แม่บอกให้แกแต่งงาน พ่อก็บอกแล้วว่าเส็ง......"

"แม่หยุดพูดเรื่องเส็งนี่เสียทีได้ไหม" อั้งบ๊วยขัดขึ้นทันควัน นัยน์ตาวาววับด้วยความไม่พอใจ "บอกกี่ครั้งแล้วว่าไม่เด็ดขาด ฉันอยู่อย่างนี้มีความสุขมากกว่า แม่นึกแบบผู้หญิงหัวโบราณว่าการแต่งงานคือความสุขของผู้หญิง ไม่จำเป็นสักนิด บางคนแต่งงานแล้วมีแต่ความทุกข์ ต้องทำงานหนัก เลี้ยงลูกเอาใจผัวสารพัด ไม่เอาละ ฉันชอบอิสระ ทำทุกอย่างได้ตามใจชอบ ฉันอยากนุ่งกระโปรงฉันก็นุ่ง อยากดัดผมก็ดัด ไม่มีใครมาห้ามหวง จะทำอะไรก็ได้"

"โดยไม่ต้องเกรงใจแม่" แม่ของเธอต่อให้

"ถูกละ ตราบใดที่ยังไม่ได้ทำอะไรเสียหาย ไม่ทำสิ่งผิดวิสัยกุลสตรี" อั้งบ๊วยตอบหน้าตาเฉย เธอเปลี่ยนไปมากตั้งแต่ต้องรับผิดชอบตัวเอง เธอเชื่อมั่นในตัวเองมากขึ้น พูดอะไรชัดและตรงขึ้น ลูกคงไม่ชอบใจแน่ถ้าหมุยเอ็งมีท่าทางแบบนี้ ลูกไม่ชอบผู้หญิงที่กระด้างเกินไป หมุยเอ็งอ่อนกว่าแต่ก่อน เธอเชื่อฟังลูกพอประมาณและไม่ช่างเจรจาอธิบายเท่าน้องสาว ถ้าลูกอยู่กับอั้งบ๊วยคงมีเรื่องเถียงกันทั้งวัน ต่างคนต่างก็มีเหตุผลและไม่ยอมแพ้ หมุยเอ็งนั้นมักจะนิ่งเสียถ้าเธอไม่เห็นด้วย อาจจะเพราะไม่รู้จะเถียงว่าอะไร ไม่มีเหตุผลจะนำมายืนยันความคิด แต่อั้งบ๊วยมักจะอ้าง

เหตุผลยืนยันว่าทำไมเธอจึงทำอย่างที่เธอทำ

“ฉันเกรงใจแม่เสมอ เคารพแม่เสมอในฐานะแม่ แต่ฉันคิดว่าฉันโตแล้วและมีอิสระ ฉันทาปาก ดัดผม นุ่งกระโปรง ก็ไม่เห็นเสียหายอะไร”

“แต่ผู้หญิงจีนต้องนุ่งกางเกง”

“นั่นไม่ใช่กฎเกณฑ์เสมอไปหรอกแม่ ฉันคิดว่าฉันจะปฏิบัติแต่ประเพณีบางอย่างเท่านั้น เช่นลูกผู้หญิงต้องไม่คบผู้ชายไม่เลือกหน้า ต้องไม่เที่ยวกลางคืน ไม่ผิวปาก แต่โลกเดี๋ยวนี้เปลี่ยนไปมาก ผู้หญิงไม่ได้อยู่แต่ในห้องเหมือนแต่ก่อน ผู้หญิงก็ต้องทำงานต้องพบใครต่อใครมากมายแล้วก็ต้องทำตัวให้เหมือนคนอื่น ๆ ด้วย ฉันไปเที่ยวกับเพื่อน ฉันก็ต้องแต่งตัวให้เหมือนเขาหรืออย่างน้อยก็คล้าย ๆ กับเขา ฉันผิดหรือแม่ ประเพณีแต่ก่อนก็ใช้ได้กับผู้หญิงสมัยก่อน ประเพณีต้องดัดแปลงให้เข้ากับปัจจุบันซี นุ่งกระโปรงหรือกางเกงก็ไม่เห็นจะแปลกที่ตรงไหน อีกหน่อยฉันจะหัดขับรถ”

“ว่าอะไรนะ” หมุยเอ็งตาค้าง

“ซื้อรถยนต์มาขับ รถเก๋งน่ะ ไปไหนมาไหนเร็วดี”

“นั่นแหละเขาละ มันทำอะไรแต่ละอย่างดี ๆ ทั้งนั้น” แม่พยักพเยิดกับลูกสาวใหญ่

“จ้ะแม่ ดี ๆ ทั้งนั้น การขับรถเป็นของดีนะ พี่ควรจะซื้อมาใช้บ้าง เวลาไปติดต่องานจะได้เร็วขึ้น”

“ไปรถรางหรือสามล้อก็เร็วมากแล้ว” ลูกตอบเรียบ ๆ

“ไม่มากหรอก สู้รถยนต์ไม่ได้ มันเร็วมากกว่ารถส่งของนั่นมาก รถบรรทุกคันนั้นมันโบราณมากแล้วนะ” เธอหมายถึงรถส่งของที่ลูกรับโอนมาจากพ่อตา “เรือยนต์นั่นก็เก่า มันวิ่งช้าควรจะเปลี่ยนเครื่องใหม่ได้แล้ว ซื้อรถยนต์เถอะน่ะ สวยดีไปก็เร็ว สะดวก”

“ฉันคิดว่ายังไม่จำเป็น” ลูกรีบคัดค้าน

“ตามใจ ถ้าฉันขับเป็นแล้วจะขับมารับหลานไปเที่ยวบ้าง ไปไหมเว่งคิม ไปเที่ยวกับน้าไหม นั่งรถยนต์เที่ยวบางกอก ตระเวนให้ทั่ว”

เว่งคิมรีบรับคำว่า “ไป ไปเที่ยว” ลูกจากตักยายจะมาหาน้าแต่ถูกดึงตัวไว้

“ไม่ได้ไปเดี๋ยวนี้หรอกหลาน ไว้วันหน้า พ่อคนนี้ชอบเที่ยวจริง รู้ไหม เราโต

แล้วจะอ้อนแม่ไม่ได้แล้วนะ เราจะมีน้องแล้ว”

“น้อง น้อง” แกพูดตาม แต่นัยน์ตามีแววไม่เข้าใจ แล้วก็หันกลับไปสนใจเรื่องเที่ยวอีก

“ไปเที่ยว เที่ยวตลาด หนม ซื้อหนม”

“ตะกละ”

“ตะกละ” แกพูดตาม

“ใครตะกละ” ยายของแกแกล้งถาม

เว่งคิมยกมือจิ้มอกตัวเองและอกยาย พลางร้องว่า “ตะกะ คิมกะ ยายกะ”

“ว้า ทำไมอย่างนั้นเล่า คิมตะกละคนเดียว ยายไม่ตะกละด้วยหรอก” อั้งบ๊วยยื่นหน้าไปใกล้หลานพลางว่า เว่งคิมหันมาจิ้มหน้าผากน้าสาว

“น้าตะกะ พ่อกะ แม่กะ กะทุกคน”

เราหัวเราะขึ้นพร้อมกัน เด็กช่างมีเสน่ห์ดึงดูดใจเราเพราะความไร้เดียงสาของแก เสน่ห์ที่ผู้ใหญ่ไม่อาจเลียนแบบได้ เด็กทำให้พ่อแม่รื่นรมย์ยามเหนื่อยจากงาน ยิ่งกว่าความบันเทิงใด ๆ ในโลกนี้ เมื่อลูกยังเล็กไร้เดียงสาเท่าเว่งคิม พ่อและแม่เคยรู้สึกอย่างนี้หรือเปล่าจ๊ะ

จากลูกของแม่
ตันส่วงอู๋

(ฉบับที่ ๓๔)

สำเพ็ง บางกอก

เดือนห้า ขึ้นสามค่ำ ปีชวด

กราบคุณแม่ที่รักยิ่ง

เวลานี้ ลูกของแม่กำลังก้าวหน้าไปด้วยดีในเรื่องการงาน แต่ในเรื่องอื่น ๆ ดูจะดำเนินไปได้ไม่ดีนัก ลูกมีเรื่องกับกิมนิดหน่อยในฐานเพื่อน ลูกนิ่งอยู่ไม่ได้จริง ๆ เขาจะโกรธลูกหรือไม่ ลูกไม่ทราบ แต่ไม่พอใจนั้นเป็นของแน่ เขาอาจจะนึกว่าลูกเจ้ากี้เจ้าการกับชีวิตของเขามากไป แต่เราเป็นเพื่อนกันมานานปี เท่ากับอายุของเราทั้งสอง ลูกตักเตือนเขาเท่าที่ลูกพิจารณาเห็นสมควร ถ้าเขาจะโกรธแบบเส็งก็เป็นเรื่องช่วยไม่ได้

กิมริอ่านเล่นสลากกินแบ่ง ลูกเพิ่งทราบ เขาไม่ได้เล่นแบบชั่วครั้งชั่วคราว แต่ติดจนงมงายทีเดียว เจ้าสลากกินแบ่งที่ว่าเป็นของรัฐบาล ลูกไม่เข้าใจเลยว่าทำไม รัฐบาลซึ่งต้องดูแลคนทั้งประเทศจึงสนับสนุนให้ประชาชนของตนติดอบายมุข ลูกถามพ่ออุปถัมภ์ พ่อก็ว่าเกือบทุกประเทศมีอบายมุขที่กลายรูปเป็นถูกต้องตามกฎหมายเช่นนี้ แม้ในประเทศของพวกผมแดงก็มี นอกจากสลากแล้วยังมีการแข่งม้า ผู้ที่ไปดูม้าก็จ่ายเงินพนันกันว่าม้าตัวไหนจะชนะ สลากกินแบ่งนี้เขาขายกันเป็นใบ ๆ มีตัวเลขหลายหลัก ถ้าใครซื้อสลากใบที่มีตัวเลขตรงกับที่ออกรางวัลก็ได้เงินจำนวนมากน้อยแล้วแต่ว่าตรงกับรางวัลใหญ่หรือไม่ ถ้าตรงกับรางวัลที่หนึ่งก็จะได้เงินเป็นสิบๆ หมื่น

กิมเล่นสลากมาแต่เมื่อไหร่ลูกไม่ทราบแน่ มาทราบเอาเมื่อเขาบ้าขนาดหนักแล้ว เขาชอบถามหมุยเอ็งหรือลูกว่าฝันอะไรบ้างในตอนเช้ามืดแล้วคิดออกมาเป็นตัวเลข แรก ๆ ลูกก็ไม่สงสัยอะไร จนกระทั่งอั้งบ๊วยมาในวันหยุดวันหนึ่งซึ่งกิมมิได้ออกไปขายหมูแต่เขาช่วยลูกนับของอยู่

"เมื่อคืนฝันพิลึก" อั้งบ๊วยเล่า "ฝันว่ามีเรือบินเจ็ดลำมาบินอยู่เหนือร้านแล้วทิ้งระเบิดลงมา น่ากลัวชะมัดเลย"

"เรือบินเจ็ดลำก็เลขเจ็ด ทิ้งระเบิดกี่ครั้ง"

"สามครั้ง บ้านช่องพังหมดเลย"

"เจ็ดสาม รวยแน่คราวนี้ ไม่เสียแล้ว เลขตัวนี้ไม่ค่อยออกมานานแล้ว" กิมอุทาน แต่ลูกขมวดคิ้วย่น

"ทำไมเลขสองตัวนี้จะทำให้แกรวย ฉันไม่เข้าใจ"

กิมไม่ตอบ อั้งบ๊วยยิ้ม อธิบายแทนทันที "ฉันรู้ เขาเล่นหวยน่ะซี ฝันแล้วคิดเลขเอาไปซื้อสลากกินแบ่งรัฐบาล เผื่อถูกอาจจะได้เงินสักสิบหมื่น"

"เธอเคยเล่นหรือ" หมุยเอ็งถามขึ้น

"เคยหนหนึ่ง"

"ถูกไหมเล่า" ลูกเตรียมเยาะ

"ถูก ถูกกินไงเล่า นานแล้วละ ไม่คิดจะเล่นอีกด้วย โอกาสจะถูกมันยากเหลือเกิน ตั้งไม่รู้กี่หมื่นใบแต่รางวัลนิดเดียว แล้วเราจะถูกได้อย่างไร ถ้านาน ๆ นึกครึ้มขึ้นมาแล้วซื้อเข้าอาจจะถูกก็ได้นะ แต่ถ้าเล่นประจำไม่เอาเด็ดขาด"

"ทำไมเธอรู้ดีนักเล่า บ้านเราไม่เคยเล่นหวยเลยไม่ว่าสมัยไหน พ่อว่าสมัยก่อนมีหวยกอขอ พ่อกับแม่ก็ไม่เคยเล่น" หมุยเอ็งซักฟอกน้องสาว

"พวกคนงานในร้านเขาเล่นกัน ฉันเลยลองดูบ้าง ว่าแต่กิมเถอะเล่นบ่อยหรือเปล่า" อั้งบ๊วยถามกิม

กิมหน้าเสีย อ้อมแอ้มตอบว่า "ก็ไม่บ่อยนักหรอก"

กิมโกหกไม่สนิท ลูกจับสีหน้าได้ว่าเขาพูดเท็จ อีกอย่างหนึ่ง กิมสนใจเรื่องตัวเลขมานานแล้ว เพียงแต่ลูกไม่ได้คิดสงสัยว่าเขาทำอะไร นึกว่าเขาคงคิดอะไรสนุก ๆ เท่านั้น

"ฉันว่าแกเล่นมานานแล้ว และบ่อยด้วยซี ดูจากเรื่องฝันก็รู้" ลูกพูดขรึม ๆ ไม่ว่าอะไรต่อ เพราะหมุยเอ็งและอั้งบ๊วยยังอยู่ด้วย พอได้โอกาสลูกก็ดึงกิมออกไปทางหนึ่ง และเริ่มต้นซัก "แกบอกฉันตามตรงดีกว่าว่า แกริอ่านเล่นกับอบายมุขตั้งแต่เมื่อไร"

"อบายมุขเมื่อไหร่ มันเป็นเพียงการเสี่ยงโชคเท่านั้น และถูกต้องตามกฎหมายด้วย" เขาเถียง "เรื่องสลากกินแบ่งเป็นเรื่องของรัฐบาลด้วยซ้ำ เจ้าของคือรัฐบาล"

"ถูกต้องตามกฎหมาย ชะ ทำให้มันถูก มันก็ถูก แต่มันไม่พ้นความเป็นอบายมุขหรอก เล่นถั่ว เล่นโป เล่นไพ่ก็ถูกกฎหมายถ้าขออนุญาต เสียเงินเสียหน่อยก็เปิดบ่อนหลอกเงินชาวบ้านได้ สมัยนี้เป็นสมัยของเงินเท่านั้น แกคงเคยรู้เรื่องยี่โกฮงที่ตั้งหวย เขาเสียภาษีเสียหน่อยก็ตั้งหวยเบอร์แบบสลากกินแบ่งที่แกชอบนี่แหละเดี๋ยวนี้รัฐบาลตั้งเองเพราะรายได้มันดีเกินคาด หลอกเงินชาวบ้าน ถ้าทุกคนถูกสลากรางวัลที่หนึ่งรัฐบาลหรือเจ้ามือก็คงเจ๊ง แต่นี่เขากำไรเสียจนไม่อาจนับได้ถ้วน หากขาดทุนก็คงล้มกิจการไปนานแล้ว ไม่ตั้งมาจนเดี๋ยวนี้หรอก"

"แต่มันเป็นความหวังอย่างเดียวของคนจน เมียฉันก็จน ฉันไม่มีโอกาสหาเมียรวย ๆ อย่างแก ไม่ได้เป็นพ่อค้าใหญ่ ฉันเพียงแต่ขายหมูได้กำไรพอกินไปวัน ๆ"

"พอกินแล้วจะเอายังไง บ้านมีอยู่ ข้าวมีกิน แต่แกจะไม่พอกินถ้าขืนเล่นหวยบ่อยนัก อย่าลืมว่าแกมีภาระ มีเมียที่ต้องเลี้ยงและต่อไปก็จะมีลูก แล้วยังเมียเก่าและลูกที่เมืองจีนอีก"

"เพราะอย่างนั้นน่ะซี ฉันถึงอยากเสี่ยงโชค"

"แล้วเคยถูกไหม ถูกกินอย่างอั้งบ๊วยว่าเท่านั้นเอง แกลองไปถามพวกพ่อค้า

ใหญ่ ๆ ดูซิว่ามีใครบ้างไหมที่ร่ำรวยเพราะโชคลาภแบบนี้ ทุกคนทำงานตัวเป็นเกลียว บางคนเคยเป็นกระทั่งกุลี แล้ววันหนึ่งเขาก็สามารถค้าขายร่ำรวยใหญ่โตขึ้นมาได้ เพราะอะไร เพราะความพยายาม ไม่งอมืองอเท้า ไม่เคยเสี่ยงโชคอย่างแก บางคนอด ออมมาก จึงมีฐานะดีขึ้น แกคงเคยได้ยินเรื่องเล่าที่พวกคนไทยเคยเล่าสู่กันฟังแบบ เยาะเย้ยพวกเรา โดยหาคิดไม่ว่านั่นคือสิ่งที่พวกเขาควรจะดูเยี่ยงอย่างไว้"

"เรื่องอะไร" สีหน้าของกิมสลดลงเมื่อรู้ว่าลูกโกรธจริง ๆ

"เรื่องคนจีนกินข้าวต้มกับกรวดต้มน้ำปลาน่ะซี เคยได้ยินไหม หรือเรื่องกิน ข้าวต้มกับปลาเค็มที่แขวนเอาไว้มองเวลากิน พอลูกมองมากไปนิดก็ดุลูกว่าเดี๋ยวเค็ม แย่"

"ฉันเคยได้ยินเหมือนกันแหละ แต่ไม่สนใจ มันก็เป็นเรื่องพูดเล่นเปรียบเปรย ว่าพวกเราขี้เหนียวเท่านั้นเอง ไม่เห็นมีอะไร"

"เพราะแกไม่ค่อยคิดอย่างนี้เอง ถึงหลงใหลอะไรง่าย ๆ เขามีเรื่องที่น่าดูกว่านี้ อีกนะ ฉันเคยได้ยินเขาเล่าเรื่องจีนเหนือกับจีนใต้ใครจะขี้เหนียวกว่ากัน ฉันก็จำไม่ได้ แล้วว่าฝ่ายไหนไปเยี่ยมฝ่ายไหน ฝ่ายที่ไปเยี่ยมทำมือว่าเอาขนมเปี๊ยะมาฝาก เด็กที่ ออกมารับก็ทำมือเอาแต่งโมให้เป็นของตอบแทนหรืออย่างไรนี่แหละ พอพ่อของเด็ก คนนั้นกลับมา เด็กก็เล่าให้ฟัง พ่อก็ดุเด็กว่าทำไมให้ไปทั้งลูก ให้ครึ่งลูกก็พอ"

"แหม ขี้ตืดขนาดหนัก ของลม ๆ ก็ยังกลัวจะมากไป" กิมพูดอย่างขันเรื่องที่ ลูกเล่า

"กิม แกไม่รู้สึกอะไรเลยหรือนอกจากขำ" ลูกจ้องหน้าเขาด้วยความแปลกใจ

"อ้าว ก็จะให้รู้สึกอะไรเล่า"

"ไอ้งั่ง" ลูกพลั้งปากออกไป กิมหน้าตึงทันที "มันเป็นเรื่องที่มดเท็จที่สุดใน โลก เขาเยาะเย้ยกล่าวหาว่าเราขี้เหนียวอย่างร้ายกาจ มันไม่เป็นความจริงเรื่องพวกนี้ ไม่มีมนุษย์ที่ไหนจะกินอยู่อย่างนั้นได้ พวกเราอาจจะกินอยู่อย่างประหยัดจริง แต่ก็ พอประมาณฐานะ เราประหยัดเพื่อรอวันหน้า เมื่อเราฐานะดีแล้วเราก็จะกินใช้ให้คุ้ม กับที่เราอดทนมานาน ไม่มีใครรวยเพราะโชคบ้า ๆ อย่างที่แกว่าหรอก ทุกคนต้อง อดทนทำงานมาอย่างหนักทั้งนั้น ถึงฉันจะได้เมียรวย แต่แกอย่าลืมว่า ฉันทำงาน หนักแค่ไหน ฉันค้าขายแทนพ่อตา ดูแลร้านชำร่วมกับหมุยเอ็ง ตั้งโรงงานทำขนม แกนึกว่าฉันสบายนักรึ แกมีโอกาสดีไม่แพ้ฉัน เวลานี้แกค้าขายหมูไก่เป็ด เมียแกเขา

บทที่ ๑๑ จดหมายจากเมืองไทย

เป็นลูกจ้างที่นี่ ก็ได้เงินไปเป็นค่าอาหาร แม่ยายแกเขาก็ช่วยเลี้ยงเป็ด ไก่ ไข่ ส่งให้แกขายได้กำไรดี ทำไมแกไม่ใจเย็น ๆ ค้าขายให้เจริญ แล้ววันหนึ่งแกก็จะร่ำรวย มีหลักฐานมั่นคง แกจะภูมิใจในตัวเองยิ่งกว่าฉันเสียอีก เพราะแกช่วยตัวเองมาตลอด ไม่มีใครคอยค้ำจุนอย่างฉัน ทำไมแกจะต้องบ้าเสี่ยงโชคด้วย ชบาเขารู้เรื่องนี้หรือเปล่า"

"ไม่รู้หรอก เขารู้แต่ว่าฉันเคยเล่นหวย แต่ไม่รู้เรื่องที่ว่าฉันเล่นทุกงวด"

"เปลืองเงินไปเท่าไหร่ ถ้าแกเอาเงินนั่นส่งให้เมียที่เมืองจีนหรือเก็บไว้จะได้ประโยชน์มากกว่าเยอะแยะ แกเสียเงินไปเท่าไหร่แล้วเพราะเรื่องไม่เข้าเรื่องนี่ แทนที่จะเอาไว้ทำทุน กลับเอาไปจ่ายเรื่องไม่เข้าเรื่อง แกเชื่อไอ้เจ้าโชคที่มองไม่เห็นตัว"

"แกทำตัวราวกับเป็นพ่อของฉัน ไม่ใช่เพื่อน" กิมพูดเสียงลอดออกมาตามไรฟัน "แกคงคิดว่าฉันต้องอยู่ในคำสั่งแกเพราะฉันอาศัยแกอยู่ เคยเป็นลูกจ้างแก เคยรับเงินของแกอย่างนั้นหรือ"

"กิม แกคิดดูให้ดี ฉันหวังดีต่อแก กลับไปนอนคิดเสียสักสองสามคืนเถอะ"

ลูกคิดว่ากิมคงจะโกรธ ลูกเพิ่งจะวางใจว่าเขาจะเป็นคนดีต่างกว่าเมื่อก่อน เขาก็ทำให้ลูกผิดหวังเสียแล้ว ลูกเห็นจะหวังเกินการ ลูกทำงานได้ดังใจมากไป ลูกจึงหวังจะให้มนุษย์มีลักษณะดังใจลูก แต่มันเป็นไปไม่ได้เลย แม่คิดว่าลูกทำเกินหน้าที่เพื่อนที่ดีหรือเปล่า ลูกสงสัยจริง ๆ

จากลูก
ตันส่วงอู๋

บทที่ ๑๒ ตอนหนึ่งในเรื่อง "ความสุขของกะทิ"

 โดย งามพรรณ เวชชาชีวะ

<u>แนะนำนวนิยายเรื่อง"ความสุขของกะทิ"โดยย่อ</u>

     ความสุขของกะทิเป็นนวนิยายขนาดสั้น เล่าเรื่องราวของกะทิเด็กหญิงวัย ๙ ขวบที่ต้องผ่านประสบการณ์การสูญเสียครั้งสำคัญที่สุดเมื่อแม่ต้องจากไปก่อนวัยอันสมควร กะทิได้ผ่านขั้นตอนความสุขและทุกข์ ความผูกพันและการพลัดพราก ความสมหวังและความสูญเสีย ถึงกระนั้น กะทิได้เรียนรู้ว่าความทุกข์จากการสูญเสียไม่อาจพรากความสุขจากความรักและความผูกพันของแม่กับเธอได้ เด็กน้อยเติบโตขึ้นจากประสบการณ์นี้ด้วยความเชื่อมั่นและกำลังใจในการดำรงชีวิตต่อไปจากบุคคลใกล้ชิดผู้ที่เธอรักและรักเธอ

                       ตอนหนึ่งในคำประกาศของคณะกรรมการตัดสินรางวัลวรรณกรรมสร้างสรรค์ยอดเยี่ยมแห่งอาเซียน(ซีไรต์)ของประเทศไทย ประจำปีพุทธศักราช ๒๕๔๙

                          แมงกะพรุน

                   "การอยู่กับปัจจุบันนาทีไม่ใช่เรื่องง่ายเลย"

     ฟ้าผืนกว้างวันนี้ไม่มีเมฆให้เห็น มองดูเหมือนผ้าสีฟ้าสดผืนใหญ่ผืนเดียว กะทินอนหงาย ลอยคออยู่ในทะเลที่เรียบราวแผ่นกระจก ดวงอาทิตย์สีส้มเพิ่งโผล่พ้นขอบฟ้า อากาศจึงยังเย็นรื่น ที่จริงกะทิชอบลงเล่นน้ำทะเลตอนเย็น ๆ มากกว่า เพราะคลื่นจะถาโถมลูกแล้วลูกเล่า ซัดเข้าหน้าเข้าตา ท้าทายและมีรสชาติกว่าการแหวกว่ายในน้ำที่แทบจะไม่ต่างจากน้ำนิ่ง ๆ ในคลอง แต่น้าฎาไม่ชอบ แม่ไม่ยอมให้กะทิลง

บทที่ ๑๒ ตอนหนึ่งในเรื่อง "ความสุขของกะทิ"

เล่นคนเดียว กะทิจึงเดินต้อย ๆ ตามน้าฎามา "มอร์นิ่งสวิม" ตามที่ตาชอบเรียกเป็นภาษาอังกฤษ

มองจากทะเล บ้านหลังน้อยสีขาวตั้งอยู่บนเนินสูง มีรั้วเตี้ยกั้นพอเป็นพิธีเหนือเขื่อนหินที่ทำหน้าที่เป็นปราการป้องกันน้ำทะเลกัดเซาะ ผนังฉาบปูนสีขาว จัดแบบนี้เหมือนบ้านแถบริมทะเลที่กรีซ กะทิไม่เคยเห็น แต่ได้ยินลุงตองพูด บนระเบียงมีม้านั่งยาวที่แขวนไว้เหมือนชิงช้า เบาะสีเหลืองมะนาวช่วยเพิ่มความสบายและความสดใส ไม่เคยมีบรรยากาศห่อเหี่ยวหดหู่ในบ้านหลังนี้ ไม่เชื่อก็ต้องเชื่อ

น้ำสูงถึงเอวของน้าฎาพอดี น้าฎายังไม่ยอมว่ายน้ำจริง ๆ ได้แต่เดินลุยน้ำเล่น น้าฎาบอกว่าต้องดูให้แน่ใจก่อนว่าไม่มีแมงกะพรุน กะทิชอบแมงกะพรุน อยากให้พี่ทองมาเห็นจัง พี่ทองต้องร้องว่าไม่เห็นเหมือนในชามเย็นตาโฟเลยแน่ ๆ

เมื่อขึ้นจากน้ำทะเลและอาบน้ำแต่งตัวแล้ว กะทิรีบไปบอกแม่ว่าชอบดูแมง-กะพรุนลอยมากับคลื่นในทะเล แม่บอกว่าแม่ก็ชอบ มองดูเหมือนร่มชูชีพกลางฟ้า กะทินึกไม่ออก แม่จึงหาในอินเทอร์เน็ตให้กะทิดู แมงกะพรุนดูสบายอารมณ์พิลึกยามล่องลอยอยู่ในน้ำ ส่วนบนที่มองดูเหมือนดอกเห็ดหุบ ๆ บาน ๆ เหมือนร่มชูชีพของทหารตอนโดดลงมาจากเครื่องบินจริง ๆ เสียด้วย แม่บอกว่าอยากทำตัวเหมือนแมงกะพรุน ที่เคลื่อนที่ไปอย่างไม่มีจุดหมาย ทั้งชีวิตที่ผ่านมาของแม่มีจุดหมายที่แน่ชัดมาตลอด แม้ในช่วงสุดท้ายของชีวิตตอนนี้ก็เหมือนกัน

คอมพิวเตอร์ของแม่ใช้เสียงสั่งงานได้ น้ากันต์บอกว่าแม่ทำ wav file เตรียมไว้ล่วงหน้าก่อนจะใช้มือทำงานไม่ได้ แม่ถือหนังสืออ่านไม่ได้ ก็ใช้วิธีฟังจากเทปแทน มีเพื่อนส่งมาให้จากแดนไกล บางม้วนเป็นหนังสือเด็ก แม่จะชวนกะทิมาฟัง ถ้ามีหนังสือต้นฉบับ กะทิจะดูภาพประกอบและอ่านในใจตามเสียงจากเทป แม่ชอบใจว่าเป็นการฝึกภาษาไปในตัว

แต่ที่แม่ชอบมากที่สุดคือดูภาพถ่ายในอัลบั้มด้วยกัน เป็นรูปกะทิคนเดียวเกือบทั้งหมด ฝีมือตาล้วน ๆ กะทิเข้าใจว่าตาส่งมาให้แม่เป็นระยะ แม่จะขอให้กะทิเล่าเรื่องที่เห็นในภาพให้ฟัง ตาเรียกกิจกรรมนี้ว่า รายการข้างหลังภาพ

คนนี้ครูประจำชั้นปอสี่ของกะทิค่ะ ชื่อครูราตรี สามีของครูก็เป็นครูเหมือนกันนะคะแม่ แต่สอนอยู่ที่จังหวัดอื่น ครูทำเรื่องขอย้ายตามสามีไปตั้งนานหลายปีแล้ว แต่ไม่เห็นได้ย้ายสักที รุ่นพี่ชอบพูดว่าครูอารมณ์เสียเพราะกลัวสามีไปมีผู้หญิงใหม่

กะทิว่าครูยิ้มสวย แต่ไม่ค่อยยิ้ม บางคนบอกว่าโชคดีที่ครูไม่มีลูก บางคนบอกว่า ถ้ามีลูก ครูจะได้ไม่เหงา น่าแปลกนะคะที่ตอนปิดเทอมกะทิก็ยังเห็นครูมาที่โรงเรียน ไม่เห็นไปหาสามี แล้วก็ไม่เคยมีใครเห็นสามีของครูด้วยค่ะ

กะทิเล่าเจื้อยแจ้วไปเรื่อย ๆ บางทีแม่ก็จะขัดการบรรยายและตั้งคำถามอย่างเช่น ทำไมเพื่อนของกะทิคนนี้ยิ้มแปลก ๆ อ๋อ พิราวรรณหกล้มค่ะแม่ ตกบันไดลื่นลงมาขากรรไกรหัก ต้องใส่อะไรไม่รู้ไว้ในปาก น้ำลายไหลตลอดเวลาเลย เพื่อน ๆ ชอบเรียกว่ายายเอ๋อ ไม่ยอมเล่นด้วย กะทิเลยชวนพิราวรรณมานั่งอ่านหนังสือสนุก ๆ จะชวนคุยก็ไม่ได้หรอกค่ะ เพราะพูดไม่ค่อยถนัด

ตอนเก็บอัลบั้มใส่ลิ้นชัก กะทิเห็นกล่องใบหนึ่งซุกอยู่ข้างใต้ กะทิเปิดดู ข้างในมีอัลบั้มใส่ภาพที่กะทิไม่เคยเปิดดูมาก่อน กะทิหยิบมายื่นให้แม่และชวนดูรูปข้างใน แม่ลังเลเล็กน้อย กะทิเข้าใจว่าแม่คงจะเหนื่อยแล้ว แต่แม่บุ้ยใบ้ให้กะทิขึ้นมานั่งบนเตียงและวางอัลบั้มลงบนตัก

ภาพแรกเป็นภาพเด็กทารกในอ้อมแขนของแม่ ลายมือตัวโตเขียนไว้ ฉกมล พจนวิทย์ ๑๔ กุมภาพันธ์ ๒๕๓๖

รูปประโยคและการใช้คำ

๑. ....แล้ว....เล่า   " แล้ว "和" เล่า "前用同一个动词，表示那个动作反复进行。" ....แล้ว ....เล่า " 前除了用动词外，更多的是用量词，相当于汉语的 " 一（量词）又一（量词）" 、" 一（量词）接着一（量词）"。

ตัวอย่าง
เราพยายามแล้วพยายามเล่า แต่ก็ไม่สำเร็จ
ฉันอธิบายแล้วอธิบายเล่า เขาก็ยังไม่เข้าใจ
เขาทำการทดลองครั้งแล้วครั้งเล่า ในที่สุดก็สำเร็จ
คลื่นจะถาโถมลูกแล้วลูกเล่า

บทที่ ๑๒ ตอนหนึ่งในเรื่อง "ความสุขของกะทิ"

แบบฝึกหัด ๑ จงใช้คำที่ให้ไว้ข้างล่างนี้แต่งประโยค"....แล้ว....เล่า"

> คิด   เช็ด   ถาม   เลือก   ซ้อม

แบบฝึกหัด ๒ จงใช้คำที่ให้ไว้แต่งประโยคที่ใช้"....แล้ว....เล่า"

> ๑) เวลาผ่านไป   ปี
> ๒) เขาเล่านิทานให้เด็กฟัง   เรื่อง
> ๓) เราเขียนจดหมายถึงเขา   ฉบับ
> ๔) เด็กคนนั้นกินทอฟฟี่   เม็ด
> ๕) เขาลองสวมเสื้อ   ตัว   ไม่รู้จะซื้อตัวไหนดี
> ๖) กินน้ำ   ถ้วย   ก็ยังไม่หายกระหาย
> ๗) เขาเลือกรองเท้า   คู่   ก็ยังหาที่พอใจไม่ได้สักคู่
> ๘) ฉันถามเรื่องนี้   คน   ไม่เห็นมีใครรู้เลยสักคน

类似的词语还有"....แล้ว....อีก"，但"....แล้ว....อีก"更多的是用于动词，而较少用于量词。如：

> ๑) เราพยายามแล้วพยายามอีก ในที่สุดก็สำเร็จ
> ๒) ฉันอธิบายแล้วอธิบายอีก เขาก็ยังไม่เข้าใจ
> ๓) ฉันถามแล้วถามอีก เขาก็ไม่ยอมบอก
> ๔) เราชวนแล้วชวนอีก เขาจึงรับปากว่าจะมาร่วมงาน
> ๕) ฉันเตือนแล้วเตือนอีก เขาก็ไม่ยักจำ
> ๖) ฉันท่องแล้วท่องอีก แต่ก็ยังท่องไม่ได้สักที

แบบฝึกหัด ๓ จงแก้ประโยคที่แต่งเรียบร้อยแล้วในแบบฝึกหัด ๑ ให้เป็นประโยคที่ใช้ "....แล้ว....อีก"

๒. **ต้อง....แน่ๆ** "肯定"、"必定" 的意思，语气上十分肯定，比单用 "....แน่" 更强调一些。意义上也不同于已经学过的 "คง....แน่"。试比较：

๑) - สำหรับข้อเสนอข้อนี้ เขาคงไม่เห็นด้วยแน่
 - สำหรับข้อเสนอข้อนี้ เขาไม่เห็นด้วยแน่
 - สำหรับข้อเสนอข้อนี้ เขาต้องไม่เห็นด้วยแน่ๆ

๒) - เรื่องนี้คงรู้ไปถึงพ่อแม่เขาแล้วแน่
 - เรื่องนี้รู้ไปถึงพ่อแม่เขาแล้วแน่
 - เรื่องนี้ต้องรู้ไปถึงพ่อแม่เขาแล้วแน่ๆ

๓) - คราวนี้เขาคงจะแพ้เราแน่
 - คราวนี้เขาจะแพ้เราแน่
 - คราวนี้เขาต้องแพ้เราแน่ๆ

๔) - อีกหน่อย สินค้าจำพวกนี้คงจะขึ้นราคาแน่
 - อีกหน่อย สินค้าจำพวกนี้จะขึ้นราคาแน่
 - อีกหน่อย สินค้าจำพวกนี้ต้องขึ้นราคาแน่ๆ

๕) - ลูกคงไม่ชอบใจแน่ถ้าหมุยเอ็งมีท่าทางแบบนี้
 - ลูกไม่ชอบใจแน่ถ้าหมุยเอ็งมีท่าทางแบบนี้
 - ลูกต้องไม่ชอบใจแน่ๆ ถ้าหมุยเอ็งมีท่าทางแบบนี้

๖) - ถ้าไม่มีข้อความประกอบละก็คงไม่เข้าใจแน่
 - ถ้าไม่มีข้อความประกอบละก็ไม่เข้าใจแน่
 - ถ้าไม่มีข้อความประกอบละก็ต้องไม่เข้าใจแน่ๆ

๗) - พ่อคงจะตีเราแน่เลย ถ้ารู้ว่าเรายังขายไม้ขีดไฟไม่ได้เลยสักกลักเดียว
 - พ่อจะตีเราแน่เลย ถ้ารู้ว่าเรายังขายไม้ขีดไฟไม่ได้เลยสักกลักเดียว

- พ่อต้องตีเราแน่เลย ถ้ารู้ว่าเรายังขายไม่ขีดไฟไม่ได้เลยสักกลักเดียว

๘) - ธรรมบาลกุมารคิดหาคำตอบอยู่ถึง ๖ วันก็ยังคิดไม่ออก จึงนึกว่าพรุ่งนี้คงจะตายแน่

- ธรรมบาลกุมารคิดหาคำตอบอยู่ถึง ๖ วันก็ยังคิดไม่ออก จึงนึกว่าพรุ่งนี้จะตายแน่

- ธรรมบาลกุมารคิดหาคำตอบอยู่ถึง ๖ วันก็ยังคิดไม่ออก จึงนึกว่าพรุ่งนี้ต้องตายแน่ ๆ

แบบฝึกหัด จงใช้คำว่า "คง....แน่""....แน่" และ "ต้อง....แน่ๆ"แต่งประโยคคำละ ๒ ประโยค

๓. ....สักที **"....สักที"**原义是“一次”的意思，但在翻译成汉语时则要看语言环境来确定。在肯定句中，一般都可以译为“一次”、“一下”；而在否定句中，除了译为“一次”、“一下”外，很多情况下还可以译为“总也……（不）”或“老也（不）……”。

ตัวอย่าง ๑

๑) อยากไปเยี่ยมท่านสักที แต่ก็ไม่ค่อยได้ว่างเลย

๒) เขาว่าเขาตั้งใจจะไปฝึกงานที่เมืองไทยสักที

๓) นาน ๆ คุณชุ่มถึงจะไปร่วมสังสรรค์กับเพื่อนสักที

๔) (เจ้าบอย)นอนอยู่ใต้เก้าอี้โหม่งอย่างสงบเสงี่ยม นาน ๆ จึงลุกขึ้นเกาหูแกรก ๆ สักที

๕) เรียนภาษาไทยมา ๒ ปีแล้ว อยากไปเที่ยวเมืองไทยสักที

ตัวอย่าง ๒

๑) อยากไปเยี่ยมท่านนานแล้ว แต่ก็ไม่ค่อยได้ว่างสักทีเลย

๒) รามสูรจับเมขลาไม่ได้สักทีเลย

๓) ครูประจำชั้นบ่นหนักใจด้วยเหตุที่เด็กสองคนนี้ไม่ค่อยจะลงรอยกันสักที

๔) ครูทำเรื่องขอย้ายตามสามีไปตั้งนานหลายปีแล้ว แต่ไม่เห็นได้ย้ายสักที

๕) งานบ้านแต่ละวันทำไม่รู้จักจบจักสิ้นสักทีเลย

แบบฝึกหัด จงแปลประโยคในตัวอย่าง ๑ และตัวอย่าง ๒ ให้เป็นภาษาจีน

ข้อสังเกต

๑. รางวัลซีไรต์

"ซีไรต์" 是英文 S.E.A.Write 的音译。S.E.A.Write 的全称是 "Southeast Asian Writers Award", 泰语译为 "รางวัลวรรณกรรมสร้างสรรค์ยอดเยี่ยมแห่งอาเซียน", 简称为 "รางวัล ซีไรต์"。ซีไรต์ 成立于 1979 年, 该组织的宗旨是推介东盟地区的优秀文学作品, 鼓励该地区作家的创作活动, 增进东盟各国作家和人民之间的了解和密切友好关系。

๒. 本课人物简介

๑) น้าฎา   - กะทิ 母亲的同事、助手。

๒) ตา   - กะทิ 的外祖父, 原是一名很有名望的律师, 退休后回乡村过着自己喜爱的田园生活。

๓) ลุงตอน - กะทิ母亲的同学、朋友。

๔) น้ากันต์ - กะทิ 母亲的同学、朋友。

๕) พี่ทอง   - 是 กะทิ外祖父所居住的村子里的一个农村少年。

๓. ฟ้าผืนกว้างวันนี้ไม่มีเมฆให้เห็น
มองดูเหมือนผ้าสีฟ้าสดผืนใหญ่ผืนเดียว

ฟ้าผืนกว้าง 是指 "广阔的天空", ผ้าสีฟ้าสดผืนใหญ่ผืนเดียว 是指 "一整块巨大的色彩鲜丽的蓝布"。这种 "名+量+形" 或 "名+量+形+量+指代（或数量）"

บทที่ ๑๒   ตอนหนึ่งในเรื่อง "ความสุขของกะทิ"

在泰语中很常见。如：บ้านหลังใหญ่หลังนั้น（那栋大的房子），แตงโมลูกเบ้อเร่อลูกหนึ่ง（一个）特大的西瓜，ต้นไม้ต้นสูงหลายต้น（好几棵大树），กระเป๋าหนังสือใบสีแดงใบนั้น（那个）红色的书包。

๔. กะทิจึงเดินต้อย ๆ ตามน้าฎามา"มอร์นิ่งสวิม"<u>ตามที่</u>ตาชอบเรียกเป็นภาษาอังกฤษ

介词后面一般跟名词，但是有些介词后面可以连接一个动词短语或者句子，这时往往就要在动词短语或句子前加"ที่"，以使这些动词或句子名词化。这种现象在以前的课文或阅读材料中都曾见过。如：

๑) ไอ้นี่กระมังคือคน<u>อย่างที่</u>เจ้าว่า

๒) ฝนตกน้อยอาจเป็นเพราะคนตัดไม้มากหรือไฟไหม้ป่า ทำให้ต้นไม้ตาย<u>เหมือนที่</u>ครูสอนก็ได้

๓) ใคร ๆ ก็นิยมยกย่องวีระว่ากล้าหาญและเสียสละสม<u>กับที่</u>เป็นนายหมู่

๔) พ่อตาก็ไม่กล่าวโทษนายดิบว่าโง่เง่าอีกต่อไป กลับชอบนายดิบเท่า ๆ <u>กับที่</u>ชอบนายสุก

๕) พอดี<u>กับที่</u>ครูอธิบายโจทย์เลขข้อ ๓ จบลง ร่างของเด็กชายยังไม่ถึง ๑๐ ขวบ ก็ก้าวเข้าประตูวัด

๖) ถ้าใครซื้อสลากใบที่มีตัวเลขตรง<u>กับที่</u>ออกรางวัล ก็ได้เงินจำนวนมากน้อยแล้วแต่ว่าตรงกับรางวัลใหญ่หรือไม่

๗) เมื่อเราฐานะดีแล้วก็จะกินใช้ให้คุ้ม<u>กับที่</u>เราอดทนมานาน

๘) เขาทำทุกอย่าง<u>ตามที่</u>ฉันบอก

๕. บ้านหลังน้อยสีขาวตั้งอยู่บนเนินสูง มีรั้วเตี้ยกั้นพอเป็นพิธีเหนือเขื่อนหินที่ทำหน้าที่เป็นปราการป้องกันน้ำทะเลกัดเซาะ

๑) บน 和 เหนือ 都可用作介词，是"上面"、"之上"的意思，但两词在用法上有区别。一般来说，"บน"用于比较具体的物体，而且前后两个物体是有接触的。如：

หนังสืออยู่บนโต๊ะ
มีวัดสร้างอยู่บนยอดภูเขา

而用“ เหนือ ”时，两个物体不一定有接触，有时还可以用于抽象的事物。如：

เฮลิคอปเตอร์กำลังวนอยู่เหนือสนามกีฬา

กำลังของทีมฟุตบอลชาตินั้นอยู่เหนือทีมของเราอย่างเห็นได้ชัด

๒) พอเป็นพิธี 意思是简单地走走形式，或者说做做样子、应付一下。如：

เขากล่าวพอเป็นพิธี แล้วก็ชวนเพื่อน ๆ ทานกัน

เราจัดงานแบบพอเป็นพิธี เพื่อประหยัดงบประมาณและไม่ให้เสียเวลา

“มีรั้วเตี้ยกั้นพอเป็นพิธีเหนือเขื่อนหิน” 的意思是说 “在石堤上简陋地围着一道矮矮的篱笆”。

๖. น้าฎายังไม่ยอมว่ายน้ำจริง ๆ ได้แต่เดินลุยน้ำเล่น

“ได้แต่” 在以前学过的课文中都是 “只能” 的意思，但在这句话里是 “只是”、“只不过” 的意思。

๗. อยากให้พี่ทองมาเห็นจัง พี่ทองต้องร้องว่าไม่เห็นเหมือนในชามเย็นตาโฟเลยแน่ ๆ

“เย็นตาโฟ” 或 “เย็นเตาโฟ” 是一种类似 “ก๋วยเตี๋ยว” 的汤类食物，里面有鱿鱼（或海蜇等其它海产）、蕹菜、豆腐、腐乳和番茄汁等食品。

“ไม่เห็น....” 可以直译为 “看不出……”、“没见……”，如：

เขาว่าดีนักดีหนา แต่ฉันไม่เห็นมันดีตรงไหน

พรุ่งนี้จะทำอะไร ไม่เห็นมีใครบอกเลย

但有时也要视前后文的语言环境来确定。课文中的 “ไม่เห็นเหมือนในชามเย็นตาโฟเลย” 可以译为 “一点也不像酿豆腐里（海蜇）的样子。”

๘. ส่วนบนที่มองดูเหมือนดอกเห็ดหุบ ๆ บาน ๆ เหมือนร่มชูชีพของทหารตอนโดดลงมาจากเครื่องบินจริง ๆ เสียด้วย

这句话的主要成分是：“ส่วนบนหุบ ๆ บาน ๆ เหมือนร่มชูชีพของทหารจริง ๆ เสียด้วย”（上面那部分张张合合的还真像士兵的降落伞）。

บทที่ ๑๒   ตอนหนึ่งในเรื่อง "ความสุขของกะทิ"

๙. ตาเรียกกิจกรรมนี้ว่า <u>รายการข้างหลังภาพ</u>

"รายการ" 是 "目录"、"项目"、"节目" 等的意思,"ข้างหลังภาพ" 是指 "照片（或图片）里（或中）所反映的故事"。"รายการข้างหลังภาพ" 从前文的意思看, 可以译为 "看照片, 听故事"。"ข้างหลังภาพ" 还是泰国已故著名作家 ศรี-บูรพา 的一部名著, 中译本译者将其译为 "画中情思"。

๑๐. ครู<u>ทำเรื่อง</u>ขอย้ายตามสามีไปตั้งนานหลายปีแล้ว แต่ไม่เห็นได้ย้ายสักที

"ทำเรื่อง" 是 "递交报告","提出申请" 的意思。

๑๑. รุ่นพี่ชอบพูดว่าครู<u>อารมณ์เสีย</u>เพราะกลัวสามีไปมีผู้หญิงใหม่

"อารมณ์เสีย" 是心情不好的意思。与其对应的是 "อารมณ์ดี"。

๑๒. บางทีแม่ก็จะ<u>ขัด</u>การบรรยายและตั้งคำถาม

ขัดการบรรยาย 就是 "ขัดบท" 的意思, 与第三册第五课中学的 "ตัดบท" 有区别。"ขัดบท" 是 "插话" 的意思, 是在别人说话时插进一句话或一些话, 完了还让人家继续说下去; "ตัดบท" 是打断别人的话, 不让别人继续说下去或争论下去。

๑๓. จะชวนคุยก็ไม่ได้หรอกค่ะ เพราะพูดไม่ค่อย<u>ถนัด</u>

ถนัด 是个多义词。课文中这句话里的 ถนัด 是 สะดวก 的意思。另如: กระโปรงยาวไป เดินไม่ถนัด。此外, ถนัด 还常用在以下几种情况:

表示擅长, 如: เขาถนัดมือซ้าย เขียนหนังสือก็มือซ้าย กินข้าวก็ใช้มือซ้าย

表示清楚, 真切, 如:

วีระเห็นมีเลือดออกซิบ ๆ แต่ไม่เห็นแผลถนัดเพราะไฟไม่สว่าง เราอยู่ไกลไป จึงเห็นไม่ถนัด

表示明显, 的确, 如:

แกทำอย่างนี้ผิดถนัด

249

แบบฝึกหัด

๑. จงอ่านข้อความต่อไปนี้จนคล่อง(อ่านเข้าใจโดยไม่แปลเป็นภาษาจีน)

๑) ฟ้าผืนกว้างวันนี้ไม่มีเมฆให้เห็น มองดูเหมือนผ้าสีฟ้าสดผืนใหญ่ผืนเดียว

๒) ดวงอาทิตย์สีส้มเพิ่งโผล่พ้นขอบฟ้า อากาศจึงยังเย็นรื่น

๓) ที่จริงกะทิชอบลงเล่นน้ำทะเลตอนเย็น ๆ มากกว่า เพราะคลื่นจะถาโถมลูกแล้วลูกเล่า ซัดเข้าหน้าเข้าตา ท้าทายและมีรสชาติกว่าการแหวกว่ายในน้ำที่แทบจะไม่ต่างจากน้ำนิ่ง ๆ ในคลอง

๔) มองจากทะเล บ้านหลังน้อยสีขาวตั้งอยู่บนเนินสูง มีรั้วเตี้ยกั้นพอเป็นพิธีเหนือเขื่อนหินที่ทำหน้าที่เป็นปราการป้องกันน้ำทะเลกัดเซาะ

๕) บนระเบียงมีม้านั่งยาวที่แขวนไว้เหมือนชิงช้า เบาะสีเหลืองมะนาวช่วยเพิ่มความสบายและความสดใส ไม่เคยมีบรรยากาศหห่อเหี่ยวหดหู่ในบ้านหลังนี้

๒. จงอธิบายคำว่า"ที่"ในประโยคต่อไปนี้ว่ามีความหมายอย่างไรและทำหน้าที่อะไรบ้างในประโยค

๑) ความสุขของกะทิเป็นนวนิยายขนาดสั้น เล่าเรื่องราวของกะทิเด็กหญิงวัย ๙ ขวบที่ต้องผ่านประสบการณ์การสูญเสียครั้งสำคัญที่สุดเมื่อแม่ต้องจากไปก่อนวัยอันสมควร

๒) กะทินอนหงาย ลอยคออยู่ในทะเลที่เรียบราวแผ่นกระจก

๓) กะทิจึงเดินต้อย ๆ ตามน้าฏามา"มอร์นิ่งสวิม"ตามที่ตาชอบเรียกเป็นภาษาอังกฤษ

๔) จัดแบบนี้เหมือนบ้านแถบริมทะเลที่กรีซ

๕) ส่วนบนที่มองดูเหมือนดอกเห็ดหุบ ๆ บาน ๆ เหมือนร่มชูชีพของทหารตอนโดดลงมาจากเครื่องบินจริง ๆ เสียด้วย

๖) แม่บอกว่าอยากทำตัวเหมือนแมงกะพรุน ที่เคลื่อนที่ไปอย่างไม่มีจุดหมาย

๗) ที่แม่ชอบมากที่สุดคือดูภาพถ่ายในอัลบั้มด้วยกัน

๘) สามีของครูก็เป็นครูเหมือนกันนะคะแม่ แต่สอนอยู่ที่จังหวัดอื่น

๙) บางคนบอกว่าโชคดีที่ครูไม่มีลูก

บทที่ ๑๒ ตอนหนึ่งในเรื่อง "ความสุขของกะทิ"

๑๐) น่าแปลกนะคะที่ตอนปิดเทอมกะทิก็ยังเห็นครูมาที่โรงเรียน

๓. จงใช้คำว่า "....แล้ว....เล่า" "....แล้ว...อีก" และ "....สักที(ทั้งประโยครับและประโยคปฏิเสธ)" แต่งประโยคคำละ ๒ ประโยค

ศัพท์และวลี

เรื่องราว	事情	จากไป	离去
ขั้นตอน	阶段；程序；步骤	พลัดพราก	分离，离散
		สมหวัง	如愿
เรียนรู้	学会，明白，懂得	พราก	分离，离别
		ดำรงชีวิต	生活；生存
คำประกาศ	公告，告示	คณะกรรมการ-	
วรรณกรรม	文学作品	ตัดสิน	评判委员会
ยอดเยี่ยม	优秀	อาเซียน	东盟
พุทธศักราช(พุด-ทะ-สัก-กะ-หราด)	佛历	แมงกะพรุน	海蜇；水母
		สีฟ้า	天蓝色，浅蓝色
ผืน	块，张（用于布、席等可卷、可折物品的量词）	หงาย	仰面
		ราว	像
		กระจก	玻璃
		สีส้ม	橙色
ขอบฟ้า	天际，天边	เย็นรื่น	凉爽
ถาโถม	冲击、扑击	ลูก	（浪头的量词）
ซัด	拍击	ท้าทาย	挑战；挑衅
แหวกว่าย	拨水游泳	เดินต้อย ๆ	紧跟着在后

251

รั้ว	篱笆		面走
เหนือ	之上，在……上方	เขื่อน	堤坝
		ปราการ	防护墙
กัดเซาะ	（海水）冲刷	ฉาบปูน	抹（白）灰
กรีช	希腊	ชิงช้า	秋千
เบาะ	坐垫，靠垫	มะนาว	柠檬
สดใส	（光线）明亮；（色彩）鲜艳	ห่อเหี่ยว	枯萎；惆怅
		หดหู่	消沉，颓丧
ลุยน้ำ	蹚水	เย็นตาโฟ	酿豆腐
ร่มชูชีพ	降落伞	อินเทอร์เน็ต	互联网
ล่องลอย	漂浮，飘荡	ดอกเห็ด	蘑菇
หุบ	合拢	บาน	（花）开，绽放
โดด	跳		
จุดหมาย	目的，目标	แน่ชัด	明确的，确定的
wav file	音频文件（电脑用语）		
		แดน	疆域，土地
แดนไกล	很远的地方	ม้วน	卷（动词），卷、盘（量词）
อัลบั้ม(อัน-ละ-)	相册		
ล้วน ๆ	全都是		
อารมณ์เสีย	心情不好；脾气不好	เจื้อยแจ้ว	娓娓动听
		...ไปเรื่อย ๆ	连续不断地
ขัด	打断（讲述或说话）	ขากรรไกร	下巴
		ถนัด	擅长；真切；明显
ซุก	躲藏，藏匿		
บุ้ยใบ้	努嘴（示意）	บนตัก	腿上（指坐姿时膝盖至大腿根部的上面）
เด็กทารก	婴儿		
อ้อมแขน	怀抱		
ทอฟฟี่	奶糖	เม็ด	粒

ฝึกงาน	实习	สงบเสงี่ยม	安分
แกรก ๆ	（象声词。常用来形容指甲抓挠的声音）	ลงรอยกัน	和睦
		สลาก	彩票；标签
		ตัวเลข	数字；号码
อดทน	忍受，忍耐；坚韧	เฮลิคอปเตอร์	直升机
		วน	绕圈
ซิบ ๆ	（象声词。常用来形容血一点儿一点儿地渗出）		

บทอ่านประกอบ

๑๑

ลั่นทม

"อดีตเหมือนเงา
บางครั้งทอดนำทางอนาคต"

"หนูเกิดหลังเที่ยงคืน ก็เลยเป็นวันแห่งความรักพอดี ลุงตองดีใจมาก ไม่รู้ไปหากุหลาบสีแดงมาจากไหน เต็มห้องไปหมด จนทะเลาะกับพยาบาล แต่ก็สวยจริง ๆ มองไปทางไหนเห็นแต่สีแดงสลับขาว" แม่นิ่งไปเหมือนกำลังนึกภาพห้องพักในโรงพยาบาลที่แปรสภาพกลายเป็นห้องแห่งความรักด้วยฝีมือนักจัดดอกไม้มืออาชีพอย่างลุงตอง

"ตาตั้งชื่อให้หนูว่าณกมล 'แห่งความดีความงาม' ดูเหมือนจะเข้ากันดีกับแม่"

"ตอนนั้นตากับยายยังไม่ได้ย้ายไปอยู่บ้านริมคลอง ตาเห่อหนูมาก ที่จริงก็เห่อกันหมดทุกคน ลุงตองยุ่งวุ่นวายที่สุด แม่ไม่เคยเห็นลุงตองชอบเด็กคนไหนมาก่อน แต่กลับเห่อหนูมากขนาดทิ้งงานมานั่งเฝ้า แล้วเลยเป็นไม้เบื่อไม้เมากับยายมาตั้งแต่ตอนนั้นเลย นี่ไงจ๊ะ รูปนี้ตัดผมไฟให้หนู ครบเดือนพอดี แล้วนี่ก็ใบตั้งชื่อของหนู

ตาลงมือเขียนใส่กรอบโก้เชียว”

ดูจะเป็นวันคืนแห่งความสุขของทุกคน แม้ว่าในสายตาของคนทั่วไป ใครคนหนึ่งขาดหายไปจากภาพนี้อย่างที่ไม่มีการพูดถึง

ห้องพักของแม่หันหน้าออกทะเลที่ยามบ่ายถอยไปไกลเห็นลิบๆ ตาบอกว่าถ้าจะลงทะเลตอนนี้ เห็นทีจะต้องเรียกสามล้อให้พาไปส่ง ผนังด้านข้างเป็นบานหน้าต่างตลอดแนว มองออกไปเห็นต้นลั่นทมต้นใหญ่ ดอกสีขาวเหลืองส่งกลิ่นหอม ยายไม่ชอบเลย บอกว่าคนโบราณถือ ไม่ปลูกลั่นทมในบ้าน ตางึมงำว่านี่เป็นรีสอร์ท ไม่ใช่บ้านสักหน่อย ตายังอยากจะตอนกิ่งเอาไปปลูกที่บ้านริมคลองด้วยซ้ำ แต่กลัวยายจะอาละวาดบ้านพัง

“แม่เพิ่งย้ายกลับมาทำงานที่กรุงเทพฯ เราสองคนแม่ลูกอยู่คอนโดกลางเมือง แม่โชคดีมีคนคอยช่วยเลี้ยงหนูตลอด นี่วันเกิดปีแรกของหนู มีรูปน้าฎาด้วย น้าฎามาฝึกงานในสำนักงานตั้งแต่เป็นนักศึกษา พอเรียนจบแม่ก็รับมาเป็นผู้ช่วย หนูชอบน้าฎาตั้งแต่พบหน้ากันครั้งแรก แม่ถึงแน่ใจว่าเลือกคนไม่ผิด”

กะทินึกขำตัวเองที่แทบไม่มีผม แม่คงกลัวลูกสาวไม่สวย สู้อุตส่าห์เอาโบอันเล็กนิดมาผูกปอยผมกลางกระหม่อมให้ ทรงผมนี้ดูจะขึ้นกล้องดี เพราะกี่รูป ๆ หลังจากนั้นก็เป็นทรงนี้ตลอด

กะทิดูเพลิน แม่เว้นจังหวะเป็นระยะเพื่อหันหน้าไปอมท่อยาวๆ ที่เชื่อมต่อกับเครื่องไบแพพ โรคเอแอลเอสทำให้กล้ามเนื้ออ่อนแรงจนใช้งานไม่ได้ในที่สุด นอกจากแขนขาแล้ว ที่อันตรายถึงชีวิตก็คือกล้ามเนื้อช่วยในการหายใจทำงานไม่ได้อย่างเช่น กะบังลม กล้ามเนื้อหน้าอก เครื่องไบแพพปั๊มอากาศเข้าปอดให้แม่ได้รับออกซิเจนเพียงพอ เวลาหลับแม่จะสวมหน้ากาก แต่กลางวันแบบนี้แม่จะเพียงอมท่อเวลาที่รู้สึกหายใจไม่สะดวก

“รูปนี้กะเตงกันไปเที่ยวสิงคโปร์ หนูสามขวบกว่าแล้ว แม่ไปทำงาน ลุงตองลากน้ากันต์ไปด้วย น้ากันต์ไม่ได้เรียนกฎหมายเหมือนแม่ แต่เราอยู่ชมรมเทนนิสเหมือนกัน แม่อยู่ปีสามแล้วตอนน้ากันต์เข้าปีหนึ่ง เปล่าจ้ะ ลุงตองไม่ได้เล่นเทนนิส แต่ชอบมาขลุกที่ชมรม ดูหนุ่มๆ ” แม่หัวเราะ “วันหลังแม่จะหารูปลุงตอง น้ากันต์กับแม่สมัยเป็นนักศึกษาให้ดู น้าฎาเคยเห็น หัวเราะจะเป็นจะตายเลยละ”

แม่ดูมีความสุขกับชีวิตและเพื่อนฝูงดี ภาพถ่ายเป็นพยาน แล้วกะทิก็เป็นศูนย์

รวมความรักของทุกคน

กะทิพลิกมาถึงกลางอัลบั้มก็ต้องแปลกใจที่หมดลงแค่นี้ ที่น่าแปลกใจมากขึ้นอีกคือรูปถ่ายสองรูปสุดท้าย เป็นภาพเดี่ยวของกะทิในสภาพที่ขำไม่ออก

"ตากับยายย้ายไปอยู่บ้านริมคลองแล้ว แม่สนับสนุนเอง เพราะตาผัดผ่อนมาเกือบปีตั้งแต่ทำบ้านใหม่เสร็จ แม่รู้ว่าเป็นความฝันของตาที่จะใช้ชีวิตหลังเกษียณแบบชาวบ้าน แม่ไม่มีโอกาสไปเยี่ยมบ่อยอย่างที่ตั้งใจ งานของแม่มากจนล้นมือ คนกำลังเห่อ'อีคอม-เมิร์ซ'ขายสินค้าผ่านอินเทอร์เน็ตไงจ๊ะ แม่จับด้านนี้มาตั้งแต่ประจำอยู่ที่ฮ่องกง มอบงานให้ใครช่วยแทบไม่ได้ ต้องคอยแก้ปัญหาเป็นที่ปรึกษากฎหมายให้บริษัทต่างชาติที่มาตั้งในเมืองไทย

"แล้วแม่ก็เริ่มป่วย ทีแรกแม่ก็นึกว่าทำงานหนัก พักผ่อนไม่พอ แม่ทำของหล่นบ่อย ก้าวพลาดตกบันไดประจำทั้งที่บ้านและสำนักงาน รูปนี้แม่ทำหนูตกบันไดสะพานลอย ถลอกปอกเปิกทั้งแม่ทั้งลูก"

รอยแผลทายาสีแดงพาดเต็มแก้มของกะทิ เจ้าตัวคงไม่ค่อยเดือดร้อน เพราะยิ้มแผล่ให้กล้องอย่างดี แต่หัวใจของคนถ่ายรูปนี้คงมีรอยช้ำไม่น้อย เสียงของแม่เริ่มเครือ

"หลายหนมากเลยที่แม่ทำหนูเจ็บตัว หัวปูดโน ปากแตก หนูร้องไห้เสียงดังตอนเจ็บ พอหายเจ็บก็เล่นซนได้เหมือนไม่มีอะไรเกิดขึ้น สมกับที่แม่ขอพระไว้ตอนท้องหนูว่า

"แต่แม่เริ่มแน่ใจแล้วว่าตัวเองไม่สบาย แม่ลางานกลับไปอยู่กับตายายหลังจากรู้ผลตรวจแน่นอน แม่ยังนึกไม่ออกว่าจะจัดการกับชีวิตยังไง แล้วก็เกิดเรื่อง"

กะทิชักไม่แน่ใจว่าควรจะอยู่กับแม่สองคนหรือไปตามพี่อ้อยมาดี แม่เคยขอไว้ว่า ถ้าเป็นไปได้ก็อยากจะอยู่กับกะทิตามลำพัง ต้องการอะไรจะให้กะทิไปบอก แต่ตอนนี้แม่ดูหน้าซีดและเว้นจังหวะกับเครื่องไบแพพถี่ขึ้น

"ลึก ๆ แล้วแม่คงยังไม่ยอมรับว่าตัวเองไม่เหมือนเดิม แม่พาหนูลงเรือพายไปเที่ยวในคลอง ตากับยายไม่ทันเห็น ไม่อย่างนั้นคงห้ามเสียงแข็ง ไม่รู้เหมือนกันนะจ๊ะว่าแม่จะฟังไหม แม่อยากพาหนูไปดูต้นก้ามปูใหญ่ริมทุ่ง เราสองคนไปถึงศาลากันอย่างปลอดภัยดี หนูชอบน้ำมาก ชอบเรือชอบศาลา ชอบดอกผักบุ้ง เราเพลินเล่นเพลินคุยจนไม่ทันเห็นเมฆที่ตั้งเค้ามาแต่ไกล

“แม่ตัดสินใจผิดซ้ำสอง แทนที่จะรออยู่ในศาลาให้ฝนตกจนหยุดแล้วค่อยกลับบ้าน แต่แม่เห็นหลังคาศาลาผุ ๆ พัง ๆ ก็กลัวจะกันฝนไม่ได้ มองอีกที เมฆฝนยังอยู่อีกไกล ก็คิดว่ามีเวลาพอพายเรือพ้นทุ่ง ถ้าไปไม่ถึงบ้านก็จะแวะหลบฝนที่บ้านหลังแรกริมคลองที่ไปถึง

“แม่ลนลานเก็บของใส่ตะกร้า สวมหมวกให้หนู จูงหนูลงบันได ลมพัดแรงขึ้นทุกที เรือไม่อยู่นิ่ง โคลงเคลงไปมา แม่วางหนูในเรือ แล้วหันไปปลดเชือกล่ามเรือ แต่มือของแม่....แม่ยิ่งรีบก็ยิ่งงุ่มง่าม แม่ก้าวขึ้นจากเรือไปแก้ปมเชือกให้ถนัดขึ้น พอเชือกหลุดจากหลักก็หลุดจากมือแม่ด้วย แม่ตกใจรีบคว้าไม้พายเพื่อยึดเรือไว้ แม่กะจังหวะผิดหมด ของง่าย ๆ แม่ก็ทำไม่ได้ แล้วเรือก็ลอยห่างจากท่าตามระลอกคลื่นในน้ำ เรือที่มีหนูนั่งอยู่คนเดียว”

กะทิมองเห็นภาพทุ่งปริ่มน้ำไกลสุดตากลายเป็นทะเลบ้ายามลมพายุพัด ฟ้าคงไม่สว่างใสเหมือนยามเที่ยวทุ่งกับตา หมู่เมฆหนาคงเข้าครอบคลุม ทุกอย่างรอบตัวเป็นสีเทา เสียงฟ้าลั่นครืนคงดังมาจากที่ไกล ผสมผสานกับเสียงลมและเสียงร้องของแม่

“แม่พยายามกุมสติ ร้องบอกให้หนูนั่งนิ่ง ๆ แม่กลัวว่าหนูจะตกใจ ลุกขึ้นโผมาหาแม่แล้วเรือจะล่ม แม่รู้แล้วว่าตัวเองไม่อยู่ในสภาพเหมือนก่อน แม่ไม่มีทางกระโดดลงน้ำไปอุ้มหนูขึ้นมาได้ แต่ไม้พายที่แม่พยายามยื่นจนสุดแขนไปยึดเรือกลับมาทำได้แค่แตะถูกตัวเรือ แขนของแม่ไม่มีแรงพอจะลากเรือสู้แรงลมแรงน้ำได้ แล้วไม้พายก็หลุดมือหล่นน้ำไปอีก”

“แม่เหมือนบ้า ฝนเทลงมาเหมือนฟ้ารั่ว แม่ร้องตะโกนแข่งกับเสียงฟ้าให้หนูนั่งนิ่ง ๆ แม่ไม่รู้จริง ๆ ว่าจะทำยังไงดี แม่ร้องไห้แข่งกับฝน โกรธตัวเอง โกรธฝน โกรธฟ้า ที่สำคัญคือกลัวจนเหมือนหัวใจหยุดเต้น แม่ร้องโหยหวน ใครก็ได้ช่วยที ช่วยลูกของแม่ด้วย แม่ตะเบ็งจนสุดเสียงทั้ง ๆ ที่รู้ว่าไม่มีทางที่ใครจะได้ยิน ต่อให้ไม่มีเสียงฝนฟ้าคะนองแบบนี้

“แล้วแม่ก็สวดมนต์อยู่ในใจ ทุกคาถาที่ยายเคยสอนเท่าที่นึกได้ สวดมนต์แล้วก็อธิษฐาน จะเรียกว่าบนบานก็ได้กับสิ่งศักดิ์สิทธิ์ ถ้าอภินิหารมีจริง ขอให้ลูกของแม่ปลอดภัย แม่ยอมแลกทุกอย่างทุกอย่างจริง ๆ คนทั่วไปคงอธิษฐานเอาชีวิตตัวเองเข้าแลก แต่ชีวิตของแม่คงแลกอะไรไม่ได้ทั้งนั้น ในเมื่อแทบจะไม่มีเหลืออยู่แล้ว ฟ้าผ่า

เปรี้ยงเหมือนรับรู้เมื่อแม่อธิษฐานว่า ถ้าลูกปลอดภัย แม่จะไม่แตะต้องตัวลูกอีกเลย แม่จะไปให้ไกลจากลูก ไม่ทำให้ลูกต้องตกอยู่ในอันตรายอีกแล้ว"

น้ำตาไหลอาบแก้ม แม่สะอื้นจนตัวโยน กะทิจับมือของแม่มาจูบ มาแตะแก้มตัวเอง ยกแขนแม่ให้โอบรอบคอของกะทิไว้ กะทิกอดแม่ไว้แน่น แม่ซบหน้าลงกับแก้มของกะทิ เนื้อตัวของแม่เย็นชืด กะทิพร่ำกระซิบว่ากะทิอยู่ตรงนี้ อยู่กับแม่ แล้วเราสองคนจะไม่แยกจากกันอีก

ดอกลั่นทมร่วงลงพื้นอยู่นอกหน้าต่าง เหมือนทนรับรู้ความทุกข์ระทมของดวงใจสองดวงนี้ไม่ไหว

ปึ่ง

"หนทางในวันข้างหน้าดูเหมือนไม่มีจริง"

กะทิชอบนั่งเล่นทรายตรงชายน้ำ ก่อปราสาททรายเล่นกับน้ำกันต์ ที่ไม่ชอบก็คือตัวปึ่งที่มักกัดแบบไม่รู้ตัว แมลงตัวเล็กนิดเท่าแมลงหวี่ หากแต่ฤทธิ์แรงซุกซ่อนรอเหยื่ออยู่ในทราย กว่าจะรู้ตัวก็เห็นตุ่มแดงตอนอาบน้ำ ตุ่มนี้ยิ่งเกายิ่งคัน ลุงตองบอกว่าเหมือนรักในรอยทราย คันได้คันดี ลืมไม่ลง เตือนใจไม่รู้เลิก กะทิใช้สองมือขุดทรายให้เป็นหลุม พอคลื่นซัดมาก็จะกลายเป็นบ่อน้ำ แต่ทรายจะมากับน้ำด้วย บ่อลึกก็จะกลายเป็นบ่อตื้นให้ต้องลงแรงขุดใหม่ แต่ก็เพลินดี ทำให้มือไม่ว่าง ระหว่างที่สมองของกะทินึกย้อนไปถึงเรื่องที่แม่เล่าให้ฟังเมื่อบ่าย

สรุปว่าพระเอกขี่ม้าขาวมาช่วยกะทิกับแม่ไม่ใช่ใครที่ไหน พี่ทองยิ้มสยามนั่นเอง แม่บอกว่าพี่ทองตื่นเต้นกับ"สาวชาวกรุง"วัยสี่ขวบมาก ชอบพายเรือมาชมโฉมสาวบ่อย ๆ วันนั้นพี่ทองคงมาอย่างเคย แล้วเลยพายเรือตามมา ตั้งใจจะมาเล่นด้วย เรือของพี่ทองปรากฏให้เห็นแทบในทันทีที่สิ้นเสียงฟ้าผ่า พี่ทองว่ายน้ำแข็งแบบเด็กริมคลองของแท้ จึงไม่ใช่เรื่องยากที่จะประคองเรือที่กะทินั่งอยู่ให้เข้ามาเทียบท่าอย่างปลอดภัย อีกทั้งอุ้มกะทิมาส่งให้ถึงมือแม่ "เหมือนแมวคาบหนู" แม่เล่าทั้งน้ำตา พี่ทองตัวเล็กกว่าอายุ แถมกะทิก็อ้วนกลมแบบเด็กอยู่ดีกินดี แม่กอดกะทิกอดพี่ทองไว้ด้วยกัน ร้องไห้ปนหัวเราะอยู่กลางสายฝน ก่อนจะขึ้นไปหาที่หลบฝนในศาลา

แม่เล่าต่อว่า ไม่นานตากับลุง ๆ หลายคนในละแวกก็ฝ่าฝนพายเรือมากู่ร้องตามหาแม่กับกะทิ เอาผ้าห่มเอาร่มมาด้วย แต่ทั้งแม่ ทั้งพี่ทอง ทั้งกะทิก็เปียกปอนไม่มี

เหลือ คืนนั้นกะทิจับไข้ ต้องนั่งเฝ้าเช็ดตัวกันทั้งคืนกว่าจะสร่างไข้ตอนใกล้รุ่ง พอฟ้าสางแม่ก็เก็บกระเป๋าและจากบ้านริมคลองไปอย่างไม่ล่ำลาและไม่หวนกลับมาอีกเลย

กะทินึกออกว่ายายจะโวยวายแค่ไหน แต่ก็นึกออกไปพร้อม ๆ กันถึงสีหน้าเคร่ง ๆ ของตาที่คงจะพูดสั้น ๆ ว่า"ภัทรต้องมีเหตุผลที่ทำแบบนี้ สักวันคงจะบอกให้เรารู้" แล้วตาก็คงเลี้ยงดูกะทิเรื่อยมา

กะทิรู้สึกคัน ๆ ในหัวใจ สุดท้ายก็วางมือจากบ่อทรายและหันไปหาน้ากันต์

"ขอทียืมโทรศัพท์มือถือหน่อยได้ไหมคะ"

เช้าวันที่จากบ้านริมคลองมา พี่ทองส่งกระดาษชิ้นน้อยให้กะทิ พร้อมกับบอกยิ้ม ๆ ว่า เบอร์มือถือของหลวงลุงน่ะ เผื่อกะทิอยากคุย โทร.มาตอนไหนก็ได้ พี่ทองเป็นคนรับเอง แล้วยังต่อท้ายว่า หรือจะ"เมล"มาก็ได้ มีที่อยู่อีเมลเขียนมาให้เสร็จ

กะทิเห็นน้ากันต์กลั้นยิ้มเมื่อกะทิส่งเสียงพูดกับคนปลายทาง เสียงคุ้นหูที่มีกระแสความดีใจอย่างปิดไม่มิด ทำให้รอยคัน ๆ ในอกเหมือนจะจางลงในพริบตา

"พี่ทอง ทิพูดนะ พี่ทองอยากฟังเสียงทะเลไหม"

ต้นสน

"ไม่น่าเชื่อว่าพรุ่งนี้ดวงอาทิตย์
จะยังขึ้นให้เห็นบนฟ้าเหมือนเดิม"

แม่เป็นไข้สูงมาหลายวันแล้ว คุณลุงหมอประดิษฐ์มีสีหน้าไม่ดีทุกครั้งที่กลับออกไปจากบ้านชมคลื่น น้าฎาบอกว่าคุณลุงหมออยากให้แม่เข้าพักรักษาตัวในโรง-พยาบาล จะเป็นที่หัวหินนี้หรือที่กรุงเทพฯก็ได้

"เอาช้างจากเขาตะเกียบมาฉุดก็ไม่สำเร็จร้อก" ลุงตองทำเสียงสูง วันก่อนลุงตองเพิ่งพากะทิไปเที่ยวเขาตะเกียบ ชมวิวจากบนเขา มองลงมาเห็นบ้านสีขาวอยู่ไกลๆ ที่ตีนเขา มีบริการให้ขี่ช้าง ซึ่งลุงตองบ่นตลอดเวลาว่าผิดที่ผิดทาง แต่ก็มีลูกค้ามาใช้บริการให้เห็นประปราย ชาวต่างประเทศก็มี ลุงตองบอกว่า "ประเดี๋ยวควาญช้างก็พาไปฆ่าชิงทรัพย์ในป่ากันพอดี" น้ากันต์กระซิบบอกกะทิว่า โชคดีที่ลุงตองไม่ได้ทำงานการท่องเที่ยว ไม่อย่างนั้นคงทำประเทศชาติสูญเสียรายได้จากต่างประเทศเพราะความไม่ไว้ใจผู้ประกอบธุรกิจบริการรายย่อย ลุงตองคงได้ยินแว่ว ๆ จึงต่อความยาวว่า ไม่ใช่รายย่อยหรอกยะ เพราะใหญ่ขนาดช้างอยู่เห็น ๆ

ที่แม่พยายามหลีกเลี่ยงที่สุดคือการใช้เครื่องช่วยหายใจ นัยน์ตาของแม่เด็ดเดี่ยว และทุกคนที่รักแม่ก็ต้องยอมทำตาม แม่บอกว่าแม่โชคดีแล้วที่เลือกทางตายได้ คนเรา เลือกเกิดไม่ได้ เลือกตายก็ไม่ได้ แต่กรณีของแม่ แม่ถือว่าขอใช้สิทธิเท่าที่ชะตาชีวิต เปิดช่องว่างให้ ขออย่าให้ใครขัดขวางเลย

กะทิเห็นทุกคนประชุมปรึกษาหาหนทางหลายครั้งแล้ว ครั้งนี้ต้องเรียกว่าการ ประชุมสัญจร ยกกะทิมาบังหน้าว่าพาออกมานั่งรถเล่น ยายขออยู่โยงเฝ้าแม่เอง ตา บอกว่าดีแล้ว ยายเสนอความเห็นอะไรก็คงจะถูกตานี่แหละหักล้าง ยายค้อนแถมท้าย ว่าไม่อยากต่อกรกับทนายฝีปากกล้าให้เสียแรงเปล่าอยู่ดี

การขับรถเล่นมาสิ้นสุดปลายทางที่สวนสน ต้นสนยืนต้นตรง ดูแข็งแรง ร่ม ครึ้ม เรือนยอดเป็นรูปกรวยแหลม ตาบอกว่ากันลมดี เพราะลู่ตามแรงลม ไม่หักโค่น ต่อให้พายุพัดโหมกระหน่ำแค่ไหนก็ตาม

เอาเข้าจริง การประชุมก็แทบไม่เป็นวาระอย่างที่ควรจะเป็น ลุงตองบอกว่า กลายเป็นประชุมกลุ่มบำบัดความเศร้าเสียมากกว่า หนทางข้างหน้าดูชัดเจน แม่เหมือน เทียนที่เหลือแสงริบหรี่เต็มทีแล้ว

คืนนั้นกะทิตื่นมากลางดึก รู้สึกแปลกในใจชอบกล อาจเป็นเพราะคำพูดของ แม่เมื่อตอนนั่งดูพระอาทิตย์ตกดินด้วยกัน แม่พูดลอยๆ ว่า ไม่อยากให้ฟ้ามืดเลย

คงไม่ใช่แต่กะทิคนเดียวที่นอนไม่หลับ กะทิย่องลงบันไดมาถึงเรือนเล็ก และ เห็นน้ากันต์นั่งอยู่ข้างเตียงของแม่ น้ากันต์เป็นคนเดียวที่กะทิไม่เคยเห็นแสดงอารมณ์ หรือน้ำตา แต่ในแสงสลัวของห้องพักคนเจ็บ กะทิเห็นไหล่ทั้งคู่ของน้ากันต์สั่น สะท้าน สุดท้ายกะทิเห็นน้ากันต์ซบหน้าลงข้างตัวของแม่อยู่เนิ่นนาน

ไม่มีสัญญาณรับรู้ใด ๆ จากใบหน้าใต้หน้ากากเครื่องไบแพพ

ดวงจันทร์เหลือเพียงเสี้ยวเล็ก ๆ อยู่กลางฟ้า เงาต้นสนริมรั้วลู่เอนตามแรงลม น้อย ๆ นาทีเหมือนหยุดนิ่ง นิ่งจนกว่าดวงตะวันจะขึ้นอีกครั้งอย่างสดชื่นสวยงามพ้น จากขอบฟ้าเหนือทะเล ปลุกทุกสรรพชีวิตบนโลกให้ตื่นขึ้น แต่ไม่มีแม่รวมอยู่ด้วยอีก ต่อไป

บทที่ ๑๓ ตอนหนึ่งในเรื่อง "ตามหาพระจันทร"

(ภาคต่อของเรื่อง"ความสุขของกะทิ")

โดย งามพรรณ เวชชาชีวะ

ไก่แจ้

"ให้เธอไปแล้วทั้งใจ"

กะทิชอบให้น้าฎามานอนค้างด้วยที่บ้านริมคลอง ครั้งนี้ยิ่งพิเศษกว่าเคย ตากับยายมีธุระต้องเข้ากรุงเทพฯ ลุงตองจะเป็นคนพาไป น้าจึงลางานมาอยู่เป็นเพื่อนกะทิสองสามวัน

"จะได้ถือโอกาสตรวจสุขภาพครั้งใหญ่ซะเลย ดีเหมือนกันนะ เข้ากรุงทั้งที" ตาพูดพลางหัวเราะและกอดกะทิแน่น ๆ ก่อนจะขึ้นนั่งคู่ตอนหน้ากับลุงตอง

กะทินึกอยากงอแงเหมือนกันว่าเพิ่งกลับมาอยู่กับตายายไม่นาน ตายายก็จะไม่อยู่บ้างแล้ว แต่ตายายไปแป๊บเดียว กะทิจึงเปลี่ยนใจและทำท่าสงบเสงี่ยมเรียบร้อยเมื่อลํ่าลากัน ยายสั่งการล่วงหน้ามาหลายวันจนน่าจะครบถ้วน หรือไม่ก็ล้าแรงแล้วจึงขึ้นไปรอบนรถก่อน ยายขอให้พี่สดับมาอยู่ที่บ้านอีกคน บ้านริมคลองจึงมีสามสาวต่างวัยเข้าครอบครองในช่วงที่เจ้าของบ้านไม่อยู่ กะทิยึดอกกับคำว่าสามสาว เวลาน้าฎามาอยู่ด้วย กะทิมีเรื่องคุยจุ๋งจิ๋งแบบหญิง ๆ ได้ทั้งวัน

ที่ชอบที่สุดคือตอนเข้านอน กะทิยกเตียงให้น้าฎาและขนฟูกสำรองมาวางหน้าเตียง ถ้ายังไม่ง่วงก็จะยังเบียดกันบนเตียงไปก่อน สะลึมสะลือเมื่อไรก็ค่อยไต่ลงมานอนบนฟูก มีเหมือนกันที่หลับไปด้วยกันทั้งคู่ ตื่นกลางดึกแล้วกะทิจึงจะลุกมานอนที่ทางของตัวเอง

กะทิชอบขอให้น้าฎาเล่าเรื่องแม่ ตอนอยู่ด้วยกันที่บ้านกลางเมือง น้าฎาดู

เหนื่อยเมื่อตกค่ำ จึงมักไม่มีรายการนอนคุยกัน แต่เวลามาอยู่ด้วยกันที่นี่ น้าฎาดูสดชื่นเพราะได้พักผ่อนไปในตัว

แม่กับน้าฎารักกันและอยู่ด้วยกันใกล้ชิดนานหลายปี กะทิรู้สึกเหมือนได้สัมผัสส่วนเสี้ยวของแม่ผ่านน้าฎา เมื่อครั้งแม่จากไปใหม่ ๆ น้าฎาเข้าใจเอาเองว่าไม่ควรพูดถึงแม่เพราะกลัวจะสะเทือนใจกะทิ แต่เดี๋ยวนี้น้าฎาเข้าใจแล้ว กะทิอยากทวนภาพของแม่ไว้ในความทรงจำให้คมชัดที่สุดเท่าที่จะทำได้แม้เวลาจะผ่านไป

วันนี้น้าฎาเล่าว่าแม่ชอบขับรถ

"ความลับก็คือ พี่ภัทรเป็นคนนั่งรถแล้วเมาทุกที แต่ถ้าตัวเองขับก็จะไม่เป็น-ไร" น้าฎาเริ่มเล่า

สองน้าหลานกินข้าวเย็นอิ่มจนพุงกาง น้าฎาหิ้วเป็ดย่างเนื้อหนานุ่มหนังกรอบของโปรดกะทิมาฝาก แถมด้วยซาลาเปาไส้หมูสับ ไส้หวาน ตบท้ายด้วยบัวลอยน้ำขิง อิ่มหนำแล้วก็ช่วยกันเก็บล้าง ปิดประตูหน้าต่างจนเรียบร้อย บัดนี้อาบน้ำประแป้งจนสบายตัวก็เริ่มรายการไนท์ทอล์คได้

"พี่ภัทรขับรถเก่ง รถเล็กรถใหญ่ขับได้หมด ขับได้ทนด้วยนะจ๊ะ เราเลยขับรถเที่ยวกันบ่อย ๆ สมัยที่หนูยังเล็กและพี่ภัทรยังแข็งแรงดี"น้าฎานิ่งไปนิดหน่อย ทวนความหลังแบบนี้ย่อมเลี่ยงไม่ได้ที่จะมีรสเศร้าแกมมาด้วย

"ถ้าพี่ภัทรขับ พี่ตองก็จะเป็นคนดูแผนที่ น้าจะนั่งข้างหลังกับหนู เรามีเก้าอี้เด็กนั่งสบายให้หนูเวลาเดินทางไกล บางทีพี่กันต์ก็มาด้วย พี่กันต์จะผลัดพี่ภัทรขับเป็นบางช่วง ถ้าพี่ภัทรไม่ขับ ก็จะนั่งเบาะหลังแล้วหลับไปเลย"

ฟังดูน่าสนุกดีจริง กะทิร่วมวงไปด้วย แต่จำอะไรไม่ได้เลย น่าเสียดายจัง

"ที่ขำกันมากก็คือวิธีดูแผนที่ของพี่ตอง น้าจะเป็นคนศึกษาเส้นทางกับพี่ภัทรก่อน เราไปกันคณะใหญ่ มีเด็กเล็ก ๆ ด้วย ก็ต้องจองที่พักล่วงหน้า น้าจะเขียนราย-การเส้นทางไว้เป็นข้อ ๆ หนึ่ง สอง สาม....ระบายสีไฮไลท์ไว้บนแผนที่ ถ้าพี่กันต์ขับ น้าก็จะดูแผนที่เอง แต่ถ้าพี่ภัทรขับ ไม่รู้ทำไมพี่ตองต้องขอเป็นคนดูแผนที่ทุกที" น้าฎาเว้นช่วง

"ทีนี้วิธีบอกทางของพี่ตองจะแปลก ๆ หน่อย เช่นภัทรขับตรงไปเรื่อย ๆ นะ ถึงสี่แยกจะเห็นวัดอยู่ทางซ้าย เราไม่เลี้ยวหรอก แต่ตรงไป...." น้าฎาหัวเราะไปพูดไป

"พี่ตองจะบอกหมดว่าทางซ้ายทางขวามีอะไร จนคนขับนึกว่าต้องเลี้ยวซ้ายหรือเลี้ยวขวาแน่ ๆ เปล่าเลย ไม่ต้องเลี้ยวหรอกจ้ะ แต่ขับตรงไป"

"ใหม่ ๆ พี่กันต์กับน้ามองตากันงง ๆ แต่พี่ภัทรเหมือนจะเข้าใจ ทีหลังพี่ภัทรบอกว่าเที่ยวกับพี่ตองมาทั่วแล้วจนชิน สมัยอยู่อังกฤษมีวงเวียนเยอะ บางทีต้องวนรอบวงเวียนอยู่หลายรอบกว่าพี่ตองจะอธิบายรายรอบวงเวียนจนครบ และยอมบอกว่าให้เลี้ยวแยกไหน ตอนหลัง ๆ เวลาพี่ตองอธิบายซ้ายขวา เราสามคนจะร้องพร้อมกันว่า ไม่เลี้ยวนะจ๊ะ ตรงไป" น้าฎาหัวเราะเสียงดัง กะทินึกภาพออกว่าลุงตองจะค้อนจนตากลับแน่ ๆ ที่ถูกล้อเลียนแบบนี้

กะทิกอดแขนน้าฎาฟังเพลิน คืนนั้นก่อนหลับไปกะทิลองวาดภาพแม่ขับรถเล็ก ๆ และพากะทิไปเที่ยวกันสองคน กะทิจะดูแผนที่เอง รับรองไม่วกวนเหมือนลุงตอง ว่าแต่ไปเที่ยวไหนกันดีนะ

กะทินึกไม่ออก รู้แต่ว่าพรุ่งนี้จะชวนน้าฎาเอาปลาตะเพียนสานไปให้น้องทิวที่บ้านครูราตรี

รูปประโยคและการใช้คำ

๑. เท่าที่.... **"เท่าที่...."**后面往往接一个动词短语或句子去修饰另外一个句子。可以有两种情况，一种是将 **"เท่าที่..."**置于主句的句前，表示"按照……"、"根据……"、"就……所……"的意思。

ตัวอย่าง เท่าที่จำได้ เขามีพี่คนหนึ่งทำงานในเมืองไทย

เท่าที่เธอเล่ามาให้ฟัง ฉันคิดว่าเธอไม่น่าจะโมโหมากอย่างนี้เลย

另外一种情况是将 **"เท่าที่...."** 置于主句的句后，表示"尽"、"极尽可能"的意思。

บทที่ ๑๓ ตอนหนึ่งในเรื่อง "ตามหาพระจันทร์"

ตัวอย่าง ฉันจะเล่าให้ฟังเท่าที่ฉันจำได้
ฉันจะพยายามทำทุกอย่างเท่าที่ฉันทำได้

แบบฝึกหัด จงบอกว่าคำว่า "เท่าที่...." ในประโยคต่อไปนี้หมายความว่าอย่างไรและแปลประโยคต่อไปนี้เป็นภาษาจีนด้วย

๑) เขาบริจาคเงินทั้งหมดเท่าที่มีอยู่ในขณะนี้เพื่อช่วยผู้ที่ประสบภัยธรรมชาติ

๒) กะทิอยากทวนภาพของแม่ไว้ในความทรงจำให้คมชัดที่สุดเท่าที่จะทำได้แม้เวลาจะผ่านไป

๓) ลุงสอนฉันว่า เราต้องช่วยเหลือเพื่อนมนุษย์เท่าที่เราจะช่วยได้

๔) เท่าที่เธอเล่าให้ฟัง ฉันแน่ใจว่าแม่ของเธอไม่ได้อยู่ในโลกนี้แล้ว

๕) แล้วแม่ก็สวดมนต์อยู่ในใจ ทุกคาถาที่ยายเคยสอนเท่าที่นึกได้

๖) เท่าที่เป็นอยู่ทุกวันนี้ หน่วยงานแรกมาขุดถนนเพื่อวางท่อระบายน้ำเสีย พอกลบเสร็จ อีกหน่วยงานหนึ่งก็มาขุดเพื่อวางสายโทรศัพท์..........

๗) เท่าที่เธอได้ยินจากเพื่อน สาวิตรีมีคุณพ่อเป็นอดีตรัฐมนตรีที่ร่ำ-รวย มีคุณแม่ที่น่ารัก

๘) ลูกตักเตือนเขาเท่าที่ลูกพิจารณาเห็นสมควร ถ้าเขาจะโกรธแบบเส็งก็เป็นเรื่องช่วยไม่ได้

๒. ....กว่า....จะ....   经常跟 **ก็** 连用成为 "**กว่า....จะ....ก็....**" 或 "**กว่าจะ....ก็....** "。这个句型中 "**กว่า**" 的意思是 "**ก่อน**" 或 "**ยังไม่ทัน**", 整个句型译为汉语时要视具体语境决定。如: "等到……已经……"、"等到……还……呢"、"……才……"、"还要……才……" 等。

ตัวอย่าง กว่าถั่วจะสุกงาก็ไหม้ (泰语熟语)
กว่าจะรู้ตัวก็สายเสียแล้ว
ต้องพยายามฝึกอีกหลายปีกว่าจะรับมืองานนี้ได้

แบบฝึกหัด จงอธิบายว่า"กว่า"ในประโยคต่อไปนี้มีความหมายอย่างไร และแปลประโยคต่อไปนี้เป็นภาษาจีน

๑) ยังมีเวลากว่าตากับยายจะกลับมา คงจะได้เรื่อง
๒) เมื่อคืนมีลูกค้ามากินอาหารที่ร้านฉันเยอะจัง กว่าจะเก็บร้านก็ดึก ฉันเลยไม่ได้ทำการบ้าน
๓) การบวชใช้เวลานานพอสมควร กว่าจะเสร็จพิธีก็ได้เวลาเลี้ยงพระเพลฉลองพระบวชใหม่
๔) กว่าจะรู้ตัวก็เห็นตุ่มแดงตอนอาบน้ำ
๕) คืนนั้นกะทิจับไข้ ต้องนั่งเฝ้าเช็ดตัวกันทั้งคืนกว่าจะสร่าง ตอนใกล้รุ่ง
๖) ตำรวจและเพชรเสียเวลาหลายนาทีกว่าจะไปถึงที่ทำการไปรษณีย์
๗) นี่อีกหลายชั่วโมงกว่าจะถึง เรามาเล่นพนันอะไรกันสนุก ๆ ดีกว่า
๘) นั่นมันเป็นแต่เพียงสิ่งที่กำลังจะเติบโตขึ้นเป็นคนต่างหาก ยังอยู่อีกหลายปีนัก อีกตั้ง ๒๐ ปีหรืออาจมากกว่านั้นอีก แต่กว่าจะถึงเวลานั้นท่านก็ตายไปไหน ๆ แล้ว

๗ ข้อสังเกต

๑. จะได้ถือโอกาสตรวจสุขภาพครั้งใหญ่ซะเลย

"ซะ" 是语气助词"เสีย"在口语中出现的音变。

๒. ตาพูดพลางหัวเราะ

汉语中的"边……边……"、"又……又……"在泰语中有好几个表达的方式。我们已经学过的就有 ...ด้วย...ด้วย ...พลาง ...พลาง ...ไป...ไป 以及本句中的"...พลาง..."。但是这几个词在用法上是有区别的。

"...ด้วย...ด้วย" 多用在口语中，而且大多用于形容词。如：

รองเท้าคู่นี้สวยด้วยใช้ทนด้วย

อาหารวันนี้อร่อยด้วยถูกด้วย

"....พลาง....พลาง" 多用于书面语，大多跟动词搭配。如：

เขาพูดพลางหัวเราะพลาง

เด็กหญิงคนนี้เดินพลางฮัมเพลงพลาง

"พลาง.... " 只用于书面语。除了译为"边……边……"外，还可以译为"同时……"。如：

"จริงหรือ" เขาถาม พลางเงยหน้าขึ้นมองดูฉัน

"....ไป....ไป" 较多地用于口语

เรากินไปคุยไป

เขาเดินไปฮัมเพลงไป

๓. กะทิยกเตียงให้น้าฎาและขนฟูกสำรองมาวางหน้าเตียง

"ยก" 是多义词。我们已经学过它的两个意思，即：举起、抬起和举例。如：ยกมือ ยกธง ยกโต๊ะ和ยกตัวอย่าง。这句话中的ยก是把自己喜爱的东西送给或让给别人。如：

ยกสมบัติให้มูลนิธิสงเคราะห์เด็กกำพร้า

ยกลูกสาวให้แก่นายผู้นั้น

๔. เมื่อครั้งแม่จากไปใหม่ ๆ น้าฎาเข้าใจเอาเองว่าไม่ควรพูดถึงแม่เพราะกลัวจะสะเทือนใจกะทิ

"เข้าใจเอาเอง"是"自以为"、"自认为"的意思。เอา在此处是表示肯定意义的趋向动词。

๕. กะทิอยากทวนภาพของแม่ไว้ในความทรงจำให้คมชัดที่สุดเท่าที่จะทำได้แม้เวลาจะผ่านไป

"คมชัด"是清晰、不模糊的意思。常用在相片、图片、屏幕上的图像、印刷品等方面，表示分辨率高。

๖. น้าฎาหิ้วเป็ดย่างเนื้อหนานุ่มหนังกรอบของโปรดกะทิมาฝาก

"โปรด"除了第三册第八课中讲到的"请"的意思以外，还可以作动词或形容词用，意思是喜爱、宠爱。如：

เขาโปรดเด็กคนนี้เป็นพิเศษ
แม่ไม่ชอบกินผิด แต่โปรดของหวาน
ตุ๊กตาตัวนี้เป็นของโปรดของกะทิ
เขาเป็นนักเรียนคนโปรดของอาจารย์

๗. พี่ภัทรขับรถเก่ง รถเล็กรถใหญ่ขับได้หมด ขับได้ทนด้วยนะจ๊ะ

"ทน"在这里是指开车能开很长时间、能坚持很久的意思。

๘. กะทินึกภาพออกว่าลุงตองจะค้อนจนตากลับแน่ๆที่ถูกล้อเลียนแบบนี้

"ค้อน"是不满意或生气时用眼睛斜着看人的动作。"ตากลับ"是翻白眼。这句话的意思是说"甲悌想象得出来，东伯伯被这般嘲弄，肯定会狠狠地白他们一眼"。

แบบฝึกหัด

๑. จงอธิบายว่าคำที่ขีดเส้นใต้ในประโยคต่อไปนี้มีความหมายอย่างไร

๑) ....น้าจึงลางานมาอยู่เป็นเพื่อนกะทิสองสามวัน
๒) "จะได้ถือโอกาสตรวจสุขภาพครั้งใหญ่ซะเลย ดีเหมือนกันนะ เข้ากรุงทั้งที"
๓) ยายสั่งการล่วงหน้ามาหลายวันจนน่าจะครบถ้วน
๔) บ้านริมคลองจึงมีสามสาวต่างวัยเข้าครอบครองในช่วงที่เจ้าของบ้านไม่อยู่
๕) ตอนอยู่ด้วยกันที่บ้านกลางเมือง น้าฎาดูเหนื่อยเมื่อตกค่ำ จึงมักไม่มีรายการนอนคุยกัน แต่เวลามาอยู่ด้วยกันที่นี่ นาฎาดูสดชื่นเพราะได้พักผ่อนไปในตัว
๖) เมื่อครั้งแม่จากไปใหม่ ๆ น้าฎาเข้าใจเอาเองว่าไม่ควรพูดถึงแม่เพราะกลัวจะสะเทือนใจกะทิ

๗) ถ้าพี่ภัทรไม่ขับ ก็จะนั่งเบาะหลังแล้วหลับไปเลย

๘) คืนนั้นก่อนหลับไปกะทิลองวาดภาพแม่ขับรถเล็ก ๆ และพากะทิไปเที่ยวกันสองคน กะทิจะดูแผนที่เอง รับรองไม่วกวนเหมือนลุงตอง ว่าแต่ไปเที่ยวไหนกันดีนะ

๒. จงเล่าตามข้อความต่อไปนี้ให้เพื่อนฟังโดยสนใจเปลี่ยนชื่อคนและสรรพนามให้ถูกต้อง (เช่น"พี่ภัทร"ต้องเปลี่ยนเป็น"แม่ของกะทิ" "หนู"ต้องเปลี่ยนเป็น"กะทิ" "น้า"ต้องเปลี่ยนเป็นน้ำฎา "พี่ตอง"ต้องเปลี่ยนเป็น"ลุงตอง" "เรา"ต้องเปลี่ยนเป็น "เขา"หรือ"พวกเขา"เป็นต้น)

๑) "ความลับก็คือ พี่ภัทรเป็นคนนั่งรถแล้วเมาทุกที แต่ถ้าตัวเองขับก็จะไม่เป็นไร"

๒) "พี่ภัทรขับรถเก่ง รถเล็กรถใหญ่ขับได้หมด ขับได้ทนด้วยนะจ๊ะ เราเลยขับรถเที่ยวกันบ่อย ๆ สมัยที่หนูยังเล็กและพี่ภัทรยังแข็งแรงดี"

๓) "ถ้าพี่ภัทรขับ พี่ตองก็จะเป็นคนดูแผนที่ น้าจะนั่งข้างหลังกับหนู เรามีเก้าอี้เด็กนั่งสบายให้หนูเวลาเดินทางไกล บางทีพี่กันต์ก็มาด้วย พี่กันต์จะผลัดพี่ภัทรขับเป็นบางช่วง ถ้าพี่ภัทรไม่ขับ ก็จะนั่งเบาะหลังแล้วหลับไปเลย"

๔) "ที่ขำกันมากก็คือวิธีดูแผนที่ของพี่ตอง น้าจะเป็นคนศึกษาเส้นทางกับพี่ภัทรก่อน เราไปกันคณะใหญ่ มีเด็กเล็ก ๆ ด้วย ก็ต้องจองที่พักล่วงหน้า น้าจะเขียนรายการเส้นทางไว้เป็นข้อ ๆ หนึ่ง สอง สาม....ระบายสีไฮไลท์ไว้บนแผนที่ ถ้าพี่กันต์ขับ น้าก็จะดูแผนที่เอง แต่ถ้าพี่ภัทรขับ ไม่รู้ทำไมพี่ตองต้องขอเป็นคนดูแผนที่ทุกที"

๕) "ใหม่ ๆ พี่กันต์กับน้ามองตากันงง ๆ แต่พี่ภัทรเหมือนจะเข้าใจ ทีหลังพี่ภัทรบอกว่าเที่ยวกับพี่ตองมาทั่วแล้วจนชิน สมัยอยู่อังกฤษมีวงเวียนเยอะ บางทีต้องวนรอบวงเวียนอยู่หลายรอบกว่าพี่ตองจะอธิบายรายรอบวงเวียนจนครบ และยอมบอกว่าให้เลี้ยวแยกไหน ตอนหลัง ๆ เวลาพี่ตองอธิบายซ้ายขวา เราสามคนจะร้องพร้อมกันว่า ไม่เลี้ยวนะจ๊ะ ตรงไป"

๓. จงแปลประโยคภาษาจีนต่อไปนี้เป็นภาษาไทย

1. 我会尽快回来的。
2. 据我所知，他已经去一家美国公司上班了。

3. 从目前的情况看来，他不可能马上答应这些要求的。
4. 我们会尽力帮助你的。
5. 等你学成回国，家里的积蓄恐怕早就花光了。
6. 别着急，离下班还有一个小时呢，肯定来得及。
7. 等把伤员送到医院，心脏已经停止跳动了。
8. 等到把这件工作做完，天已经黑了。

๘ ศัพท์และวลี

ภาค	部分	ไก่แจ้	一种体型小、尾巴长的鸡
ค้าง(คืน)	过夜		
งอแง	爱哭；撒娇	ล่ำลา	＝ลา
สั่งการ	交待（事情）	ครบถ้วน	齐全，完全
ล้าแรง	乏力，没有力气了	ครอบครอง	统治；占有
		ยืดอก	挺胸
(คุย)จุ๋งจิ๋ง	唧唧喳喳（小声说话）	สำรอง	备用的，后备的
สะลึมสะลือ	朦朦胧胧，昏昏欲睡	ไต่	爬
		ที่ทาง	地方，场所
สดชื่น	（空气）清新，清爽；（心情）舒畅，愉快	เสี้ยว	四分之一；一小部分
		สะเทือนใจ	使人伤心；激动人心
ความทรงจำ	记忆		
คมชัด	清楚，清晰	กาง	撑开
เป็ดย่าง	烤鸭	นุ่ม	柔软，松软
ของโปรด	喜爱的、宠爱的东西	ซาลาเปา	=ซาละเปา
		ไส้	馅儿
สับ	剁	ตบท้าย	最后，以……结

บัวลอย	汤圆，元宵
ขิง	姜
อิ่มหนำ	吃饱喝足
ความหลัง	往事
แกม	夹杂，混有
ร่วมวง	参与其中
ระบาย	排泄，发泄；涂上（颜色）
ค้อน	瞟
ตากลับ	白眼
รับรอง	保证，保管
ปลาตะเพียน	一种淡水鱼
บริจาค	捐献，捐赠
สวด	念（经），诵经
เป็นอยู่	情况，状况
ตักเตือน	提醒，警告
ถั่ว	豆子
รับมือ	应对，应付
ได้เวลา	到…时间了
เพล	（僧人）午斋时间
สร่างไข้(ส่าง-)	退烧
ตายไปไหน ๆ แล้ว	早就死了
สงเคราะห์	资助，救济
	束
บัวลอยน้ำขิง	姜汤汤圆
ประแป้ง	抹粉
เศร้า	悲伤
ช่วง	期间；距离；某一段（时间或间距）
ไฮไลท์	high light 最重要的部分
เพลิน	入神、出神
วกวน	拐来拐去
สาน	编织
มนุษย์	人类，人
มนต์	神咒，符咒
คาถา	符咒，咒语
อดีต	过去的，以往的；前任的
งา	芝麻
ได้เรื่อง	明白（是怎么回事了）
ตุ่ม	疙瘩
จับไข้	发烧
รุ่ง	拂晓，破晓
ฮัมเพลง	哼歌
มูลนิธิ(มูน-ละ-)	慈善基金会

บทอ่านประกอบ

ไก่แจ้
(ตอนต่อจากตัวบท)

น้าฎาชวนพี่สดับไปด้วยกัน แต่พี่สดับเม้นปากและส่ายหน้าแข็งขัน น้าฎาเข้าใจว่าพี่สดับห่วงงาน จึงรีบบอกว่า

"พี่เอารถไปจะได้ไม่เสียเวลา ไปไม่นานหรอกจ้ะ เราปิดบ้านไว้ก็ได้" พี่สดับยังคงส่ายหน้าแข็งขัน มือสาละวนโปรยข้าวเปลือกให้ไก่ ตั้งแต่ไม่มีฟาโรห์ บ้านริมคลองว่างเว้นการเลี้ยงสัตว์ไปพักใหญ่จนกระทั่งมีคนเอาไก่แจ้มาให้คู่หนึ่ง

ตาบ่นเล็กน้อยว่าไก่แจ้ไม่มีประโยชน์ กินไข่ไม่ได้ แต่ก็ปลอบใจว่าเป็นไก่น่าเอ็นดูแบบไทยแท้ สมควรแก่การฟูมฟักไว้ ไม่นานก็มีลูกเจี๊ยบวิ่งพล่าน จนเดี๋ยวนี้ต้องจับใส่สุ่มที่เพิ่มจำนวนขึ้นทุกที

"ตาชุมรวยพอดี เราซื้อสุ่มแกอยู่เรื่อย ข้าวเปลือกก็ต้องหามาเลี้ยง อีกไม่นานต้องต่อเล้าให้อยู่เพราะสุ่มเอาไม่อยู่แน่ ๆ" ตาบ่นอย่างไม่จริงจังอะไร

การเลี้ยงไก่แจ้กลายเป็นงานอดิเรกของตาไปในที่สุด มีตำราดูสายพันธุ์และทำท่าจะกลายเป็น"นักเลง"ไก่แจ้เสียแล้ว เผลอ ๆ ตาบอกว่าจะส่งประกวดเสียเลย ที่จริงราคาไก่แจ้พันธุ์แท้ตัวหนึ่งสูงกว่าราคาไก่เนื้อเสียอีก แม่พันธุ์ไก่แจ้พร้อมตกไข่ถึงจะตัวนิดเดียวก็ขายได้ตัวละ ๑๐๐-๑๒๐ บาท ถ้าเป็นพ่อพันธุ์แม่พันธุ์ขายกันตามฟาร์ม ราคาอาจสูงถึงคู่ละ ๘๐๐-๑,๐๐๐ บาท ถ้าตาเอาจริงก็อาจมีรายได้เสริมที่น่าสนใจ เสียแต่ตาชอบพูดว่า

"เลี้ยงไก่ก็ต้องดมขี้ไก่ละนะ"

เรื่องนี้ก็จริงอยู่ ยิ่งเป็นหน้าฝนจึงไม่ค่อยน่าพิสมัยเท่าไร แต่กะทิก็ต้องยอมรับว่าไก่แจ้ดูเพลินจริง ๆ สีสันและอาการของมันน่ารักน่าเอ็นดู ตัวโปรดของกะทิเป็นตัวผู้พันธุ์สีลายกาบอ้อย ปากแดง หางระพื้น และหงอนมี ๕ จัก มันคงรู้ตัวว่าครบลักษณะพันธุ์ดี จึงมีท่าเดินเชิด ๆ ทั้ง ๆ ที่ตัวจ้อยเดียว กะทิตั้งชื่อให้มันว่า โรเมโอ ซึ่งตาบ่นว่าน่าจะมีชื่อไทย ๆ มันดูเจ้าชู้ เพราะชอบป้อตัวเมียจนกะทิไม่รู้ว่าตัวไหนคือจู-

เลียตหวานใจของมัน หรือว่ามันมีหวานใจจริงจังหรือเปล่า มีหวังจะต้องเปลี่ยนชื่อให้เป็นขุนแผนเสียละมัง

พี่สดับไม่สบตาน้าฎากับกะทิอีก แต่ต้อนไก่เข้าสุ่มทั้ง ๆ ที่ไม่มีเค้าฝน น้าฎาไม่ต่อคำ แต่ชวนกะทิขึ้นรถ

"น้าฎาว่าแปลกไหมคะ พี่สดับไม่ยอมไปบ้านครูราตรีเลย ถ้ายายมีของไปส่งก็ต้องเป็นทิไปส่งทุกที" กะทิชวนคุย

"แปลกสิจ๊ะ สดับออกจะเป็นเด็กมีน้ำใจ ไม่น่าจะไม่ชอบครูราตรี หรือว่าไม่ชอบที่พี่ตองไปวุ่นวายที่นั่นบ่อย ๆ" น้าฎาตั้งสมมุติฐาน

กะทิส่ายหน้า

"ไม่น่าใช่ค่ะ เออ....วันก่อนตอนทิเอาขนมหน้านวลที่ยายทำใหม่ ๆ ไปให้ครูราตรี ทิว่าเห็นหลังพี่สดับไว ๆ ที่หลังบ้านครูด้วย หรือว่าทิจะตาฝาดก็ไม่รู้นะคะ" น้าฎานิ่งไป

"สดับยังไม่เคยบอกใครเลยใช่ไหมจ๊ะว่าหายไปไหนมา น้าว่าไม่ดีนะถ้าคนเราจะเก็บเรื่องทุกข์ไว้ในใจ เห็นหน้าแล้วก็สงสารจัง ไว้น้าจะลองคุยด้วยดีกว่า"

กะทิขยับตัวอยู่บนเบาะที่นั่ง ดีเลย น้าฎาเป็นคนมีบุคลิกพิเศษ ใครคุยด้วยก็สบายใจ ยังมีเวลากว่าตากับยายจะกลับมา คงจะได้เรื่อง

กะทิมองกระจกด้านข้างรถ ก็เห็นพี่สดับยืนเหม่อมอง แม่ไก่ร้องเรียกลูกเจี๊ยบให้มาซุกอกใต้ร่มไม้ใหญ่ในลานบ้าน

สายไหม

"รักมั่นจนวันไร้จันทร์ไร้ดาว"

ตาพูดบ่อย ๆ ว่าคนกรุงอยู่ไม่สุข เวลาเพื่อนแม่ที่บัดนี้เปรียบเสมือนเป็นลูก-หลานตาโดยสมบูรณ์มาพร้อมหน้ากันที่บ้านริมคลอง ก็จะมีพฤติกรรมที่ตาเรียกว่า "วิ่งเข้าวิ่งออก" น้าฎาเข้าข่ายที่ว่าอย่างชัดเจน

เช้านี้กะทิออกมาจากห้องก็เห็นน้าฎาแต่งตัวทะมัดทะแมงกำลังจัดขนมใส่ตะกร้า เมื่อหันมาเห็นกะทิก็ยิ้มและชวนว่า

"ไปขับรถเที่ยวกันดีกว่า น้าชวนสดับไปด้วยกันสำเร็จด้วยนะ" ประโยคหลังน้าฎาลดเสียงลงและหลิ่วตาให้ด้วย

กะทิรีบทำเวลากินข้าวเช้าที่วันนี้เป็นแบบมื้อลำลองเพราะยายไม่อยู่ น้าฎาทอดไข่ดาวกับหมูแฮมไว้ให้ พร้อมกับรินนมให้หนึ่งแก้วใหญ่ ทำให้นึกถึงมื้อเช้าเวลาอยู่ที่บ้านกลางเมืองของแม่ในกรุงเทพฯ

น้าฎาเสนอให้ไปนั่งเล่นกินกุ้งกันที่บางปะอิน ขับรถสี่สิบนาทีก็ถึงแล้ว พี่สดับนั่งเงียบ ๆ มาในรถ แต่สีหน้าดูผ่อนคลายกับเสียงเพลงบรรเลงแนวละตินหวานๆ ที่น้าฎาเปิดจากเครื่องเสียงในรถ

สามสาวเตรียมหมวกกันแดดมาพร้อม แดดยามสายในช่วงฝนทิ้งช่วงไม่ร้อนจัดนัก แต่พระราชวังบางปะอินก็ไม่มีร่มเงาเท่าไร โชคดีที่มีลมโชยจากริมน้ำมาช่วยบรรเทาความร้อนลงบ้าง กะทิจูงมือน้าฎาข้างหนึ่ง พี่สดับข้างหนึ่ง พี่สดับใส่เสื้อยืดสีชมพู สวมกางเกงยีน รองเท้าผ้าใบ ดูเป็นสาวสมัยผิดตา น้าฎาดูเก๋ แต่พี่สดับดูหวาน ถ้ากะทิเป็นหนุ่มก็คงมองสองสาวเพลินตาแน่ ๆ

“สดับเคยมาไหมจ๊ะ” น้าฎาถาม

“เคยค่ะ สมัยเป็นนักเรียน หลายปีแล้วค่ะ”

“ที่นี่ปรับปรุงใหม่จ้ะ พี่ชอบสมัยที่ยังดูเก่า ๆ มากกว่า มีคนบอกว่าทาสีใหม่แบบนี้แล้วเหมือนฉากละครมากกว่าของจริง ก็แล้วแต่คนจะคิดนะจ๊ะ” น้าฎาพูดยาวขณะที่พี่สดับเพียงพยักหน้ารับ

ในเมื่อทุกคนเคยมาแล้ว ก็เลยตกลงกันว่าจะเดินเที่ยวรอบนอก ไม่เข้าไปชมในพระที่นั่งต่าง ๆ น้าฎาขอเวลาทำความเคารพอนุสาวรีย์สมเด็จพระนางเจ้าสุนันทากุมารีรัตน์ พระมเหสีในรัชกาลที่ ๕ ที่สวรรคตจากอุบัติเหตุเรือพระที่นั่งล่มในแม่น้ำเจ้าพระยา คำจารึกอาลัยต่อการจากไปคงอยู่ข้ามกาลเวลา ราวกับว่าความรักนั้นคงอยู่ได้ชั่วนิรันดร์

“มีจริงไหมหนอ รักแท้” น้าฎาพูดออกมาดัง ๆ “เวลาตายจากกันก็ดูเหมือนว่าจะไม่มีวันเป็นอื่น แต่ถ้าอยู่ด้วยกันนาน ๆ จนแก่เฒ่าล่ะ”

“ก็เถียงกันบ่อย ๆ เหมือนยายกับตาไงคะ” กะทิตอบเสียงแจ๋ว

น้าฎาหัวเราะและขู่ว่าจะฟ้องตายาย กะทิยังทำหน้าเป็นอยู่ดี ออกมาเที่ยวแบบนี้กะทิชอบนัก อะไรก็ดูจะสนุกสนานเฮฮาไปเสียทั้งนั้น พี่สดับยังร่วมวงหัวเราะ ทั้งๆ ที่ก่อนหน้านี้ตอนอ่านคำจารึกก็เห็นทำตาแดง ๆ อยู่เลย

กลับออกมาจากพระราชวังแล้ว ท้องยังไม่หิว จึงตกลงเดินไปขึ้นกระเช้าข้าม

บทที่ ๑๓ ตอนหนึ่งในเรื่อง "ตามหาพระจันทร์"

ฟากไปวัดนิเวศธรรมประวัติ กระเช้าวิ่งฉิวข้ามแม่น้ำเจ้าพระยา กะทิอ้าปากหวอตลอดเวลาที่ลอยเลื่อนมาเหนือน้ำจนขึ้นฝั่งอย่างปลอดภัย ครั้งก่อนที่ลุงตองมาด้วย ลุงตองทำท่าเป็นจอมยุทธ์ในหนังกำลังภายในเหาะเหินเดินอากาศ ขณะที่กะทิกอดคอน้ากันต์ไว้แน่นเพราะความตื่นเต้น

กะทิจำรายละเอียดในวัดไม่ได้ จึงเดินดูเพลินเหมือนไม่เคยมา ลักษณะโบสถ์ที่สร้างแบบกอทิกของฝรั่งดูแปลกตา หลังคามียอดแหลมและผนังติดกระจกสี เมื่อแสงส่องเข้ามาจะแต่งแต้มสีรุ้งลงบนวัสดุภายใน

กราบพระประธานแล้วก็มาชะเง้อดูนาฬิกาแดด ก่อนจะมานั่งหมดแรงที่สวนหิน โชคดีที่ระหว่างทางมาขึ้นกระเช้ามีร้านขายของฝากเรียงราย กะทิตาไวเห็นโรตีสายไหม จึงขอน้าฏาหยุดซื้อ นาฏาลังเลเพราะเจ้าอร่อยอยู่แถวโรงพยาบาลพระนครศรีอยุธยา แต่ก็ซื้อให้และบอกว่า

"ซื้อแค่ชุดเดียวแล้วกันนะจ๊ะ ขากลับเราเข้าไปในเมืองแวะซื้ออีกทีก็ได้"

โรตีสายไหมจึงเป็นของบรรเทาความหิวก่อนจะหิ้วท้องไปกินกุ้งที่ร้านยางเดี่ยว กะทิน้ำลายไหลยืดมาตลอดทางในรถ เมื่อนึกถึงกุ้งแม่น้ำย่างหอมฉุยและปลาเนื้ออ่อนทอดกระเทียมพริกไทยของอร่อยที่ร้านนี้

หลังจากอิ่มอร่อยก็พากันขึ้นรถไปหาซื้อขนมติดมือกลับบ้าน น้าฏาเปลี่ยนใจไม่เข้าไปในอำเภอพระนครศรีอยุธยาเพราะรถเยอะ แต่แวะที่ตลาดกลางเพื่อการเกษตรริมถนนใหญ่แทน น้าฏาเลือกซื้อของสดไม่เก่งเหมือนยาย ต้องให้พี่สดับช่วยเลือก ตกลงซื้อกุ้งไปอีก ไว้ทำข้าวต้มพรุ่งนี้เช้า เสร็จแล้วก็เลือกซื้อผลไม้ มีน้อยหน่าของโปรดตา น้าฏาซื้อไปเยอะ มีหวังยายกลับมาคงได้ทำน้อยหน่ากะทิรสหวานมันเบื่อแต่ต้องแคะเม็ดจนมือหงิกเท่านั้นเอง

กะทิสนใจสายไหมอีกครั้ง น้ำตาลปั่นเป็นเส้นสีหวานชวนฝัน ช่างชวนชิมชวนซื้อจริง ๆ เมื่อห่อกับแผ่นบางนุ่ม ๆ อุ่น ๆ ยิ่งอร่อยใหญ่ เวลากะทิห่อเองจะใส่ไส้มากเกินพอดีจนแป้งเหลือ ซื้อไปฝากครูราตรีด้วยน่าจะดี

หอบข้าวของพะรุงพะรังมาขึ้นรถก็บ่ายจัดแล้ว น้าฏาขับรถมาตามถนนเส้นใหญ่อย่างสบายอารมณ์ กะทิชักตาปรือเพราะอิ่มจัด เมื่อถึงทางแยกไปอำเภอบางปะหัน น้าฏาก็เลี้ยวเข้าถนนสายเล็กที่เลียบมาตามแม่น้ำลพบุรี

คนกรุงแรงเยอะตามเคย กะทิคิดเมื่อน้าฏาจอดรถในวัดที่มองเห็นศาลาท่าน้ำ

อยู่ไม่ไกล

"นั่งพักตรงนี้ก่อนดีกว่านะจ๊ะ เดี๋ยวค่อยกลับบ้านก็ได้ ใกล้แค่นี้เองแล้วละจ้ะ" น้าฎาชวน พลางหยิบของขบเคี้ยวที่ซื้อมาเมื่อครู่ติดมือลงมาด้วย

กะทิเดินตามลงมาเหมือนภาพในหนังช้า แต่ก็ยังคว้าถุงสายไหมมาด้วย เผื่อจะเกิดอยากกินขึ้นมามากกว่าเพราะความหิว ศาลานั่งสบายและดูแข็งแรงกว่าศาลาใต้ต้นก้ามปูใหญ่ที่ตากับกะทิชอบแวะพักเวลาไปเที่ยวทุ่ง กะทิไต่ลงไปตามบันไดและหย่อนเท้าแช่น้ำเพลินๆ เบื่อขึ้นมาก็โยนหินก้อนเล็กเล่นให้เรี่ยน้ำไปไกล หันไปมองบนศาลาทีไรก็เห็นพี่สดับกับน้าฎาคุยกัน ลมพัดย้อนขึ้นไปจากตรงที่กะทิยืนอยู่จึงจับความได้บ้างไม่ได้บ้าง แต่ก็นึกรู้ว่าน้าฎาลงมือปฏิบัติการตามที่คุยกันไว้แล้ว

พี่สดับไปอยู่กรุงเทพฯมา ไม่ใช่สิ เรื่องต้องย้อนกลับไปก่อนหน้านั้นเมื่อครั้งที่ไสวพี่ชายของพี่สดับมาเยี่ยมบ้านในช่วงเกณฑ์ทหารและพาเพื่อนมาด้วยหลายคน คนหนึ่งในนั้นชื่อธงไทย

ธงไทยสุภาพเรียบร้อย ไม่เหมือนเพื่อนคนอื่นของไสว ในช่วงเวลาที่ได้คุยกันก็ดูเหมือนว่าไมตรีจะงอกงาม เมื่อกลับไป ธงไทยหมั่นเขียนจดหมายมาหาพี่สดับ และแน่นอนว่าทั้งคู่กลายเป็นคนรักกัน ธงไทยฝันไกล เขาอยากจะมาสู่ขอพี่สดับ แต่ติดว่าที่บ้านมีแต่หนี้สิน เขาขอเวลาหลังพ้นเกณฑ์ทหารสักพักเพื่อทำงานเก็บเงิน ทั้งสองพบกันบ่อยๆ ในตลาดภาชี ไม่ใช่ว่าอยากจะคบกันลับหลังผู้ใหญ่ แต่พี่สดับรู้ว่าพ่อแม่หัวเก่า อีกทั้งใจส่วนหนึ่งก็ยังไม่อยากผูกมัดจนถึงขั้นให้ผู้ใหญ่รับรู้ พี่สดับเองต้องการให้เวลาพิสูจน์ก่อนว่าพี่ธงคนนี้จริงจังแค่ไหน

ธงไทยได้งานเป็นลูกจ้างจัดสวนที่ไต้หวัน ที่จริงแล้วเพื่อนของเขาคนหนึ่งได้งานนี้ผ่านนายหน้าจัดหางาน หลังจากวางเงินไปเรียบร้อยแล้วก็เกิดเปลี่ยนใจเพราะแม่ป่วย เพื่อนคิดว่ายกให้ธงไทยไปแทนยังดีกว่าสูญเงินเปล่า ธงไทยรับปากเพื่อนว่าจะนำเงินมาใช้คืนทุกบาททุกสตางค์ โครงการนี้นานหกเดือน เมื่อกลับมาเขาจะมีเงินก้อนใหญ่ ใช้เพื่อนใช้หนี้ทางบ้านแล้ว ก็จะยังพอเหลือมาสู่ขอสาวคนรักได้

"พี่ธงไม่ใช่คนพูดไม่จริงนะคะ เวลาเขาพูดถึงอนาคตแล้ว สดับเชื่อจริงๆ ว่าเขาจะทำตามที่พูด" สดับปาดน้ำตาเมื่อเล่ามาถึงตรงนี้

เหตุการณ์น่าจะเป็นไปด้วยดีถ้าพี่สดับไม่รู้ตัวว่าตั้งท้อง พี่สดับก้มหน้าด้วย

บทที่ ๑๓ ตอนหนึ่งในเรื่อง "ตามหาพระจันทร์"

ความละอาย "สดับรอพี่ธงทุกวัน อ่านจดหมายที่เขียนมาหาซ้ำทุกฉบับ ก่อนจากกันเราอยู่ด้วยกันที่บ้านเพื่อนในกรุงเทพฯ สดับใจอ่อนเองเพราะไม่นึกว่า...."

พี่สดับไม่มีทางเลือก จึงต้องหนีออกจากบ้าน ไปได้งานในร้านทำผมแถวบางซื่อ

"ต้องยืนทั้งวันค่ะ สระผมลูกค้า ซักผ้า งานหนักแต่สดับก็ต้องสู้ ดีแค่ไหนแล้วที่เจ้าของร้านให้งานทั้ง ๆ ที่รู้ว่าสดับท้อง สดับนับวันรอพี่ธง เขาควรจะกลับมาก่อนสดับคลอด จดหมายฉบับหลังสุดที่สดับได้รับ เรานัดพบกันที่ป้ายรถเมล์อนุสาวรีย์ชัยฯ สดับไปรอ รอทุกวัน แต่พี่ธง..... พี่ธงไม่มาค่ะ" น้ำตาร่วงพรูพร้อมเสียงสะอื้น

กะทิอดนึกถึงเนื้อเพลงของลุงบุญมีไม่ได้ ลุงบุญมีร้องบ่อย ๆ ว่า

"....ได้ยินไหมพี่ เสียงนี้คือสาวบ้านนา พร่ำเพรียกเรียกหา ตั้งตานับเวลารอคอย คอยเช้าคอยเย็นไม่เห็นสักหน่อย ปีเคลื่อนเดือนคล้อย รักเอ๋ยจะลอยแรมไกล ตะแบกบานแล้วร่วง สีม่วงที่พี่ชื่นชม หรีดหริ่งระงม พี่ปล่อยน้องให้ตรมคนเดียว ...."

เรื่องราวที่เหลือมีแต่ความเศร้า พี่สดับร้องไห้ไปเล่าไปจนกะทิฟังไม่รู้เรื่อง สุดท้ายกะทิเห็นน้าฎากอดพี่สดับอยู่นาน ปากพูดว่า

"พี่เข้าใจจ้ะ พี่เข้าใจ อย่าร้องไห้นะ เรามาคิดหาทางกันดีกว่า"

ท่าทางเรื่องจะใหญ่โตกว่าที่กะทิเข้าใจ น้าฎาคนเดียวจะช่วยพี่สดับได้หรือ กะทิมองสายไหมสีหวานชวนฝันในถุงแล้วก็ถอนใจ ชีวิตจริงไม่เห็นหวานหอมและสีสวยงามเหมือนขนมเด็ก ๆ เลย

บทที่ ๑๔
ตอนหนึ่งในการให้สัมภาษณ์กับผู้สื่อข่าวหนังสือพิมพ์สยามรัฐ

สยามรัฐ คราวนี้ขอเรียนถามอาจารย์ถึงปัญหาสังคมบ้าง เรียกว่าในนามของหน้าสังคมถาม อยากถามว่าอาจารย์มีความเห็นอย่างไรต่อสังคมปัจจุบัน โดยเฉพาะสังคมคนกรุงเทพฯ ที่มีบางเสียงท้วงติงกันว่า เราออกจะเป็นสังคมที่ฟุ่มเฟือยฟุ้งเฟ้อกันเต็มที เราควรจะลดสิ่งเหล่านี้หรือไม่ หรือควรจะมีการหยุด การแก้ไขอย่างไรแค่ไหน อยากทราบความเห็นอาจารย์

ม.ร.ว.คึกฤทธิ์ ทั้งหมดมันขึ้นกับสภาพแวดล้อมของเมืองไทย ที่มีมานานตั้งหลายพันปีแล้ว ประเทศไทยเป็นประเทศที่มีดินฟ้าอากาศสมบูรณ์เป็นอย่างยิ่ง คนที่อยู่ในประเทศนี้จึงมีความฟุ่มเฟือยได้มาก ที่คนไทยเราในสมัยโบราณเดินทางไกลผ่านมาหลายประเทศแล้วมาตัดสินใจอยู่ในประเทศไทยนี้ก็เพราะว่าดินฟ้าอากาศของประเทศนี้อำนวยให้มีความฟุ่มเฟือยได้ คนไทยนั้นรักความฟุ่มเฟือย ถ้าประเทศนี้เป็นประเทศแห้งแล้งตั้งแต่ดั้งเดิม คนไทยก็คงจะไม่อยู่ ป่านนี้อาจจะเดินไปถึงออสเตรเลียแล้วก็ได้

เพราะฉะนั้น ความฟุ่มเฟือยของสังคมไทยจึงเป็นเอกลักษณ์อย่างหนึ่งจะไปตำหนิใครไม่ได้ คุณลองดูที่สำรับกับข้าวของคนไทย เปรียบเทียบกับอาหารญี่ปุ่นก็คงเห็น ญี่ปุ่นเป็นคนมัธยัสถ์ ก็กินอยู่แค่นั้น ส่วนไทยชอบฟุ่มเฟือย ยากดีมีจนอย่างไรก็ต้องจัดหาอาหารให้เต็มสำรับ พอมองเห็นก็เกิดความรู้สึกว่า เราอยู่ท่ามกลางความอุดมสมบูรณ์ เพราะฉะนั้น สังคมไทยจึงมีแนวโน้มไปในทางฟุ่มเฟือยเสมอตั้งแต่ไหนแต่ไรมาแล้ว การตัดความฟุ่มเฟือยลงไปอาจทำให้คนเลิกเป็นไทยกันก็ได้ และถ้าเลิกเป็นไทย

บทที่ ๑๔ ตอนหนึ่งในการให้สัมภาษณ์กับผู้สื่อข่าวหนังสือพิมพ์สยามรัฐ

แล้ว ความโมโหโทโสก็อาจมีมากขึ้น และการปฏิวัติรัฐประหารอันเป็นเอกลักษณ์อย่างหนึ่ง ซึ่งคงจะต้องมีต่อไปนั้น ก็อาจเปลืองเลือดเปลืองเนื้อกว่าที่แล้ว ๆ มา

สยามรัฐ แต่ความฟุ่มเฟือยในขณะที่สังคมยังไม่มีความเจริญสมบูรณ์ให้แก่คนส่วนใหญ่นั้นอาจทำให้ประเทศไม่เจริญไม่ใช่หรือครับ

ม.ร.ว.คึกฤทธิ์ ไม่จริงครับ ประเทศไทยเราถ้าจะเทียบกันแล้ว ผมว่าเจริญกว่าประเทศอื่นอีกมาก ผู้คนมีความสุขทั้งทางกายและใจมากกว่าในประเทศอื่นๆ ที่เรียกกันว่าเจริญแล้ว เช่นญี่ปุ่น สหรัฐ หรืออังกฤษเป็นต้น เหตุที่เรายังสามารถดำรงชีวิตอยู่ได้ ด้วยความฟุ่มเฟือยนี่แหละ ทำให้เรายังมองหน้ากันได้และยังมั่วกันอยู่ได้ตามระเบียบ ไม่รุนแรงเข้าใส่กัน หรือพอเห็นหน้าก็กัดกันเลย

สยามรัฐ ฟังแล้วก็อยากถามความเห็นอาจารย์เกี่ยวกับอนาคตของเมืองไทย

ม.ร.ว.คึกฤทธิ์ ก็คงจะเหมือนกับที่แล้ว ๆ มาแหละครับ คนไทยก็คงจะเป็นคนไทยกันต่อไป รัฐธรรมนูญก็คงจะร่างกันปีหนึ่ง ร่างเสร็จแล้วก็ใช้ไปอีกปีหนึ่ง แล้วก็ฉีกทิ้ง แล้วก็ร่างกันใหม่ ส่วนชีวิตความเป็นอยู่ทั่วไปก็คงจะเหมือนที่เป็นมาแล้วอีกเช่นเดียวกัน ไม่ว่าปัญหาเศรษฐกิจโลกจะดีขึ้นหรือเลวลง เราก็คงอยู่ของเราไปได้ด้วยความผาสุกตามสมควร ฝนแล้งก็อดหน่อยหนึ่ง ฝนดีก็มีกินมาก

สยามรัฐ ผมอยากทราบความเห็นอาจารย์ที่มีเสียงกล่าวว่า ปัญหาหนึ่งของทุกวันนี้คือรัฐบาลแทบทุกรัฐบาลเห็นว่า กรุงเทพฯ คือประเทศไทยมากเกินไป ไม่ได้สนใจคนอีก ๓๖ ล้าน ที่อยู่ตามต่างจังหวัดว่าเขาจะเป็นตายร้ายดีประการใด ถ้าคนกรุงเทพฯเดือดร้อน รถติด แก๊สขาดตลาด รัฐบาลจะทุ่มเทเงินทองมาก ๆ และทุ่มเทความฉับไวเข้าแก้ไขทันที แต่ถ้าเป็นปัญหาชาวไร่ชาวนาผลิตไม่ได้ขายไม่ออก หนี้สินรุงรัง ชาวไร่ชาวนาต้องรอทางแก้ ซึ่งยังไม่แน่ว่าจะแก้ได้หรือไม่เป็นเวลานานนับปี ปัญหานี้นำไปสู่การปลุกระดมที่น่าเป็นห่วงอย่างยิ่งว่า ถ้าเรายังนิ่งนอนใจ วันหนึ่งจะสายเกินไป

ม.ร.ว.คึกฤทธิ์ ถูก สมัยที่ผมมีโอกาสได้บริหารงาน ผมจึงได้พยายามเหลียวแลคนนอกกรุงเทพฯทุกอย่างด้วยความพยายามทุกทางที่จะทำให้ชีวิตในชนบทมี

ความหมาย ทำให้ชาวไร่ชาวนามีรายได้ดีกว่าแต่ก่อน มีความมั่นคงใน
     อาชีพ พยายามทำให้ชีวิตในชนบทมีความสะดวกสบาย ทัดเทียมกับคนใน
     เมืองใหญ่ แล้วผลเป็นอย่างไร ผมเป็นยังไงไป
สยามรัฐ ก็พังไป
ม.ร.ว.คึกฤทธิ์ ใช่ ซึ่งความจริงเหล่านี้ก็แสดงให้เห็นอย่างชัดแจ้งแล้วว่า กรุงเทพฯ
     คือประเทศไทย นายกรัฐมนตรีคนไหนก็ตามที ถ้าไม่ทำให้ถูกใจคนกรุง-
     เทพฯ ก็อยู่ไม่ได้ เท่านั้นเอง
สยามรัฐ ครับ ได้ยินแล้วก็หนักใจ
ม.ร.ว.คึกฤทธิ์ ผมเองก็หนักใจอย่างคุณ แต่เราต้องยอมรับความจริงว่า อะไรเป็น
     อะไร ดูพวกหนังสือพิมพ์ของคุณเถอะ ที่บ่นกันทุกวันนี้ ส่วนใหญ่ก็เป็น
     ปัญหาของคนกรุงเทพฯทั้งนั้น ส่วนชีวิตคนบ้านนอกเป็นอย่างไร ไม่เห็นมี
     ใครค่อยพูดกันเท่าไร

รูปประโยคและการใช้คำ

๑.ในนามของ..... 介词。以（谁的）名义，代表（谁）……。

  ตัวอย่าง ๑ ข้าพเจ้าในนามของอาจารย์และนักศึกษาทั้งมหาวิทยาลัย ขอต้อนรับ
        คณะ.....ด้วยความยินดียิ่ง
        ฉันได้ส่งคำอวยพรไปแล้วในนามของนักศึกษาทั้งชั้น

  แบบฝึกหัด จงทำประโยคต่อไปนี้เป็นประโยคสมบูรณ์โดยใช้คำที่ให้ไว้ในวงเล็บ

     ๑) เขาขึ้นไปกล่าวคำปราศรัย（代表我们大家）
     ๒) คณบดีมอบปริญญาบัตรให้แก่ทุกคน（代表校长）
     ๓) ท่านกล่าว(คำ)ขอบคุณ（代表全体代表团成员）

บทที่ ๑๔ ตอนหนึ่งในการให้สัมภาษณ์กับผู้สื่อข่าวหนังสือพิมพ์สยามรัฐ

๔) นายกรัฐมนตรีกล่าว(คำ)อวยพร（代表政府和人民）
๕) ต่อไปนี้ผมจะขอพูดความเห็นส่วนตัวบ้าง（不代表别人）

作为名词的“代表”，泰语中有两个词。选举产生的代表或受权代表某机构办事或说话的人用 **ผู้แทน**，受委托或指派为某人某单位办事的用 **ตัวแทน**。

ตัวอย่าง ๒

๑) ท่านเป็นผู้แทนไทยในองค์การสหประชาชาติ
๒) เราเลือกผู้แทนประชาชนตามครรลองประชาธิปไตย
๓) สองมหาวิทยาลัยนี้ส่งคณะผู้แทนไปดูงานและเยี่ยมเยียนซึ่งกันและกันบ่อย
๔) คุณอภิชาตเป็นตัวแทนประจำกรุงปักกิ่งของบริษัทนี้
๕) นักแสดงคนนี้กระโดดร่มไม่เป็น จึงต้องหาตัวแทนที่กระโดดร่มเก่ง ๆ สักคนมาแสดงแทน
๖) ท่านรัฐมนตรีไม่อยู่ จึงมอบให้เลขานุการเป็นตัวแทนมาร่วมประชุม

๒. ออกจะ...... 有点……，比较……，颇为……。往往用于对某人、某事或某种现象发表意见或评论（用于倾向于消极的意见或评论比较多）时，或者用于认为超过了适当的程度时，因此与**ค่อนข้าง....** 或**ชักจะ....**不同。

ตัวอย่าง

คุณออกจะใจร้อนไปหน่อยละมั้ง เรื่องอย่างนี้ต้องมีความอดทน
คนนี้ดีน่ะดีหรอก แต่ออกจะเจ้าระเบียบเกินไป

แบบฝึกหัด ๑ จงหัดพูดและแปลประโยคต่อไปนี้เป็นภาษาจีน

๑) แกนี่ออกจะขี้เหนียวเกินไปละมั้ง
๒) คนละ ๕๐ หยวนออกจะมากไปหน่อย
๓) ทำอย่างนี้ออกจะใจร้ายไปหน่อยละ

๔) คำนี้ออกจะเป็นคำตลาดอยู่สักหน่อย เธอเลยไม่เข้าใจ

๕) ไปอยู่ที่นั่นออกจะไกลไปหน่อย

๖) อยู่กัน ๖ คนออกจะแน่นไปหน่อย

๗) พ่อค้าคนนั้นออกจะหน้าเลือดไปหน่อย

๘) ดูท่าแกออกจะมีท่าทางตื่นเต้นอยู่ไม่น้อยเหมือนกัน

แบบฝึกหัด ๒ จงเลือกใช้ "ออกจะ...." "ค่อนข้าง...." "ชักจะ...." เติมลงไปในประโยคต่อไปนี้ให้ได้ความสมบูรณ์ถูกต้อง

๑) เสื้อตัวนี้...............เล็กอยู่หน่อย

๒) บทเรียนบทที่แล้ว...............ยาว แต่ไม่สู้ยากนัก

๓) (พูด)ยังไม่จบอีกรึ ฉัน...............เบื่อเสียแล้วหละ

๔) ยังไม่เที่ยงเลย ฉัน...............หิวเสียแล้ว

๕) คุณ...............ยอผมมากไปหน่อยแล้วละครับ ผมไม่เก่งอะไรหรอก

๖) (เวลา) ....ดึกแล้ว เรากลับกันเถอะ

๗) ส่งโรงพยาบาลตอนนี้...............ช้าไปนิด แต่ก็ยังดี

๘) ข้อบกพร่องของแกข้อนี้...............เด่น ควรจะช่วยแกให้มากหน่อย

๙) ข้อบกพร่องของแกข้อนี้...............แก้ยากอยู่หน่อย

๑๐) แหม เธอทำยังไงถึงทำได้ดีอย่างนี้ ฉัน...............อิจฉาเสียแล้วหละ

ข้อสังเกต

๑. ม.ร.ว.คึกฤทธิ์ ปราโมช

๑) ม.ร.ว. 是 หม่อมราชวงศ์ 的缩写，汉语称"亲王"。泰国的亲王依次分为 พระ-องค์เจ้า หม่อมเจ้า หม่อมราชวงศ์ 和 หม่อมหลวง四级。

บทที่ ๑๔ ตอนหนึ่งในการให้สัมภาษณ์กับผู้สื่อข่าวหนังสือพิมพ์สยามรัฐ

๒) **คึกฤทธิ์ ปราโมช** 克立·巴莫亲王是泰国著名的政治家、文学家、历史学家、教育家，又是著名的报界人士，并曾任泰国总理。他博古通今、才华横溢，口才也十分出众。他的讲话风趣、尖锐，有时又十分隐晦。这些都是听他的讲话或读他的文章时要注意的地方。

๒. **ให้สัมภาษณ์**

"สัมภาษณ์"是采访的意思，也可当"面试"讲。"ให้สัมภาษณ์"就是答记者问，或者是被面试者在面试时作答。

๓. **หนังสือพิมพ์สยามรัฐ**

是泰国的一份历史较长和较有影响的报纸。克立·巴莫曾任该报的主编。

๔. **คราวนี้ขอเรียนถามอาจารย์ถึงปัญหาสังคมบ้าง เรียกว่าในนามของหน้าสังคมถาม**

๑) 克立·巴莫曾任朱大老师，所以很多人都还习惯称他为อาจารย์。

๒) 课文是摘录这次采访录中的一段，在此以前记者们已经问过了一些其他问题，所以这里说"คราวนี้ขอเรียนถามอาจารย์ถึงปัญหาสังคมบ้าง"。

๓) **หน้าสังคม** 即社会版，沙炎叻报的一个版面。

๕. **ที่มีบางเสียงท้วงติงกันว่าเราออกจะเป็นสังคมที่ฟุ่มเฟือยฟุ้งเฟ้อกันเต็มที**

๑) **เสียง** 除了作声音讲外，还可当国会或代表大会中的选票(คะแนนเสียง)讲。有时也可指拥有投票权的议员或代表。如：

เสียงข้างมากสนับสนุนญัตติข้อนี้
หลายเสียงไม่สนับสนุน
ในรัฐสภาประเทศทุนนิยมบางประเทศจะมีสักกี่เสียงที่เป็นปากเสียงของประชาชนผู้ใช้แรงงานจริง

此外，有时还可作"意见"、"言论"或"呼声"讲。如：

เสียงเรียกร้องให้อนุรักษ์ธรรมชาติดังขึ้นทุกที
เขาไม่ยอมฟังเสียงประชาชนส่วนใหญ่

课文中这句话里的**เสียง** 就是指言论。

๒) เต็มที 副词，极其、相当的意思，但只用于消极的方面。如：

หมู่นี้งานยุ่งเต็มที

สถานการณ์แย่เต็มที

ครอบครัวนี้จนเต็มที

若用在积极的形容词后则含有讥讽的意味。如：

ทีนี้ ดีเต็มทีละ

ดูการแต่งกายเขาซิ สวยเต็มที

有时也可单独当谓语用，意思相当于“糟糕”、“够呛”。如：

อาการของแก(แย่)เต็มทีจริง

ฐานะเศรษฐกิจของประเทศนี้คง(แย่)เต็มทีทีเดียว

๖. ที่คนไทยเราในสมัยโบราณเดินทางไกลผ่านมาหลายประเทศแล้วมาตัดสินใจอยู่ในประเทศไทย ก็เพราะ...... ป่านนี้อาจจะเดินไปถึงออสเตรเลียแล้วก็ได้

一些欧美国家的历史学家曾提出泰族的祖先原在新疆北部至蒙古西部的阿尔泰山脉，后来经过不断的迁徙来到了中国西南一带，元朝初期受战争的影响又被迫南迁至现在的泰国。泰国的老一辈历史学家也多持这种观点。我国当代的历史学家则认为不存在因战争影响而大量南迁的事实和可能，目前中国西南的傣、壮等民族和泰国的泰族虽有许多共同的特点，并历来交往甚密，但是他们都早就在各自的土地上繁衍、生息。近年来泰国历史学界也有不少学者同意这种观点。克立亲王是主张南迁论的，所以说了如上这些话。

๗. ดินฟ้าอากาศของประเทศนี้อำนวยให้มีความฟุ่มเฟือย

“อำนวย”允许、许可。单用时多用于说明客观条件允许不允许。如：

อยากทำให้ดีกว่านี้ แต่เวลาไม่อำนวย

สภาพทางภูมิศาสตร์อำนวยให้ประเทศไทยเป็นประเทศอุดมสมบูรณ์

เงื่อนไขทางภววิสัยยังไม่อำนวยให้เราใช้จ่ายอย่างฟุ่มเฟือย

“อำนวย”还有提供、给予的意思，与ให้同义，但多用于书面语。如：

ทางโรงงานอำนวยความสะดวกแก่กรรมกรหลายอย่าง

การค้าขายระหว่างประเทศควรยึดถือหลักการอำนวยประโยชน์แก่กัน

บทที่ ๑๔ ตอนหนึ่งในการให้สัมภาษณ์กับผู้สื่อข่าวหนังสือพิมพ์สยามรัฐ

此外，在一些合成词中还有"指挥"、"管理"的意思。如：

อำนวยการ	指挥
กองอำนวยการ	指挥部
ผู้อำนวยการ	指挥员、厂长、（医院）院长

ฯลฯ

๘. สังคมไทยจึงมีแนวโน้มไปในทางฟุ่มเฟือยเสมอตั้งแต่ไหนแต่ไรมาแล้ว

๑) มีแนวโน้มไปในทาง...... 倾向于……，趋向于……。如：

สหประชาชาติมีแนวโน้มไปในทางสนับสนุนประเทศในโลกที่ ๓ มากขึ้น

อุณหภูมิของโลกมีแนวโน้มไปในทางร้อนขึ้นทุกที

๒) แต่ไหนแต่ไร 从来，历来。可用于句前，也可用于句尾。如：

(ตั้ง)แต่ไหนแต่ไรมา(แล้ว) ประเทศจีนสนับสนุนประเทศในโลกที่ ๓

ประเทศจีนสนับสนุนประเทศในโลกที่ ๓ มา(ตั้ง)แต่ไหนแต่ไร(แล้ว)

(ตั้ง)แต่ไหนแต่ไรมา(แล้ว) เราไม่เห็นด้วยกับนโยบายรุกรานของบาง
ประเทศ

เราไม่เห็นด้วยกับนโยบายรุกรานของบางประเทศมา(ตั้ง)แต่ไหนแต่ไร
(แล้ว)

๙. การตัดความฟุ่มเฟือยลงไปอาจทำให้คนเลิกเป็นไทยกันก็ได้

"เลิกเป็นไทย" 此处的意思是 "失去（或丢掉）泰国人的特色"。

๑๐. การปฏิวัติรัฐประหารอันเป็นเอกลักษณ์อย่างหนึ่ง ซึ่งคงจะต้องมีต่อไปนั้น ก็อาจเปลืองเลือดเปลืองเนื้อกว่าที่แล้ว ๆ มา

๑) 泰国在本世纪三十年代至七十年代是个多政变的国家。从1932年改变国体起至1978年克立这次讲话止的46年中，共发生各种政变 13 起，所以克立说政变是泰国的一大特征。但泰国的政变大多数是不流血的。克立认为如果丢掉了泰国人的这个特色，怒气就可能会增加，那么作为泰国一大特征的政变——克立认为将来大概还会发生——就可能会比过去流更多的血。

๒) 此句中的 อัน 同 ซึ่ง。这里是为了避免与后面的 ซึ่ง 重复。

๑๑. ทำให้เรายัง<u>มองหน้ากันได้</u> และยัง<u>มั่วกันอยู่ได้</u>ตามระเบียบ <u>ไม่รุนแรงเข้าใส่กัน</u>

    ๑) มองหน้ากันได้ 能互相对视。意思是还可以相处。

    ๒) มั่วกันอยู่ได้ 能凑合在一起，能聚合在一起。

    ๓) รุนแรงเข้าใส่กัน 诉诸暴力，用暴力来对付。

๑๒. รัฐธรรมนูญก็คงจะร่างกันปีหนึ่ง ร่างเสร็จแล้วก็ใช้ไปอีกปีหนึ่ง แล้วก็ฉีกทิ้ง แล้วก็ร่างกันใหม่

    泰国发生一次政变后，政变集团就废除旧宪法，并重新按自己的意图起草制定新宪法。政变不断发生，宪法也就一次次被废除，又一次次重新起草、颁布。到1978年克立下台，被废除的宪法已达十二部之多。

๑๓. <u>ไม่ได้</u>สนใจคนอีก ๓๖ ล้านที่อยู่ตามต่างจังหวัดว่า เขาจะเป็นตายร้ายดี<u>ประการใด</u>

    "ไม่ได้......ประการใด" 或者 "ไม่(ได้)......แต่ประการใด" 是常见的一种否定句格式，多用于书面语，意思是 "一点也没有……"，"没有作任何……"。也可以用 "ไม่ได้......แต่อย่างใด"。如：

        เขาเคยรับปากว่าจะช่วย แต่ก็ไม่เห็นช่วยแต่ประการใด(อย่างใด)

        หลายปีผ่านไปแล้ว โฉมหน้าของเมืองนี้ไม่เห็นเกิดการเปลี่ยนแปลงแต่ประการใด(อย่างใด)

        เขาถกกันไปถกกันมาหลายนัดแล้ว แต่ปัญหาก็ยังไม่ได้รับการแก้ไขแต่ประการใด(อย่างใด)

๑๔. .....แต่ถ้าเป็นปัญหาชาวไร่ชาวนา ผลิตไม่ได้ขายไม่ออก <u>หนี้สินรุงรัง</u> ชาวไร่ชาวนาต้องรอทางแก้ ซึ่งยังไม่แน่ว่าจะแก้ได้หรือไม่เป็นเวลานานนับปี

    "หนี้สินรุงรัง" 是指 "债务累累"。"รุงรัง" 原意是 "杂乱"、"蓬乱"、"乱七八糟"，如：ไว้ผมรุงรัง แต่งตัวรุงรัง แขวนเสื้อผ้าไว้รุงรัง。

    "ชาวไร่ชาวนาต้องรอทางแก้ ซึ่งยังไม่แน่ว่าจะแก้ได้หรือไม่เป็นเวลานานนับปี" 句的主要成分是 "ชาวไร่ชาวนาต้องรอทางแก้เป็นเวลานานนับปี"。

บทที่ ๑๔ ตอนหนึ่งในการให้สัมภาษณ์กับผู้สื่อข่าวหนังสือพิมพ์สยามรัฐ

๑๕. ปัญหานี้นำไปสู่<u>การปลุกระดม</u>ที่น่าเป็นห่วงอย่างยิ่งว่า ถ้าเรายังนิ่งนอนใจ <u>วันหนึ่ง</u> จะสายเกินไป

๑) "การปลุกระดม" ปลุก "唤醒", ระดม "动员"。ปลุกระดม 可以是鼓动，也可以是煽动，要看用的人的立场。这里记者的意思是说如果不很好地解决农民问题的话，将导致令人十分担忧的"鼓动农民起来造反的结果"。

๒) "วันหนึ่ง" 指 "总有一天"，也可以说 สักวันหนึ่ง。

๑๖. <u>พังไป</u>

"พัง" 原义 "倒塌"，如：**บ้านพัง กำแพงพัง สะพานพัง**。也可作俚语，相当于汉语中的 "完蛋了"。如：

　　　　รัฐบาลใดไม่คำนึงถึงผลประโยชน์ของประชาชน รัฐบาลนั้นก็พังเร็ว
　　　　ถ้าผู้จัดการจัดการไม่ดี บริษัทนั้นก็จะพัง
　　　　ในที่บางแห่ง ใครหัวแข็งต่อเจ้านายก็มีหวังจะพัง
　　　　โครงการของเขาพังไปนานแล้ว เพราะไม่มีเงินทุนสนับสนุน

๑๗. ไม่เห็นมีใครค่อยพูดกันเท่าไร 意义同 "ไม่ค่อยเห็นมีใครพูดกันเท่าไร"。

แบบฝึกหัด

๑. จงอ่านวลีต่อไปนี้และใช้วลีที่มีเครื่องหมาย √ แต่งประโยคคำละ ๒ ประโยค

√ ในนามของ........　　　√ ออกจะ........
√ ....เต็มที　　　　　√ ขึ้นกับ........
　สภาพแวดล้อม　　　　　ดินฟ้าอากาศ
　สมบูรณ์เป็นอย่างยิ่ง　　　ยากดีมีจนอย่างไร
　อุดมสมบูรณ์　　　　　มีแนวโน้มไปในทาง......
√ แต่ไหนแต่ไรมา　　　　เปลืองเลือดเปลืองเนื้อ
√ ......ที่แล้ว ๆ มา　　　　มีความสุขทั้งกายและใจ

√ ไม่ได้......(แต่)อย่างใด
ผลิตไม่ได้ขายไม่ออก
นำไปสู่......
√ แสดงให้เห็นอย่างชัดแจ้งว่า

√ ไม่ได้......(แต่)ประการใด
หนี้สินรุงรัง
น่าเป็นห่วงอย่างยิ่ง
ยอมรับความจริง

ศัพท์และวลี

ให้สัมภาษณ์	答记者问
หนังสือพิมพ์สยามรัฐ	沙炎叻报
หน้า(หนังสือพิมพ์)	（报纸的）版面
ออกจะ....	有点……，比较……，颇为……
ม.ร.ว. = หม่อมราชวงศ์(-ราดชะ-)	（国王的曾孙辈孩子称蒙拉差翁亲王）
ออสเตรเลีย	澳大利亚
มัธยัสถ์(มัด-ทะ-ยัด)	节俭，俭省
แนวโน้ม	倾向，趋向
โมโหโทโส	= โมโห
ที่แล้วมา	过去了的，以前的
ผู้สื่อข่าว	记者
ในนาม....	代表……，以……的名义
เสียง	声音；（转义）言论
ท้วงติง	提出异议，反驳
ฟุ่มเฟือยฟุ่งเฟ้อ	= ฟุ่มเฟือย
แวดล้อม	环绕，周围
สภาพแวดล้อม	周围环境
อย่างยิ่ง	极其
ดั้งเดิม	原先，起初
สำรับ	全套饭菜、甜食的盘碟
ยากดีมีจน	贫富贵贱
แต่ไหนแต่ไร	从来，历来
รัฐประหาร(รัด-ถะ-)	政变
กาย	身体，身躯

บทที่ ๑๔ ตอนหนึ่งในการให้สัมภาษณ์กับผู้สื่อข่าวหนังสือพิมพ์สยามรัฐ

ทางกายและใจ	身体的和精神的，身心……
มั่ว	聚集
รัฐธรรมนูญ(รัด-ถะ-ทำ-มะ-นูน)	宪法
ผาสุก	幸福
เป็นตายร้ายดี	好歹，死活…
รถติด	堵车
ขาดตลาด	脱销
เงินทอง	金钱
ระดม	发动，动员
ปลุกระดม	动员，鼓动；煽动
บริหาร(บอ-ริ-)	管理，施政
แสดงให้เห็น	表明，说明
พวกหนังสือพิมพ์	报界人士
ครรลอง	途径，道路
คณะผู้แทน	代表团
เยี่ยมเยียน	拜访；慰问
เลขานุการ	秘书
คำตลาด	俚语
หน้าเลือด	唯利是图，残酷盘剥
ยอ	夸奖；吹捧
เสียงข้างมาก	多数票
ทุนนิยม	资本主义
แรงงาน	劳力
ดำรง	存在
ดำรงชีวิต	生活，生存
เข้าใส่	冲着……过去，冲着……击去
ร่าง	起草；草稿
ตามสมควร	适当地
ประการ	项，条，点
แก๊ส = ก๊าซ	煤气
ทุ่มเท	投入，倾注
ฉับไว	迅速，急速；灵敏，机敏
นอนใจ	放心，安心
นิ่งนอนใจ	高枕无忧
มั่นคง	牢固，稳固，稳定
ปริญญาบัตร	学位证书
ประชาธิปไตย(-ทิ-ปะ-ไต)	民主
กระโดดร่ม	跳伞
เจ้าระเบียบ	过于拘泥于规章者
พ่อค้าหน้าเลือด	奸商
ไม่สู้....	不太，不甚
อิจฉา	忌妒
รัฐสภา(รัด-ถะ-)	议会
ปากเสียง	喉舌，代言人；口角，吵

			嘴
ประชาชนผู้ใช้แรงงาน	劳动人民	อนุรักษ์	保护；保守，守旧
แต่งกาย	= แต่งตัว		
ภววิสัย(พะ-วะ-)	客观	ยึดถือ	持，掌握；依据
อำนวยประโยชน์แก่กัน	互利	รุกราน	侵略
ถก	争论，讨论	นัด	= ครั้ง 次，回
แขวน	挂	หัวแข็ง	固执，不驯服
เจ้านาย	主子，上司	เงินทุน	资金

บทอ่านประกอบ

เปลญวน

"รักเราในฝันยังงดงาม"

ตากับยายกลับมาจากกรุงเทพฯค่ำวันนั้น ท่าทางยายจะห่วงบ้านห่วงหลาน จึงชวนกันกลับมาทั้ง ๆ ที่กะทิรู้ว่ายายไม่ชอบนั่งรถตอนกลางคืน

ความวุ่นวายโกลาหลจึงเกิดขึ้นเล็กน้อยเมื่อแม่ทัพกลับสู่ฐานที่มั่น มีการเดินวนสำรวจความเสียหายหนึ่งรอบ แม้จะต้องใช้แสงตะเกียง เมื่อพบว่าทุกอย่างอยู่ดียายก็ลงมือรื้อข้าวของที่ซื้อมาจากเมืองกรุง ทั้งน้าฎาทั้งพี่สดับต้องสาละวนช่วยยายจนกะทิแทบไม่มีจังหวะถามเรื่องที่คุยกันที่ศาลาริมน้ำ

ยายไปทั้งห้าง ไปทั้งจตุจักร ขนซื้อต้นไม้ ผัก ผลไม้มาเต็มรถ ลุงตองช่วยขนขึ้นมาบนบ้านแล้วก็หายแวบไป กะทิได้ยินเสียงลุงตองพูดกับน้าฎาก่อนขึ้นรถขับออกไปว่า

"ถึงตาเธอรับมือบ้างนะจ๊ะ คุณโฉมชฎา ฉันขอลาไปเชยขวัญลูกชายฉันก่อนละ"

ไม่รู้ทำไม แต่ใต้แสงตะเกียง กะทิเห็นใบหน้าน้าฎาเผือดสีพอๆ กับพี่สดับเวลาให้ไปบ้านครูราตรี

บทที่ ๑๔ ตอนหนึ่งในการให้สัมภาษณ์กับผู้สื่อข่าวหนังสือพิมพ์สยามรัฐ

กว่าจะได้อาบน้ำกันก็สามทุ่มกว่าแล้ว น้าฎาเก็บของใส่กระเป๋าเดินทางจนกะทิแปลกใจ เพราะคิดว่าน้าฎาจะอยู่อีกหนึ่งวันตามที่ตกลงกันไว้

"ตายายกลับมาแล้ว น้ากลับกรุงเทพฯพรุ่งนี้เลยนะจ๊ะ ดีเหมือนกัน จะได้ไปตามเรื่องเอง ทีแรกคิดว่าต้องอาศัยพี่กันต์ไปพลางๆ ก่อน" น้าฎาพูด เมื่อเห็นสีหน้างง ๆ ของกะทิก็ถอนใจ และลุกจากพื้นมานั่งบนเตียงกับกะทิ

"น้าจะลองตามหาธงไทยดู หนูได้ยินที่น้าคุยกับสดับแล้วใช่ไหม น่าจะมีอยู่สองอย่างนะ อย่างแรก นายธงไทยอะไรนี่อาจจะมีลูกมีเมียอยู่แล้วและมาหลอกสาวสดับเล่น อย่างที่สอง ก็อาจจะมีอะไรสุดวิสัยเกิดขึ้นทำให้มาหากันไม่ได้" น้าฎานิ่งไป

"น้าฎาคิดว่าอย่างไหนคะ" กะทิถาม

น้าฎาส่ายหน้า

"น้าก็ไม่รู้เหมือนกัน แต่รู้ก็ดีกว่าไม่รู้ จริงไหม สดับเป็นทุกข์เพราะความไม่รู้ด้วยส่วนหนึ่ง น้าพอมีคนรู้จักในกระทรวงแรงงาน จะลองสืบถามดู นี่ไง สดับให้รูปถ่ายธงไทยมาด้วย"

น้าฎาลุกไปหยิบกระเป๋าถือและส่งซองให้กะทิ ข้างในเป็นรูปถ่ายหน้าตรงของนายทหารหนุ่มคนหนึ่ง กะทิสบตาคนในรูป ดวงตาคู่นั้นดูซื่อ ๆ แต่ใครจะรู้ ยายชอบพูดบ่อย ๆ ว่ารู้หน้าไม่รู้ใจ จนตากล่าวหาว่ายายเป็นโรคหวาดระแวงอันเป็นลักษณะคนกรุงที่ยังเหลือตกค้างอยู่ในตัว

ชายคนนี้จะหลอกหญิงสาวคนหนึ่งให้ต้องตกระกำลำบาก อุ้มท้อง ทิ้งบ้านเกิดเชียวหรือ แล้วกะทิก็นึกขึ้นได้

"แล้วลูกของพี่สดับล่ะคะ น้าฎา พี่สดับเอาไปไว้ที่ไหนคะ"

น้าฎาไม่ตอบ จ้องตากะทิและถอนใจยาว เพียงเท่านี้ กะทิก็ครางออกมาว่า "น้องทิว...."

น้าฎาขยับเข้ามาใกล้และยกนิ้วชี้ขึ้นแตะปากกะทิเบา ๆ

"จุ๊ ๆ น้าไม่ได้บอก หนูเดาได้เอง เก่งจริง แต่น้าสัญญากับสดับไว้ว่าเป็นตายก็จะไม่บอกใคร หนูเก็บเรื่องนี้ไว้ก่อนนะจ๊ะ น้ายังนึกไม่ออกเลยว่าจะทำยังไง ขอแค่ตามหาตัวนายธงไทยต้นเรื่องก่อน สัญญากับน้าได้ไหม"

กะทิพยักหน้า น้าฎากอดกะทิและกระซิบว่า

"น้าจะรีบสืบหาแล้วจะกลับมาทันทีที่ได้เรื่อง ถ้ามีอะไรทางนี้ หนูโทร.หาน้าทันทีนะจ๊ะ"

กะทิรับปาก แต่ใจภาวนาว่าอย่ามีอะไรเกิดขึ้นเลย แค่นี้ก็ดูจะสับสนมากพออยู่แล้ว ชวนให้นึกถึงเชือกที่ผูกกันเป็นปมจนแก้ไม่ออก เฮ้อ....

กะทิกลับจากโรงเรียนวันรุ่งขึ้นด้วยอารมณ์บูดนิด ๆ ยายป้อมยักษ์ตามราวีเชิงรบไม่ยอมเลิกรา แล้วเลยพาลหาเรื่องกะทิด้วย

รอยยิ้มสยามของพี่ทองช่วยให้กะทิอารมณ์ดีขึ้นบ้าง ลมอะไรหนอพัดพี่ทองมาได้ หลัง ๆ มานี้แทบไม่เห็นหน้าพี่ทองเลย

"ไง ทิ ทำไมหน้างอมาอย่างนั้นล่ะ กินน้ำก่อนไหม เดี๋ยวพี่ไปเอามาให้"

พี่ทองน่ารักเหมือนเดิม แต่กะทิส่ายหน้าปฏิเสธน้ำใจ กะทิต่างหากที่ต้องบริการพี่ทอง ที่เห็นชัด ๆ ว่าน่าจะลุกขึ้นจากงานได้ยาก

ตาอยากได้เปลญวนใหม่มาแขวนแทนเปลเก่าใต้ต้นไม้ริมน้ำ ไปซื้อมาได้จากจตุจักร แล้วเลยไปขอแรงพี่ทองมาช่วยผูกให้ เปลญวนเก่าใช้งานมานานจนขาดไปแล้ว กะทิชอบที่สุดเวลานอนดูฟ้าโยกส่ายไปมาตามจังหวะเปลแกว่งไกว รู้ตัวอีกทีเผลอหลับไปตอนไหนไม่รู้เป็นประจำ ยิ่งเวลาอากาศร้อนและลมโชยมาแผ่ว ๆ นอนเปลญวนกับหนังสือเล่มโปรดก็แสนสุขใจแล้ว

ที่จริงผูกเปลญวนหน้านี้ก็จะเปียกฝนเสียเปล่า ๆ แต่ตาคงอยากได้มานอนเล่นยามฝนทิ้งช่วง ท่าทางจะห่อแน่นหนา เพราะพี่ทองกำลังพยายามแกะออกมาไม่ให้พันกัน

กะทิยื่นน้ำอัดลมแก้วโตให้พี่ทอง แล้วบุ้ยใบ้ให้เดินตามไปนั่งคุยกันที่ท่าน้ำ พี่ทองยอมละมือจากงานและลุกตามมา

"ไหน เป็นอะไรไป กินน้ำหวานเย็น ๆ แล้วยังอารมณ์ไม่ดีอีกหรือ" พี่ทองถามอย่างคนรู้จักนิสัยกัน

ว่าที่จริงก็มีเรื่องกวนใจอยู่หลายเรื่อง เช่น โครงการเอสเอ็มอี ซึ่งส่อเค้าว่าข้อเสนอของกะทิกับเชิงรบจะเป็นหมันไป เพราะสมาชิกคนอื่นกลัวจะขายสินค้าไม่ได้ เรื่องนี้ก็เป็นเรื่องหนึ่งที่ทำกะทิหงุดหงิด แต่ยังมีเรื่องอื่นอีก

พอพี่ทองถาม กะทิก็เลยพรั่งพรูเรื่องที่กวนอารมณ์อยู่ออกมาให้ฟัง พี่ทองนิ่ง

บทที่ ๑๔ ตอนหนึ่งในการให้สัมภาษณ์กับผู้สื่อข่าวหนังสือพิมพ์สยามรัฐ

ไป แล้วถามด้วยสีหน้ายิ้ม ๆ ว่า

"อารมณ์เสียเพราะถูกเพื่อนล้อว่าเป็นแฟนกับเชิงรบเนี่ยนะ เด็กปอหกล้อกันเรื่องนี้แล้วหรือ"

"ปอหนึ่งยังล้อกันแล้วเลย พี่ทอง ไม่รู้ว่าสนุกตรงไหน ก่อนๆ ทิก็เฉยๆ แหละ แต่นี่เป็นเชิงรบ" กะทิอึกอักนิดหน่อย เพราะไม่รู้จะอธิบายต่อยังไงดี เชิงรบน่าสงสารเป็นทุนเดิมอยู่แล้ว ไม่ต้องทำอะไรก็ถูกเขม่นเพราะเป็นลูกนายอำเภอ เพื่อนก็ไม่ค่อยจะมี ที่มีก็คอยเอาเปรียบคอยรังแก หลัง ๆ เลยมาสนิทกับกะทิก็ค่อยดีขึ้นหน่อย อย่างน้อยพิราวรรณก็นิสัยดี ชมนาดก็เหมือนกัน แต่ตั้งแต่ยายป้อมยักษ์เห็นกะทิกับเชิงรบซ้อนจักรยานกันวันนั้น ก็เอาแต่ล้อเลียนว่าคู่นี้เป็นแฟนกัน เชิงรบหน้าแดงหูแดงทุกทีที่มีคนล้อ แล้วเลยพานหลบหน้ากะทิ

"น่าโมโหชะมัด" กะทิโพล่งออกมาดัง ๆ "ถ้าเชิงรบทำเฉยๆ นะ เดี๋ยวคนก็หยุดล้อไปเอง แต่นี่กลับอาย ไม่ยอมคุยกับทิเหมือนก่อน ถ้าเป็นเรื่องจริงสิค่อยอายใช่ไหมพี่ทอง"

พี่ทองพยักหน้าแล้วทำตาลอย คงจะคิดไปถึงสาวผมเปียที่กะทิรู้แล้วว่าชื่อกิ่งชนก น้องชายชื่อธนโชติเรียนอยู่ห้องเดียวกับกะทิ เขาเคยบอกว่าพี่สาวมีหนุ่มมาจีบหลายคน คุยไปคุยมาก็พอรู้ว่าพี่ทองเป็นหนุ่มคนหนึ่งด้วย ไม่รู้ว่าจะจีบสำเร็จหรือเปล่า ท่าทางสาวเจ้าจะเล่นตัวน่าดู คงเพราะรู้ว่าตัวเองสวย

สุดท้ายกลายเป็นว่ากะทิต้องฟังเรื่องศรรักปักอกของพี่ทอง พี่ทองหวังว่ากะทิจะช่วยอีกทางผ่านธนโชติ กะทิอยากยกมืออุดหู เพราะเรื่องของตัวเองก็ยังไม่รู้จะแก้ยังไง แล้วยังมีเรื่องของพี่สดับที่น้าฎาเงียบหายไปเลย

น้าฎาไม่ได้ส่งข่าว แต่มาที่บ้านริมคลองค่ำวันศุกร์ พี่สดับกลับไปแล้ว ทำให้น้าฎามีเวลาตั้งหลักก่อนจะต้องบอกเล่าเรื่องที่ไปสืบหามา

ข่าวดีน่าจะเป็นว่าธงไทยไม่ได้หลอกลวงพี่สดับ เขาตั้งใจจะเก็บเงินมาสู่ขอพี่สดับจริง ๆ เพียงแต่ข่าวร้ายก็คือเกิดโศกนาฏกรรมขึ้นจนทำให้เขาไม่อาจกลับมาหาสาวคนรักได้....ไม่อาจกลับมาได้อีกเลย

อาคารที่พักคนงานในไต้หวันถล่ม คร่าชีวิตแรงงานไทยและชาติอื่นไปในพริบตา ธงไทยเป็นหนึ่งในผู้เคราะห์ร้าย เขาควรจะรอดปลอดภัยถ้าไม่อาสาเข้าไปช่วยเพื่อนคนงานที่ติดอยู่ข้างใน และไม่กลับออกมาอีกเลย บริษัทจัดหางานไม่

รับผิดชอบตามเคย แต่กระทรวงแรงงานพยายามสืบหาญาติ เรื่องมาซับซ้อนตรงที่ธงไทยใช้ชื่อของเพื่อนไปทำงานครั้งนี้ เมื่อกระทรวงติดต่อไปตามที่อยู่ก็เกิดความสับสนเพราะญาติแจ้งกลับมาว่านายชัยพรไม่ได้ไปทำงานที่ไต้หวัน แต่ไปสิงคโปร์ ญาติไม่ได้บอกเขาเรื่องที่ทางการส่งข่าวผู้เสียชีวิตในไต้หวันมาที่บ้าน แต่ถึงชัยพรรู้ ก็ไม่แน่ใจเหมือนกันว่าจะส่งข่าวต่อมาถึงพี่สดับได้

ทั้งหมดนี้น้าฎาตะลุยกระทรวงเองจนได้เรื่อง อาศัยภาพถ่ายที่ได้ไปจากพี่สดับจนแน่ใจว่าไม่ผิดคน และเซ็นรับเถ้าอัฐิรวมทั้งกระเป๋าใบเล็ก ๆ ใบหนึ่งที่ส่งกลับมาจากไต้หวัน

กะทิกับน้าฎาจ้องมองของตรงหน้าอย่างจนปัญญาว่าจะบอกข่าวนี้แก่พี่สดับอย่างไร

"เจ้าของงานยอมจ่ายค่าชดเชยให้ด้วยนะจ๊ะ ที่กระทรวงบอกว่าเป็นเงินก้อนใหญ่เลยละจ้ะ คงต้องไปตามแจ้งพ่อแม่ธงไทยให้ไปเป็นคนรับ กว่าน้าจะกล่อมให้เจ้าหน้าที่ยอมมอบอัฐิกับกระเป๋าใบนี้มาได้ก็คอแห้งเลย โชคดีที่มีเพื่อนพี่ภัทรทำงานที่นั่นมาช่วยรับรองให้อีกที แม่กะทิมีส่วนร่วมครั้งนี้ด้วยนะ" น้าฎากอดกะทิไว้

กะทิสบตาน้าฎา สองคนดูจะใจตรงกัน คาถาเดิมของกะทิน่าจะต้องนำมาใช้อีกครั้งเสียแล้ว "คิดอะไรไม่ออกให้บอกตา" ไม่รู้ว่าตาจะมีความสามารถคลายปมที่ดูจะเป็นเงื่อนตายแก้ยากกว่าเปลญวนที่พี่ทองมานะทำจนสำเร็จเมื่อบ่ายหรือเปล่า

ผ้าอ้อม

"น้ำตาไม่ใช่คำตอบ"

วันนี้ตาทำหน้าที่สำคัญหลังจากใช้เวลาปิดประตูตรึกตรองอยู่หลายวันจนน้าฎากลับไปแล้ว กะทิเห็นตาเดินวนเวียนอยู่บนระเบียงบ้านจนดึก ที่นัดกับกะทิไว้ว่าอาบน้ำไก่แจ้ด้วยกันตาก็ลืม กะทิไม่กล้าเตือน และไม่กล้าทำคนเดียว เดี๋ยวนี้ตามีพ่อพันธุ์แม่พันธุ์ราคาสูงเหยียบหมื่นอยู่หลายตัว ขืนกะทิไปทำไก่แจ้เป็นหวัดตาย มิต้องถูกอัปเปหิไปอยู่ในสุ่มแทนไก่หรือ พิธีอาบน้ำของตาก็มากขั้นตอน รวมทั้งตบท้ายด้วยการใช้เครื่องเป่าผมเป่าขนให้แห้ง จนยายค้อนหลายตลบว่าเปลืองไฟ กะทิเห็นตาทำครั้งแรกยังต้องวิ่งหนีไปหัวเราะที่ท่าน้ำ อยู่ดี ๆ คุณทนายใหญ่ก็กลายมาเป็นบิ๊กบาร์เบอร์เสียอย่างนั้นเอง

บทที่ ๑๔ ตอนหนึ่งในการให้สัมภาษณ์กับผู้สื่อข่าวหนังสือพิมพ์สยามรัฐ

พักนี้กะทิหน้าเป็นจนลุงตองออกปากว่า ท่าจะเริ่มเป็นวัยรุ่นตอนต้นแล้วละมัง อีกไม่นานคงกวนประสาททุกคนเหมือนวัยรุ่นทั่วไป กะทิยังอายุไม่ถึงสิบสามสักหน่อย ลุงตองกลัวล่วงหน้าไปหน่อยแล้ว

สุดท้ายตาก็คิดตก และนัดแนะให้พี่สดับตามไปที่บ้านครูราตรี ตากับยายจะล่วงหน้าไปก่อน พี่สดับสบตากะทิ กะทิเลยลงเอยเป็นพี่เลี้ยง จูงมือพาพี่สดับไปตามเวลาที่ตาบอกไว้

พี่สดับหน้าซีดขาวเมื่อกะทิจอดจักรยานที่หน้าบ้านครูราตรี กะทิอุตส่าห์ขี่มาช้า ๆ แล้วด้วยซ้ำ แต่ก็รู้ว่าถ้ามาช้ากว่าที่ตาสั่งก็จะโดนดุเอาได้ กะทิอยากถามพี่สดับว่าทำไมถึงทิ้งน้องทิวไว้ใต้ต้นโพ แต่ก็ไม่กล้า น้าฎาเคยเล่าว่าพี่สดับไม่ได้ตั้งใจจะทิ้งลูก แต่จนปัญญาจริง ๆ ใจหนึ่งตอนนั้นก็คงมีความโกรธความเกลียดพ่อเด็กที่เข้าใจว่าทิ้งกันไป พี่สดับไปเฝ้ารอคนรักที่ป้ายรถเมล์อยู่นานจนเจ้าของร้านทำผมให้ออกจากงาน พี่สดับหมดทางจึงแอบกลับมาที่นี่ แต่หลบซ่อนตัวอยู่กับแม่ชีที่วัดเล็ก ๆ วัดหนึ่งจนคลอด พี่สดับเจ็บท้องคลอดลูกก่อนกำหนด คงเพราะความเครียดผสมกับการเดินทางมาจากกรุงเทพฯ น้าฎาสันนิษฐานเอาเอง แล้ววันนั้นที่วัดมีงานพอดี พี่สดับจึงคิดว่าคงจะมีคนใจบุญเก็บเด็กไปเลี้ยง

น้าฎาเข้าใจว่าพี่สดับน่าจะแอบดูเหตุการณ์อยู่จนแน่ใจว่ามีคนพบเด็ก แต่ที่ไม่มีใครรู้ก็คือ เป็นเรื่องบังเอิญหรือเปล่าที่กะทิเกิดอยากเข้าห้องน้ำในตอนนั้น และครูราตรีไปเป็นเพื่อนด้วยจนพบเด็กใต้ต้นโพ ดูเหมือนว่าเรื่องนี้มีกะทิเกี่ยวข้องมาตั้งแต่ต้น กะทิยืดอกขึ้นและจูงมือพี่สดับพาเดินขึ้นบันไดไปชั้นบน กะทิจะมีส่วนร่วมในบทสุดท้ายของเรื่องนี้ด้วย ไม่ว่าจะสุขหรือเศร้าก็ตาม

ตากับยายนั่งรออยู่แล้ว ลุงตองก็อยู่ด้วย ลุงตองเบือนหน้าหนีเมื่อกะทิพาพี่สดับเข้ามา ไม่มีวี่แววของครูราตรี แต่ประตูห้องด้านในปิดอยู่ กะทิคิดเอาเองว่าครูราตรีอยู่ข้างใน

ตาพยักหน้าให้พี่สดับและพูดว่า

“เด็กอยู่ในเปล ไปอุ้มมาสิ” ตาทอดเสียงอ่อนโยน

พี่สดับปล่อยมือกะทิ เดินไปหยุดหน้าเปลและทรุดตัวลงคุกเข่า น้ำตาพี่สดับไหลอาบแก้มตั้งแต่ก่อนที่จะก้มตัวลงไปช้อนน้องทิวขึ้นมา น้องทิวไม่หลับ ลืมตาแป๋ว พี่สดับหอมแก้มน้องและกอดน้องไว้แน่น แม้จะไม่มีเสียงร้องไห้ แต่ไหล่ก็ไหว

สะเทือนอย่างเห็นได้ชัด

ยายลุกขึ้นไปประคองพี่สดับให้มาลงนั่งบนเก้าอี้ เสียงตาพูดว่า

"เด็กควรอยู่กับพ่อแม่ ยกเว้นแต่สุดวิสัย เด็กคนนี้พ่อตาย แต่แม่ยังอยู่ แม่มีสิทธิเด็ดขาดที่จะเลี้ยงดูลูก" ตาเว้นช่วงก่อนจะพูดต่อไปว่า

"แต่การทิ้งลูกมีความผิดตามกฎหมาย แม้ว่าเหตุจำเป็นอาจจะช่วยผ่อนปรนลดโทษได้ เด็กคนนี้โชคดีได้ผู้อุปการะตั้งแต่แรกเกิด และเลี้ยงดูเสมือนเลือดในอกมาตลอดสี่เดือน" ตาถอนใจ

"ทั้งแม่ผู้ให้กำเนิดและแม่เลี้ยงดูต่างมีสิทธิในตัวเด็กคนนี้ไม่น้อยกว่ากัน เราทุกคนในที่นี้พร้อมจะเป็นสักขีพยาน ไม่ว่าทั้งสองฝ่ายจะตัดสินใจอย่างไร"

พี่สดับได้แต่กอดน้องทิวไว้แน่น กะทิเพิ่งนึกขึ้นได้เดี๋ยวนี้เองว่านี่เป็นครั้งแรกที่แม่ลูกได้ใกล้ชิดกัน

ประตูเปิดออกและครูราตรีก้าวออกมา ขอบตาครูแดงช้ำ แต่สีหน้าสงบ ครูราตรีรับไหว้พี่สดับ น้ำตาเอ่อคลอขึ้นจนเห็นชัดเมื่อเห็นภาพลูกน้อยในอ้อมกอดแม่ ลุงตองจูงครูราตรีให้มานั่งด้วยกัน ทั้งห้องมีแต่ความเงียบ

แล้วพี่สดับก็ลุกขึ้นและเดินตรงไปนั่งคุกเข่าตรงหน้าครูราตรีกับลุงตอง พี่สดับวางน้องทิวลงบนตักครูก่อนจะทรุดตัวลงกราบครู กราบครูแทบเท้าและซบนิ่งอยู่อย่างนั้น

ครูราตรีตกใจกับกิริยาของพี่สดับ และรีบลุกขึ้นจากเก้าอี้ลงมานั่งเคียงกันบนพื้น เสียงพี่สดับพูดว่า

"ครูขา สดับกับลูกเป็นหนี้บุญคุณครู ชาตินี้สดับก็ทดแทนไม่หมด ครูรับและเมตตาลูกของสดับ เลี้ยงดูให้สุขสบาย สดับไม่มีวันมีปัญญาเลี้ยงลูกได้ดีเท่าครู น้ำใจของครูงดงาม ลูกของสดับมีบุญแล้วที่ได้ครูและคุณตองเลี้ยงดู" สดับหันไปมองลุงตองที่บัดนี้น้ำตาไหลอย่างไม่อายใคร "ลูกของสดับจะได้เป็นคนดี เหมือนที่พ่อของแกเป็นคนดี ถ้าครูรักและเอ็นดูลูกของสดับ ไม่รังเกียจที่มีแม่ความรู้น้อย สดับก็ยินดียกลูกให้ครูค่ะ" พี่สดับสะอื้นจนตัวโยน

ครูราตรีพูดไม่ออก ได้แต่กอดน้องทิวและใช้มืออีกข้างลูบหลังพี่สดับ เสียงตากระแอมเป็นทำนองขอความเห็นจากครูราตรี ครูราตรีได้แต่ส่ายหน้าอยู่อย่างนั้นราวกับจนด้วยถ้อยคำ สุดท้ายก็พูดด้วยเสียงสั่น

บทที่ ๑๔ ตอนหนึ่งในการให้สัมภาษณ์กับผู้สื่อข่าวหนังสือพิมพ์สยามรัฐ

"ครูรักเด็กคนนี้มาก แต่เด็กควรอยู่กับแม่ สดับเลี้ยงลูกได้ ครูจะช่วยเอง" กะทิชักงง กลายเป็นว่าต่างคนต่างยกเด็กให้อีกฝ่าย แล้วน้องทิวจะอยู่กับใคร

"เอาละ ๆ" ตาลุกมาประคองให้ทั้งครูราตรีและพี่สดับลุกขึ้นจากพื้น "ไม่ต้องร้องไห้กันแล้ว มีแต่เรื่องดี ๆ เรื่องเป็นมงคลทั้งนั้นนะ ทุกคนไม่เห็นแก่ตัว คิดถึงหัวอกอีกฝ่าย เรื่องก็ง่าย ขืนเป็นแบบนี้กันหมด ทนายคงอดตายกันพอดี" ประโยคสุดท้ายตาพูดหัวเราะ ๆ พลอยทำให้คนอื่นหัวเราะทั้งน้ำตาไปด้วย

เรื่องร้ายจึงกลายเป็นดีด้วยประการฉะนี้เอง

ทุกคนยังน้ำตาเปื้อนแก้ม กะทิมองซ้ายมองขวา ไม่เห็นมีอะไรนอกจากตะกร้าผ้าอ้อมของน้องทิว กะทิหวังดีจึงลุกไปหยิบมาแจกครูราตรี พี่สดับ และยายคนละผืน พอกะทิยื่นให้ลุงตอง ก็ถูกตีมือและมีเสียงเอ็ดตามมาว่า

"เดี๋ยวนี้หนูทิหมื่นจริง ๆ พิเรนทร์อะไรไม่รู้ แจกผ้าอ้อมเด็กให้เช็ดน้ำตา"

คราวนี้ทุกคนหัวเราะกันถ้วนหน้า กะทิเหลือผ้าอ้อมในมืออีกผืน จึงแกล้งยกขึ้นทำท่าเช็ดน้ำตาเหมือนนางเอกลิเก โอด ตะเลง เต่งตุม ตะเลง เต่ง ตุม ได้ผลทันที ลุงตองลุกขึ้นเอาผ้าอ้อมไล่ตีจนกะทิต้องวิ่งลงจากเรือนไป เลยไม่รู้ว่าตกลงน้องทิวจะอยู่กับใคร

แต่จะแปลกตรงไหน อยู่กับใครก็ได้ เพราะทุกคนรักกัน

词 汇 表

ก

....ก็แล้วแต่	任凭，听便；不管……	4
กงสุล	领事	4
กฎ	规则，规律	4
กฎเกณฑ์	规则	10
กติกา	规则	3
กรง	笼子	5
กรน	打呼噜	7
กรม	厅，局，司	9
กรมวิชาการ	学术厅	10
กรรม	罪孽	9
กรรมการ(กำ-มะ-)	委员	3
กระจก	玻璃	12
กระจัดกระจาย	四散，分散	2
กระจาย	分散	9
กระดก	翘起	3
กระดูก	骨头	10
กระเด็น	溅	2
กระโดดร่ม	跳伞	14
กระทบ	碰，拍击	2
กระทรวง	部	4
กระทรวงศึกษา-ธิการ	教育部	4
กระทำ	做	1
กระบวนการ	过程，进程	3
กระบอง	棍子	7
กระเบียดกระเสียร	俭省	1
กระเบื้อง	瓦	11
"กระเป๋า"	（公交车上的）售票员	10
กระเพื่อม	上下起伏	1
กระแสไฟฟ้า	电流	10
กระแสลมหนาว	寒流	4
กระหาย	口渴	11
กระหืดกระหอบ	气喘吁吁	7
กระแอม	轻咳，干咳，清嗓子	4
กรีซ	希腊	12
กรุงเทพมหานคร	=กรุงเทพฯ	10
กลอง	鼓	4
กลัก	小盒儿	2
กลัดกลุ้ม	烦恼	1
กลับคำ	食言	4
กล้า	秧苗	7
กลางแจ้ง	露天，室外的	10
กล้าม	肌肉	8
กลาย	变（成）	5

词汇表

กลุ้ม	苦恼，苦闷，烦闷	3
กวด	追赶	4
กว้างขวาง	宽广；豁达；交游广	11
ก่อสร้าง	建筑	5
ก่อ(ให้เกิด)	引起，导致	10
กอง	堆	2
กองทัพ	军队	10
กองทัพอากาศ	空军	10
กอด	抱住，拥抱	6
ก่อนสิ้นปี	年前	8
กะพริบ	一眨一眨的	2
กะหรี่	咖喱	11
กัก	拦，蓄；扣留	5
กังหัน	风车；叶轮	10
กังหันลม	风车	10
กัดเซาะ	（海水）冲刷	12
กันดีกว่าแก้	预防胜于补救，有备无患	9
กันและกัน	互相之间的，彼此的	1
กันดาร	贫瘠	6
กั้น	隔，拦	5
กา	乌鸦	6
กาง	撑开	13
ก้าน	根，支	2
กาย	身体，身躯	14
กายภาพ(กาย-ยะ-)	身体的；物理的	10
การคลัง	财政	1
การต่างประเทศ	外交	1
การทหาร	军事	1
การเรียนการสอน	教学	1
การ์ตูน	漫画	5
การันต์	不发音的字母	3
กำ	攥，握；把	2
กำไร	利润	3
กำไล	手镯	3
กิจกรรม(กิด-จะ-)	活动	1
กิจการ(กิด-จะ-)	事务	1
กิโลกรัม	公斤	7
กิโลเมตร	公里	7
กิโลฯ	= กิโลเมตร	
	= กิโลกรัม	7
กุญแจ	锁；钥匙	5
กุ๋ย ๆ	刮脸皮羞人时嘴里发出的声音	2
กุลี	苦力	11
กู้	借，贷	1
กู้หนี้ยืมสิน	借贷	1
เกเร	调皮捣蛋的，专爱惹事的	2
เกม	运动，游戏；局，场	8
เกร็ง	紧绷（肌肉）	8
เกลี้ยกล่อม	劝说，说服	3

297

เกวียน	牛车	3
เกษตรศาสตร์ (กะ-เสด-ตระ-สาด)	农学	9
เกษียณ	退休	6
เกะกะ	碍事	8
เกาะ	岛	7
เกี่ยวพัน	关联，关系	10
แก่....	过多的，过分的	8
แกง	（泰国的一种）汤菜	11
แกม	夹杂，混有	13
แกรก ๆ	（象声词。常用来形容指甲抓挠的声音）	12
แกล้ง	故意	8
แก้ว	玻璃杯	11
แก้วเจียระไน	水晶雕	7
แกว่ง	摆动，甩动	6
แก๊ส	= ก๊าซ 煤气	14
โกรธแค้น	气愤，愤恨	9
โกลาหล	混乱，乱作一团	5
ไก่แจ้	一种体型小、尾巴长的鸡	13

ข

ขณะเดียวกัน	同时	8
ขน	搬，运	5
ขนส่ง	运输	10
ขนาดจิ๋ว	微型的	5
ขมวด	皱眉	4
ขยับ	挪动	6
ขวนขวาย(ขฺวน-ขฺวาย)	不断寻求，追求	1
ขวิด	（动物）用角或牙顶撞	3
ขอประทานโทษ	= ขอโทษ	2
ข้อตกลง	协定，协议	7
ข้อศอก	肘	3
ข้อเสนอ	提议，建议	2
ของโปรด	喜爱的，宠爱的	13
ของหวาน	甜食	8
ขอบฟ้า	天际，天边	12
ขัด	打断（讲述）	12
ขัดขวาง	阻挡	8
ขัน	好笑	1
ขั้นตอน	阶段；程序；步骤	12
ขั้ว	（瓜果的）蒂；（花的）柄；（票据的）存根；（地球、磁、电的）极	9
ขั้วโลก	地极	9
ขากรรไกร	下巴	12
ขาประจำ	老顾客	8
ข้าราชการชั้น-ผู้น้อย	下级官员	1
ข้าราชการชั้น-ผู้ใหญ่	高级官员，大官	1
ข้างเคียง	旁边的，毗邻的	11

ข้างหน้า	前面	9
ขาดแคลน	缺少	7
ขาดตลาด	脱销	14
ข้าวขาหมู	猪脚饭	11
ข้าวราดหน้า	盖浇饭	11
ขำ	可笑，好笑	4
ขิง	姜	13
ขีด	划	2
ขึงขัง	庄重，严肃	4
ขึ้น	（植物）生长	7
ขึ้นกับ	= ขึ้นอยู่กับ	7
ขึ้น....ค่ำ	初一到十五的某日	11
ขึ้นต้น	起头	4
ขึ้นอยู่กับ	隶属于；取决于	1
(น้ำ)ขุ่น	混浊	9
ขุ่นเคือง	怏怏不乐，生气	3
เข็ด	怕（指由于已经吃过亏或有了教训而产生的惧怕）	4
เข้มงวด	严格	11
เข้ากับ....	融洽，相符	4
เข้าใส่	冲着……过去，冲着……击去	14
เขิน	尴尬	9
เขี้ยว	犬牙	4
เขื่อน	堤坝	12
แข็งทื่อ	僵硬	2
แขวน	挂	14
โขด	小丘；礁石	7
โขดหิน	礁石	7
ไข้หวัดใหญ่	流行性感冒	9
ไขว่คว้า	伸手乱抓	2

ค

คณะกรรมการ	委员会	4
คณะกรรมการ-ตัดสิน	评判委员会	12
คณะกรรมการ-ประจำ	常务委员会	8
คณะผู้แทน	代表团	14
คนต่างถิ่น	外地人	7
คนร้าย	匪徒	7
คนเหลวไหล	不负责任的人，做事不牢靠的人	1
ค้นคว้า	研究	4
คมชัด	清楚，清晰	13
ครบถ้วน	齐全，完全	13
ครรลอง	途径，道路	14
ครอกฟี้	（打鼾声）	4
ครอบครอง	统治；占有	13
คริสต์มาส	圣诞节	1
ครูประจำชั้น	班主任	3
คล่อง	熟练	11
คล่องแคล่ว	流利，纯熟	4
คลัง	库，财库	1
คลั่ง	疯狂	11

ควบ	合并，结合	3
ควบ	（马）疾驰，飞奔	2
ควบคุม	管理；控制	9
ควัน	烟	1
ความเก่า	旧事	11
ความคิดเห็น	= ความเห็น	3
ความทรงจำ	记忆	13
ความประทับใจ	印象	7
ความรุนแรง	暴力	1
ความรู้รอบตัว	常识	9
ความสัมพันธ์ฉันมิตร	友好关系	1
ความหลัง	往事	13
ค่อนวัน	大半天	2
ค้อน	瞟	13
ค่อย	轻声地	8
ค่อย....	比较……，稍微……	11
คัด	抄；挑选	10
คาถา	符咒，咒语	13
ค้าง(คืน)	过夜	13
ค่าครองชีพ	生活费用	1
ค้าขาย	做买卖，做生意	9
ค้าน	反对	6
คาดคั้น	强求	8
คำขวัญ	口号	3
คำควบกล้ำ	复辅音构成的字	3
คำตลาด	俚语	14
คำประกาศ	公告，告示	12

คำประพันธ์	诗句	4
คำปราศรัย	讲话	4
คำพ้องรูป	同形字	4
คำราม	吼	4
คิด	计算	11
คิ้ว	眉毛	4
คุณนาย	夫人，太太	8
คุณหญิง	坤仁	8
คุ้นเคย	熟悉	6
คุ้มค่า	合算，值	1
คู	沟	3
คู่ชีพ	伴侣，相伴之物	8
เคร่งเครียด	（气氛）紧张	2
เครื่องกีฬา	运动器材	5
เครื่องจักรกล	机器	10
เครื่องดนตรี	乐器	5
เครื่องแบบ	制服	8
เครื่องปรับอากาศ	空调机	10
เครื่องเล่น	玩具	11
เครื่องหมาย	符号	4
เคล็ดลับ	诀窍，秘诀	10
เคลื่อนที่	流动，移动	11
แค่ปลายจมูก	（常用来比喻就在眼前却视而不见，类似汉语的“眼皮底下”）	3
แค้น	仇恨，愤恨	9
โค้ง	鞠躬	3

โค้ง	弯子，弯道	9
โครง	结构；构造；架子	10
โครงกระดูก	骨骼，骨架	10
โครงการ	计划	11
โครงร่าง	骨骼，骷髅；轮廓	10
ใคร่จะ....	想要…	4

ฆ

เฆี่ยน	鞭笞，抽打；击败	8
โฆษณา	宣传	1

ง

งดเว้น	停止，取消	1
งดส่งไฟฟ้า	停电	1
งบประมาณ	预算	7
งมงาย	迷信，愚昧	1
งอแง	爱哭；撒娇	
งอมืองอเท้า	无所事事，游手好闲	8
งา	芝麻	13
เงินเดือน	工资，月薪	1
เงินทอง	金钱	14
เงินทุน	资金	14
เงินเฟ้อ	通货膨胀	1
เงื่อนไข	条件	9

จ

จงใจ	故意，有意	9
จริงจัง	认真	1
จอง	预定	11
จังหวัดตรัง	哒府	7
จัดเจน	有经验	8
จันทน์	檀香木	4
จันทร์	月亮	4
จับไข้	发烧	13
จับจิตจับใจ	＝จับใจ 吸引人	4
จ้า	（声、色、光）强烈	9
จาก	亚塔椰子（也 称节草，在农村常用其叶来盖屋顶）	5
จากไป	离去	12
จ้าง	雇佣	2
จำกัด	限制，有限	3
จำลอง	仿造，复制	8
จ้ำ	快速	7
จ้ำเอา ๆ	快速地，赶紧地	7
จิตรกร(จิด-ตระ-กอน)	画家	9
จิปาถะ	琐琐碎碎，各种各样	1
จิ้ม	蘸，轻戳	4
จุ	容纳	10
จุดหมาย	目的，目标	12
(คุย)จุ๋นจิ๋ง	唧唧喳喳（小声说话）	13
จุดหมายปลายทาง	目的地	9
จุนเจือ	帮助，资助	1

เจ็บไข้	生病	5
เจ็บใจ	痛心，愤恨	4
เจรจา(เจน-ระ-จา)	商谈	9
เจ้าชู้	好色之徒	8
เจ้านาย	主子，上司	14
เจ้าบ่าว	新郎	8
(แม่น้ำ)เจ้าพระยา	湄南河	9
เจ้าระเบียบ	过于拘泥于规章者	14
เจ้าเล่ห์	狡猾的人	8
เจ้าสาว	新娘	8
เจ้าสำราญ	纨绔子弟	8
เจ้าหน้าที่	官员，工作人员	8
เจ้าหนี้	债主	8
เจียระไน	对水晶、玻璃等进行琢磨	7
เจื้อยแจ้ว	娓娓动听	12
ใจกลาง	中心	7
ใจแคบ	心胸狭窄，吝啬	3
ใจจริง	真实想法，真实思想	4
ใจมั่น	意志坚定	9
ใจร้าย	狠心，黑心	6
ใจลอย	心不在焉	3

ฉ

ฉะนั้น	因此	9
ฉัน	那样，那般	3
ฉันพี่น้อง	兄弟般的	3
ฉันมิตร	友好的	1
ฉับ	（形容快、干脆等的状态副词）	4
ฉับไว	迅速，急速；灵敏，机敏	14
ฉาบปูน	抹（白）灰	12
ฉีดยา	打针	9
ฉุย	（香气）扑鼻	11

ช

ชน	人	1
ชนชั้น	阶级	11
ชนชาติ	民族	10
ชมเชย	表扬	6
ชมพู	粉红（色）	7
ช่วง	期间；距离；某一段（时间或距离）	13
ชอบพอ	情投意合，相爱	8
ชอล์ก	粉笔	4
ชะมัด	极其，极了	9
ชะล่าใจ	麻痹，大意	6
ชัดเจน	清楚，清晰	3
ชั่วคราว	暂时	5
ชา	麻木	2
ชิงช้า	秋千	12
ชิ้นส่วน	构件，零件	10

ชีวภาพ(ชี-วะ-พาบ)	生命	10
ชุดซาฟารี	猎装	8
ชุม	（鱼，蚊子）多	9
ชุมทาง	（交通）枢纽	9
ชู้ท	射门，投篮	4
เชื่อถือ	相信，信赖	4
เชื่องช้า	缓慢	2
เชื่อม	用浓糖浆浸渍果品	4
แชมเปี้ยน	冠军	8
แชมเปี้ยนชิป	锦标赛	8
โชค	运气	4
ใช้	使唤	4
ใช้จ่าย	开销，支付	1
ไช่โป๊	萝卜干	11

ซ

ซอก	缝，夹缝，空隙；小巷	2
ซัด	拍击	12
ซา	（人）稀疏	11
ซาลาเปา	＝ซาละเปา	13
ซิบ ๆ	（象声词。常用来形容血一点儿一点儿地渗出）	12
ซี่	颗（牙的量词）	11
ซุก	躲藏，藏匿	12
ซุกตัว	卷缩着身子	2
แซ่	（中国人的）姓氏	11
โซ่	锁链，铁链	5

ญ

ญัตติ	提案；辩论题	3

ด

ดม	闻，嗅	4
ดวงดาว	星星	2
ดวงจันทร์	＝พระจันทร์	10
....ด้วยซ้ำ	而且还…	9
ดอกเห็ด	蘑菇	12
ดั้งเดิม	原先，起初	14
ด่าน	关卡	5
ดาบ	刀	11
ดาว	星星	2
ดำเนิน	进行	1
ดำรง	存在	14
ดำรงชีวิต	生活；生存	12
ดิบ	生	4
ดีงาม	美好的，优秀的	10
ดุร้าย	凶猛，凶残	1
ดูงาน	参观学习，考察	11
ดูถูก	看不起	4
เด็กทารก	婴儿	12
เด่น	显眼的，突出的	7
เดินต้อย ๆ	紧跟着在后面走	12
เดียวดาย	孤寂	2

เดี่ยว	单	8
เดือดร้อน	痛苦，烦恼	1
แดดจ้า	阳光灿烂	9
แดน	疆域，土地	12
แดนไกล	很远的地方	12
โดด	跳	12
โดน	挨，碰上	3
โดยมาก	一般，大多数（情况下）	5
ได้เรื่อง	明白（是怎么回事了）	13
ได้เวลา	到……时间了	13

ต

ตกกล้า	育秧	7
ตกต่ำ	低落	1
ตกปลา	钓鱼	9
ต้นคริสต์มาส	圣诞树	2
ตบแต่ง	=ตกแต่ง 装饰，装潢；打扮	3
ตบท้าย	最后，（以…）结束	13
ตระกูล	家族，氏族，门第	8
ตรี	三，第三	3
ตรุษ	旧历新年	7
ตรุษจีน	春节	7
ตลอดกาล	永远	2
ตลอดปีตลอด-ชาติ	一辈子，一生一世，整年累月	9
ตวัด	急拉，猛甩	3
ต่อ	接	5
ต่อต้าน	抵抗	1
ต่อว่า	责备，指责	6
ต่อหน้า	当面，在…面前	9
ต้อง	=ถูก 碰；中	11
ตอนแรก	起先，起初	5
ตะกุกตะกัก	结结巴巴	8
ตะบึง	直往前冲撞	9
ตักเตือน	提醒，警告	13
ตังค์	=สตางค์	1
ตั้งชื่อ	起名儿	10
ตั้งหลักแหล่ง	定居	5
ตั้งหน้าตั้งตา	专心致志，埋头	9
ตั้งอยู่(ที่....)	位于……	10
ตัดกันไม่ขาด	分不开，切割不断	5
ตัดสัมพันธ์	断交	11
ตัดสินใจ	作决定，下决心	6
ตัวเลข	数字；号码	12
ตัวตลก	小丑	4
ตัวแทน	代表，代理人	2
ตัวสะกด	韵尾辅音，尾音	3
ตัวอักษร	字	3
ตากลับ	白眼	13
ตาฉลาด	智叟	7
ตาราง....	平方	3
ตาลาย	眼花	5

ต่างจังหวัด	外府	1
ต่าง ๆ นานา	各种各样的	5
ต่างหาก	而是…；另外，单独	3
ตามชอบใจ	=ตามใจชอบ随意	11
ตามบุญตาม-กรรม	听天由命	9
ตามเรื่อง	听其自然	2
ตามสมควร	适当地	14
ตายไปไหน ๆ-แล้ว	早就死了	13
ตำหนิ	瑕疵，缺点；指责，责备	8
ติด	上瘾，成习惯	3
ติดใจ	依恋；疑虑	7
(หมุน)ติ้ว	急速（转动）	10
ตี๋	（常用来称华人男孩）	8
ตื้นตันใจ	激动	2
ตุ๊กตา(ตุ๊ก-กะ-ตา)	洋娃娃，小玩具人	11
ตุ่ม	疙瘩	13
ตู้เสื้อผ้า	衣柜	5
เต้น	跳，跳动	4
เต้นพั่บ ๆ	怦怦跳	4
เต็มที	（糟）极了，够呛	2
เต็มเปี่ยม	满溢，满盈	9
เต็มเพียบ	满当当的	5
เตาไฟ	炉子，火炉	11
เติบโต	成长	2
แต่ไหนแต่ไร	从来，历来	14
แต่งกาย	=แต่งตัว	14
โต้	辩论，争论，反驳	3
โต้เถียง	争论，辩论	3
โต้แย้ง	争辩，辩驳	3
โต้วาที	辩论	3
โต๊ะเขียนหนัง-สือ	书桌	5
ไต่	爬	13
ไต้หวัน	台湾	11
ไตรยางค์	三组字母	3

ถ

ถก	争论，讨论	14
ถกเถียง	争论	3
ถนัด	擅长；真切；明显	12
ถมไป	有的是，多的是	3
ถอนใจ	叹气，叹息	4
ถอนใจเฮือก ๆ	长吁短叹	4
ถอนใจยาว	长叹	6
ถ้อยคำ	词语，话语	4
ถั่ว	豆子	13
ถาโถม	冲击、扑击	12
ถางหญ้า	除草	3
ถ่านหิน	煤	7
ถ่ายเดียว	单方面的，一味的	6
ถาวร	永久的	5

ถิ่น	地方，地区	7
ถึงกับ	甚至	1
ถือ....เป็นใหญ่	以……为重	9
ถือว่า	认为	1
ถูกเส้น	情趣相投，投机	9
เถ้าแก่	老板	11
....เถื่อน	非法的，走私的	9
แถบ	带，地带	9
แถบหนาว	寒带	9

ท

ทน	忍受	9
ทนายความ	律师	8
ทโมน	=ลิงทโมน	5
ทราย	沙子	7
ทรุด	低下，屈下	8
ทรุดกาย	俯身，屈身	8
ท่วงท่า	态度	10
ท้วงติง	提出异议，反驳	14
ท่วม	淹没	7
ทอ	织	11
ทอผ้า	织布	11
ท้องฟ้าจำลอง	（天象仪放映的）人造星空	10
ทอด	（油）炸	11
ทอดถอนใจ-ยาว	长叹了一口气	6
ทอน	找（钱）	2
ทอฟฟี่	奶糖	12
....ทั้งที	既然，好不容易……	11
ทั้งที่	=ทั้ง ๆ ที่	11
ทั้งมวล	全体，所有，一切	10
ทัณฑฆาต(ทัน-ทะ-คาด)	不发音符号“ ์ ”	4
ทัดเทียม	水平相当	4
ทันใดนั้น	突然间	2
ทับ	压	6
ทับถม	堆积	6
ทับศัพท์	音译	1
ทั่วถึง	周全	9
ทั่วโลก	全世界	7
ทัศนคติ(ทัด-สะ-นะ-คะ-ติ)	观点	1
ทัศนคติการ-ดำเนินชีวิต	对生活的看法，生活观	1
ท้า	挑战	4
ท้าทาย	挑战；挑衅	12
ท้าพนัน	打赌	4
ทางกายและใจ	身体的和精神的，身心	14
ทางลบ	负面的	10
ท่ามกลาง....	……之中	2
ท้าว	王	4
ทำความเข้าใจ	沟通（思想）	2
ทำนอง	旋律，格律	4

ทำมาหากิน	谋生	1
ทำลาย	破坏；打破（记录、沉静）	8
ทำหมัน	绝育，做绝育手术	1
ที่ดิน	土地	1
ที่ทาง	地方，场所	13
ที่นอน	床垫，卧具	1
ที่ปรึกษา	顾问	3
ที่แล้วมา	过去了的，以前的	14
ที่อยู่ประจำ	常住地址	8
ทุกสิ่งทุกอย่าง	一切	3
ทุกข์ยากลำบาก	艰难困苦	2
ทุน	资本	11
ทุนนิยม	资本主义	14
ทุ่มเท	投入，倾注	14
ทุรกันดาร(ทุ-ระ-)	贫瘠	6
ทุเรียน	榴莲	7
เทคโนโลยี	（工业）技术，工艺	4
เทนนิส	网球	8
เทศบาล(เทด-สะ-)	市政府	3
เท่า	倍	3
เท่า	相等，相当	7
....เท่าตัว	……倍	10
เท้าเปล่า	赤脚，光脚	2
เทียบ	比，比较	3
แท้	真	3
แทน	代替	2
แทนที่จะ....กลับ....	不但不…反而…	4
แทรกแซง	干涉	1
แทรกแซงกิจการภายใน	干涉内政	1
โท	二，第二	3
โทรเลข(โท-ระ-)	电报	4

ธ

โธ่เอ๋ย	天哪	2

น

นขลิขิต(นะ-ขะ-)	括号	4
นบ	拜，合十礼	4
นอนใจ	放心，安心	14
น้อม	俯首，躬身	4
น้อยใจ	感到委屈	1
นักเรียนนอก	（出国）留学生	8
นักเลง	流氓，地痞；讲侠义的人	6
นัด	=ครั้ง 次，回	14
นับแต่นั้น	从那时起	6
น่าเกลียด	可恶，可憎；（长得）丑陋	11
น่าสนใจ	令人感兴趣，值得重视	7

นาก	金、铜合金的装饰品	11
นาค	准备削发为僧的人	9
นางผดุงครรภ์	助产士	9
นานกาเล	= นาน	9
นานวัน	日子久了，久而久之	3
นายกฯ	总理；市长；会长	4
นายกรัฐมนตรี (-รัด-ถะ-)	总理	4
นายแพทย์	= หมอ	1
น้ำเค็ม	海水	3
น้ำใจ	情感，精神，胸怀	5
น้ำประปา	自来水	1
น้ำเปล่า	白开水，白水	11
น้ำใสใจจริง	真心实意，真挚的感情	5
น้ำอัดลม	汽水	11
นิ่งนอนใจ	高枕无忧	14
นิติศาสตร์	法学	8
นิวเคลียร์	核子	3
นิ่ม	柔软	7
นิ่ว	皱眉	4
นิ้วมือ	手指	3
นุ่ง	穿（裤子或裙子）	8
นุ่ม	柔软，松软	13
เนื้องอก	瘤子	9
เนื้อที่	面积	3
เนื้อเรื่อง	内容	4
เนื่องจาก	由于	11
เนือย ๆ	徐缓的，懈怠的	4
แน่ชัด	明确的，确定的	12
แน่น	紧紧的	6
แนวคิด	思路	4
แนวโน้ม	倾向，趋向	14
โน้มตัวลง	弯下身子	6
ในนาม....	代表……，以……名义	14

บ

บทวิจารณ์	评论（文章）	7
บนตัก	腿上（指坐姿时膝盖至大腿根部的上面）	12
บรรดาศักดิ์	爵位	8
บรรยากาศ	气氛	2
บรรยาย	讲解	4
บรรลุ	达到，实现	2
บรรลุผล	达到目的，实现	2
บริจาค	捐献，捐赠	13
บริษัท	公司	6
บริสุทธิ์	纯洁	2
บริหาร	管理，施政	14
บวช	剃度，出家	9
บวชนาค	剃度	9
บวบ	丝瓜	11
บอร์ด	布告栏	6
บัณฑิตย์(บัน-ดิด)	博学；博学者	4

บัตร	卡片，……证	3
บัตรประจำตัว	身份证	8
บัวลอย	汤圆，元宵	13
บัวลอยน้ำขิง	姜汤汤圆	13
บาง	薄	7
บางกอก	曼谷	11
บาท	脚（皇语）	4
บาน	（花）开放，展放	12
บ้านช่อง	=บ้าน	1
บ้านนอก	乡下，内地	8
บารมี(-ระ-)	恩泽，仁德	1
บิด	拧，扭	4
บุญ	功德，善行	9
บุ้ยใบ้	努嘴（示意）	12
เบธูน	白求恩	1
เบรค	刹车，制动	8
เบาหวิว	轻飘飘的	6
เบาะ	坐垫，靠垫	12
เบียดบัง	私吞，贪污	1
แบ่งวรรคตอน	分句，分段	3
โบสถ์	教堂	2
ใบ	叶片	10

ป

ปฏิวัติ(-วัด)	革命	11
ปรบมือ	=ตบมือ	2
ปรมาณู(ปะ-ระ-)	原子	3
ประกอบ	组成，构成	10
ประกอบอาชีพ	从事…职业	8
ประการ	项，条，点	14
ประจบ	讨好，巴结	2
ประจำ	常驻的，固定的	5
ประชาชนผู้ใช้แรงงาน	劳动人民	14
ประชาชาติ	民族；国家	10
ประชาชาติจีน	中华民族	10
ประชาธิปไตย(-ทิ-ปะ-ไต)	民主	14
ประธาน	主席	3
ประทัด	鞭炮	7
ประทับ	印，盖（章）	7
ประทับใจ	印象深	7
ประทาน	赐予	2
ประเทศกันชน	缓冲国	9
ประแป้ง	抹粉	13
ประมง	渔业	7
ประวิสรรชนีย์(-วิ-สัน-ชะ-)	加 "-ะ" 符号	3
ประสงค์	想要，意图	2
ประสม	组合	3
ประสาท	神经	8
ประสิทธิผล	效果	10
ปรับ	调整，调节	10
ปรับตัว	调整自己（以适应……）	2

ปรับทุกข์	诉苦	1
ปรับปรุง	整顿，调整	3
ปรับอากาศ	调节空气，调节气温	10
ปราการ	防护墙	12
ปริญญาบัตร	学位证书	14
ปลอบใจ	安慰	8
ปลาตะเพียน	一种淡水鱼	13
ปลาทู	暹罗湾盛产的一种鱼	11
ปลาไหล	鳝鱼	11
ปลายจมูก	鼻尖	3
ปลุกระดม	动员，鼓动；煽动	14
ปลูกฝัง	树立，培养	9
ป้องกัน	防止；保卫	3
ปั๊ม	泵；抽(水)	10
ป่า	森林，丛林	7
ป่าดง	森林，密林	9
ปากเสียง	喉舌，代言人；口角，吵嘴	14
ปากเหยี่ยวปากกา	险境，虎口	6
ปานกลาง	中等	11
ป้าย	牌子	10
ปีระกา	鸡年	11
ปีก	翅膀，一翼，一侧	5
ปืน	枪	9
ปุ๊บปั๊บ	（做事）干脆利索，快速	3
ปู่โง่	愚公	7

เป็ดย่าง	烤鸭	13
....เป็นการใหญ่	大事……，大肆……，大规模……	
เป็นเกียรติ	荣幸	2
เป็นตัวของตัว-เอง	独立，自主	6
เป็นตายร้ายดี	好歹，死活……	14
....เป็นประจำ	经常；固定的	1
เป็นอยู่	情况，状况	13
เปล(เปฺล)	摇篮	2
เปล่ง	高呼	2
เปลวไฟ	火苗	2
เปลี่ยว	偏僻	9
เปลือง	耗费，费	1
เปอร์เซ็นต์	百分比	5
เปีย	辫子	7
เปี่ยม	很满，满盈	9
แปลง	田块（田地）	10
โปรดเกล้าฯ	= โปรดเกล้า-โปรดกระหม่อม（皇语）恩赐，赐予	4
โปรย	洒落，撒	2
ไปมาหาสู่	来往，交往	1
ไปยาล	省略符号	4
ไปยาลน้อย	简略符号“ฯ”	4
ไปยาลใหญ่	省略符号“ฯลฯ”	4
...ไปเรื่อย ๆ	连续不断地	12

ผ

ผงกศีรษะ	微微点一下头	8
ผลประโยชน์	利益	9
ผลัดเปลี่ยน	更换，更替	5
ผลิตภัณฑ์(ผะ-หลิด-ตะ-พัน)	（工业）产品	7
ผักดอง	腌菜，酸菜	11
ผักตำลึง	狸红瓜	11
ผัน	拼读出声调	3
ผัว	老公	11
ผ้ากันเปื้อน	围裙	9
ผ้าคลุมเตียง	床罩	5
ผ้านวม	棉被	5
ผ้าโพกผม	头巾	9
ผ่าน	度过，通过	6
ผาสุก	幸福	14
ผิดกับ	与……不同	5
ผืน	块，张（用于布、席等可卷、折物品的量词）	12
ผืนแผ่นดิน	大陆	7
ผู้ชม	观众	3
ผู้ดำเนินงาน	主办者，主持人	10
ผู้ดี	贵族	8
ผู้ตัดสิน	裁判员	3
ผู้ฟัง	听众	3
ผู้มีเกียรติ	贵宾	4
ผู้สื่อข่าว	记者	14
เผยแพร่	宣扬，传播；普及	9
เผลอ	不小心，不慎	4
เผื่อ	以便，以防，以备	5
แผ่	展开	2
แผก	差异，差别	9
แผนผัง	图，图样，蓝图	6
แผนภูมิ(-พูม)	图表	3
แผ่น	块	3
แผ่นดิน	大地	7
แผ่วเบา	轻声的	6

ฝ

ฝัน	梦；做梦	2
ฝ่ายค้าน	反方	3
ฝ่ายเสนอ	正方	3
ฝิ่น	鸦片	3
ฝึก	练，训练，实习，操练	10
ฝึกฝน	锻炼，磨练	4
ฝุ่น	尘土，灰尘	9
เฝ้า	看守，守护	5
แฝง	暗含	2

พ

ฯพณฯ (พะ-นะ-ท่าน, พะ-นะ-หัว-เจ้า-ท่าน)	阁下	4
พนัน	赌博，打赌	4

พยัญชนะ	辅音	3
พรรค์	种，类	7
พรรณนา(พัน-นะ-)	描写	4
พร้อมมูล	齐全	1
พระ	伯爵	8
พระเจ้า	上帝	6
พระยา	侯爵	8
พราก	分离，离别	12
พราว	闪闪发光的	2
พริ้ม	秀媚	2
พฤกษชาติ(พรึก-สะ-ชาด)	植物	10
พฤกษศาสตร์	植物学	10
พลอย	随着，跟着	1
พลังงาน	能量，能源	10
พลัดพราก	分离，离散	12
พวกหนังสือพิมพ์	报界人士	14
พอตัว	还可以	11
พอเป็นพิธี	做做样子，应付一下	1
พ่อค้าหน้าเลือด	奸商	14
พ้อง	一致，相同	4
พัฒนาการ	发展	8
พ้องเสียง	同音	4
พาหนะ	交通工具	7
พิกล	异常，反常，奇怪	4
พิถีพิถัน	讲究	7
พิลึก	奇怪，奇异	4
พึ่งพาอาศัย	=อาศัย 依靠	2
พึ่งพิง	依靠	1
พื้นที่	地面；面积	7
พุง	肚子，腹部	1
พุทโธ่	哎呀，天啊	2
พุทธศักราช	佛历	12
พูดจา	说话，言谈，谈吐	6
เพล	（僧人）午斋时间	13
เพลิดเพลิน	愉快，心旷神怡	10
เพลิดเพลินตา	=เพลินตา 好看，悦目	10
เพลิน	入神，出神	13
เพศ	性别	10
เพิ่มพูน	增加	1
เพื่อนสนิท	密友，挚友	9
แพทย์	医生	9
แพทยศาสตร์(แพด-ทะ-ยะ-สาด)	医学	9
แพร่	传播，扩散	7
โพก	缠，裹	9
โพย	汇钱	11
ไพ่	牌	1

ฟ

ฟองน้ำ	海绵	5
ฟันฝ่า	冲破（困难），披荆斩棘	5

ฟุ้ง	飞扬，弥漫	9
ฟุ่มเฟือยฟุ้งเฟ้อ	= ฟุ่มเฟือย	14
ฟูก	褥子，床垫	5

ภ

ภยันตราย(พะ-ยัน-ตะ-ราย)	灾难，灾害	9
ภววิสัย(พะ-วะ-)	客观	14
ภาค	部分	13
ภาคภูมิใจ(-พูม-)	自豪	1
ภายนอก	外部，外界	1
ภาระ	任务，义务；负担	1
ภาวะ	状况，情况	1

ม

มณฑล	省	7
มณฑา	塔娄木兰（树名）	4
มณโฑ	曼陀（史诗"罗摩衍那"中十首魔王之妻）	4
มน	神咒，符咒	13
มนุษย์	人；人类	13
มนุษย์ปักกิ่ง	北京猿人	7
มนุษย์อวกาศ	宇航员	10
มนุษยธรรม	人道	2
ม.ร.ว.	= หม่อมราชวงศ์ (-ราด-ชะ-)（国王的曾孙辈子孙称蒙拉差翁亲王）	14
ม้วน	卷（动词），卷、盘（量词）	12
มหกรรม(มะ-หะ-กำ)	庆典，祭奠	10
เกษตรศาสตร์	农业大学	9
มหาสมุทร	洋	7
มหาสมุทรอินเดีย	印度洋	7
มหึมา	巨大	3
มโหฬาร	盛大	9
มะตูม	芒果之一种	4
มะนาว	柠檬	12
มะม่วง	芒果	7
มะเร็ง	癌	8
มัธยมปลาย	高中	7
มัธยัสถ์(มัด-ทะ-ยัด)	节俭，俭省	14
มั่นคง	牢固，稳固，稳定	14
มั่ว	聚集	14
มาตรฐาน(มาด-ตระ-)	标准	1
มาตรา(มาด-ตรา)	计量单位，标准尾音字母(如แม่กด中的ด แม่กน中的น等)	4
มารดา	= แม่	1

มาเลเรีย	=มาลาเรีย 疟疾	9
มีลูกมีเมีย	成家了	5
มุง	盖（屋顶）	5
มูลนิธิ(มูน-ละ-)	慈善基金会	13
เม็ด	粒	12
เมามาย	醉醺醺的	1
เมีย	老婆	11
เมืองนอก	=ต่างประเทศ	8
แม่ยาย	岳母	11
แม้กระนั้น	=ถึงกระนั้น	1
แมงกะพรุน	海蜇；水母	12
แมงมุม	蜘蛛	4
โมโหโทโส	=โมโห	14
ไม่เข้าเรื่อง	不像话，荒唐	6
ไม่ใคร่	=ไม่ค่อย	7
ไม่ได้การ	不成，不行，不像样子	1
ไม่ได้ความ	不通顺，不达意；不像样，荒唐	3
ไม่รอช้า	急不可待	2
ไม่รู้ยางอาย	不知廉耻	10
ไม่วาย....	依然，不免	5
ไม่สู้.....	不太，不甚	14
ไม้ขีดไฟ	火柴	2
ไม้ดอก	观花植物，花木	10
ไม้ประดับ	观赏植物	10
ไม้มลาย	元音符号"ไ"	4
ไม้ม้วน	元音符号"ใ"	4
ไม้ยมก(ไม้-ยะ-มก)	重复符号"ๆ"	4
ไม้เรียว	（打孩子用的）小棍	3
ไม้หันอากาศ	元音符号"ั"	4
ไมตรี	友善	7

ย

ยกไม้ยกมือ	=ยกมือ	10
ยนต์	机器，机械	10
ย่นย่อท้อถอย	=ท้อถอย	3
ยวน	逗笑儿，戏弄	4
ยอ	夸奖；吹捧	14
ยองใย	蛛丝	4
ยอดเยี่ยม	优秀	12
ย่อม	小的	6
ยักษ์	巨大的；巨人；巨魔	10
ยาเสพติด	毒品	10
ยากดีมีจน	贫富贵贱	14
ยากเย็น	=ยาก	3
ยากแสนยาก	极难极难	3
ย่าง	进入	5
ยาน	舟车；交通工具，运输工具	10
ยานอวกาศ	宇宙飞船	10
ยาม	时候，时期	5
ย่ำ	踩	7
ย่ำเท้าอยู่กับที่	原地踏步	7
ย้ำ	重申	11

ยิ่ง	更	1
ยิ่งนัก	极其	3
ยึดถือ	持，掌握；依据	14
ยืดอก	挺胸	13
ยื่น	伸出，伸长	2
ยุง	蚊子	9
ยุ่งยาก	困难，复杂，棘手	4
ยุติธรรม	公平	5
เย็นเฉียบ	冰凉	2
เย็นตาโฟ	酿豆腐	12
เย็นรื่น	凉爽	12
เยาวราช(เยา-วะ-ราด)	耀华力（路）	11
เยาะเย้ย	讥笑，讥讽	2
เยี่ยม	极好，极妙	4
เยี่ยมเยียน	拜访；慰问	14
เยือน	访问	2
แยก	分开	3
ใย	丝，纤维	4

ร

รถติด	堵车	14
รบเร้า	缠着央求	1
ร่มชูชีพ	降落伞	12
รวด	一下子，一连…	8
รวม	合；包括	3
รวมทั้ง	包括	5
ร่วมกัน	共同的	1
ร่วมวง	参与其中	13
รอง	接（水）	11
รอบเซมิไฟนัล	半决赛	8
รอบตัว	四周，身子周围	2
ระเกะระกะ	＝เกะกะ	10
รอยยิ้ม	笑容	7
ระคน	夹杂	8
ระดม	发动，动员	14
ระบบ	系统，体系；程序；制度	10
ระบาย	排泄，发泄；涂上（颜色）	13
ระยะ	时期；阶段；距离	11
ระยิบระยับ	闪闪烁烁	2
ระรัว	抖动	3
รัฐธรรมนูญ(รัด-ถะ-ทำ-มะ-นูน)	宪法	14
รัฐบาลกลาง	中央政府	1
รัฐประหาร(รัด-ถะ-)	政变	14
รัฐมนตรี(รัด-ถะ-)	部长	4
รัฐสภา (รัด-ถะ-)	议会	14
รับ	承认	4
รับจ้าง	受雇	5
รับมือ	应对，应付	13

รับรอง	承认；接待	1
รับรอง	保证，保管	13
รับราชการ	供职，任职	9
รับรู้	认知	1
รัว	快（敲、打）；抖动，颤动	3
รั้ว	篱笆	12
รัศมี(รัด-สะ-หมี)	光芒，光辉	2
ราน้ำ	在船上用手、脚或其他物品放入水中以减缓船的行进速度	7
ร่าง	起草；草稿	14
ราชการ	公务，公事	5
ราชอาณาจักร(ราด-ชะ-อา-นา-จัก)	王国	9
ร้านขายข้าว-แกง	卖辣汤盖饭的饭铺	11
รายการ	节目；项目	3
ร้าย	坏；凶恶，凶猛	4
ราว	像	12
ร่ำรวย	富裕	1
ร่ำร้อง	哀求	11
รั้ว	篱笆	12
รุงรัง	乱，杂乱	4
รู้อยู่แก่ใจ	心里明白	4
รื่นรมย์	愉悦，舒心	4
รุกราน	侵略	14
รุ่ง	拂晓，破晓	13
รุนแรง	激烈，强烈	1
รู้อยู่แก่ใจ	心里明白	11
รูปแบบ	形式，样式	10
รูปลักษณะ	形状	7
เร่ง	加速；催促	4
เร่งเร้า	急切	4
เริ่มต้น	开始	6
เรียนเชิญ	恭请	4
เรียนรู้	学会，明白，懂得	12
เรี่ยวแรง	力量，力气	2
เรื่องราว	事情	12
แรก ๆ	起初	5
แรง	力量	1
แรงกล้า	（要求、愿望）强烈	9
แรงงาน	劳力	14
แร้ง	秃鹫	4
โรคฝีดาษ	天花	3
โรงจำนำ	当铺	1
โรงรถ	车库	5
ไร้	无	2
ไร้ยางอาย	不知廉耻	2
ไร้สาระ	毫无意义，毫无内容，无稽之谈	1

ล

ลงท้าย	收尾	4

ลงรอยกัน	和睦	12
ล่มจม	毁灭，灭亡	1
ล้วน	都	10
ล้วน ๆ	全都是	12
ล้วนแล้วแต่	都，全都	10
ล่องลอย	漂浮，飘荡	12
ละทิ้ง	放弃，丢弃	1
ละเว้น	戒除，免除	1
ละแวก	之间，期间；区域	9
ลักษณะ	特点；形状	7
ลับแล	屏风	11
ล้าแรง	乏力，没有力气了	13
ลาก	拖，拉，拽	3
ล่าม	拴，绑	5
ล่าม	翻译（名词）	1
ลาย	花纹	9
ลำบากใจ	为难	1
ลำพัง	单独的，独自的	1
ลำไย	龙眼	4
ล่ำลา	= ลา	13
ลิ้น	舌头	3
ลิบ	极（高，远）	9
ลุล่วง	完成	8
ลุก	燃烧起来	11
ลุ่มหลง	沉湎，沉迷	1
ลุย	涉，蹈	5
ลุยน้ำ	蹚水	12
ลุยไฟ	蹈火	5
ลูก	（浪头的量词）	12
ลูกจ้าง	雇员	11
ลูกเต้า	儿女们，孩子们	11
ลูกน้ำ	孑孓	3
ลูกน้ำเค็ม	海边长大的孩子	3
ลูกไฟ	火花，火星	11
ลูกศิษย์	学生，弟子	3
ลูกหลาน	子孙	7
ลูบ	抚摸	8
เลขานุการ	秘书	14
เล่ม	支（蜡烛）；把（刀）	2
เล่าเรียน	学习，读书	11
เลิก	取消，停止，废除	11
เลี่ยง	避开，回避	10
(อย่าง)เลื่อนลอย	茫然的	2
แลกเปลี่ยน	交换	1
แล่นควบ	疾驰	2
(....ก็)แล้วแต่	任凭，听便；不管……	4
ไล่เลี่ย	不相上下，相近	1

ว

วก	转回，折回	1
วกวน	拐来拐去	13
วง	（环形物的量词）	11
วน	绕圈	12
วรรค	一句，一段；一句或一段后留的小空	3

วรรณกรรม(วัน-นะ-กำ)	文学作品	12
วรรณยุกต์(วัน-นะ-)	声调	3
วันยังค่ำ	从早到晚	6
วันสงกรานต์	宋干节	1
วันส่งท้ายปีเก่า	除夕	2
วัย	年龄段	6
วัยกลางคน	中年	8
วัยรุ่น	青少年，正步入青年的人	7
ว้าเหว่	寂寞，孤寂	3
ว่างงาน	失业	1
ว่างเปล่า	空旷，空荡荡	2
วาทศิลป์(วา-ทะ-)	语言艺术	3
วาบ	一闪	2
วาสนา(วาด-สะ-หนา)	福气	1
วิเคราะห์	分析	6
วิจารณ์	评论；批评	6
วิญญาณ	灵魂	2
วิด	戽水	10
วิทยา	知识，学问	10
วิทยาศาสตร์	科学	1
วิทยุกระเป๋าหิ้ว	手提收音机	5
วิธีการ	方法	5
วิบาก	困难，苦难	3
วิวัฒนาการ(วิ-วัด-ทะ-)	进化，进步	10
วิเศษ	绝妙；神奇	9
วีซ่า	签证	1
วุ่น	忙乱，手忙脚乱	1
วุ้นเส้น	粉丝	11
วูบ	一闪而过，一闪而灭	2
วูบวาบ	一闪一闪的	2
เว้นแต่	除了，除非	9
เวลากรีนิช	格林威治时间	1
เวิ้ง	空地，开阔地	9
เวียนหัว	头晕	4
แวดล้อม	环绕，周围	14
แวว	光芒	6
ไว	敏捷，敏锐	8
ไว้เปีย	留辫子	7
ไว้วางใจ	= ไว้ใจ	9

ศ

ศอก	肘	3
ศิลปะ(สิน-ละ-ปะ)	艺术	10
ศูนย์	中心	7
ศูนย์กลาง	中心	10
ศูนย์บริการเพื่อการศึกษา	教育服务中心	10
เศรษฐกิจ(เสด-ถะ-กิด)	经济	1

เศร้า	悲伤	13

ส

สกุล	宗族，家族；名门，贵族	8
สกุลรุนชาติ	贵族血统	8
ส่ง(ลูก)	传（球）	11
สงกรานต์	宋干节，泼水节	9
สงคราม	战争	5
สงเคราะห์	资助；救济	13
สงบสุข	安定，安宁	7
สงบเสงี่ยม	安分	12
สด	鲜艳	7
สดชื่น	（空气）新鲜，清爽；（心情）舒畅，愉快	13
สดใส	（光线）明亮；（色彩）鲜艳	12
สตังค์	=สตางค์	1
สตางค์	士丁或士丹	1
สตาร์ท	发动（汽车）	8
สติ(สะ-ติ)	知觉，神志	1
สติปัญญา	智慧	10
สถานีอนามัย	卫生保健站	11
สถาปนิก	建筑师	5
สนอง	满足	2
สนั่น	轰鸣	2
สนิทสนม	亲密	1
สนิม	锈	9
สนุกเกอร์	斯诺克	8
สบ	相遇，汇合	8
สบสายตา	=สบตา 视线相遇	8
สภา	国会，议会，委员会	9
สภาพการณ์	情况，状况	9
สภาพแวดล้อม	周围环境	14
สมดุล	平衡，均衡	1
สมหวัง	如愿	12
สร้อย	项链	3
สระ	元音	3
สร่างไข้(ส่าง-)	退烧	13
สรุป	总结，归纳	6
สละสลวย	（词语）优美	4
สลาก	彩票；标签	12
สวด	念（经），诵（经）	13
สวนพฤกษชาติ (-พรึก-สะ-ชาด)	植物园	10
ส่วนตัว	个人的	1
สวรรค์	天堂	3
สว่างไสว	明亮	2
สหประชาชาติ	联合国	4
สหรัฐ(สะ-หะ-)	合众国（美国）	10
สอดคล้องกัน	相符的，一致的	3
สอบสัมภาษณ์	面试	6
สะดุด	绊脚	10
สะดุดตา	触目，引人注目，显眼	10

สะท้อน	反射	2
สะเทือนใจ	激动人心；使人伤心	13
สะลืมสะลือ	朦朦胧胧	13
สักหลาด(สัก-กะ-)	呢子	8
สังสรรค์	交谈	1
สั่งการ	交代（事情）	13
สัญประกาศ(สัน-ยะ-)	底线，重点线	4
สัตย์ซื่อ	= ซื่อสัตย์	1
สับ	剁	13
สัมผัส	押韵	4
สัมภาระ	行李	5
สัมภาษณ์	交谈；面试；采访	6
สาขา	分支	10
สาธารณะ(-ระ-นะ)	公共的	9
สาธารณสมบัติ (-ระ-นะ-สม-บัด)	公共财物	9
สาธารณสุข(-ระ-นะ-)	公共卫生	9
สาน	编织	13
สามี	丈夫	1
ส่าย	晃动	8
ส่ายหัว	摇头	8
สารประโยชน์ (สา-ระ-)	真正的效益，实质性的利益	1
สาระ	意义，实质内容	1
สำรวจ	调查，勘察	7
สำรอง	备用的，后备的	13
สำรับ	全套饭菜、甜食的盘碟	14
สำราญ	愉快，快乐	8
สำหรับ	至于，对于	3
สำอาง	洁净，清秀	4
สิงโต	狮子	1
สิ่งก่อสร้าง	建筑物	5
สิ้น	完，尽	1
สิ้นเปลือง	耗费	1
สิ้นสุด	结束	5
สีเทา	灰色	8
สีฟ้า	天蓝色，浅蓝色	12
สีส้ม	橙色	12
สีหน้าสีตา	= สีหน้า	4
สืบทอด	继承	10
สื่อ	传递（信息）	3
สุก	熟	4
สุก ๆ ดิบ ๆ	半生不熟	4
สุกใส	晶莹，透亮	6
สุกร	= หมู 猪	7
สุดขีด	极度的	2
สุดเสียง	声嘶力竭的（喊叫）	2
สุ้มเสียง	= เสียง	4
สุรา	= เหล้า 酒	1
สูสี	不相上下	4

สู่	进入	2
สูญหาย	消失，失去	7
เสถียรภาพ(สะ-เถียน-ระ-)	稳定	10
เส้นทาง	路线	11
เสนาะ	悦耳	4
เสบียง	干粮，粮食	5
เสบียงอาหาร	粮食	5
เสพ	享用	1
เสพสุรา	= ดื่มเหล้า	1
เสมอกัน	平局	4
เสริม	补充	1
เสาอากาศ	天线杆子	5
เสียกิริยา	失礼	1
เสียหลัก	失去平衡，失去支撑点	2
เสียหาย	损失	3
เสียเหลี่ยม	有失体面，丢丑	8
เสียง	声音；（转义）言论	14
เสียงข้างมาก	多数票	14
เสียวไส้	恐怖，瘆人	4
เสี้ยว	四分之一；一小部分	13
เสือดาว	豹	1
เสื้อคลุม	披风，披肩	8
เสื้อยืด	针织衫	8
แสดงให้เห็น	表明，说明	14
แสน	十分，极其	5
แสยะ	咧嘴	4
แสยะแยกเขี้ยว	龇牙咧嘴	4
โสเภณี	妓女	10
ใส	透明，晶莹，清澈	7
ใส่กุญแจ	上锁	5
ไส้	肠子	11
ไส้	馅儿	13

ห

หงาย	仰面	12
หด	缩	3
หดหู่	消沉，颓丧	12
หนทาง	道路	1
หน่วย	小组	9
หนังการ์ตูน	动画片	5
หนังสือพิมพ์สยามรัฐ	沙炎叻报	14
....หน้า	明（年），下（月、周）	8
หน้า(หนังสือ-พิมพ์)	版面	14
หน้าคว่ำ	低头生气的样子	11
หน้าด้าน	脸皮厚	10
หน้าตาเฉย	若无其事的样子	11
หน้าดำหน้าแดง	面红耳赤	9
หน้านิ่วคิ้วขมวด	紧锁双眉，愁眉苦脸	4
หน้าไม่อาย	不要脸，不害臊	2

หน้าเลือด	唯利是图，残酷盘剥	14
หน้าแล้ง	旱季	5
หนาม	刺	4
หนำซ้ำ	而且还	11
หนี้	债	1
หมดเรี่ยวหมดแรง	没力气了，一点力气都没了	2
หมอน	枕头	5
หมอนข้าง	抱枕	5
หมัน	不育，不孕	1
หมั่น	勤勉	11
หมั้น	订婚	11
หมับ	迅速、猛然状	4
หยก	玉	11
หย่า	离婚	6
หยุดอยู่กับที่	停滞不前	9
หล่อน	她	3
หลักแหล่ง	固定住处	5
หลังคา	屋顶	5
หลับครอกฟี้	呼呼大睡	4
หลีกเลี่ยง	回避	10
หลุด	脱落，掉落	2
หลุม	坑	3
หวุดหวิด	悬，险些，千钧一发	2
หลุมลวง	陷阱	3
หอสมุดกลาง	中央图书馆，大图书馆	7
ห่อเหี่ยว	枯萎；惆怅	12
ห่อไหล่	肩膀缩起来	9
ห้องรวม	公用的房间	5
ห้องมหกรรม	礼堂	10
หอบ	抱（东西）	1
หอม	香	11
หอย	蚌	7
ห้อย	悬，垂，挂	11
(ทำงาน)หักโหม	拚命干	8
หัวข้อ	题目	3
หัวแข็ง	固执，不驯服	14
หัวโจก	头子，首领	7
หัวเมือง	内地，（首都以外的）城镇	6
หัวไม้	流氓，恶棍	6
หัวรุนแรง	思想激进	8
หาก	如果	10
ห่าง	远离	6
หาด	滩	7
หาดทราย	沙滩	7
ห้ามปราม	阻止，禁止	1
หายวับ	很快消失，突然消失	5
หิ้ง	架子，托架	5
หิ้ว	提，手提	5
หุนหัน	急忙，匆忙	6
หุ่น	木偶；傀儡；模型	10
หุ่นจำลอง	模型	10

หุ่นยนต์	机器人	10
หุบ	合拢	12
หูฟัง	听诊器，听筒；耳机	9
เหงื่อตก	汗流浃背	11
เหงื่อท่วมตัว	汗水将全身湿透了，浑身是汗	11
เห็นพ้องต้องกัน	同意，看法一致	3
เหน่อ	发音不纯正	9
เหนาะ ๆ	容易，轻易	4
เหนียว	韧	7
เหนือ	之上，在……之上	12
เหมาะ	合适	4
เหยง ๆ (เหฺยง-เหฺยง)	雀跃状	11
เหยียบ	踩，踏	5
เหยียบย่าง	步入，进入	5
เหยี่ยว	鹰	6
เหรียญ	纪念章，奖章，勋章	11
เหล็กกล้า	钢	11
เหลวแหลก	腐败	1
เหลียวแล	关心，照顾	1
เหลือหลาย	非常，极多	4
แหล่ง	地方，处所	7
แหวกว่าย	拨水游泳	12
โหดร้าย	残酷，残忍	2
ให้สัมภาษณ์	答记者问	14
ใหญ่โต	大，巨大；显贵，显要	11
ใหม่	刚，初	11
ไหม้	糊了；着火了	4
ไหล่	肩	3
ไหว้	行合十礼，拜	8

อ

อดทน	忍受，忍耐；坚韧	12
อด....ไม่ได้	忍不住……，不禁……	9
อดีต	过去的，以往的；前任的	13
อนามัย	卫生，保健	11
อนุรักษ์	保护；保守，守旧	14
อเนกประสงค์	多用途的，综合的	5
อบ	熏，焖	2
อบอุ่น	温暖	2
อบายมุข(อะ-บาย-ยะ-)	毁灭之路，劣迹	1
อภิวาท(อะ-ภิ-วาด)	跪拜	4
อย่าเพิ่ง....	先别……	8
อย่าว่าแต่....เลย ต่อให้....ก็....	别说……即使……也……	5
อย่างไม่ขาดสาย	不断地，不住地	2
อย่างไม่รู้สึกตัว	不自觉地	8
อย่างยิ่ง	极其	14

อย่างหน้ามือเป็นหลังมือ	截然不同	9
อย่างหามรุ่งหามค่ำ	夜以继日地，没日没夜地	8
อย่างอ่อนแรง	无力地	2
อวกาศ(อะ-วะ-กาด)	宇宙，太空	10
อวด	炫耀，显摆	11
อหิวาต์	=อหิวาตกโรค(-ตะ-กะ-) 霍乱	11
ออกจะ....	有点……，比较……，颇为……	14
ออกแบบ	设计	5
อ่อน	（颜色）浅；淡；弱	7
อ่อนเพลีย	疲惫	2
อ้อมแขน	怀抱	12
อ้อมอก	怀抱	6
อ้อยส้อย	忧戚的	3
ออสเตรเลีย	澳大利亚	14
อักษรควบ	复辅音	3
อักษรต่ำ	低辅音	3
อักษรนำ	前引字	3
อัญประกาศ(อัน-ยะ-)	引号	4
อันที่จริง	其实	4
อัลบั้ม	相册	12
อาจารย์พิเศษ	兼职教师	8
อาจารประจำ	固定的、常任的老师	8
อาเจียน	呕吐	4
อาชญากรรม(อาด-ยา-)	刑事犯罪事件	1
อาเซียน	东盟	12
อาเสี่ย	阔佬；少爷	11
อาย	害羞，害臊	2
อารมณ์เสีย	心情不好	12
อำนวย	提供，给予	1
อำนวยประโยชน์แก่กัน	互利	14
อำนาจบารมี	权势	1
อำมหิต(อำ-มะ-หิด)	残酷	4
อิจฉา	忌妒	14
อินเดีย	印度	7
อินเทอร์เน็ต	互联网	12
อิ่มหนำ	吃饱喝足	13
อิสระ(อิด-สะ-หระ)	自由	4
อีกหน่อย	再过些日子，再过些时候	8
อึก	（喝水声）	2
อุดมการณ์(อุ-ดม-มะ-)	理想	9
อุดหนุน	支持，帮助	4
อุตส่าห์	竭力，努力	2
อุทาน	惊叹	6

อุปนิสัย(อุ-ปะ-)	性格，脾气	1
อุปสรรค	阻碍，障碍，困难	5
อุ๊ยตายจริง	哎哟，天哪！	6
เอกชน(เอก-กะ-ชน)	私人	9
เอกลักษณ์	特征，同一性	4
เอกอัครราชทูต(-อัก-คระ-ราด-ชะ-)	大使	8
เอ่ย	提起，提及，开口说	2
เอะใจ	起疑，心里咯噔一下	8
เอะอะ(ก็....)	动不动（就）	11
เอาใจ	讨好，迎合其心理	10
เอาเท้าราน้ำ	（在船上）用脚挡水（以减缓船的行进速度）	7
เอิ๊กอ้าก	大笑声	1
เอื่อย ๆ	缓缓地	9
แออัด	拥挤	2
แอ่ง	洼地	9
โอ่ง	缸	11
โอ๊ย	(感到疼痛的叹词)	2

ฮ

ฮวบ	（形容突然下跌的状态副词）	4
ฮัมเพลง	哼歌	13
เฮลิคอปเตอร์	直升机	12
เฮ้อ	表示厌烦或沮丧的叹词	2
เฮฮา	嘻嘻哈哈	1
เฮียงกั้ง	=ฮ่องกง 香港	11
เฮือก ๆ	叹息声	4
ไฮไลท์	最重要的部分	13